ஆடிப்பாவைபோல

[மூன்று விதமாய் வாசிப்பதற்குரிய நாவல்]

ஆடிப்பாவைபோல

[மூன்று விதமாய் வாசிப்பதற்குரிய நாவல்]

தமிழவன்

எதிர் வெளியீடு

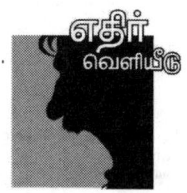

ஆடிப்பாவைபோல
நாவல்
© தமிழவன்

முதல் பதிப்பு: ஆகஸ்ட் 2017

எதிர் வெளியீடு,
96, நியூ ஸ்கீம் ரோடு, பொள்ளாச்சி – 642 002.
தொலைபேசி: 04259 – 226012, 99425 11302.

வடிவமைப்பு: ஜீவமணி

விலை: ரூ. 350

Aadippaavai pOla
Novel
© Tamizhavan

First Edition: August 2017
Layout: Jeevamani

Published by
Ethir Veliyedu, 96, New Scheme Road. Pollachi - 642 002.
email: ethirveliyedu@gmail.com
www.ethirveliyedu.in

Price: ₹ 350

ISBN: 978-81-933955-5-4

Printed by: Jothy Enterprises, Chennai.

All rights reserved. No part of this book may be reprinted or reproduced or utilised in any form or by any electronic, mechanical or other means, now known or hereafter invented, including photocoping and recording, or in any information storage or retrieval system, without permission in writing from the Publisher.

நன்றி

இந்த நாவலை வேறு வடிவத்தில் படித்துக் கருத்துச் சொன்ன ப்ரேம், முருகேச பாண்டியன், சிவசு, ஜெயராம பாண்டியன், தேவராசன், அய்யனார் ஆகியோருக்கும் இப்போதைய வடிவத்தில் படித்துப் பல திருத்தங்களைச் செய்ய உதவிய சண்முக.விமல் குமாருக்கும் பிழை திருத்தி உதவிய என் நண்பர் க. முத்துக்கிருஷ்ணன், கே. சுப்பிரமணியன் மற்றும் என் துணைவியார் லின்டா கிறிஸ்டிக்கும் நன்றி. நாவலின் இரு இடங்களில் சுந்தர ராமசாமி, ஏ.எஸ். பன்னீர்செல்வம் ஆகியோரின் எழுத்துகள் பயன்படுத்தியுள்ளேன். அவர்களுக்கும் நன்றி.

வாசிக்க வழிகாட்டி:

மூன்றுவகைகளில் இந்த நாவலைப் படிக்கலாம்.

முதல் வாசிப்பு: முதல் இயலிலிருந்து தொடங்கினால் அடுத்து 2 ஐ விட்டுவிட்டு 3 ஆவது இயலைப் படிக்கலாம். அப்படியே 5, 7, 9 என ஒற்றைப்படை எண்களுக்குப் போய் படித்துக்கொண்டு போகலாம். இது அகத்திணை வாசிப்பு. அப்படிப்போய் 19 ஐ எட்டியதும் மீண்டும் முதலிலிருந்து விட்டுவிட்ட இயல் எண்களை 2, 4, 6, 8 என்ற வரிசையில் இரட்டைப்படையாக வாசித்து முடிக்கவேண்டும். இது புறத்திணை வாசிப்பு.

இரண்டாவது வாசிப்பு: முதல் இயலை விட்டுவிட்டு 2 ஆவது இயலிலிருந்து தொடங்கி 4, 6, 8, 10 என 18 வரை வாசித்துவிட்டு மீண்டும் 1, 3, 5, 7, 9 என இறுதி வரை படிக்கலாம். அதாவது புறத்திணையில் தொடங்கி அகத்திணையில் முடிக்கலாம்.

மூன்றாவது வாசிப்பு: 1, 2, 3, 4, 5, 6, 7 என வரிசையாக வாசிப்பது. இது மரபான வாசிப்புமுறை.

மூன்று வாசிப்புகளில் ஏதாவது ஒன்றைத்தான் ஒருநேரத்தில் மேற்கொள்ள முடியும்.

இப்போது எந்த வாசிப்பை மேற்கொள்ளவேண்டும் என்று முடிவு எடுங்கள்.

முதல் இயலிலிருந்து தொடங்குகிறீர்களா அல்லது முதல் இயலை விட்டுவிட்டு 2 லிருந்து தொடங்குகிறீர்களா?

இயல்கள் முடியும்போதும் ஆங்காங்கு வாசிப்புக்கு வழிகாட்டப்படும்.

உள்ளே:

- அகம்: இயல் – 1 9
- புறம்: இயல் – 2 24
- அகம்: இயல் – 3 31
- புறம்: இயல் – 4 40
- அகம்: இயல் – 5 56
- புறம்: இயல் – 6 72
- அகம்: இயல் – 7 93
- புறம்: இயல் – 8 113
- அகம்: இயல் – 9 131
- புறம்: இயல் – 10 144
- அகம்: இயல் – 11 159
- புறம்: இயல் – 12 184
- அகம்: இயல் – 13 218
- புறம்: இயல் – 14 257
- அகம்: இயல் – 15 288
- புறம்: இயல் – 16 306
- அகம்: இயல் – 17 327
- புறம்: இயல் – 18 352
- அகம்: இயல் – 19 381

அகம்

இயல் - 1

இடம். கோயம்புத்தூர் ரயில்வே ஸ்டேஷன். ஆட்கள் பரபரப்பாக இயங்கிக்கொண்டு இருந்தனர். கிழிந்து தொங்கும் பச்சை டிராயர் போட்ட, சுமார் 12 வயது மதிக்கத்தக்க, பரட்டைத் தலையும் அழுக்கு முகமுமாகக் காணப்பட்ட பேப்பர் விற்கும் பையன் எதையோ கூவி விற்றுக்கொண்டு நின்றான். அவன் கூவியது எதிர்க்கட்சித் தலைவரின் பெயர். அது 1964 ஆம் ஆண்டு, பெப்ருவரி மாதம். வாழைப்பழம் விற்றுக்கொண்டிருந்த கிழவி இடை இடையே தன் கணவனைக் கெட்ட வார்த்தையால் திட்டிக் கொண்டிருந்தாள். 'தினத்தந்தி' பேப்பரை வாங்கி விரித்துப் போட்டுப் படுத்துக்கொண்டிருந்த குஷ்டரோகி எழும்பி மீண்டும் திரும்பிப் படுத்தான். யாரோ 'பச்'சென்று வெற்றிலையைத் துப்பினார்கள்.

அப்போது ஒருவன் கேட்டான்,

"டைம் சொல்லு ஸார்."

அதற்கு அவனைக் கடந்து போனவன் பதில் சொன்னான்.

"அஞ்சரை, எந்த ரயிலு?"

பையன் ஓடி ஓடி பேப்பர்களைக் கூவி விற்றபடி இருந்தான். அந்நேரம் ஒரு ரயில் கடகட என வந்தது. திமுதிமு என ஆட்கள் இறங்கினார்கள். குஷ்டரோகி திரும்பினான். இடுப்பிலிருந்து உருவி எடுத்த பீடியைப் பற்ற வைத்தான். அப்போது ஒரு பதினாறு அல்லது பதினேழு வயது மதிக்கத்தக்க இளைஞன் வேஷ்டியை மடக்கிக் கட்டி ஒரு பிளாஸ்டிக் கைப்பையுடன் ரயில் நிலையத்தில் நுழைந்தான். அவன் போய் போர்டைப்

பார்த்துவிட்டு கட்டம்போட்ட சட்டை அணிந்த ஒருவரிடம் தன் ரயில் பற்றிக் கூறி அது எத்தனை மணிக்கு என்று வினவினான்.

தான் எழுதிய கட்டுரைக்கு முதல் பரிசும் தந்து ரயில் டிக்கட்டையும் இணைத்து அந்தக் கல்லூரியிலிருந்து கடிதம் வந்தபோது, ஏதோ கதை படிப்பதுபோல் நினைத்தானே ஒழிய உண்மையில் நடக்கிறது என்று நம்பவில்லை. தனக்குத் தான் பரிசு என்று உணர்ந்தபோது காற்றில் பறப்பதுபோல் உணர்ந்தான்.

சரி ஆயிற்று. இறுதியில் கோவைக்கு வந்து பரிசும் கைத்தட்டலும் பெற்று மீண்டும் கல்லூரிக்குத் திரும்புகிறான். சற்று நேரத்தில் ரயில் வந்துவிடும். எங்காவது அமர்வோம் என்று திரும்பும்போது கதைகளில் வருவதுபோல் ஒரு பெண்ணின் குரல் கேட்டுத் திரும்பிப் பார்த்தான் ராஜா.

"நீங்களும் திரும்பிட்டீங்களா?" ஏற்கனவே பழகிய ஒருவரிடம் விசாரிப்பது போல அப்பெண் கேட்டாள்.

"ஆமா நீங்க?" கேள்வியில் யார் நீங்கள் என்ற தோரணை பாதி இருந்தது.

"நானும் கௌம்பிட்டேன்."

அவன் படிக்கும் கல்லூரிக்குப் பக்கத்தில் இருக்கும் பெண்கள் கல்லூரியின் பெயரைச் சொன்னாள். நெடுநெடுவென வளர்ந்திருக்கும் ஒளிபொருந்திய கண்களைக் கொண்ட கறுப்பு நிறமான இளம்பெண். கையில் ஒரு சிறு பை.

அவன் முகத்தில் தெரிந்த வினாக் குறியைக் கண்டு தானும் கவிதைக்குப் பரிசு வாங்க வந்த விவரத்தையும் அவன் பரிசு வாங்கியதைப் பார்த்த விவரத்தையும் சொன்னாள். "ஓ, அப்படியா?" என்று கேட்டாலும் வெட்கக் குணம் கொண்ட வின்சென்ட்ராஜா சற்று ஒதுங்கியே பழகினான்.

அப்போது ரயில் நிலையத்தில் கூட்டம் அதிகம் கூடியிருந்தது.

"உங்க சீட் நம்பர் என்ன?"

அவள் சொன்னாள். போய் அவள் நம்பரைப் பார்த்தவனுக்குச் சிரிப்பு வந்தது. வந்து, "ஒரே பெட்டியில்தான் பிரயாணம்"

என்றான். "ஓ, அப்படியா? யாரும் தெரிந்தவங்க இல்லியேன்னு பயந்து கிட்டிருந்தேன்" என்றாள். நகத்தைப் பற்களால் கடித்தாள்.

"இப்ப பயம் போய்ட்டுதா?" என்றான் அவன்.

"ஆமா" என்று மீண்டும் சிரித்தாள்.

"வாங்க" என்று அவளை அழைத்துக்கொண்டு ஸ்டேஷனில் இருந்த இன்னொரு காலியான பெஞ்சில் அமர்ந்தான். கவனமாக இரு மூலைகளில் அமர்ந்திருந்தனர். அவன் கொண்டுவந்திருந்த சாயம்போன ஓர் அலுமினியப் பெட்டியைக் காலுக்கருகில் வைத்தான். அப்படிப் பெட்டியை வைத்ததும், அவர்கள் அமர்ந்த பெஞ்சுக்கடியில் படுத்திருந்த நாய் 'வள்' என்று கத்திவிட்டு எழுந்து ஓடியது.

அவன் கொண்டுவந்திருந்த பிளாஸ்டிக்காலான கைப்பிடி கொண்ட பையை மடியில் வைத்துக் கொண்டிருந்தான். பின்பு தன் கைக்குட்டையை நெஞ்சுப் பகுதியில் சட்டையில் செருகிக் கொண்டான். சாண்டஸ் வாட்ச் மணிக்கட்டில் கிடந்தது.

சற்று நேரத்துக்கு முன்பு, ஹால் நிறைய மாணவர்களும் மாணவிகளும் நிறைந்திருந்த சூழலில் பல புகைப்படக்காரர்கள் புகைப்படம் எடுக்க, கல்வி அமைச்சர் பரிசு கொடுத்த நிகழ்ச்சி அவளுக்கு மனக்கண் முன்பு வந்திருக்க வேண்டும். திடீரென்று சொன்னாள்.

"ஒங்க இந்து கல்லூரி பேரைச் சொன்னாங்க இல்லையா, அப்போ நினைச்சிக்கிட்டேன். பக்கத்துக் காலேஜிலிருந்து ஒரு ஸ்டூடண்ட் வந்திருக்கிறாரேன்னு."

அவனுக்குச் சுதந்திரப் போராட்ட காலத்தில் சுதந்திரப் போராட்ட தியாகிகளால் தொடங்கப்பட்ட தன் கல்லூரி ஞாபகத்துக்கு வந்தது.

"அப்படியா? நான் ஒங்க பேரைக் கூப்பிட்டத கவனிக்கல்ல. நான் காலேஜ் தெரியாம, நிறைய இடம் சுற்றி கடைசியில் வந்துசேர்ந்தேன். கூட்டம் தொடங்கின பிறகு வந்தேன். என் கடிதத்தைக் காட்டி ஹாலுக்குள் வருவதற்குள் போதும் போதும் என்றாகிவிட்டது."

ஒரு பிச்சைக்காரன் இருவரிடமும் ‘அம்மா, அய்யா’ என்று கை நீட்டினான். அவன் ஏதும் இல்லை என்றான். அவள் பர்ஸிலிருந்து சில்லறை எடுத்துக் கொடுத்தாள். அவனிடம் திரும்பிப் பார்த்துச் சொன்னாள். “நான் ஒரு நாளுக்கு முந்தியே வந்துவிட்டேன். நான் வரும்போது எங்க ஹாஸ்டல் வார்டன் ஒரு கடிதம் கொடுத்து அனுப்பினாங்க. அந்தக் கடிதத்தைக் காட்டினதும் இங்கே இருக்கிற லேடீஸ் ஹாஸ்டல்ல ஒரு நாள் என்னைத் தங்க அனுமதிச்சாங்க.”

ஆர்வத்தோடு ஒரு குழந்தை கதை சொல்வதுபோல் சொன்னாள். அதுவரை கேட்க மறந்து போனதுபோல்,

“உங்க பேரு” என்றான்.

“காந்திமதி”

“என் பேரு” என்று இழுத்தவனைப் பார்த்து…

“தெரியும். வின்செண்ட் ராஜா” என்றாள்.

“நான், என் பெயரை ஒங்களுக்குச் சொன்னதா ஞாபகம் இல்லை” என்று சிரித்தான்.

“அங்க உங்க பேரைக் கூப்பிட்டாங்களே.”

“ஓ… அப்படியா?” என்றான். தன் பெயரை ஒரு பெண் ஞாபகத்தில் வைத்திருக்கிறாள் என்ற நினைவு மனதின் ஓரத்தில் சந்தோஷத்தைக் கொடுத்தது. அருகில் இரண்டு நாய்கள் ஒரு பொட்டலத்துக்குச் சண்டையிட்டுக் குரைத்தன.

அப்போது ரயில் ஒன்று வரும் அறிகுறியாக மணி அடிக்க, “பையைப் பார்த்துக்குங்க” என்று ஓடிப்போய்ப் பார்த்தவன், “நம்ம ரயிலு… வாங்க” என்றான்.

இருவரும் நம்பரைப் பார்த்துப் பெட்டியில் ஏறினார்கள். ரயில் புறப்பட்டது. இவர்களின் நம்பருக்கருகில் உள்ள சீட்டில் ஒரு குடும்பமும் ஏறி அமர்ந்தது. இரண்டு குழந்தைகள் அந்தக் குடும்பத்தில் இருந்தனர்.

காந்திமதிக்கு ஜன்னல் ஓரமாக சீட் இருந்தது. எதிரில் அவனுக்கு சீட். இருவரும் ஒருவர் கால் மற்றவர் மீது படாமல் கவனமாக அமர்ந்தார்கள். இருவர் பெட்டிகளையும் காலுக்குக் கீழ்

வைத்துவிட்டார்கள். ஜன்னலைக் காந்திமதி திறந்தபோது உடனே அது திறக்கவில்லை. வின்சென்ட் உதவி செய்தான். இருவரும் ஏதேதோ பேசிக் கொண்டிருந்தார்கள்.

அப்போது பிரபலமாக இருந்த எல்லா நாவல்களையும் அவள் படித்திருந்ததைக் கொஞ்ச நேரத்தில் வின்சென்ட் அறிந்துகொண்டான். அதுபோல் எல்லாத் திரைப்படங்களையும் தான் பார்த்துவிட்டிருப்பது அவளுக்குத் தெரியுமோ என்னவோ என்று எண்ணியவனாய் வேகமாய் போகும் ரயிலிலிருந்து வெளியே பார்த்தான்.

பேச்சு எங்கெங்கோ திரும்பியது. அதுவரை பரிச்சயமில்லாத ஒரு பெண்ணுடன் இவ்வளவு தூரம் பேசுகிறேனே என்று நினைத்துக்கொண்டதாலோ என்னவோ திடீரென்று சற்று நேரம் அமைதியாக இருந்தான் ராஜா. அவர்களுடன் ரயில் ஏறிய குடும்பத்துடன் வந்திருந்த ஒரு குழந்தைக்குச் சுமார் நான்கு வயதிருக்கும். இன்னொன்றுக்கு ஏழு அல்லது எட்டு. வயதில் சிறியது பெண் குழந்தை. ஆனால் ஆண்கள் போல் சட்டை போட்டிருந்தார்கள். அக்குடும்பத்தினரில் வயதான பெண்மணி குழந்தைகளை முகத்தைத் துடைத்து விட்டபடி இருந்தாள். அப்பெண்மணி உடம்பின்மேல் ரவிக்கை போடாமல் வெறும் சேலையைச் சுற்றியிருந்தாள். காதில் பெரிய குண்டலங்கள்போல் ஆபரணங்கள் விநோத வடிவங்களில் தொங்கின. நெற்றியின் நடுவில் பறவைபோல் ஒரு வடிவம் பச்சை குத்தப்பட்டிருந்தது. இரு கைகளிலும்கூட பெரிய சித்திரம் பச்சை குத்தப்பட்டிருந்தது. அப்பெண்மணியின் மகள் என்று கருதத்தக்க பெண் ஒருத்தி கழுத்து நிறைய தங்க ஆபரணங்கள் அணிந்திருந்தாள். இரு குழந்தைகளும் அவளுடைய குழந்தைகளாக இருக்க வேண்டும்.

ஓர் இளைஞனும் வயதான பெரியவரும் உடன் வந்திருந்தனர். இளைஞன் பாட்டியின் மகனாக இருக்கவேண்டும். பெரியவர் பாட்டியின் கணவர். பாட்டி கணவரை அதட்டிக்கொண்டு இருந்தாள். அப்போது காந்திமதி கேட்டாள்,

“இந்த நாவல் படிச்சிருக்கீங்களா?”

நூலகம் ஏதோ ஒன்றின் சீல் காணப்பட்டது.

எட்டிப் பார்த்தான். தன் கல்லூரிக்கு அருகில் உள்ள அவள் படிக்கும் கல்லூரியின் பெயர் வட்ட வடிவமான மங்கிய சிவப்பு நிற சீல் ஒல்லி எழுத்துகளோடு தெளிவாகப் பதிந்திருந்தது.

அக்கால கல்லூரி மாணவர்கள் பலர் கையிலும் காணப்படும் நாவல்.

"இந்த நாவலின் பல பகுதிகளை நான் எழுதி மனப்பாடமே பண்ணியிருப்பேன்னு நினைக்கிறேன்" என்றாள்.

ஒரு சிறு நோட்டை எடுத்துக் காட்டி,

"எனக்கும் இந்த நாவலில் வரும் பெண் போல் இருக்க ஆசை" என்றாள்.

பக்கத்து சீட்டில் அமர்ந்திருந்த வயதான பெண்மணி ஒரு வெத்திலைப் பெட்டியை எடுத்து முதலில் வெத்திலையை வெளியில் எடுத்தாள். அடுத்துச் சுண்ணாம்பு. வெத்திலையை எடுத்துத் தன் கையால் மீண்டும் மீண்டும் நன்கு தேய்த்தாள். ஒவ்வொரு நரம்பாகப் பார்த்துக் கவனமாக அந்த நரம்புகளில் சுண்ணாம்பைத் தேர்ந்த ஒரு கலைஞனின் லாவகத்துடன் தடவினாள்.

வின்சென்ட் தன் எதிரில் இருக்கும் கல்லூரி மாணவி எத்தகையவள் என்று அறியும் ஆசையோடு,

"அந்தப் பாத்திரம் பற்றிச் சொல்ல நீங்க மறந்துட்டீங்க" என்றான்.

"மங்கையர்க்கரசி பாத்திரம் பற்றி உங்களுக்குத் தெரியாதா? சொல்றேன். சிறு வயதில் ஒரு கனவு வருகிறது இவளுக்கு. அந்தக் கனவில் ஓர் இளைஞனைப் பார்க்கிறாள். பள்ளிப் படிப்பை முடித்து ஆசிரியர் பயிற்சியையும் முடித்து ஒரு கிராமத்துக்கு - யாரும் துணிந்து போகாதபடி தண்ணீர் இல்லாத கிராமம் - அதுக்கு ஆசிரியராகப் போகிறாள்..."

வின்சென்ட் கதையின் இந்தத் தருணத்தில் குறுக்கிட்டான்.

"காந்தியின் போதனைகளை இவள் படித்திருக்கிறாளா?"

"ஏன் எதுக்குக் கேட்கிறீங்க?"

14 | தமிழவன்

"வழக்கமாக காந்தியவாதிகள் எழுதும் நாவல்களில்தான் பெண் பாத்திரங்களும் ஆண் பாத்திரங்களும் கிராமத்துக்கு ஆசிரியப் பணி பார்க்கப் போறாங்க. நிஜத்தில் எங்கே போறாங்க?" ராஜா ஒரு கேள்வியுடன் அவளைப் பார்க்க அவள், அவனை இடைமறித்துத் தொடர்ந்தாள்.

"கதையை முழுசாக் கேளுங்க... அப்புறம், அங்கே ஒரு நாள், ஓர் இளைஞன். அவன் வந்த அன்றிலிருந்து அந்த ஊர் சிறுவர்களுக்குப் பல விஷயங்களைச் சொல்லிக் கொடுக்கிறான். ஊரில் அவன் புகழ் பரவுகிறது. ஊர் பண்ணையாரின் மகள் இவனைக் காதலிக்கிறாள். மங்கையர்க்கரசி அறிகிறாள், அந்த இளைஞன் அவள் சிறுவயதில் கனவில் கண்ட இளைஞன் என்று. இந்த நினைவு அவளை அலைக்கழிக்க ஆரம்பிக்கிறது. இந்த மாதிரி சூழ்நிலையில் ஒருநாள் கிராமத்துப் பண்ணையாரின் மகள் இவள் தங்கியிருக்கும் வீட்டிற்கு வருகிறாள். இவளிடம் தனது காதலைப் பற்றிக் கூறுகிறாள். இவள் அவளது காதல் நிறைவேற ஆசி கூறுகிறாள். பண்ணையாரின் மகள் சந்தோஷத்தோடு வீடு திரும்புகிறாள். மறுநாள் என்ன நடக்கிறது தெரியுமா? கிராமத்துக்கு ஆசையோடு வந்த இந்த டீச்சர் மங்கையர்க்கரசி யாருக்கும் சொல்லாமல் கொள்ளாமல் போய்விட்டிருக்கிறாள்."

"கதை முடிந்ததா?" என்றான்.

"ஆம்" என்ற காந்திமதி உணர்ச்சிவயப்பட்டவளாகக் காணப்பட்டாள். தான் ஏதும் கிண்டலடிக்கலாம் என்று தோன்றினாலும் அவள் உணர்வுகளைப் புரிந்துகொள்ளாமல் ஏதும் சொல்லி நோகடிக்கக்கூடாது என்று எண்ணியோ என்னவோ மௌனமாக இருந்தான்.

அப்போது அடுத்த ஸ்டேஷன் வந்தது. ஆட்கள் தடதடவென்று ரயிலுக்குள் புகுந்தனர்.

மீண்டும் ரயில் ஓட ஆரம்பித்தது.

பக்கத்தில் அமர்ந்திருந்த குடும்பத்தினர் அவர்கள்பாட்டுக்குச் சாப்பிடுவது, குழந்தைகளுக்கு ஊட்டுவது, அவர்கள் அழுகையை அடக்குவது என்றிருந்தனர். கோயம்புத்தூரில் தங்கியிருந்த வீட்டினர் பாட்டியைக் கவனித்துக் கொள்ளத் தெரியாமல் ஏனோதானோவென்று நடந்துகொண்டதை எல்லாம் உரத்த குரலில், இந்த ரயில் பெட்டிதான் அவர்கள் வீடு என்று

ஆடிப்பாவைபோல | **15**

நினைத்துப் பேசிக்கொண்டே சென்றனர். அவர்களுடன் பயணம் செய்த பெரியவர் ஏதும் பேசாமல் சீட்டில் சம்மணக்கால் போட்டபடி பிரயாணம் செய்தார். பாட்டியம்மா என்ன கொடுத்தாலும் தட்டாமல் வாயில் போட்டு மென்றார். வேண்டாம் என்றோ வேண்டும் என்றோ கூறவில்லை. அவள் கொடுப்பதை அவசர அவசரமாக வாங்கிக் கொண்டார். சிலவேளை, மகள் பாட்டியம்மாவை ‘சும்மா இரும்மா போதும்’ என்று ஏதோ வம்பு தும்புகளைக் கேட்கப் பிடிக்காதவள்போல கூறினாள். மீண்டும் மீண்டும் யாரைப் பற்றியோ ஏதோ கூறும்போது எல்லாம் ‘சும்மா இரும்மா போதும்’ என்று கூறுவதும் உடனே பெரியவர் பாட்டியை ஒரு பார்வை பார்ப்பதும் இப்படியே மௌனமாய் அவர்களுக்குள் பிறருக்குப் புரியாத ஒரு சமாச்சாரம் நடந்து கொண்டிருந்தது.

வாயைக் கிளறுவோமே என்று நினைத்ததாலோ என்னவோ வின்சென்ட் காந்திமதியிடம் இப்படிக் கேட்டான்.

“ஏன் அந்தப் பாத்திரம் பிடிக்கிறது உங்களுக்கு?”

“தன்னுடையவன் என்று அந்த இளைஞனைப் பற்றி நினைக்காமல் இடத்தைக் காலி செய்கிறாளே. அதாவது எப்போதும் துக்கப்பட தயாராக இருக்கிறாளே.”

“என்ன துக்கம் அவளுக்கு?” என்றும் “இது வெறும் கதை தானே” என்றும் தன் ஆள்காட்டி விரலை வாயில் வைத்து அழுத்தியபடியே கேட்டான்.

“முதலில் கனவில் மட்டும் கிடைப்பவன் அவன் என்று ஏற்படும் வருத்தம், துக்கம்; அதுவும் நிஜத்தில் அப்படி ஒருவன் இருக்கிறான் என்பதை அறிந்தவுடன் ஏற்படும் சந்தோஷம், அவனுக்காகச் சொந்தம் கொண்டாடிக்கொண்டு ஒருத்தி வருகிறாள் என்றவுடன் துக்கமாகிறது. அதற்கும் அடுத்துச் சாதாரணப் பெண்களைப் போல் அல்லாமல் போட்டியிடப் போகாமல் தனக்குப் பெருமை தன் துக்கத்தைத் தானே தாங்கியபடி வாழ்வது, என்று முடிவு எடுத்து ஊரைவிட்டுப் புறப்படுகிறாளே... சரி இதெல்லாம் நம்ம வாழ்க்கையில் நடக்காததா? கதைதானே என்று சாதாரணமா சொல்லிட்டிங்களே” என்றாள்.

பேசிவிட்டுத் தொண்டையில் ஊறிய தண்ணியை விழுங்கிக் கொண்டு மௌனமானாள் காந்திமதி. வின்சென்ட் ஓரளவு தனது சுபாவமான கூச்சத்தாலும் ஓரளவு எத்தகைய குணம் கொண்டவளோ இந்தப் பெண் என்ற பரிச்சயமின்மையாலும் ஏதும் அதிகமாகப் பேசவில்லை.

ரயில் நிலையத்தில் அவளை முதலில் இன்று மாலை பார்த்ததும் பெரிய வாயாடிபோல் இருப்பாள் என்று நினைத்தவனுக்கு ஏமாற்றம். ஓடும் ரயிலில் ஓரளவு மட்டும் பேசுவதும் மற்ற நேரங்களில் ரயில் வழியே வெளியே தெரியும் ஆட்கள், வீடுகள், புல்வெளிகள், தோட்டங்கள், சாலைகள், வாகனங்கள் என்று பார்ப்பதுமாய் இருந்தாள். ரொம்பவும் வெளிப்படையான உணர்வுகள் கொண்டவள் அல்ல. பிறருக்கு அதிகம் தன்னை வெளிக்காட்டிக் கொள்ளாமல் இருப்பவள் என்று வின்சென்ட் நினைத்தான். இவளுக்கு உள்ளே என்னென்ன உலகங்கள் இருக்கின்றனவோ என்ற யோசனை அவனுக்கு வந்தது.

தமிழ் நாகரிகம், அடக்கத்தைப் பெண்களின் குணங்களில் ஒன்றாகக் கூறுவதுண்டு. இந்த அடக்கம் அப்பெண்களுக்குள் உள்ளது. பிறருக்காக அடக்கமாக இருப்பதில்லை. தன் உள்குணமே அப்படித்தான். அந்த அடக்க குணத்தை மாற்றிக் கொள்ளுங்கள் என்று ஓரிரு தலைமுறைகளுக்குப் பெண்களுக்குப் புதுப்போதனை செய்தால், வெளிப்படையாகவும், சகஜமாகவும் பெண்கள் மாறும் குணம் தோன்றுமோ என்னவோ? இப்படியெல்லாம் நினைப்பு வந்தது ராஜாவுக்கு.

இவர்களுடன் பயணம் செய்த குடும்பத்தினர் ஆங்காங்கே தலையை மூடிக்கொண்டு படுத்துவிட்டிருந்தனர். பெரியவர் சம்மணக்கால் போட்டபடி தூங்குகிறாரா என்று பார்ப்பதுபோல் எட்டி வின்சென்ட் அவரைப் பார்த்தான். படுத்துக் குறட்டை விட்டுக் கொண்டிருந்தார் அவர்.

வின்சென்ட் தனது இடத்திலும் காந்திமதி தனக்குரிய இடத்திலும் பரஸ்பரம் 'குட் நைட்' என்று கூறிக்கொண்டு தூங்கலாயினர். பயணம் தொடரத் தொடர மிகவும் 'மூடி'யான பெண்ணாக இருக்கிறாளே இவள் என்று வின்சென்ட் நினைத்தான். அவளைக் கண்டுபிடித்துக்கொண்டே வந்ததால் சந்திக்கக் கூடாத ஒருவரைச் சந்தித்து விட்டோமோ என்ற பயமும் அவன் உள்ளுணர்வில் ஏற்பட்டது. சற்று நேரத்தில் இருவரும் இரவின் ஆழத்தில்

இரண்டறக் கலந்துவிட்டிருந்தது மெதுவாக ஏறி இறங்கிய இருவரின் உடலசைவில் தெரிந்தது.

காலையில் எழுந்து முகம் கழுவி, சீப்பால் கலைந்திருந்த தலையை வாரி அவள் அமர்ந்த பின்பு வின்சென்ட் எழுந்தான். எழுந்ததும் பெரியவர் பழையபடி சம்மணக்கால் போட்டுக்கொண்டு அமர ஆரம்பித்தார். பாட்டியம்மாள் ஏதாவது தின்னக் கொடுப்பாள், அவசரமாக கொஞ்சமும் தாமதிக்காது 'லபக்' என்று வாங்கிவிட வேண்டும் என்று காத்திருந்தவர் போல் கண்களை முழித்துக்கொண்டு அவர் காணப்பட்டார். பாட்டி அவசரமாய் காந்திமதியிடம் ஊர் பெயரைச் சொல்லி, "வந்துருச்சாம்மா" எனக் கேட்டாள்.

"இல்ல பாட்டி, வந்ததும் சொல்றேன்" என்றாள்.

"நல்ல பிள்ளேயம்மா... எவ்வளவு அடக்கமா வந்த. நானும் பாத்துக்கிட்டுத்தான் வந்தேன். ஒனக்கு உள்ள ஒரு சக்தி இருக்கும்மா. மகராசி. கெழவி சொல்றேன்று பார்க்காதே. உனக்குள்ள ஒரு சக்தி குடிகொண்டிருக்கு. உன் முகம் வழி தெரியுது. தெய்வத் தன்மை அது..." பாட்டி முடிக்கவும் ரயில் வேகம் குறைய ஆரம்பித்தது.

ஸ்டேஷன் வந்தது. எல்லோரும் இறங்கினர். பாட்டி "வர்றேன்" என்று கூறிப் புறப்பட்டாள். வின்செண்ட் இறங்கினான். சிரித்தாள் காந்திமதி. "பாட்டிய பாத்தீங்களா?" என்றாள் சிரித்துக்கொண்டே மீண்டும்.

வின்சென்ட்டும் சிரித்துக்கொண்டே நடந்தான். அடுத்த பஸ் ஸ்டாண்ட் வந்ததும், வின்சென்ட் தன் பஸ் தடத்திற்குத் திரும்பினான்.

"சரி... நான் எங்க பஸ் ரூட்டுக்குப் போறேன். எனக்குத் துணையாய்ப் பேசிக்கொண்டு வந்தீங்க. நன்றி" என்றாள்.

"ஓ... நானில்ல நன்றி சொல்லணும்..." என்றான் தொடர்ந்து.

"எப்ப பார்க்கலாம்?" என்று துணிச்சலை வரவழைத்துத் திடீரெனக் கேட்டுவிட்டான்.

"மன்னிக்கணும். நான் யாரையும் ஒருமுறை சந்தித்தால் அடுத்து எப்போது சந்திப்பது என்றெல்லாம் பேசறதில்ல... வரட்டுமா?"

போய்விட்டாள். அவள் அப்படிப் பேசியது அவனுக்கு ஓரளவு அதிர்ச்சியாக இருந்தது.

"தேள் கொட்டியதுபோல் கொட்டிவிட்டாளே" என்று நினைத்தான். மனசைத் தேற்றிக் கொண்டான் வின்சென்ட். அதற்குள் அவன் பஸ் வர, பஸ்ஸில் ஏறினான். மனது அவஸ்தையில் பெண்களைப் பொதுவாய் குறைபேச முனைந்தது. பாட்டி சொன்னது சரிதான் போலுள்ளது. தெய்வக்களை என்றாலே இதுதான் போலும் என்று நினைத்துக் கொண்டான். மனதில் கசப்பு உணர்வு பரவியது.

அதன்பிறகு சுமார் ஒரு மாதமிருக்கும்.

ஒருநாள் மா. சேசையா என்பவர், சென்னை லயோலா கல்லூரியிலிருந்து வெளியிட்ட 'பூச்செண்டு' என்ற பத்திரிகையை வாங்க வின்சென்ட் அந்த பஸ் ஸ்டாண்ட் கடைக்கு வந்திருந்தான். பத்திரிகையைப் படிக்கவேண்டும் என்பதைவிட தான் அனுப்பிய கவிதை வந்திருக்கிறதா என்பதைப் பார்ப்பதற்குத்தான் இதழை வாங்கிப் பார்க்க வேண்டியிருந்தது. ஏனென்றால் கடைக்காரர் இப்போதெல்லாம் பத்திரிகையை எடுத்துப் புரட்டிப் பார்க்க விடமாட்டேனென்கிறார்.

புதுப்புதுப் பெயரில் நிறைய பத்திரிகைகள் வந்திருந்தன. எல்லாவற்றையும் படித்துப் பார்க்க ஆசைதான். காசுக்கு எங்கே போவது? கவிஞர் கண்ணதாசன் நடத்தும் பத்திரிகை ஒன்று தொங்கியது. ஒவ்வொரு தமிழ் எழுத்தும் கவர்ச்சிமிக்கதாய்த் தென்பட்டது. புதுமை, புரட்சிக்கனல், தமிழ்த்தேன் என்றெல்லாம் பத்திரிகைகள் வந்திருந்தன. வந்திருந்தவைகளைக் கடைக்காரர் அடுக்கிவைத்திருந்தார். இந்த இலக்கியப் பத்திரிகைகளைவிட எதிர்க்கட்சியின் அரசியல் பத்திரிகைகள் சூடும் சுவையுமாய் செய்திகளைக் கொடுத்தன. பல பத்திரிகைகளின் செய்திகளைத் தாங்கிய பிரச்சாரமும் வால்போஸ்டர்களும் தொங்கின, கடை முழுதும். இடையில் துணிகள் தொங்கின - மஞ்சள் மற்றும் வெள்ளை நிறத்தில். பேயன்பழக் குலைகள் மஞ்சள் மஞ்சளாகத் தலைகீழாகக் கட்டித் தொங்கவிடப்பட்டிருந்தன. பாளையங்கோட்டையான் பழம் கண்ணைப் பறிக்கும் மஞ்சள் நிறம் கொண்டவை. ஓரிரு பழங்களில் பத்திகள் கொளுத்திக் குத்தப்பட்டிருக்கின்றன. கடைக்குள் நடுப்பகுதியில் சாமி படமும் மாலையும்

காணப்பட்டன. கடையில் அதிகம் வியாபாரம் இருந்தது. ஏனெனில் இரண்டு மூன்று பஸ்கள் ஒரே நேரத்தில் வந்தன. ஆஸ்பெஸ்டாஸ் போட்ட இந்தக் கடையைத் தவிர ஒரே ஒரு கடைதான் அக்காலத்தில் அந்த பஸ் ஸ்டாண்டில் இருந்தது. ஒரு கட்டணக் கழிவறையும் பெட்டி வைக்கும் அறையும் இன்னொரு மூலையில் இருந்தன.

மண்ணால் ஆன பஸ் ஸ்டாண்டில் முந்தைய நாள் மழை பெய்திருந்த காரணத்தால் சகதி படிந்திருந்தது. பூச்செண்டு பத்திரிகையை வாங்கிவிட்டுத் திரும்பும்போது யாரோ கையை உயர்த்தி ஓடி வருவதைப் பார்த்து நின்றான் வின்சென்ட்.

ஓர் இளம்பெண் ஓடிவந்து கொண்டிருந்தாள். பூ போட்ட பாவாடை அணிந்திருந்தாள். தனக்குத் தெரிந்த பெண் யாரும் இந்த ஊரில் இல்லையே என்று நினைத்த வின்சென்ட் ராஜா சற்று நிதானித்து யோசித்தபோது கோயம்புத்தூரிலிருந்து தன்னுடன் ரயிலில் பயணம் செய்த பெண் இவள் என்ற ஞாபகம் வந்தது. அவள் பெயர் மறந்திருந்தது. யோசித்ததும் உடனே ஞாபகத்தில் அந்தப் பெயர் வந்தது.

"எப்படி இருக்கீங்க வின்சென்ட்?" என்றாள் காந்திமதி.

அவள் முகம் மலர்ச்சியுடன் தெளிவாகக் காணப்பட்டது.

"நீங்க... நீங்க... காந்திமதிதானே?"

ஒருமுறை உறுதி செய்துகொள்ள விரும்பியோ வெறுப்பைக் காட்டவோ அப்படிக் கேட்டான்.

"ஓ... பெயரையும் மறந்துட்டீங்களா?"

அவள் முகத்தில் ஒரு வாட்டம் தோன்றி மறைந்ததை வின்சென்ட் கணத்தில் கண்டான்.

"ஸாரி" என்றான்.

"எதற்கு?"

"சும்மா"

இருவரும் சிரித்தனர். "என்ன இது பத்திரிகையா?"

"ஆமா"

"சென்னை லயோலா கல்லூரியிலிருந்து இலக்கியப் பத்திரிகை. மாணவர்களுக்கானது."

"மாணவிகளுக்கில்லையா?"

வாயில் ஏதோ போட்டு மென்றது போல் வாயிதழ்களை அசைத்தாள்.

அது ஒரு கறுப்பு நிறமான பெண்ணுக்குக்கூட சில 'மேனரிசங்கள்' அழகாய் அமைந்து விடுகின்றன என்று பறை சாற்றுவதுபோல் அமைந்தது.

"பாருங்க, இந்த இலக்கியவாதிகளுக்கு, மாணவர்களும், மாணவிகளும் படிக்க வேண்டும் என்ற வியாபாரத் தந்திரம்கூட மனதில் உறைக்கவில்லை."

"அப்படியில்லை. மாணவர்கள் என்ற ஆண்பால் சொல்லுக்குள் பெண்களும் அடக்கப்பட்டிருக்கிறார்கள் உங்கள் பாஷையில்."

அப்படி அவள் நினைத்துப் பேசியது அவனுக்கு இதுநாள்வரை பட்டிருக்கவில்லை. அவளை ஆச்சரியமாகப் பார்த்தான். அப்படியும் இருக்குமா என்று யோசித்தபோது சரிதான் என்று பட்டது. அதிகாரம் செலுத்துபவர்கள் வைப்பதுதான் சட்டம். யாரிடம் கையில் பலம் இருக்கிறதோ அவர்கள் நினைவுதான் அடக்கப்படுகிறவர்களின் நினைவுமாக உள்ளது. நாகரிகங்களும் சரித்திரங்களும்கூட இப்படித்தான் என்று நினைத்தபோது அவனுக்குள் ஊறிக் கிடந்த ஒரு கசப்பு மனதில் தோன்றியது.

"என்ன யோசனை?"

"நீங்க சொன்னது சரிதான் காந்திமதி. நான் ஆண் ஆகையால் நீங்க பேசியது எனக்குப் பட்டதே கிடையாது."

"ஓ... சும்மா சொன்னேன்."

"இல்லை, சரிதான்."

கையை நீட்டியவளிடம் பூச்செண்டு பத்திரிகையைக் கொடுத்தான். இதுவரை அப்பத்திரிகையை அவன் பிரிக்கவில்லை என்பது முதல் பக்கத்தையே காந்திமதி மெதுவாய்

நகத்தால் கிழித்துப் பார்க்க வேண்டியிருந்ததிலிருந்து தெரிந்தது. கிழித்தாள்.

அவன் கவிதை வந்திருந்தது. அவள் ஒரே குஷியில் குதித்தாள். பத்திரிகையைத் தன் பின்பக்கம் மறைத்தாள். 'சபாஷ்' என்று முகமெல்லாம் சந்தோஷம். வேறு யாரும் பார்த்தால் அவமானம் என்று உடனே சுதாரித்துக் கொண்டாள். தன் கவிதையே வந்தாலும் இப்படி மகிழ்ந்திருக்க மாட்டாள் என்பது போலிருந்தது அவள் முகத்தோற்றமும் உடல் அசைவும்.

"வெரி குட். பாராட்டுகள்."

பின்பு நிதானமானாள். நல்ல காலம் பஸ் ஸ்டாண்டில் தெரிந்தவர் யாரும் இல்லை.

"என்ன என்று சொல்லிவிட்டுப் பாராட்டுங்கள்."

அப்படி வின்சென்ட் கூறினாலும் அவன் ஓரளவு ஊகித்து விட்டான். ஏனென்றால் அவன் பத்திரிகை வாங்கியதே தன் கவிதை வந்திருக்கிறதா என்று பார்க்கத்தானே!

மீதி பக்கங்களைப் புரட்டாமல்,

"பாருங்கள், உங்க கவிதை" என்றாள்.

"ஓ அப்படியா? நினைத்தேன்."

பத்திரிகையை அவனிடம் அவன் விரல்களில் தன் விரல்கள் படாமல் கவனமாய்க் கொடுத்தாள். அவனும் அப்படியே வாங்கினான்.

வசீகரமான எழுத்தில் தலைப்பிட்டு நாலு பக்கமும் அழகிய செடி கொடிகளின் படத்துடன் முழுப் பக்கங்களில் கவிதை அச்சிடப்பட்டிருந்தது. கவிதை முடியும் இடத்தில் வலதுபக்கம் வின்சென்ட் ராஜா என்று அவன் பெயர் காணப்பட்டது.

இவ்வளவு நேரமும் ஆஸ்பெஸ்டாஸ் கூரை வேய்ந்த பஸ் ஸ்டாண்டில் உள்ள பல்வேறு கம்பங்களில் ஒன்றின் அருகில் நிற்கிறார்கள் என்பதை உணர்ந்த இருவரும் அடுத்த கம்பத்தருகில் அமர்ந்து நார்ப் பெட்டியில் வைத்துப் பூ விற்றிருந்தவளைக் கண்டனர். அந்தக் கம்பத்துக்கருகில் இளம்பெண் ஒருத்தி நின்று இவர்கள் இருவரையும் பார்த்துக்கொண்டு நின்றாள்.

காந்திமதிக்குத் தன் ஹாஸ்டல் மாணவியாக இருக்கலாமோ என்று ஓர் ஐயம் எழுந்தது.

“சரி, புறப்படுவோம். சாட்டர்டே... அப்புறம் சண்டே. சண்டே எங்களுக்கு விசிட்டர்ஸ் அலௌ பண்ணுவாங்க, வாங்க. இப்படி நின்று பேசினா யாராவது ஏதாவது நினைச்சுக்குவாங்க. வருவீங்களா? அல்லது என் பெயரையே மறந்து போனதுபோல மறந்து போவீங்களா?”

யோசித்துவிட்டுச் சொன்னான் வின்செண்ட்.

“சண்டே வர்றேன்.”

போன முறை போல சுரீர் என்று பேசிவிடுவாளோ என்ற பயமும் கூடவே ஏற்பட்டது.

நீங்கள் முதல் வாசிப்பைத் தேர்ந்தெடுத்திருந்தால் இப்போது இயல் 2 ஐ விட்டுவிட்டு இயல் 3 க்குப் போங்கள்.

இரண்டாவது வாசிப்பைத் தேர்ந்தெடுத்திருந்தால் இயல் 2 ஐ வாசித்து விட்டு இயல் 4 க்குப் போங்கள். அப்படியே இரட்டைப்படை எண்களாக வாசியுங்கள்.

மூன்றாவது வாசிப்பைத் தேர்ந்தெடுத்திருந்தால் வரிசையாக 1 க்குப்பிறகு 2, 3, 4, 5, 6, 7, 8, 9 என வரிசையாக வாசித்து முடியுங்கள்.

புறம்

இயல் - 2

ஓர் ஊர். வெயில் சுட்டெரிக்கும் ஊர்.

பெரிய நகரமும் அல்ல. சின்ன கிராமமும் அல்ல. இந்த ஊர் சுமார் நூறு ஆண்டுகளுக்கு மேல் சரித்திரம் கொண்டதாக இருக்கவேண்டும். ஆங்கிலேயர்களால் தொடங்கப்பட்ட பள்ளிகளும் கல்லூரிகளும் இருந்தன. கல்வியின் பொருட்டு இந்த ஊருக்கு வந்தவர்களால் உருவான ஊராக இருக்க வேண்டும். இன்னும் பல தெருக்களின் பெயர்களும் சர்ச்சுகளின் பெயர்களும்கூட ஆங்கிலேயர்களின் பெயர்கள்தாம். எப்போதும் ஒருவித வெக்கையும் சூரியனுடன் மனிதர்களும் பிராணிகளும் கட்டிடங்களும் கொண்டிருக்கும் அதீத உறவினால் நிகழ்ந்திருக்கும் நிறமாற்றமும் வடிவமாற்றமும் விசேசமாய்க் காணக்கூடியன. வெயிலால் ஏற்படும் மனிதர்களின் மன அவசமும் இந்த ஊரில் எல்லோரிடமும் காணலாம். வெக்கைக்குச் சிறகுகள் உள்ளதால் பறக்கிறது.

மனிதர்கள் வியர்வையுடன் அலைந்தபடி இருந்தனர். பிறப்பிலிருந்தே வந்தவை போலக் குடைகள் எல்லோரிடமும் காணப்பட்டன. சைக்கிள் அதிகமாகப் புழக்கத்தில் இருந்தது. பேராசிரியர்கள் சைக்கிளில் பெல் அடித்துக்கொண்டும் இஸ்திரிபோட்ட காட்டன் கோட்டுகளைப் போட்டுக்கொண்டும் 'டை' கட்டி தொப்பி அணிந்தும் காணப்பட்டனர்.

இக்னேஷியஸ் ஹாஸ்டல் என்று பெரிதாக எழுதப்பட்டு வளைந்த ஆர்ச் ஒன்று உயரமாக சுவர் எழுப்பிய காம்பவுண்டுக்கு மத்தியில் காணப்பட்டது. ஹாஸ்டல் மூன்று மாடியுள்ள மூன்று கட்டிடங்களால் ஆனது. மூன்றும் ப வடிவத்தில்

எழும்பி நின்றன. கொடி, இந்தப் ப வடிவத்துக்குள் நின்ற ஓர் உயரமான மரத்தில் கட்டப்பட்டு, காற்றில் அதன் பாட்டுக்கு அழகாகப் பறந்தது. அந்த ஹாஸ்டலில் பல மத, பல சாதி மாணவர்கள் இருந்தனர். இந்து மாணவர்களுக்கு ஒரு சலுகை இருந்தது. கத்தோலிக்க மாணவர்களைப்போல் அவர்கள் தினமும் காலையில் கண்ணைக் கசக்கியபடி சர்ச்சுக்குப் போகத் தேவையில்லை.

அந்தக் கறுப்புக் கொடி, ஹாஸ்டலுக்கு நடுவில் நின்ற இலைகளைக் கொண்ட வாதுமை மரத்தின் உச்சாணிக் கொம்பில் கட்டப்பட்டிருந்தது. அம்மரத்தின் வாதுமைக் கொட்டைகள் தரையில் விழுந்து நிலத்தில் பட்டுத் தோல் சிதைந்து செம்மை நிறம் வெளியே தெரியும்படி கிடந்தன.

கொடி எல்லோரின் கண்களையும் கவர்ந்தது. குறிப்பாகக் காலையில் கண்களைக் கசக்கிக்கொண்டு சர்ச்சில் பூசையை முடித்துவிட்டுச் சாரிசாரியாக நடந்து வந்த அந்த சுமார் 50 மாணவர்களை ‘இது யார் கட்டியது... யாராக இருக்கலாம்...?’ என்று தங்களுக்குள் குசுகுசுக்க வைத்தது. பூசை முழுதும் தூங்கி வழிந்து அதே தூக்கம் கொஞ்சமும் மாறக்கூடாது என்று கண்ணை அரைப்பாகம் அடைத்தபடியே வரும் மத நம்பிக்கை அற்ற மாணவர்களும் அந்தக் கொடியைப் பார்த்துக் கண்களை முழுசாக அன்று திறந்து ஒரு நிமிடம் நின்று பார்த்துவிட்டு நடந்தனர்.

இக்னேஷியஸ் ஹாஸ்டல் வெள்ளைக்காரர்கள் காலத்திலேயே மாணவர்களுக்காகக் கட்டப்பட்டிருந்தது. இக்னேஷியஸ் என்ற பெயர் இந்தக் கத்தோலிக்கக் கல்லூரியை நடத்தும் சேசுசபை பாதிரியார்களை ஒரு சங்கமாக இணைத்த ஒரு வெளிநாட்டு ஞானியின் பெயராம். எல்லோரும் மணி அடித்ததும் குளிக்கும் போணியையும் துண்டையும் சோப்பு டப்பாவையும் எடுத்துக்கொண்டு கூட்டமாகப் போய், நீரால் நிரப்பப்பட்டிருக்கும் பெரிய தொட்டியிலிருந்து ‘டபார்... டபார்...’ என்று அள்ளிக் குளிப்பார்கள். வெயில் சுட்டெரிக்கும் அந்த ஊரில் குளிக்கும் நேரம் சந்தோஷமானது. அதுபோல் பழங்கால முறையில் கக்கூஸ் கட்டப்பட்டு இருந்ததும் குறிப்பிட்டுச் சொல்ல வேண்டும். அமர்ந்தவுடன் மூக்கைப் பிடித்துத் தியானம் செய்தபடியே இருக்கும் மாணவர் தப்பித் தவறி கீழே பார்த்து விடக் கூடாது. சற்று நேரத்தில் வெளியே போய்விட வேண்டும். வெளியே காத்துக் கொண்டிருக்கும்

இன்னொரு மாணவர் மூக்கையும் கண்ணையும் பிடித்துக் கொண்டு கழிப்பறையின் உள்ளே நுழைந்து வயிற்றின் உபாதையைத் தீர்க்க வேண்டும்.

புத்தி ஜீவிகள் எங்கும் இருப்பது போல் இங்கும் உண்டு. அவர்கள் தோட்டி வருவது வரை ஹாஸ்டலில் தங்கள் அறையில் காத்திருந்தபடியே சன்னல்வழி கவனித்துத் தோட்டி வந்து வண்டியில் மலத்தை நிறைத்துவிட்டு மலங்கழிப்பதற்கான டப்பாக்களைக் கழுவி சாம்பல் போட்டு அதே இடத்தில் வைத்துவிட்டுப் போவான். அதன் பின்பு காத்திருக்குக்கும் மாணவர்கள் மெதுவாகத் தங்கள் வயிற்றைச் சுத்தம் செய்ய, பொடி நடை நடந்து புதிய, அதுவரை அசுத்தம் செய்யாத டப்பாக்களைப் பயன்படுத்திவிட வேகமாக வருவார்கள். அப்படிக் கக்கூசுக்கென்று ஓரமாக மேற்குத் திசையில் கட்டப்பட்ட அந்தப் பழைய கட்டடத்திற்குள் நுழைவார்கள். ஹாஸ்டலின் வீரமிக்க மாணவர்கள் இரவுகளில் சுவரைத் தாண்டி சினிமாவுக்குப் போவார்கள்.

இத்தகைய கட்டுப்பெட்டித்தனமான மாணவர்களைக் கொண்ட இந்த இக்னேஷியஸ் ஹாஸ்டலில் ஒரு கறுப்புக் கொடி. முக்கிய எதிர்க்கட்சி அழைப்பு விடுத்திருந்ததின் பேரில் சட்டையில் கறுப்பு பேட்ஜ் வைத்துக் கொள்ளலாமா என்று தங்களுக்குள் பேசிக் கொண்ட மாணவர்கள் இந்தக் காட்சியைப் பார்த்த பின்பு தங்கள் ஆலோசனையைக் கைவிட்டனர். ஏனென்றால் இந்தக் கறுப்புக் கொடி ஏற்படுத்தப் போகும் விபரீதம் சற்று நேரத்தில் தெரிந்துவிடும். ஊரில் வெக்கை எப்போதும் பரவிக் கொண்டேயிருக்கிறது. இளம் மனங்களை வெக்கை தொடாமல் விடுமா?

பல மாணவர்கள் தங்களுக்குள் ஒரு குறும்பு சிரிப்புச் சிரித்தனர். தான்தான் கட்டியது, தான் தான் கட்டியது என்று எல்லா மாணவர்களும் காட்டிக் கொள்ள ஆசைப்பட்டனர் என்பது அவர்களுடைய முகபாவங்கள் மூலம் தெரிந்தது. இந்து மாணவர்களும், கிறிஸ்தவ மாணவர்களும் இவ்விஷயத்தில் ஒத்த உணர்வுடன் இருந்தனர். இதனால் உண்மையில் யார் கட்டியிருக்கலாம் என்பது யாராலும் கண்டுபிடிக்க முடியாத ஒரு விஷயமாயிற்று. ஆனால் இத்தகைய விஷயங்கள், 'தமிழ்ப்பற்று' உள்ளவர் என்று அன்றைய தினங்களில் காட்டிக் கொண்ட மேடைப் பேச்சாளரான ஒரு கிறிஸ்தவ மாணவரின் வேலையாக

இருக்க முடியும் என்பது பலரின் துணிவு. அவர் இரண்டாவது மாடியில் கடைசி அறையில் கறுப்பு, சிவப்பு நிறமான பல பத்திரிகைகளை ஒளித்து வைத்துப் படிப்பவர். மேலும் அவரது சொற்பொழிவு அக்காலத்தில் கவர்ச்சியாக இருந்த எதிர்க்கட்சிப் பாணியைச் சார்ந்தது. அவர்தான் கட்டியிருக்க வேண்டும் என்று ஹாஸ்டல் பாதிரியாருக்கு அனுமானம் இருந்தது. என்றாலும் அந்த மாணவர் ஒவ்வொரு நாளும் சர்ச்சிலும் அதுபோல் சாப்பிடும்போது டைனிங் ஹாலிலும் பைபிளில் இருந்து சில பகுதிகளைக் கணீர் என்று கவர்ச்சியான குரலில் படிப்பவர். இந்தக் காரியத்தை அவர் நினைவுதெரிந்த நாளிலிருந்து செய்து வருபவர். அதனால் பாதிரியாருக்கு மேடைப் பேச்சாளரான இளைஞர் கட்டியிருப்பாரா என்பதில் ஐயம்.

வார்டன் பாதிரியார், சில வேளைகளில் பாண்ட் சட்டையுடன் தென்பட்டாலும் அன்று வார்டன் கடமையை நிறைவேற்றும் பொருட்டு வெள்ளை ஆடையில் வந்தார். மேடைப் பேச்சாளர் ‘எனக்குச் சத்தியமாகத் தெரியாது’ என்றார். வார்டன் ஃபாதர் என்ன பேசுவது என்று தெரியாததால் முறைத்தபடியே நின்றார். மேடைப்பேச்சாளர் தலையைத் தொங்கப் போட்டுக் கைகளைக் கட்டியபடி நின்று கொண்டிருந்தார். சில நிமிடங்கள் அப்படியே கழிந்தன. மீண்டும் பாதிரியார் ஏதாவது கேட்டால் மேடைப் பேச்சாளர் தனது கடைசி அஸ்திரமான பைபிள் மீது சத்தியம் செய்யும் ஆலோசனையை மனதில் வைத்திருந்தார். ஆனால் தான் முறைத்தபடி நிற்கவேண்டிய கால அளவு அவ்வளவுதான் என்பதை உணர்ந்ததாலோ என்னவோ பாதிரியார் மெதுவாக மேடைப் பேச்சாளரின் அறையை விட்டுத் தனது பெரிய தொளதொள உருவத்தைச் சுமந்தபடி நடக்க ஓர் அடி எடுத்து வைத்தார். அப்போதுதான் அவரது கழுகு போன்ற கண்களில் அந்த உயரமான மாணவன் தென்பட்டான். ‘அமரன் பி கார்ஃபுல்’ என்று பாதிரியார் மேடைப் பேச்சாளரின் புனைபெயரைப் பிரயோகித்து ஓர் எச்சரிக்கை செய்துவிட்டு, ‘மிஸ்டர் சாமி… ஏய்… ஜி.கே. சாமி…’ என்று இன்னொரு மாணவரின் பெயரை முதலிலும், ஞாபகம் வந்தவராய் அவனது இனிசியல்களை இரண்டாவதாகச் சேர்த்தும் அழைத்தார்.

இவர் கிறிஸ்தவ மாணவர் அல்லர். ஆறடி இரண்டங்குலம் உயரமான அந்த மாணவன் அழகிய தோற்றம் கொண்டவன். பெண்களைப் போன்ற உதடும், கருகருவென வளர்த்த முடியும் கொண்டவன். இவன் மெதுவாக நழுவப் பார்த்தது

வெளிப்படையாகத் தெரிந்தது. அவனது தோளில் கர்லாக் கட்டை இருந்தது. பாதிரியார் சற்றுத் தயங்கினாலும் ஏதோ ஒரு தைரியத்தில் அலறினார்.

'ஸ்டாப் தெயர்... ஜி.கே. சாமி'

ஜி.கே. சாமி என்ற மாணவன் கர்லாக்கட்டையுடன் அப்படியே நின்றான். இரண்டாம் ஃப்ளோரில் உள்ள பல மாணவர்களின் தலைகள் 'கிலுக்'கென்று வெளியே நீட்டிப் பார்த்தன. வார்டன் நின்றிருப்பதைக் கண்டதும் அம்மாணவர்கள் அதே 'கிலுக்'குடன் தலையே உள்ளே இழுத்துக் கொண்டனர்.

இந்த மாணவன் சாமியைப் பற்றிக் கொஞ்சம் சொல்ல வேண்டும். பொதுவான மாணவர்களின் வயதைவிட மூன்று நான்கு வயது அதிகமானவன். உடலை நன்கு பராமரிப்பதில் மிகுந்த கவனம் செலுத்துபவன். ஹாஸ்டலில் உள்ள இரண்டு 'மெஸ்'களில் 'ஏ' மெஸ்ஸில் சாப்பிட்டு உடல் மெலியாதவாறு பாதுகாப்பவன். தினம் காலை எட்டு மணியிலிருந்து மாலை 8.30 வரை கர்லாக் கட்டையால் தனது உடல், புயம், முதுகு போன்ற பகுதிகளில் உள்ள தசைகளை மிகவும் கரிசனத்தோடு வடிவமைத்து வருபவன்.

இப்போது ஃபாதர் அருகே வந்து, "சொல், உனக்குத்தான் தெரியும்" என்று கேட்க, சாமி ஒரு சிறு விளையாட்டுக்குச் சித்தமானான்.

கர்லாக் கட்டையை மெதுவாகத் தோளிலிருந்து இறக்கி ஃபாதர் நின்ற இடத்தில் சுவரில் சாய்த்து வைக்கப் போக, ஃபாதர் தன்னைத்தான் தாக்க வருகிறான் என்று தவறாக நினைத்துச் சற்றுப் பீதியுடன் பின்புறமாய் ஒதுங்கி நிற்க, சாமி இன்னும் சற்றுத் தள்ளி வைத்தால் தான் கர்லாக் கட்டை நிலைபெற்று நிற்கும் என்பதுபோல் இன்னும் சற்றுத் தள்ளி நிறுத்தினான். ஃபாதரும் இன்னும் சற்றுப் பின்பக்கமாகத் தள்ளி நின்றார். மனதிற்குள் சிரித்த சாமி அதை முகத்தில் காட்டிக் கொள்ளாமல் மிகுந்த சீரியஸாக முகத்தை வைத்துக் கொண்டு தன் பற்களை உதடுகளால் மூடி, வழக்கமாகச் செய்வது போல் தோள்களைச் சற்று அகலப்படுத்தி ஏதும் தெரியாத அப்பாவி போல் கேட்டான்.

"என்ன விஷயம் ஃபாதர்?"

"சொல், உனக்குத்தான் தெரியும்."

இப்போது 'தான்' என்பதில் ஓர் அழுத்தம் விழுந்ததைச் சாமியின் மனது அவனுக்கு உணர்த்தியது. உடனே உஷாரானான் அவன்.

"எனக்குத்தான், என்ன தெரியும் ஃபாதர்?"

தான் என்பதில் அவனும் அழுத்தம் கொடுத்துக் கேட்டான்.

தமிழ்ச் சினிமாக்களைப் பார்க்காததாலோ என்னவோ மரச்சிலுவையை ஆடைக்கு வெளியில் போடாத அந்த ஃபாதருக்குச் சூழ்நிலை புரிந்தது. மற்ற மாணவர்களைப் போல பயந்துவிடுகிறவன் அல்ல இவன். ஆனாலும் அவர், தான் கட்டுப்பாட்டை மிகவும் கவனிக்கும் வார்டன் என்பதைக் காட்டிக் கொள்வதற்காக இப்படிக் கேட்டார்.

"இந்த ஹாஸ்டல் எவ்வளவு கட்டுப்பாடானது என்பது உனக்குத் தெரியுமல்லவா சாமி?"

"தெரியும் ஃபாதர்."

"கட்டுப்பாடு வேண்டுமா வேண்டாமா?"

"கண்டிப்பாக வேண்டும்."

"கட்டுப்பாடு இருக்கிறது என்பதற்காகத்தான் உங்கள் தாய் தந்தையர் இங்கே வசதிகள் குறைவு என்றாலும் கொண்டுவந்து சேர்க்கிறார்கள்."

"ஆமா ஃபாதர்."

ஏனோ காதைச் சொறிந்தான் சாமி.

"நாளை நம் பிள்ளைகள் படித்துப் பெரியவர்களாவதற்குக் கட்டுப்பாடு மிகவும் முக்கியம்."

"கண்டிப்பாக ஃபாதர்."

"அப்படியிருக்க ஏன் இந்த நிலை? உனக்குக் கண்டிப்பாகத் தெரியும்."

"எந்த 'நிலையை'ப் பற்றிச் சொல்கிறீர்கள் ஃபாதர்?"

எதைக் கேட்பதற்காக இவர் வருகிறார் என்பது மிக நன்றாகத் தெரிந்த அவன் இலேசாகச் சிரித்தான். ஃபாதரை மிரட்டலாமா என்று அவனுக்குத் தோன்றியது. தனது நண்பர்களை இரவில் அழைத்து ஃபாதர் மிரண்டு போனார் என்று சொல்ல ஒரு வாய்ப்பு என்றும் நினைத்தான்.

"நடந்துள்ள நிலைதான்" என்றார் ஃபாதர்.

ஃபாதர் கொஞ்சம் தமிழ் அன்பும் கொண்டவர் என்பதையும் சாமி அறிந்தவன். அதனால்தான் நிலை என்ற சொல்லை விடாமல் பற்றிக்கொள்கிறார் என்றும் நினைத்தான். பிற மாணவர்கள் போணியுடன் குளிக்கப் போவதுபோல் ஒருவர், இருவர் என்று அறையிலிருந்து புறப்படும் சாக்கில் நடக்கும் காரியத்தை நோட்டம் விட்டபடி போய்க் கொண்டிருந்தனர். அது ஃபாதரைப் பார்த்துக் கேலி செய்வதுபோல் இருந்தது. கொஞ்சம் நெஞ்சை நிமிர்த்திக் கொண்டார்களோ என்றிருந்தது அவர்கள் நடை. அவர்களை வார்டன் நிறுத்த முடியாது. அது குளிக்கும் நேரம் 8.45 லிருந்து 10 மணி வரை.

இப்படி அடிக்கும் மணிக்குக் கட்டுப்பட்டு நடக்கும் கட்டுப்பாடான ஹாஸ்டல் அது. அதில் மாநிலத்தின் முக்கிய எதிர்க்கட்சி அழைப்பு விட்டிருக்கிறதென மாணவர்கள் கறுப்புக் கொடி கட்டிவிட்டிருக்கிறார்கள்.

இயற்கையில் இருக்கும் வெக்கையுடன் அரசியலில் உள்ள வெக்கையும் அந்த ஹாஸ்டல் மாணவர்களின் மனதில் ஏற்பட்டுவிட்டது.

அகம்

இயல் - 3

வின்சென்ட் ராஜாவின் ஹாஸ்டல் அவன் படித்த கல்லூரிக்கு அருகில் இருந்தது. ஹாஸ்டலின் பெயர் 'பாலர் இல்லம்'. அட்டைப்பெட்டியிலிருந்து வெட்டிய தாளில் கறுப்புமையில் எழுதித் தொங்க விட்டிருந்தார்கள். வசதியில்லாத மாணவர்கள்தான் பெரும்பாலும் அந்த இல்லத்தில் தங்கிப் படித்தனர். முதலில் சிறுவர்களுக்காக நடத்தப்பட்டது. தற்சமயம் கல்லூரி மாணவர்களும் தங்க முடியும். வெளிநாட்டுக்காரர்களின் பணம் கொஞ்சம் அவ்வப்போது வந்துகொண்டிருந்தது. ஒருவித கட்டுப்பாட்டுடன் நடத்தப்பட்டது இல்லம். சாப்பிடும் அறையும் பெரும்பாலும் சிக்கனமாக நடத்தும் ஹாஸ்டல்களில் இருப்பதுபோல் இருந்தது. பெரிய நாமம் போட்ட வயதான ஒரு மனிதர் எல்லாப் பொறுப்புகளையும் கவனித்துக் கொண்டிருந்தார். அவர்தான் வார்டனும்கூட. இராமகிருஷ்ணர் போட்டோ அவர் அறையில் தொங்கியது. ஓடு வேயப்பட்ட நீளமான கட்டிடம்தான் அந்த இல்லம். வின்சென்ட் ராஜா காந்திமதியைப் பார்க்க வேண்டும் என்ற உந்துதலால் இல்லத்தில் இருந்து புறப்பட்டான். அவனது அறையில் வசிக்கும் சந்தோஷம் என்ற பையனிடமும்கூட எதையும் கூறாமல் சென்றான். அவனது அறையில் இரண்டு சிறு மேசைகள். ஒன்று வின்சென்டுக்கு. இன்னொன்று சந்தோஷத்துக்கு. எதையாவது எழுதிவிடலாமா என்று மேசையிலிருந்து தாளை எடுத்தவன் பிறகு வேண்டாமென மேசை ட்ராயரை அடைத்துவிட்டு எழுந்தான். அவள் எப்படிப்பட்ட பெண்ணோ என்று ஏதும் புரியாமல் வெறுமனே செல்வது என்று முடிவு செய்தான் வின்சென்ட்.

புதிதாய் வாங்கிய, நடக்கும்போது தடதடவென்று சத்தம் வரக்கூடிய, அப்போதெல்லாம் இளைஞர்களின் கால்களில்

புதிதாய் காணப்பட்ட ரப்பர் ஸ்லிப்பரை அணிந்தான். முதல் நாள் அணிவதால் கால் பெருவிரலை அது அறுக்குமோ என்று நினைத்து ரப்பர் ஸ்லிப்பரைக் கையில் எடுத்துப் பார்த்தான். வழக்கமாய் வெறுங்காலில் நடந்து பழகியவன் அவன். ஸ்லிப்பர் போடும் பழக்கம் புதிது. இளம்பெண்ணைப் பார்க்கும் கிளர்ச்சியில் ஸ்லிப்பரைத்தான் போட்டுக்கொண்டு செல்வது சரி என்று அவனுக்குப் பட்டது. இந்த மாதிரி சந்தர்ப்பங்களில் தனக்கு மனதிலிருந்து தோன்றும் அந்த ஆதரவு அற்றது போன்ற உணர்வு எழுந்தது. மனசை ஆசுவாசப்படுத்திக்கொண்டு புறப்பட்டான்.

அவளை முதல்முறை சந்தித்து விடைபெற்ற தருணம் அவனுக்கு நினைவுக்கு வந்தது. மீண்டும் எப்போது சந்திக்கலாம் என்பதுபோல் தான் கேட்ட அந்தக் கேள்விக்கு இதமற்ற முறையில் 'மீண்டும் எப்போது சந்திக்கலாம் என்றெல்லாம் நான் யாரிடமும் கூறுவது கிடையாது' என அவள் வெடுக்கென்று கூறி மனதைப் புண்படுத்தியது அவனுக்கு நினைவுக்கு வந்தது. மீண்டும் அவளைத் தேடிப் போகிறோமே, இப்படியோர் உறவை ஏற்படுத்திவிட்டுப் பின்னால் அவஸ்தைப்பட நேருமோ என்ற உணர்வு எழுந்தாலும் அவளைப் பார்க்க வேண்டும் என்ற உந்துதல் பலமாக அவனுக்குள் எழுந்ததை உணர்ந்தான். எப்போதும் தனக்குள்ளிருந்து தன்னைத் துரத்தும் ஆதரவு அற்ற உணர்வு யாரிடமாவது போய் அடைக்கலம் தேடு என்று துரத்துகிறதோ, அதனால்தானோ தான் எப்படிப்பட்ட பெண் இவள் என்றுகூட தெரியாமல் புறப்படுகிறேன் என்று ஒரு கணம் யோசித்தான்.

ஆனால் எந்திரம் போல் புதிய ஸ்லிப்பரை அணிந்து புறப்படுபவனை யாரும் கட்டுப்படுத்த முடியாது என்பதுபோல், காம்பவுண்டைத் தாண்டிக் கிளம்பிய வின்சென்ட் அவள் சொல்லியிருந்த அடையாளத்தைக் கவனமாக மீண்டும் நினைத்து, சரியாக பஸ் ஏறி இறங்க வேண்டிய இடத்தில் இறங்கித் தூரத்திலிருந்த பெண்கள் ஹாஸ்டலைப் பார்த்தான். மரங்கள் காற்றில் அசைந்து ஒருவித மாயமான சப்தத்தை எழுப்பிக் கொண்டிருந்தன. அது அவனது மனதில் எழும் பெயர் தெரியாத குரலுக்குப் பதிலாக எழும் மர்மக்குரல்போல் பொருந்தியிருந்ததை உணர்ந்தான். தன்னைச் சுற்றிலும் மாயம் நடக்கும் அந்த உணர்வு அவனைக் கவர்ந்தது. காற்றில் மிதப்பது போல் உணர்ந்தான். காலையில் இருந்த குளிர்

மாறி வெயில் சுள்ளென்று உறைக்க ஆரம்பித்தது. இலேசாக நெற்றியிலும் உடலிலும் வியர்வை தோன்றுவதை உணர்ந்தான். ஒருவேளை இந்தப் பெண்ணைத் தேடி வருவதால் ஏற்படும் புது அனுபவமான மன அவஸ்தையின் வெளிப்பாடோ வியர்வை என்று யோசித்தாலும், ஏதும் இவனுக்கு அறுதியிட்டுக் கூற முடியவில்லை. பஸ்ஸிலிருந்து சுமார் ஒரு பர்லாங் தூரம் நடந்தால் அவளது ஹாஸ்டல் வந்துவிடும். இருபக்கமும் பார்த்தபடி நடந்தான். தான் கட்டியிருந்த மடிப்புக் குலையாத வேஷ்டி, காலில் தடுக்கியது. சட்டையின் இருபக்கத்துக் கைகளையும் நீட்டிவிட்டு மணிக்கட்டு அருகில் அந்தக் காலத்து மாணவர்கள் செய்வது போல் பட்டன் போட்டிருந்தான். ஏதோ மனதில் தோன்றியதால் அந்த இரு கைகளின் பட்டனையும் கழற்றி ஒரு சிறு மடிப்பு மடித்தான். இடது பக்கமும் வலது பக்கமும் வெயிலில் வண்ணாத்திப் பூச்சிகள் பறந்தன. இவனது ஸ்லிப்பர் ஓசை கேட்டதும் இன்னும் சில வண்ணாத்திப் பூச்சிகள் புற்களுக்கிடையிலிருந்து திடீரென்று எழுந்து தூரத்தில் வெயிலில் வர்ணஜாலம் காட்டி மறைந்தன. பெண்கள் காதில் போடும் கம்மல் போல் மஞ்சள் நிறத்தில் பூத்திருந்த பூக்களை விருப்பத்தோடு பார்த்தபடி நடந்தான். முந்தின நாள் மழையில் நிறைய நீர் ஓடியிருந்ததால் செடிகளில் இலைகள் புஷ்டியாகவும் சுத்தமாகவும் காட்சி அளித்தன. நீண்ட புல்களில் பச்சை நிறம் ஏறியிருந்தது.

ஹாஸ்டல் வந்துவிட்டது. தயங்கிக்கொண்டே ஹாஸ்டலைப் பார்த்தபடி முக்கிய வாசலுக்குப் போனவன் அங்கே தனியாய் மரத்தடியில் நின்று வாசலைக் கவனித்தபடி நின்ற காந்திமதியைப் பார்த்ததும் ஆச்சரியமுற்றான்.

தடதடவென்று எந்த யோசனையுமின்றி வேறு யாரோ உந்தித் தள்ள நடப்பதுபோல் அவளிடம் வேகமாக நடந்து போய் நின்றவன் கேட்டான்.

"என்ன இங்கே நிக்கிறீங்க?"

"ஏன் நிக்கக் கூடாதா? அய்யே, கேள்வியைப் பாரு..." முகம் முழுவதும் மலர்ச்சி அடைந்த காந்திமதி மெதுவாகத் தலைகுனிந்து தன் பெருவிரல்களைப் பார்த்தாள்.

"ஏனோ நீங்க இன்னைக்கு வருவீங்கன்னு நெனெச்சேன். அதான் வந்து காத்துக்கிட்டு இருந்தேன்..." என்றாள்.

ஆடிப்பாவைபோல | 33

அவள் தரையையே பார்த்துக்கொண்டு நின்றாள். உணர்ச்சிகளைக் கட்டுப்படுத்துகிறாள் என்று நினைத்துக் கொண்டான்.

"அப்படீன்னா... ஏன் அன்றைக்கு அப்படிப் பேசீட்டீங்க?" என்ன கேட்கிறோம் என்ற உணர்வின்றிக் கேட்டுவிட்டான்.

"எப்படி?"

ஆச்சரியப்பட்ட முகத்தோற்றத்தில் அவனைப் பார்த்தபடி இருந்தாள்.

"அதான். மொதல் தடவை சந்திச்சப்போ..."

"பிளீஸ் சொல்லுங்க. நான் என்ன சொன்னேன்...?"

"நான் யாரிடமும் மீண்டும் எப்ப சந்திப்போம்னு பேசறதில்லன்னு சொன்னீங்க... எவ்வளவு மனது புண்பட்டுப் போனேன்... தெரியுமா...?"

"ஓ... ஸாரி. நான் மறந்தே போனேன்... அதுக்காகப் போய் யாராவது மனசு புண்படுவாங்களா?"

மிகுந்த ஆதரவோடு அவனைப் பார்த்தாள். மீண்டும் அவன் கண்களைக் கூர்ந்து பார்த்து, "ஸாரி" என்றாள்.

அவன் மனம் இப்போது நிறைந்தது. ஏதோ ஒரு தூரத்துக் காலத்திலிருந்தே ஏங்கிய உறவு முகிழ்க்கிறது என்று எண்ணியவனாய் மனது நிறைந்து வழிந்ததுபோல் உள்ளே பெருமூச்சு எழுந்து அடங்கியது. ஏதும் பேசாமல் அவளைப் பார்த்தபடியே நின்றுகொண்டு இருந்தான்.

அவள் நீளமாய்க் கூந்தலைச் சடையாகப் பின்னியிருந்தாள். சடையில் அதிக மணம் வீசும் மல்லிகையைத் தொங்க விட்டிருந்தாள். கூந்தல் கறுப்பாக நிறைய எண்ணெயுடன் காணப்பட்டது. நெற்றியில் வெண்மை நிறத்தில் சிறு கிடைக்கோட்டு அடையாளம். அவளது பக்தியைச் சுட்டியது அது. பெரிய வட்டவடிவமான கம்மல்கள். கண்களில் ஒளி. பட் பட் என்று இமைகள் அடித்துக் கொண்டிருந்தன, அந்தப் பெரிய கண்களில்.

பக்கத்தில் நின்றிருந்த மரக்கிளைகளைக் காற்று அசைத்தது. அப்போது அவள் முகம் கலவரம் அடைந்ததைக் கவனித்தான்

வின்செண்ட். தன் உணர்வுகளை அடக்கிக்கொண்டு அவள் பார்த்த திசையைத் தானும் பார்த்தான். ஒருவன் சைக்கிளில் இவள் நின்ற திசையை மீண்டும் மீண்டும் திரும்பிப் பார்த்தபடி போனான்.

“யாரது” என்றான் வின்சென்ட் ராஜா.

“தெரியல்லே... ஏதாவது என்னெத் தெரிந்த ஆளோ என்னவோ... பயமாயிருக்கு வின்சென்ட்...” அவள் மீண்டும் கூறினாள்.

“ஏதாவது என்னையும் எங்க அப்பாவையும் தெரிஞ்ச ஆளோ என்னவோன்னு பயமாயிருக்கு.”

“சீ... நீங்க ஒண்ணு... ஊருல எல்லாரும் ஓர் ஆணும் பெண்ணும் நின்னு பேசுறத உத்து உத்துப் பாக்கத்தான் செய்வாங்க... சீ... இதுக்கெல்லாமா போய்ப் பயப்படுவாங்க...”

இலேசான கேலி செய்யும் குரலில் சொன்னான் வின்செண்ட்.

“எங்க குடும்பத்த பத்தி ஓங்களுக்குத் தெரியாது” என்றாள். அவள் குடும்பக்கதையின் பின்னால் ஏதோ இருக்கிறதென்ற நினைப்பு அவனுக்கு வந்தது.

“சீ... குடும்பத்தில் என்ன? எதுக்கெடுத்தாலும் ஒரு பயம்.”

குரலைத் தாழ்த்தி ரகசியமாக அவள் காதில் மட்டும் கேட்பது போல் சொன்னான்.

இப்போது ஓரளவு தைரியம் பெற்றவளாக இப்படிச் சீண்டினாள் அவனை.

“அய்யே... அங்கே பயம் இல்ல. பெரிய தைரியசாலி... தைரியசாலிதான் போய் நான் ஏதோ எல்லார்கிட்டயும் சொல்றதுபோல முதல் சந்திப்பில கிளம்பும்போது சொல்லிட்டேன்னு அதையே மனசில வச்சு குமைஞ்சிக்கிட்டு இருந்திருக்கிறாரு...” என்று குத்திக் காட்டினாள்.

“ஓ... அதச் சொல்றீங்களா...?”

அவளைப் பற்றித் தவறாகத் தான் அபிப்பிராயம் கொண்டதற்கு வருந்துகிறாள் என்று கருதினான்.

“நான் அப்பவே அத மறந்துவிட்டேன்.”

மிகவும் நிம்மதியுற்றவனாய் முகம் மகிழ்ந்தான்.

"சரி கையை நீட்டுங்க" என்றாள், திடீரென்று.

அவன், தாய் சொல்கேட்டு உடனே குழந்தை அடிபணிவதுபோல் இடது கையை நீட்டினான்.

"நீங்க இடது கையாலதான் எழுதுவீங்களா?"

"எப்படிக் கண்டுபிடிச்சீங்க?"

"சடார்னு இடது கை வருதே?"

"ஆமா. எதுக்கும் இடது கைதான் எனக்கு. சின்ன வயதிலிருந்தே அப்படித்தான். யாரும் திருத்தல்ல. எழுதறதும் இடது கையாலதான்" என்றான். அப்படிச் சொல்லும்போது கொஞ்சம் வருத்தம் அவன் குரலில் தொனிக்கக் கூறினான்.

"அதுக்கெல்லாம் வருத்தப்படக் கூடாது."

அதட்டுவது போல் அபிநயித்தாள்.

"வலது கையை இப்போது அவன் நீட்ட அவள் கையால் எழுதிய நான்கு பக்கத்தினை மடித்துக் கொடுத்தாள். அவன் அக்கடிதத்தை உடனே மிகவும் மதிப்பு வாய்ந்த பொருளைப் பத்திரமாக வாங்குவது போல் வாங்கி அணிந்திருந்த சட்டைப் பையில் வைத்தான்.

தூரத்தில் தெரிந்த வானத்தின் வெண்மை நிற மேகத்தில் இரண்டு பறவைகள் பறந்தன. அலைபோல் வீசிய காற்று உடலை இருவர்க்கும் சிலிர்க்க வைத்தது.

இவ்வாறு ஏதேதோ பேசிக்கொண்டு இறுதியாய் புறப்பட ஆயத்தமானான் அவன்.

அப்போது இப்படிக் கேட்டாள் அவள்.

"அடுத்ததா எப்ப பார்க்கிறது?"

அவள் அப்படிக் கேட்டதும் அவன் முகத்தில் குறும்பு களை தெரிந்தது.

"இது என் முறை...! நான் யாரிடமும் அடுத்து எப்போது சந்திக்கிறதுண்ணு எல்லாம் சொல்றது கிடையாது."

இப்படிக் கூறி தமாஷ் செய்தான். இருவரும் விழுந்துவிழுந்து சிரித்தனர். சட்டென்று சிரிப்பை நிறுத்தினாள். "யாராவது பாப்பாங்க" என்று அவள் கூற, "சரி..." என்று கூறி விடைபெற்றுப் புறப்பட்டான்.

ஹாஸ்டலுக்கு வந்து ராஜா தனது அறையில் இருக்கும் நண்பன் சந்தோஷத்திடம்கூட அதிகம் பேசாமல் நோட்டுப் புத்தகத்திற்குள் கடிதத்தை மறைத்து வைத்துப் படித்தான். படித்ததும் அவனுக்கு ஏமாற்றமாக இருந்தது.

"வணக்கம். எப்படியிருக்கிறீர்கள்... ராஜா..." என்ற ரீதியில் அமைந்திருந்தது கடிதம். வழக்கம் போல ஒரு கடிதம். காந்திமதியின் அறையில் இருக்கும் பெண் தூங்கும்போது அதிகம் குறட்டை விடுவது பற்றியும் அவள் காலையில் எப்போதும் சரியான நேரத்துக்கு எழும்பாமல் இருப்பது பற்றியும் கடிதம் விவரித்திருந்தது. மறக்காமல் ஹாஸ்டல் வார்டன் பற்றியும் இரண்டு வரி. ஹாஸ்டல் வார்டன் இன்னும் அதிகம் சதை போடாமல் இருக்கவேண்டும். இன்னும் பருமனானால் ஏதேனும் விபரீதம் நடக்கலாம் என்று காந்திமதி அச்சப்பட்டிருந்தாள். ஓரளவாவது ராஜாவுக்குப் பிடித்த விஷயம் என்று கூறவேண்டுமானால் அவர்கள் ஹாஸ்டல் தோட்டத்தில் காந்திமதி ராஜாவின் நினைப்பில் அவளது ஊரிலிருந்து கொண்டு வந்து நட்டு நீர்விட்டு வளர்த்துக்கொண்டு வரும் கரும் சிவப்பு ரோஜாச் செடி நன்றாகப் பல இலைகள் விட்டு வளர்ந்து வருகிறது. ஒரு வேளை அது தன் நினைப்பில் வளர்க்கப்படுகிறது என்பதால் இவனுக்கு மனம் மகிழ்கிறதேயன்றி, செடி கொடிகள், விலங்கு, புறா என்றெல்லாம் ஆட்கள் பேசும்போது ராஜாவுக்கு அப்படிப் பேசுபவர்கள் பற்றி உயர்ந்த எண்ணம் ஏதும் வந்ததில்லை. ஒரே மூச்சில் கடிதத்தைப் படித்து முடித்தவனுக்கு ஏமாற்றமாக இருந்தது. அவளது கூர்மையான மூக்கும் ஒளிபொருந்திய அழகிய கண்களும் நினைவுக்கு வந்தன. சற்றுநேரம் இந்த நினைவில் ஆழ்ந்திருந்தான் ராஜா. என்றாலும் அவளது உணர்வுகளை அவள் வெளிப்படையாய் எழுதாதது அவனுக்கு ஏமாற்றத்தைத்தான் கொடுத்தது.

இப்போது ராஜா ஓர் ஊஞ்சலில் ராஜகுமாரன்போல் ஆடிக் கொண்டிருக்கிறான். உண்மையிலேயே ராஜாபோல தலையில் வெள்ளிக்கீரிடம் வைத்திருக்கிறான். இலைகளும் பழங்களும் கொடிகளும் கிரீடத்தின் முன்பு முகடு உயர்ந்திருக்கும் பகுதிகளாக அமைந்து இருக்கின்றன. ராஜா என்பதற்கு ஏற்ப அவனது சிறு கழுத்தில் பெரிய தங்க வடத்தாலான மாலை. தங்க மாலையின் முன் நடுவில் ஓர் உருண்டை வடிவம் காணப்படுகிறது. அவன் அணிந்திருக்கும் ஆடை மின்னுகிறது. இடையில் கச்சை கட்டி அதில் வாளும் செருகப்பட்டிருக்கிறது. வாள் உறைக்குள் இருந்தாலும் மின்னிக் கொண்டேயிருக்கிறது. கால்களில் முன் பக்கம் கூர்மையாய் மேல் உயர்ந்து முனை கூடியிருக்கக்கூடிய பாதஅணிகள் இரண்டு காணப்படுகின்றன. சினிமாவில் புகழ்பெற்ற நடிகர் பழங்கால அரசர் வேடத்தில் வரும்போது காட்சி தருவதுபோல் ராஜா காட்சி தருகிறான். சிலவேளை வின்சென்ட் ராஜாவாகவும் சிலவேளை அந்த நடிகராகவும் தோற்றம் தருகிறான் ராஜா. ஆடிக் கொண்டேயிருக்கிற ஊஞ்சலில் திடீரென்று எங்கிருந்து இவள் முளைத்தாள் என்று ஆச்சரியப்படும்படியாக இவனுடன் திடீரென்று அமர்ந்து குஷாலாக ஆடிக்கொண்டிருக்கிறாள் காந்திமதி. அவளது தலையில் வைரக்கிரீடம். அவளது அழகிய முகமும் கவர்ச்சியான கண்களும் இன்னும் அதிக அழகு பெற்று விளங்குகின்றன. ஒரு கற்றை முடியை வலது கண்ணுக்கு மேலும் அதுபோல் இன்னொரு கற்றை முடியை இடது கண்ணுக்கு மேலும் சுருள விட்டிருக்கிறாள் அவள். எங்கிருந்து இவளுக்கு இந்த அழகு வந்தது என்று ஆச்சரியப்படும் படியாக ஆடுகிறாள். அவளது கிரீடம், அரசிகளின் தலையில் அணிந்து காட்சி தருவதுபோல் உள்ளது. புகழ்பெற்ற நடிகருடன் நடிக்கும் பரந்த முகம் கொண்ட இளம் நடிகையின் தோற்றத்தில் காந்திமதி காட்சி தருகிறாள். ஆனால் ராஜா தலையில் இருப்பதுபோல் அவ்வளவு உயரமில்லாத கிரீடம் அது. இது வளைவான வடிவத்தோடு அமைந்துள்ளது. ஒரே ஓர் இலை வளைந்திருப்பது போல் செய்யப்பட்ட கிரீடம். காதில் ஓர் அழகிய ஆபரணம் தொங்க, மூக்கில் சிறிய டால் அடிக்கும் மூக்குத்தியுடன் காந்திமதியைப் பார்ப்பது ராஜாவுக்குச் சந்தோஷத்தைத் தந்திருக்க வேண்டும். காந்திமதியின் கழுத்துப் பகுதி முழுதும் மறைந்திருக்கிறது. ஏனென்றால் முழுவதும் ஒரே தங்க ஆபரணங்கள். சிறிய மாலைகளும் கயிற்று வடம் போல் செய்யப்பட்ட பெரிய மாலைகளும் கொண்டு கழுத்து முழுவதும்

மறைக்கப்பட்டிருக்கிறது. எப்படித்தான் காந்திமதியின் சிறிய கழுத்து இவ்வளவு பெரிய மாலைகளைத் தாங்குகின்றனவோ என்று தோன்றுகிறது ராஜாவுக்கு. ஓரளவு நசுங்கியபடி அவளது இடுப்புச் சதை வெளியே தள்ளி நிற்கிறது. வழக்கமாக அவள் கீழே இழுத்துவிடும் ரவிக்கை ஏன் மேலே உயர்ந்து நிற்கிறது என்று யோசிக்கிறான். அவளது மார்பகங்கள் எடுப்பாக இருக்கின்றன. ஆனாலும் அந்த நடிகை காட்சி தருவதுபோல் வேண்டுமென்றே கவர்ச்சி தெரிய அமையவில்லை காந்திமதிக்கு. அப்பாடா என்று அமைதி கொள்கிறான். அளவாக அமைந்த எடுப்பான மார்பகங்கள் அழகானவைதான். அவற்றின் மீது இரண்டு பாம்புகள் கிடப்பது போல் முழங்கையளவு உள்ள பெரிய இரண்டு மாலைகள் கிழே இறங்கி அவளது அழகிய கொப்பூழ் வரை இறங்கி, கொப்பூழைத் தொடும் இடத்தில் இணைகின்றன. இன்று இவ்வளவு தெளிவாக கொப்பூழும் வெளியே தெரிய ஆடை உடுத்தியிருக்கிறாளே காந்திமதி! கைமுட்டு வரை ரவிக்கையின் கைகள் இறங்கியுள்ளன. ரவிக்கை முடியும் இடத்தில் இரு தங்க வளையங்கள் அவளது கைச் சதையை இறுக்கியுள்ளன. வழக்கம் போல் இல்லாமல் சதைப்பிடிப்புடன் காந்திமதி இன்று தோற்றம் தருகிறாள். கால்களை விலை உயர்ந்த அரசியின் ஆடைகள் மூடியிருந்தன.

அவள் அவ்வப்போது தலையை உயர்த்தி உயர்த்தி அவனோடு ஆடிக்கொண்டே இருக்கிறாள்.

புறம்

இயல் - 4

அந்த ஊரில் எப்போதும் இறகை விரித்துக் கிடக்கும் சூரியனின் நெருப்பு இன்றும் அதிகாலையிலேயே அனலை வீச ஆரம்பித்திருந்தது. அன்று ஊர்வலம் புறப்படும் நாள். ஊரிலுள்ள பல்வேறு ஹாஸ்டல்களில் இருந்தும் மாணவர்கள் திரண்டிருந்தனர். முதலில் கத்தோலிக்க கல்லூரிக்குச் சொந்தமான இக்னேஷியஸ் ஹாஸ்டலில் இருந்து புறப்பட்ட மாணவர்களைத் திரட்டினார்கள். அன்று கல்லூரி காலையில் தொடங்கிய உடனே விடுமுறை விடப்பட்ட செய்தி வந்து சேர்ந்தது. அதனால் அந்தக் கல்லூரி நிர்வாகம் போராட்டத்துக்கு ஆதரவாக இருக்கும் என்று மாணவர்கள் பலர் ஊகித்தனர். அந்தக் கல்லூரியின் ஹாஸ்டலில் வாலிபால் விளையாடிக் கொண்டிருந்த மாணவர்கள் ஊர்வலத்தில் சேர்ந்தனர். அப்புறம் ரோட்டுக்குப் பின்புறம் இருந்த பள்ளிக்கு வரும்போது பள்ளி மாணவர்களும் கூட ஊர்வலத்தில் வந்து சேர்ந்தனர்.

மரியா கேன்டீனில் ஜோசப் இருந்தான். உயரமான தோற்றமும் சுருள் முடியும் நீண்ட ரோமன் மூக்கும் கொண்டவன். அவனுக்கு அரசியல் என்றால் ஆசை. எப்போதும் அரசியல் பத்திரிகைகள் படித்தபடி காட்சி தருவான். எதிர்க்கட்சியின் கருத்துகளை ஆதரிப்பது தவிர வேறு ஏதும் தெரியாதவன். இவன் கைக்கு வரும் பணத்தில் ஜங்ஷனுக்குப் போய் எல்லாவித எதிர்க்கட்சிப் பத்திரிகைகளையும் சரோஜாதேவி என்ற பெயரில் எழுதப்படும் செக்ஸ் புத்தகங்களையும் புரியாத நடையில் வெளிவரும் தனித்தமிழ்ப் பத்திரிகையையும் வாங்கி வந்துவிடுவான். ஜோசப் தனது பெயரையும் வளவன் என்று மாற்றி வைத்திருந்தான். நேற்று இரவிலேயே எழுதி வைத்திருந்த சில தட்டிகளில் ஏதோ பத்திரிகைகளில் இருந்து எடுத்த உணர்ச்சிகரமான

வாக்கியங்களை அவன் எழுதியிருந்தான். சிவப்பு எழுத்துகள். பல வாக்கியங்கள் 'சாவோம்' என்று முடிந்தன.

மாணவர்கள் கூட்டம் ஒழுங்கில்லாமல் இன்னொரு கல்லூரிக்குப் புறப்பட்டது. அங்கும் கல்லூரிக்கு விடுமுறை. வீட்டுக்குப் போக வந்தவர்களும், பஸ்ஸுக்குப் போக வந்தவர்களும் எங்கோ புகுந்தனர். அப்போது போலீஸ் லாரிகள் பல ஒரே நேரத்தில் வந்தன. வேறு வழியின்றி வீட்டுக்குப் புறப்பட வந்தவர்களும் ஊர்வலமாகப் போக வேண்டியிருந்தது. கத்தோலிக்கக் கல்லூரியின் ஹாஸ்டலில் ஃபைனல் வருட மாணவர்களில் சிலர் முந்திய நாளே போலீஸின் முகத்தில் வீச மிளகாய்த் தூள் போன்றவற்றை எடுத்துக்கொண்டு போவது என்று முடிவாயிற்று. இந்த மாதிரி வன்முறை வேண்டாம் என்றார்கள் சிலர்.

எல்லாம் ஒரே குழப்பமாக இருந்தன. இனம்புரியாத பதற்றம் தென்பட்டது. எதிர்க்கட்சியைச் சார்ந்தவர்கள் மாணவர்களின் கைகளில் தங்கள் கட்சியின் கொடிகளைக் கொடுக்க முயன்றனர். சில மாணவர்கள் இது கட்சி ஊர்வலமல்ல என்று கூறி வாங்க மறுத்தனர். வேறு சிலர் வாங்கிக்கொண்டனர். இன்னும் சிலர் வாங்கிக் கொஞ்ச நேரம் வைத்துவிட்டு யாரும் கவனிக்காதபோது அப்பகுதியில் புகழ்பெற்ற அந்தச் சாக்கடை வந்ததும் நைசாக அதில் வீசினார்கள்.

ஜோசப்பின் ஒற்றைக்கால் மறுகாலை விட நீளம் கம்மி. அதனால் தெற்றித்தெற்றி நடப்பான். தெற்றித்தெற்றி நடந்தபடியே ஊர்வலத்தில் இப்போது ஒரு துண்டு பிரசுரத்தைக் கொடுத்துக் கொண்டிருந்தான். ஊர்வலம் இப்போது நகரத்தின் மையப்பகுதியை நோக்கிப் போக முயன்றது.

கத்தோலிக்க கல்லூரி ஹாஸ்டல் மாணவர்கள் இருவர் ஊர்வலத்தில் பேசிக்கொண்டே வந்தனர்.

"என்ன இருந்தாலும் நம் மேடைப் பேச்சாளர் அமரன்தான் கொடியைக் கட்டியிருப்பார்" என்றார் ஒருவர்.

"அப்படி என்றால் அவர் ஏன் ஃபாதரிடம் மறுக்க வேண்டும்?" என்று கேட்டார் இன்னொரு மாணவர்.

"பயந்திருப்பார்!"

“இல்லை. பயப்படாமல் எப்படி மேடையில் பேசுவார் தெரியுமா?”

“ஆமா. அதுதான் புரியவில்லை.”

“நமது கட்டுப்பாடு மிக்க ஹாஸ்டலில் வேறு யார் வந்து கட்ட முடியும்?”

முதல் மாணவனின் ஐயம் இது.

“ஏன் தைரியமாக ஃபாதரிடம் ஒத்துக்கொள்ளவில்லை?”

“ஏன் ஒத்துக்கொள்ள வேண்டும்? கட்டியது போதாதா?” இது இரண்டாம் மாணவர்.

அப்போது ஊர்வலத்தை எதிர்பார்த்துக் காத்திருந்த நான்கைந்து பேர் சினிமா போஸ்டர்களால் ஒட்டி மறைக்கப்பட்ட ஒரு கட்டிடத்தின் இரண்டாம் மாடியிலிருந்து கிழே இறங்கினார்கள். அதில் ஒருவனின் ஒற்றைக் கண் கொஞ்சம் மாறுகண். வயது சுமார் 40 இருக்கலாம். சொரசொரப்பான கைகள். கட்டியாக இரும்புபோல் அவனது நகங்கள் காணப்பட்டன. வேட்டியை மடித்துக் கட்டி பீடியை இழுத்துக்கொண்டு அரைக்கை பனியன் போட்டபடி நின்றான். அடர்த்தியாக, சீவாமல் கிடந்தது அவனது தலைமுடி. ஊர்வலம் அருகில் வந்ததும், அவனுடன் நின்றவர்களைப் பார்த்து யாரோ ஒருவருடைய பெயரைச் சொல்லி ‘வாழ்க’ என்று உரத்த குரலில் கத்தினான். மற்ற இருவர் இயந்திரம் போல் எந்த உணர்ச்சியும் இல்லாமல், ஆனால் அவனது கட்டளைக்கு ஆட்பட்டவர்கள் போல் உரத்து ‘வாழ்க’ என்றார்கள். இப்படி அவன் மாறி மாறிக் கத்திக்கொண்டே நின்றான். சற்று நேரத்தில் அந்த வேனாவெயிலில் அவனுக்கு வியர்த்தது. படாரென்று தனது அரைக்கை பனியனைக் கழற்றிக் கக்கத்தில் வைத்துக்கொண்டு சுற்றும் முற்றும் பார்த்தான்.

ஊர்வலம் அவன் நின்ற இடத்துக்குச் சுமார் ஒரு பர்லாங் தூரத்தில் வந்து கொண்டிருந்தது. ஊர்வலம் இப்போது வடிவம் கொண்டதாகவும் ஒரு லயத்துக்கு உட்பட்டதுபோலவும் மாறியிருந்தது. அதன் ஆரம்பப் பகுதியில் ஒரு பெரிய வெள்ளை பானர். சுமார் 15 அடி நீளம் இருக்கும். அதன் இரண்டு ஓரங்களும் இரு பெரிய கம்புகளில் கட்டப்பட்டிருந்தன. நடுவில் நீல எழுத்துகளில், “பகைவர் ஆட்சி வீழட்டும். செந்தமிழர் நம்மை

ஆளட்டும்" என்று இரண்டு வரிகளாக ஒரே சீரான எழுத்துகளில் எழுதப்பட்டிருந்தது. 'பானரின்' ஓரங்களில் பண்டைத் தமிழரின் வில், வேல், மீன் போன்ற சின்னங்கள் தீட்டப்பட்டிருந்தன. ஒரு சிறிய லயம் கொண்ட 'பான்ட்' இசை மிருதுவாகச் சிறு தட்டுக்களாக அடிக்க மெலிதாக, ஆனால் உறுதியாகப் பக்கத்துக் குருடர் பள்ளியிலிருந்து வந்து ஊர்வலத்தில் சேர்ந்த இரண்டு இளைஞர்கள் இசைத்துப் பாடிக்கொண்டு வந்தனர். அது அழகிய ஒரு பாட்டு.

'காலையில் கை கூப்பி வணங்கப்படும் இரு பொருள்கள் உண்டு. அவை இரண்டும் மலையில் இருந்து பிறந்து வருபவை.

ஒன்று தமிழ் மொழி. இன்னொன்று சூரியன்' என்று அதன் பொருள் இருந்தது.

பிசிறில்லாமல் மெதுவாகப் பாடப்பட்ட பாடல் ஊர்வலத்தைக் கட்டுப்படுத்தியதோ என்றிருந்தது. ஊர்வலம் முன்னேறிக் கொண்டிருந்தது.

அப்போது ஊர்வலத்தின் நடுப்பகுதியில் ஒரு காட்சி. ஒரு பாட்டி. சுமார் 70 வயது இருக்கும். நீண்ட பாம்படங்கள் அவளது தொங்கும் காதுகளில் காட்சி தந்தன. நடந்து வெற்றிலையைக் குதப்பிக் கொண்டு ஊர்வலத்தினரின் அருகில் அவள் போக முயன்றாள்.

இளைஞர் ஒருவர் போய் அந்த மூதாட்டியிடம் ஏதோ சொன்னார்.

பாட்டி மூர்க்கமானாள்.

"முடியாது. என்னடா செய்வ?"

"இந்தி ஒழிகன்னு சொல்லு பாட்டி."

"மாட்டேன். எதுக்குச் சொல்லணும்?"

"நாங்கள்ளாம் அதுக்குத்தான் ஊர்வலமா போறோம்."

"எதுக்காவது போங்க. நான் எதுக்குச் சொல்லணும்? வீட்டில படிக்க அனுப்பினா, இங்க வந்து அழிச்சாட்டியம் பண்ணுதானுக. என்னடா நீ குடுத்து வச்சிருக்கியா? நீ சொல்லச் சொன்னா நான் சொல்லணுமா? என் எழுபது வயசு காலத்தில ஒரு பய

என்கிட்ட இப்படிச் செய் அப்படிச் செய்னு சொன்னதில்ல. வந்துட்டானுவே!"

"பாட்டி, புரியாம பேசுத."

"டேய், மடப்பய மவனே. பல்ல உடச்சுப் போடுவென். எனக்கா புரியல்லங்கிற. எனக்கு எல்லாம் புரியுதுடா. ஆனா நீ சொன்னா நான் எதுக்குக் கேட்கணும்? சொல்லு."

வெற்றிலையைக் கீழே துப்பினாள் பாட்டி. ஊர்வலத்தினரின் கவனம் இப்போது பாட்டி ஊர்வலத்தை எதிர்த்துப் பேசுவதில் நின்றது.

"அப்பொ போ, பாட்டி."

"எதுக்குப் போவணும்... நானா சொல்லுவென். இந்தா பாரு" என்று ஒரு கையை உயர்த்திக் கத்தினாள் பாட்டி.

"இந்தி அரக்கி ஒழிக."

எல்லோரும் 'கொல்'லென்று சிரித்தனர்.

பாட்டி மீண்டும் வெற்றிலையைத் துப்பிவிட்டு முழங்க ஆரம்பித்தாள். "ஒழிக... ஒழிக... ஒழிக"

மாணவர்களும் பாட்டியுடன் சேர்ந்து கொண்டனர்.

ஊர்வலம் மெதுவாக நகர்ந்தது. இடதுபுறமாக ஊர்வலம் செல்ல, வலது புறமாக டிராபிக் ஒதுங்கிச் சென்றது.

இப்போது உயரமான சாமி கைகளை உயர்த்திக் கோஷமிட்டுக் கொண்டு போனான். அவன் மிகவும் வியர்வையுடன் காணப்பட்டான். சில நாட்களுக்கு முன்பு ஹாஸ்டலில் கறுப்புக்கொடி கட்டப்பட்டது இவனால்தான் என்று எப்படியோ சில மாணவர்கள் கருதியதால் ஓரளவு மதிப்புக்குரியவன் ஆகியிருக்கிறான். ஓரளவு சொற்பொழிவு ஆற்றவும் கற்றுக் கொண்டு வந்தான். பள்ளி மாணவர்கள் அவன் உயரத்தைப் பார்த்து இவன்தான் தங்களின் தலைவன் என்பதுபோல் நினைத்து அவன் போட்ட கோஷத்துக்கு ஒத்துத் தாங்களும் கோஷமெழுப்பிக்கொண்டு போனார்கள். கர்லாக்கட்டை தனது தேகத்துக்கு மெருகு ஏற்றியிருப்பதனால்தான் தனக்கு இந்தச்

சிறுவர்கள் மதிப்புக் கொடுக்கிறார்கள் என்றறிந்து கொண்ட சாமி, தனது கர்லாக் கட்டையை நன்றியோடு நினைத்துக் கொண்டான்.

"ஒழிக... ஒழிக... ஒழிக..."

தனது முகத்தில் வலது கண் புருவத்தில் வெட்டுக் காயமுள்ள ஒருவன் வேட்டியை மடக்கிக் கட்டிக்கொண்டு ஸ்லிப்பர் காலணியைப் புழுதி படும் என்று காலில் அணியாமல் கைகளில் தூக்கி வைத்தபடி முழங்கினான். அவனுக்கும் உள்ளே பனியன் போடாததால் மிகவும் வியர்த்திருந்தது. கழுத்துப் பக்கத்தில் சட்டைக் காலரைத் தூக்கி 'ப்பூ ப்பூ' என்று காற்று ஊதியபடி நடந்தான் அவன்.

வேறொரு குள்ளமானவன் பெரிய மீசையுடன் ஊர்வலத்தின் முன் பக்கத்திலிருந்து பின் பக்கமாகப் புதிய முறையில் முழங்கியபடி எல்லோருக்கும் உற்சாகமூட்டினான். அவன் ஒவ்வொரு 'ஒழிக'வையும் மிகுந்த நடனப் பாணியில் சொன்னான். லேசாக இரு முஷ்டிகளையும் மடக்கி மேலே எழும்பும் அதே நேரம் வலது முஷ்டியை ஆட்டி ஒழிக ஒழிக ஒழிக என்றான். இது முழக்கத்திலும் உடல் அசைவுகளிலும் பல பாணிகள் இருக்கின்றன என்பதைக் காட்டியது. சிறியவர்களும் முதியவர்களும் ஒரே உணர்வில் இருந்தனர். முதன்முதலாகப் பல பெண்கள் இந்த ஊர்வலத்தில் கலந்துகொள்கிறார்கள் என்று நகரவாசிகள் கூறினார்கள். பல முதிய பெண்கள் ரோட்டோரத்தில் நின்று இடுப்பில் சேலையை இழுத்துக் கட்டி நடக்காத ஆச்சரியத்தைப் பார்ப்பதுபோல் வாயில் வலது கையை வைத்துப் பார்த்துக் கொண்டு நின்றனர்.

நகரத்தின் பிரதான பெண்கள் கல்லூரியிலிருந்து அதிகமான மாணவிகள் ஊர்வலத்தில் கலந்து கொண்டிருந்தனர். இந்த மாதிரி எல்லாரும் எதிர்ப்பு ஊர்வலத்தில் சேர்ந்துகொள்வதற்கு கல்லூரித் தமிழ் ஆசிரியர்கள்தான் காரணம் என்ற குற்றச்சாட்டை ஆளும் கட்சியினர் சில மாதங்களுக்கு முன்பு காங்கிரஸ் ஆட்சியில் சட்டசபையில் கூறியிருந்தனர். மாநிலத்தின் ஆயிரக்கணக்கான தமிழ் ஆசிரியர்களும் தங்கள் மொழிக்கு உண்மையிலேயே ஆபத்து வருகிறதென்று கருதினார்கள் என்றால் அந்தக் காலகட்டம் கரிசனத்துக்கும் கவலைக்கும் உரியதுதான் என்று பலரும் பேசிக் கொண்டார்கள்.

பெண்கள் கீச்சுக் குரலில் ஒழிக ஒழிக என்று தங்கள் அரைத் தாவணிகளைக் கவனமாக இழுத்து இழுத்து விட்டபடி கூவினர்.

ஊர்வலம் முடிகிற இடத்தில் ஓரிரு தலைவர்கள் பேசினார்கள். ஓரிரண்டு மாணவர்களும் பேசினார்கள். ஊர்வலத்தில் கத்தோலிக்க கல்லூரியின் இக்னேஷியஸ் ஹாஸ்டல் சொற்பொழிவாளர் அமரனின் பேச்சுத்தான் மிகவும் எடுபட்டது. வழக்கம்போல் இடது கையைத் தனது வெள்ளை வேட்டியுடன் தொங்கப் போட்டபடி, வலது கையை மைக்கில் பிடித்து ஓரளவு வலது உடம்பை மைக் தண்டோடு இணைத்துக் கொண்டு நின்றான் அமரன். நன்கு ஸ்டார்ச் செய்யப்பட்ட வெள்ளைச் சட்டையின் காலர் உயர்ந்து கருகருவான, வியர்வை வடிந்து கொண்டிருந்த கழுத்தை இறுக்கியிருந்தது. வெடிப்பு விழுந்திருந்த அமரனின் கீழுதடு எங்கோ வானத்தில் தூரத்தில் ஒரு திசையில் பார்த்தபடியும் அதுபோல் மக்கள் கூட்டத்தைப் பார்த்தபடியும், மாறிமாறி நிதானமாய் அசைந்தபடியிருந்தது. அவனது கண்ணாடி கண்ணை மறைக்கும் அழகற்ற ஃபிரேமுடனும் கிளாசுடனும் பொருந்தியிருந்தது. இப்படித் தொடங்கினான்:

“நகரின் இந்தி எதிர்ப்பு வரலாறு - என்றைக்கு அடிமைகளைப் போல் அடங்கி ஒடுங்கிப் படித்துக் கொண்டிருக்கும் கத்தோலிக்க கல்லூரி இக்னேஷியஸ் ஹாஸ்டல் மாணவர்களைக்கூட கோபங்கொள்ளச் செய்து - கறுப்புக் கொடி கட்ட வைத்ததோ - அன்றே தொடங்கி விட்டது...!”

ஒரு நீண்ட வாக்கியத்தைப் பேசிவிட்டு முடிக்காமல் வானத்தை நோக்கிய சீரியஸான பார்வையைக் கீழிறக்கி அவனுடைய கால்களைப் பார்த்தான்.

அவன் எதிர்பார்த்த அளவு கைத்தட்டல் ஜனசமுத்திரத்திடமிருந்து கிடைத்தது என்றாலும் அதில் ஒரு தயக்கத்தைப் புரிந்துகொண்ட சொற்பொழிவாளன் அமரன், மேலும் கீழும் பார்த்தான். ஒரு முறை இருமினான். மைக்கில் எழுந்த எதிர் ஒலி அவனுக்கு ஏதோ ஒரு போதையை ஏற்றியது. தொடர்ந்தான். பேச்சில் கொச்சைப் பேச்சுப் பாணியைத் திடீரென்று புகுத்தினான்.

“ஏங்க, முட்டாள்ள இரண்டு வகை உண்டு” என்று சொல்லி ஜனக் கூட்டத்தை வலது கையால் சுட்டியபடியே நின்றான். முழுக்கைச் சட்டை அவனை அவனுக்கே ஒரு தீர்க்கத்தரிசி போல் காட்டியது.

ஜனக்கூட்டம் அமைதியானது. முட்டாள்களின் அந்த இரண்டு வகைமையைப் புரிந்து கொள்ள ஆர்வம் காட்டி வாய்பிளந்து நிற்கும் ஜனக்கூட்டம்.

"ஒருத்தன் அடிமுட்டாள்..."

என்று நிறுத்தினான். பத்து செகண்டுகள் இடைவெளிவிட்டு அடுத்து, முகத்தைக் கைக்குட்டையால் துடைத்துவிட்டுச் சொன்னான். கூட்டத்தில் அப்படி ஒரு மௌனம்.

"இன்னொருத்தன் வடிகட்டின முட்டாள்..."

ஜனங்கள் சிரிக்கத் தயாரானார்கள். அவர்களைத் தடுக்க கையைக் காட்டிவிட்டுத் தொடர்ந்தான்.

"இந்த இரண்டும் சேர்ந்த ஒரு முட்டாள் இருக்கான். யாரு சொல்லுங்க...?"

என்று ஜனக்கூட்டத்தைப் பார்த்தான். அவர்கள் ஒரு நிமிடம் விழித்தார்கள். எங்கே சொல்லிவிடுவார்களோ என்று கணநேரத்தில் உணர்ந்த பேச்சாளர் அமரன், இரண்டு கைகளையும் வானத்தில் உயர்த்தி, பின் அதே விசையில் கிழே இறக்கும் தறுவாயில் இப்படிச் சொன்னான்.

"அவன்...

தான்...

நமது...

முதலமைச்சர்..."

'ஓ' என்ற கூக்குரலும் கைத்தட்டலும் வானத்தைப் பிளந்தன. பேச்சு சுவாரஸ்யமாகப் போகப்போகிறது என்பதை நிமிடத்தில் உணர்ந்த சனக்கூட்டமும் மாணவர் கூட்டமும் உட்காருங்க உட்காருங்க என்று மேடையைச் சுற்றி அதுவரை நின்றுகொண்டு இருந்தவர்களை அமர வைத்தனர். சிலர் பின்பக்கம் தள்ளப்பட அமர விருப்பமிருந்தவர்கள் முன்பக்கமாகத் தாமே வந்து அமரத் தொடங்கினார்கள். அமரன் தன் வெற்றியை எந்தக் கூட்டத்திலும் இந்த மாதிரி, வெகு லாவகமாக ஸ்தாபித்து விடுவான். இவனது வயதைப் பார்த்து ஏதோ கல்லூரி சொற்பொழிவாளர் என்று இளக்காரமாக வந்து கூட்டத்தைத்

தலைமை தாங்கிக்கொண்டிருந்த பொன்வண்ணன் இப்போது தனது பேச்சு எடுபடாது என்று பயப்பட ஆரம்பித்தான். கட்சியின் அடுத்த வேட்பாளர் என்று தன்னைப் பற்றி நினைத்துக் கொண்டிருக்கும் அவனுக்கு உதறல் எடுக்க ஆரம்பித்தது. அமரனைப் பேசவிடாமல் செய்ய சீப்பான உத்திகள் செய்வது என்று யோசிக்க ஆரம்பித்தான். அமரன் முழங்கிக்கொண்டும் உபகதைகள் சொல்லிக்கொண்டும் ஜோக்குகள் அடித்துக் கொண்டும் பெருங்கடலில் மிதக்கும் கப்பல்போல் மக்கள் கடலில் மிதக்கலானான்...

இறுதியில் கூட்டம் அமைதியாய் முடிய மக்கள் கலைந்து சென்றனர். கூட்டம் முடியும்போது அமரனின் பார்வை தன்னையே பார்த்துக்கொண்டு நின்ற ஜி.கே. சாமியின் கண்களைச் சந்தித்தது. மாநிலம் முழுதும் இப்படி அமைதி நீடிக்கவில்லை. சில இடங்களில் துப்பாக்கிச் சூட்டில் மாணவர்களும் பொதுமக்களும் இறந்தனர். பல பஸ்கள் தீக்கிரையாக்கப் பட்டன. மாநிலம் எங்கும் போலீஸ் ஆட்சி என்றுதான் சொல்லவேண்டும். இத்தகைய கொந்தளிப்பு எப்படி அடங்கும்? போராட்டம் மாணவர்களால் தலைமை ஏற்று நடத்தப்பட்டது. அதன் பலன் யாருக்குப் போய்ச் சேரும் என்ற நினைப்பெல்லாம் உணர்ச்சியால் உந்தப்பட்டு, உத்வேகம் கொண்டு போராடும் மாணவர்களுக்கும், அவர்களிடையில் அந்தந்த ஊர்களில் தோன்றிவரும் இளம் தலைவர்களுக்கும் புரிந்ததாய்ச் சொல்ல முடியாது.

ஒருநாள் சில கல்லூரி மாணவர்கள் இருண்ட அறையொன்றில் தங்கள் தங்கள் 'சிலிப்பர்'களையும் கழற்றிப் போட்டு, ஒரு போர்வையைத் தரையில் விரித்து அதில் அமர்ந்து விவாதித்துக் கொண்டிருந்தனர். மொத்தம் ஒன்பது மாணவர்கள். இருவர் முதலாண்டு மாணவர்கள். நான்கு பேர் மூன்றாமாண்டு பட்டப்படிப்பு மாணவர்கள். மூன்று பேர் இரண்டாமாண்டு படித்துக் கொண்டிருந்தனர்.

இருபத்தைந்து வால்ட் பல்பு ஓரளவுதான் வெளிச்சம் கொண்டிருந்தது. அப்போது இளைஞர்கள் மத்தியில் பிரபலமாக இருந்த மு.வ. நாவலில் இருந்து இரு வரிகள் சுவரில் எழுதப்பட்டிருந்தன.

ஜி.கே. சாமி இங்கும் காணப்பட்டான். அவன் ‘இன்று நடந்துகொண்டிருக்கும் பிரச்சினைகள் எல்லாம் தனியான ஒரு தமிழ்நாடு உருவாகிவிட்டால் தீர்ந்துவிடும்’ என்ற அடிப்படையில் உணர்ச்சிகரமாகப் பேசினான். பேசும்போது ஆவேசம் வந்துவிடுவதால் கைகளை உயர்த்தி உயர்த்திப் பேசினான்.

எல்லா மாணவர்களும் முழுமையான ஒத்த கருத்து உடையவர்கள் அல்ல என்றாலும் பொதுவான நட்பும் புரிந்துணர்வும் அவர்களுக்கிடையில் இருந்தது. சாமி ஓர் உடல் பாதுகாப்பாளன் என்பதால் ஆகிருதி மிக்கவனாக அந்தக் கூட்டத்தினரிடம் காணப்பட்டான்.

இந்த மாதிரி அரசியல் பேசும்போது முற்றிலும் வேறானவனாக சாமி மாறிவிடுவான். ஹாஸ்டல் ஃபாதரிடம் தமாஷ் செய்தவன் இவன் என்று கூறமுடியாது. அந்த நேரம் அட்டைக்கரியின் நிறத்தில் ஒரு குள்ள உருவம் பேண்ட் சட்டையுடன் உள்ளே நுழைந்தது. எல்லாரும், “வாங்க ஸார்” என்று வரவேற்றனர். கறுப்பு நிறம் எங்கும் நீக்கமற நிறைந்திருந்த அந்த மனிதர் வந்து ஒரு தலையணையில் அமர்ந்தார்.

“உட்காருங்கப்பா... உக்காருங்கப்பா...” என்று எல்லோரிடமும் இரு கைகளை உயர்த்தி அன்பாகக் கூறினார். சிரிப்பை ஒளித்து வைத்திருக்கும் முகத்தோற்றம்.

கல்லூரி ஒன்றில் புதியதாகக் கணிதம் போதிக்க வந்து சேர்ந்திருக்கும் விரிவுரையாளர் அவர். பரந்த நெற்றி; கறுப்பு நிறம் திட்டாக இருந்தது அந்த நெற்றியில். வாயின் பற்களைத் தவிர எந்தப் பகுதியிலும் வெண்மை நிறம் பார்க்கக் கிடைக்காது. சட்டையை ‘இன்செர்ட்’ செய்து ஷூவைக் கழற்றி எல்லோரையும் போல் கதவுக்கு வெளியில் போட்டிருந்தார். அவரது நடையில் பொம்மையின் அசைவு காணப்பட்டது. அது அவரை ஒருவகை நகைச்சுவையுடன் பார்க்க வைத்தது. அவர்தான் சபாஷ் ராஜ்.

“இப்படி ஒரு சிறிய நாடு ஏதும் தனியாக இருந்து பிழைக்க முடியுமா?”

இக்கேள்வி அரசியல் கட்சி ஒன்றின் தீவிர பக்தனான ஒரு மாணவனிடமிருந்து வந்தது.

“ஏன் முடியாது…”

சபாஷ் ராஜ் பல ஐரோப்பிய நாடுகளை உதாரணம் காட்டிப் பேசினார். அவரையே எல்லா மாணவர்களும் கவனமாகக் கேட்டார்கள். அறையில் அப்படியொரு மௌனம். அவர் பேசிய ஒவ்வொரு சொல்லும் முக்கியமானது என்பதுபோலவும், அவர் பேசிய பல விஷயங்கள் நம்ப முடியாதவைகளாக இருந்தாலும் அவர் அவற்றைச் சாத்தியப்படுத்த முடியும் என்று பேசினால் அவை சாத்தியம்தான் என்பது போலவும் மாணவர்கள் நம்பினார்கள்.

“ஸார், நீங்கள் சொல்வது எல்லாம் சரி. தமிழ் மக்கள் ஒரு சேனையை உருவாக்கி யுத்தம் செய்து தனி நாடு ஏற்படுத்தி ஆட்சி செய்ய முடியுமா?”

தன் சந்தேகத்தை இன்னொரு ஒல்லியான மாணவன் மிகவும் மென்மையான குரலில் கேட்டான். பதிலாக, “ஏன் முடியாது?” என்று திரும்பக்கேட்டுப் பல சிறிய நாடுகள் யு.என்.ஓ.வில் இன்று தனி நாடுகளாக இருப்பதைப் பற்றியும் தனிச் சேனைகள் அவைகளுக்கு இருப்பது பற்றியும் புன்முறுவலுடன் விளக்கினார் சபாஷ் ராஜ். அந்த மாணவனும் இப்போது சபாஷ் ராஜின் மாய ஆற்றலுக்குள் சரணாகதி ஆனான்.

சபாஷ் ராஜ் பேசும்போது நாக்கிலிருந்து ஒலிவரும் சப்தம் கேட்டது. ஏதேனும் எரிப்பான வஸ்துக்களைத் தின்பவர்கள் ‘ஸ் ஸ்’ என்று கூறுவார்களே, அதுபோல் இருந்தது அவரது பேச்சுக்கிடையில் வெளிப்பட்டுக் கொண்டிருந்த சப்தம். இப்படி எந்தவித தோற்றக் கவர்ச்சியும் அற்ற சபாஷ் ராஜ் மாணவர்களைத் தனது மாயக் கவர்ச்சிக்கு ஆட்பட வைத்திருந்ததற்கு ஒரு முக்கிய காரணம் இருந்தது. பல்கலைக்கழகத்தில் முதல் ரேங்கில் கணிதத்தில் வெற்றி பெற்ற சபாஷ் ராஜ், ஐ.ஏ.எஸ். தேறி, பயிற்சிக்கும் போய், உதவி கலெக்டராக வடஇந்தியாவில் ஏதோ ஒரு மாநிலத்தில் இருந்தபோது சில அதிகாரிகளுடன் மோதி ஐ.ஏ.எஸ். பதவியை ராஜினாமா செய்துவிட்டு வந்தவர். இடையில் காதல் திருமணம் புரிந்து வேலை ஏதும் கிடைக்காமல் இட்லி கடை வைத்து நடத்தியவர். மனைவியுடன் இட்லி வியாபாரம் செய்ததை அவரது நண்பர்கள் சிலவேளை கேலி செய்வது உண்டு.

சபாஷ் ராஜின் இந்த வாழ்க்கைப் பின்னணி அங்குக் கூடியிருந்த எல்லா மாணவர்களுக்கும் தெரியும். ஜி.கே. சாமியை மாணவர்கள் ஒரு ரகசிய இயக்க உறுப்பினன் என்று தங்களுக்குள் பேசிக் கொண்டனர். ஜி.கே. சாமிக்கு சபாஷ் ராஜை அதிகமும் நம்ப முடியவில்லை என்றாலும் கேட்டுப் பார்ப்போம் அவர் பேசுவதை என்ற முறையில் தான் வந்திருந்தான். இது சபாஷ் ராஜிக்குத் தெரிந்துதான் இருந்தது. தனது தனித்தமிழ் நாடு எண்ணத்தை அவர்களுக்கும் தொற்ற வைத்துவிட்டால் தன் எண்ணம் பரவ அவர்கள் உதவுவார்கள் என்று அவர் கருதினார்.

நெல்சன் என்ற மாணவன் அரசியலில் பல கவர்ச்சியான தலைவர்களைப் பார்த்தவன். அவர்களைப் பற்றிக் கேட்டவன். இந்த சபாஷ் ராஜ் அவர்களைப் போல பேச்சுக் கவர்ச்சி இல்லாதவர் என்பதால் இவரை நம்பி வந்தவன் அல்ல. இவன் முழுமையாகக் கட்சிக்காரர்களின் மத்தியில் வளர்ந்தவன். மொழிப் போராட்டத்தைத் தற்சமயம் தலைமை தாங்கி நடத்தும் கட்சிக்காரர்கள் எங்கெங்குக் கூட்டம் நடந்தாலும் நெல்சனை அனுப்பி செய்தி சேகரிப்பது வழக்கம். சற்று அதிகமான வயதான தோற்றம் கொண்டவன். தலையும் இமையும் மீசையும் பரட்டையாகி மஞ்சள் அடித்துக் காட்சி தரும். நெற்றியில் பல சுருக்கங்களுடன் ஒரு முன்பல் இல்லாமல் இருப்பவன். இவன் அதிகம் பேசவில்லை. வழக்கமாக எங்குக் கூட்டம் நடந்தாலும் அங்கங்குப் போய் செய்தி சேகரித்துத் தனது கட்சித் தலைவர்களுக்குச் செய்தி கொடுப்பது இவனது வேலை.

அருண் பிரச்சனை வேறு. அவன் கம்யூனிஸ்ட் சித்தாந்தத்தை மனதார நம்புபவன். அந்த ஊரில் கம்யூனிஸ்ட் கட்சியைச் சார்ந்த பேராசிரியர் ஒருவர் இருந்தார். ரஷ்ய நூல்கள் பல அவரிடம் இருந்தன. அவர் அருணுக்கு வழிகாட்டி. எதற்கும் அவரிடம் போய் விளக்கம் கேட்பது அவனது வழக்கம். கம்யூனிஸ்ட் கட்சியின் கொள்கை, பிரிவினை இயக்கங்களை எதிர்ப்பதாக இருந்தது. எனவே, பேராசிரியர் பிரிவினையை எதிர்த்துத்தான் பேசுவார் என்பதால் அருண், சபாஷ் ராஜின் கொள்கைகளைப் பற்றி அவரிடம் பேசுவது தேவையற்றது எனக் கருதினான். என்றாலும் அவனுக்குள் சபாஷ் ராஜ் சொல்வது சரியாக இருக்குமா என்ற ஐயம் இருந்தது. அவன் ஒரு குச்சியினை வைத்துப் பல் குத்திக்கொண்டே சபாஷ் ராஜின் பேச்சைக் கேட்டான். அவரது பேச்சை ஆமோதிக்கிறானா, மனதிற்குள் வெறுக்கிறானா என்று சொல்ல முடியாமல் இருந்தது அவனது

ஆடிப்பாவைபோல | 51

முகத்தோற்றம். சபாஷ் ராஜிடம் ஒரு முறை மறுத்துப் பேசுவது போல் குரலை உயர்த்தி இப்படிக் கேட்டான். உரத்துப் பேசினாலும் அவனுடையது கீச்சுக் குரல்.

“பொருள்முதல்வாதம் பற்றிக் கேள்விப்பட்டிருப்பீர்கள். சோவியத் நாடு போன்ற ஒரு சமூகத்தில் பெரும் மாற்றத்தை ஏற்படுத்தக் காரணமான தத்துவம் அது. வறுமை, பசி, நோய் போன்றவற்றைப் போக்கியுள்ளது. அமெரிக்கா போன்ற ஒரு வல்லரசை இன்றும் உலகளவில் தடுத்து நிறுத்த முடிந்துள்ளது” என்றான்.

பல மாணவர்கள் இவனை ஏறெடுத்துப் பார்த்தார்கள். அப்போது சபாஷ் ராஜுக்கு திடீரென்று கோபம் வந்தது. அவரைக் கோபப் படுத்தத்தக்க கேள்வியைச் சாதாரண மாணவன் கேட்க முடியும் என்றால் அவன் முக்கியமானவன்தான் என்று பிற மாணவர்கள் அவனை ஒரே நேரத்தில் கண்ணைத் தூக்கிப் பார்த்தார்கள்.

சபாஷ் ராஜ் கோபத்தை அடக்கிவிட்டு ஒரே வரியில் பதில் சொல்லிவிட்டார்.

“பொருள்முதல்வாதம்... அது இதெல்லாம் வெறும் வார்த்தை ஜாலம். எவ்வளவு நாள் உங்க சோவியத் நாடு இருக்கப் போகிறது, பார்த்து விடுவோம்.”

இந்தக் கூற்று வன்மம் பொருந்தியதாக இருந்ததாலோ என்னவோ இவ்விஷயம் பற்றி அருணோ மற்றவர்களோ உடனே எதுவும் பேசவில்லை. அதனால் இவ்விஷயம் தொடரவும் இல்லை. சபாஷ் ராஜின் கம்யூனிசம் பற்றிய கருத்துகளை மாணவர்களுக்குத் தெரிந்து கொள்ளும் வாய்ப்பு ஏற்படவில்லை.

பின்பு பேச்சு மொழிப்போர் பற்றித் திரும்பியது. சபாஷ் ராஜ் மிகவும் தெளிவாகக் கூறினார்.

“இன்றைக்கு நடந்துகொண்டிருப்பது ஒரு சரியான போராட்டம். ஆனால் மாணவர்களுக்கு அதைத் தங்கள் கட்டுப்பாட்டுக்குள் வைத்துக் கொள்ள போதிய பலம் இல்லை. தியாகம் செய்வது அவர்கள். தீக்குளிப்பது அவர்கள். உங்களுக்கு சமீபத்தில் நடந்த சம்பவம் ஒன்று தெரியாது என்று நினைக்கிறேன். ஒரு ஸ்கூல் பாலகன் சமீபத்தில் மண்ணெண்ணெய் ஊற்றி எரிந்து செத்துப் போனான்...”

இந்த இடத்தில் நிதானமாக நிறுத்தி தனது பாண்ட் பாக்கட்டிலிருந்து வெள்ளை நிறமான கர்சீப்பை எடுத்தார் சபாஷ் ராஜ். எட்டாக மடித்து வைத்திருந்த ஒரு மடிப்பை எடுத்து மூக்கைப் பிடித்துவிட்டு மீண்டும் கர்சீப்பைப் பாண்டுக்குள் நுழைக்க ஒருக்களித்து உடலைச் சரித்து ஒருபக்கமாகக் காலை நீட்டியபடியே திரும்பி கர்சீப்பை நுழைத்துவிட்டுப் பேச்சைத் தொடர்ந்தார்.

“எரிந்து கொண்டிருந்த பாலகனைக் காப்பாற்றாமல் ஒரு கட்சிக்காரன் என்ன செய்தான் தெரியுமா? எரிந்து கொண்டிருக்கும் தீயில் ஒரு தாளை நுழைத்து, பாதி எரிந்த தாளை எடுத்துப் பத்திரப்படுத்தினான். பின்பு அந்தத் தாள் வேறு ஒரு சிறுவனின் கையெழுத்தில் எழுதப்பட்டது. பத்திரிகைகளில் எல்லாம் செய்தி! என்ன செய்தி தெரியுமா? தங்கள் கட்சியைச் சார்ந்த சிறுவன் ஒருவனின் தியாகம் என்று, உண்மை திரிக்கப்பட்டது. அந்தச் சிறுவன் தீ வைப்பதற்கு முன் எழுதிய கடிதமாம். அவன் அந்தக் கட்சியைச் சார்ந்தவன் என்று எழுதி வைத்திருந்தானாம். “ஃபிராட்... ஃபிராட்...” ஆங்கிலத்தில் சொல்லி நிறுத்தினார்.

சபாஷ் ராஜ் தெரிவித்த கண்டனத் தொனி அறையில் வியாபித்தது. அறை முழுவதும் மௌனம்.

இரகசிய இயக்கத்தைச் சார்ந்தவன் என்று கருதப்பட்ட ஜி.கே. சாமி பற்களைக் கடித்தான். அவனது பலம் பொருந்திய புஜங்கள் இறுகின. நிரந்தரமற்ற குணம் கொண்டவன் போல் காணப்பட்டான். யாரும் முழுமையாய்ப் புரிந்துகொள்ளப்பட முடியாதவனாய்த் தோன்றினான்.

சபாஷ் ராஜ் தொடர்ந்தார். இன்று போராட்டம் நடத்தும் கட்சிக்காரர்கள் முழுதும் மோசடி ஆசாமிகள் அல்ல என்பது அவரது கணிப்பு. ஆனால் அவர்கள் தேர்தலை மட்டும் நம்பியிருக்கக்கூடியவர்கள். தேர்தலுக்காக வேஷம் போடத்தான் செய்வார்கள். மாணவர்கள் இந்தப் போராட்டத்தைத் தங்கள் போராட்டமாக மாற்றுவது வரை கட்சியை மாணவர்கள் பயன்படுத்த வேண்டும்.

ஜி.கே. சாமி எழுந்து அமர்ந்துகொண்டு கோபமாகக் கேட்டான். “ஸார், அது நடக்கிற காரியமா?”

இந்த மாதிரி சந்தர்ப்பங்களில் அவனிடம் கோமாளித்தனம் ஏதும் வெளிப்படாது. கோபம்தான் வெளிப்படும்.

"இன்றைக்கு மாணவர்களுக்கிடையில் அமைப்பு என்று எதுவும் இல்லை, உண்மைதான். மாணவர்கள் தங்களுக்கென்று அமைப்பை உருவாக்க வேண்டும்" கூறிவிட்டுச் சிரித்தார் சபாஷ் ராஜ்.

சபாஷ் ராஜின் பேச்சு பலரை ஆமோதிக்க வைத்தது. எல்லோரையும் ஒருமுறை சுற்றிப் பார்த்த ஜி.கே. சாமி இப்போது அமைதியானான். தான் ஏதும் சொல்ல முடியாதென்று உணர்ந்தான்.

சீரியஸான இந்தப் பேச்சு, சற்று நேரம் கழிந்த பின்பு ஓரளவு நகைச்சுவையையும் சேர்த்துக் கொண்டது. நகரில் கத்தோலிக்க கல்லூரி ஹாஸ்டலில் - கொடிகட்டியதாக எல்லோரிடமும் பொய் சொல்லிக்கொண்டு திரியும் மேடைப் பேச்சாளரை ஒருசிலர் கேலி செய்தனர். சக மாணவர்களையும் பற்றி தமாஷ் செய்ய ஆரம்பித்தார்கள் மாணவர்கள். ஜி.கே. சாமி கூட்டத்தினரின் கவனத்தைத் தன் அங்க சேஷ்டைகளால் வெகுவிரைவில் பெற்றான். இதுவரை ஏதும் பேசாமல் இருந்த மாணவர்களும் இந்த தமாஷில் கலந்து கொள்ள ஆரம்பித்தார்கள்.

மீண்டும் ஒருமுறை பாண்ட் பாக்கெட்டுக்குள் கைவிட்டு வெள்ளைநிற கைக்குட்டையை மடிப்புக் குலையாமல் எடுத்து நெற்றியைத் துடைத்தார் சபாஷ் ராஜ்.

பின்பு கூட்டம் முடிந்துவிட்ட தோரணையில் எல்லா இளைஞர்களும் எழுந்து நின்று சுருண்டு மேலே போயிருந்த 'பாண்டு'களின் கால் பகுதியைக் குனிந்து கீழே இழுத்துவிட்டார்கள். தமாஷும் சிரிப்பும் நின்றிருந்தன. எல்லோரும் புறப்படும் சூழல்.

மெதுவாகச் சொன்னார் சபாஷ் ராஜ்.

"நில்லுங்க... எல்லோரும் நில்லுங்க."

எல்லோரும் நின்றார்கள். தூரத்தில் ரோட்டில் போகிற வாகனங்களின் இரைச்சல் மட்டும் கேட்டது. சபாஷ் ராஜ் சொன்னார்.

“அந்தப் பாலகன் தெருமுனையில் எரியும்போது அந்தக் கட்சிக்காரன் தூரத்தில் ஜாக்கிரதையாகத் தள்ளி நின்று கொண்டான். பின்பு எரியும் தீப்பந்தத்தில் பீடி பற்ற வைப்பது போன்ற பாவத்துடன் அந்தக் கடிதத்தைப் பாதி எரித்துப் பத்திரப்படுத்தினான்...

ஒரு பாலகனின் கை நெருப்புக்குள்ளிருந்து சடாரென்று எரிந்தபடியே அப்போது வெளியே நீண்டது.” சபாஷ் ராஜைப் பாதித்த அந்த நிகழ்ச்சியைத் திடீரென்று விவரித்தார்.

இளைஞர்கள் பேயறைந்ததுபோல் அமைதியாக நின்றனர். பின்பு ஒவ்வொருவராக வேறு ஏதும் இல்லை என்பதுபோல் கால்களில் செருப்புகளை மாட்டிக் கொண்டு, காரை பெயர்ந்திருந்த படிகளில் இறங்க ஆரம்பித்தனர். காலடிகளின் சப்தம் மட்டும் கேட்டுக் கொண்டிருந்தது.

நின்று கடைசியில் இறங்கிய மாணவனின் முதுகைப் பிடித்துக் கொண்டு சபாஷ் ராஜ், வழக்கம்போல் சம்பந்தா சம்பந்தமில்லாத தனது கேலிக்குரிய பொம்மை நடையில், புறப்படலானார். வெளியே இருள் நகரத்தினை ஆக்கிரமித்திருந்தது. தொலைவில் ஊளையிடும் நாயின் குரல் விட்டுவிட்டுக் கேட்டுக் கொண்டிருந்தது.

அகம்

இயல் - 5

இன்று காந்திமதியைச் சந்திக்கும்போது மறக்காமல், அந்த ரோஜாக்களைப் பற்றிப் பேச வேண்டும் என்று நினைத்துக் கொண்டான் வின்சென்ட். டௌன் பஸ்ஸில் இன்று கூட்டம் அதிகம். பாலர் இல்லத்துக்கு அருகில் இருக்கும் பஸ் நிலையத்திற்கு வரும்போது சற்றுக் குறைந்த வெயில் மீண்டும் சுள்ளென்று அடிக்க ஆரம்பித்துவிட்டது.

பஸ் வந்தது. பஸ் நிறைய கூட்டம். கூட்டமான இந்த ஊர் பஸ்களில் பொதுவாக ஏறாத ராஜா இன்று ஏறினான். அவன் இல்லத்தில் இருந்து வரும்போது வயிற்றில் ஏதோ ஓர் இனம் புரியாத உணர்வு செயல்பட ஆரம்பித்துவிட்டது. இன்று தன் நண்பன் கிருபாநிதியை அழைத்து வந்தான். தன்னைப் பொறுத்த வரையில் அவனை நம்பிக்கைக்குரியவன் என்று கருதினான் ராஜா. கிருபாநிதி அரட்டையடிப்பதில் பிரியமுள்ளவன். பூர்விகம் அருப்புக்கோட்டை. ஓர் எண்ணெய் மில்லின் அதிபர் மகன். நன்றாக உடை அணிவதில் விருப்பம் கொண்டவன்.

"என்னடா... பேசாம வாற?" என்றான் கிருபாநிதி.

"சும்மாதான்... நீ ஏதாவது பேசு."

"என்ன பேசுறது, ராஜா? நான் உன் ஆளைப் பார்த்ததுகூட கிடையாது. காட்டித் தரவே இல்லியே நீ. பொத்திப் பொத்தி வச்சிருக்க..."

கைக்கொட்டிச் சிரித்தான் கிருபாநிதி.

இப்படித்தான் தமிழ் இளைஞர்கள் பெண்களைப் பற்றிக் கருத்துக் கொள்கிறார்கள். ஆண் பெண் உறவு இந்தச் சமூகத்தில் இயல்பாக இல்லாத உறவோ என்று தோன்றுகிறது. இருபது வயது இளைஞன், தன் தங்கை அல்லது அக்காளுக்கு அப்புறம் தன் வயது ஒத்த இளம் பெண்ணிடம் நட்பு கொள்வதற்கு, பேசுவதற்கு அல்லது பழகுவதற்கு வாய்ப்புகள் இருப்பதில்லை. இதுபோலவே பெண்களுக்கும். பெண்கள் மனது இன்னும் பெரும் சிக்கல்கள் கொண்டதாகவே இருக்கிறது. காதல் என்பதும் நட்பு என்பதும் பின்னிப் பிணைந்து காணப்படுகிறது. மிகப் பழைய இலக்கியம் கொண்ட மக்கள் கூட்டத்தினர் கிராமத்தில் பிறந்து சிலவேளை முதன்முதலாக மேற்கத்திய கல்விக்கூடங்களுக்கு அனுப்பப்படுகிறார்கள். இந்த இளைஞர்களுக்கும் இளம் பெண்களுக்கும் அங்குக் கிடைக்கும் அறிவும் கல்வியும் இவர்களின் குடும்பத்திற்குள் இருந்த சூழ்நிலைகளை மீறியவை. பெரிய மனமாற்றத்தை அடைகிறார்கள் இத்தகைய இளைஞர்கள். இளம்பெண்கள் பெரும்பாலும் தனியான பெண்கள் கல்லூரிகளில் படிக்கிறார்கள். ஆண்களோடு பழகக் கிடைக்கும் சந்தர்ப்பங்கள் மிக சொற்பம். ஓரளவு இந்தச் சூழ்நிலை காலம் செல்லச் செல்ல மாறிக்கொண்டே வருகிறதென்பது உண்மை. ஆனாலும் மன உலகம் பல்லாயிரமாண்டு சரித்திரம் கொண்டதாக அல்லவா இருக்கிறது! கோயில்களையும் மாதந்தோறும் ஏற்படும் பெண்ணுடலுக்கான தனிப்பட்ட இயல்புகளையும் சுற்றிப் பல நம்பிக்கைகளையும் சார்ந்து தாய், மற்றும் பாட்டிமாரின் பழங்கால ஆலோசனைகளுடன் வளரும் பெண் தன் மன உலகத்தில்தான் பெரும்பாலும் வாழ்கிறாள்.

ராஜா சிரித்தான். தனது வயிற்றில் ஏற்பட்ட ஒருவித உணர்வைப் போக்கடிக்க கிருபாநிதி உதவுகிறான் என்று நினைத்தான் அவன். அந்த உணர்வு வரும்போது பனைமரம் வயிற்றில் புகுந்து ஆட்டம் போடுகிறதோ என்று ஒரு நினைப்பும் வந்தது.

“எப்படி? நல்ல அழகாடா?”

ஒரு பதிலும் சொல்லவில்லை ராஜா. காந்திமதி தனக்கு அழகானவளாகவேதான் தென்படுகிறாள். மூன்றாவது மனுஷனிடம் அவளைப் பற்றித் தான் என்ன சொல்ல முடியும்? ஒரு பெண்ணை நேசிக்கிற அத்தனை இளைஞர்களுக்கும்

இத்தகைய உணர்வுகள்தான் இருக்குமோ என்னவோ என்று நினைத்தான் ராஜா.

"நீயே பார்க்கப் போறியே... அழகா இல்லையா என்று சொல்லு" ராஜா வெட்கப்பட்டான். "வெக்கப்படறான் பாரு" என்று கிருபாநிதி கிச்சுமுச்சு காட்ட வந்தான்.

அப்போது டௌன் பஸ்ஸுக்குள் ஒரு கூட்டம் - கல்லூரி மாணவர்கள் - கூத்தும் கும்மாளமுமாக வந்து ஏறினார்கள். கண்டக்டர் குஷியான ஆள்போல. விசில் கொடுத்துக்கொண்டே ஓடி பஸ்ஸில் ஏறினார். உற்சாகமாக மாணவர்களிடம் பேச்சுக் கொடுத்தபடியே டிக்கட்டுகளை விநியோகிக்க ஆரம்பித்தார். ஓர வகிடு எடுத்த கிராப்புத் தலை. சின்ன அரும்பு மீசை.

"என்னடா இப்படி வெயிலு அடிக்கிறது இன்று?" என்றான் கிருபாநிதி. தனது சட்டையின் கழுத்துப் பகுதி பொத்தானைத் திறந்துவிட்டுக் கொண்டான் அவன். மெதுவாக வாயால் நெஞ்சுப் பகுதிக்குள் ஊதினான்.

கிருபாநிதியின் பேச்சைக் கவனித்தது போல் காட்டிக் கொள்ளவில்லை ராஜா. ஏதோ நினைவில் இருந்தான். அவனது மனதில் அவன் படித்துக் கொண்டிருக்கும் நாவல் வந்தது. நாயகன் அழகானவன். உயரமானவனும்கூட. அவனது காதலி அவனது பாதங்களை எப்போதும் பார்த்துக் கொண்டிருப்பவள். அவர்கள் இருவரும் மறந்தும் தொட்டுக் கொள்வதுகூட இல்லை. காதலனுடன் இருக்கும்போதும் அவனுடன் இல்லாதபோதும் ஒரு வேதனையில் துடிப்பவள் போல் இருக்கிறாள். எல்லா உயர்ந்த குணங்களையும் கொண்டவனாக இருக்கிறான் காதலன். அடிக்கடி அவன் எழுதிய கவிதைகளைக் கொண்டுவந்து அவளிடம் கொடுக்கிறான். ஒவ்வொரு நாளும் அக்கவிதைகளில் தங்கள் மனதைப் பரிமாறிக்கொள்கிறார்கள். சில வேளைகளில் 2000 ஆண்டுகளுக்கு முன்பு தமிழ் மொழியில் காதலர்கள் உணர்வுகளைப் பரிமாறிக் கொண்ட கவிதைகளையும் புலவருக்குப் படித்திருக்கும் ஒளிகொண்ட கண்களைக் கொண்ட காதலன் தற்காலத் தமிழில் எழுதிக்கொண்டு வருகிறான். ஒரு பத்திரிகை அலுவலகத்தில் வேலை பார்க்கும் காதலன் காலையிலும் மாலையிலும் இரண்டு வேளைகளில் குளிக்கிறான். அதுபோல் தமிழ்க் கடவுளான முருகனை வணங்குபவன் அவன். காலையில் குளித்து, கடவுள் வணக்கம் (அப்போது பத்திகள்

எரிவதும் பத்திகளின் மணம் அறை முழுவதும் கமழ்வதும் அக்கதையில் அதிக பக்கங்களில் விவரிக்கப்படுகின்றன.) முடித்து, சுத்தமாகத் தன் கையால் துவைத்து நீலம் போட்டு இஸ்திரி போட்ட கரையில்லாத இரட்டை வேஷ்டி உடுத்தி நடமாடுபவன் நாயகன். மனதில் உடல் இச்சை எழும்போது எல்லாம் முருகா முருகா என்று மனதார விளித்து மனதில் அழுக்குப் படியாமல் பார்த்துக் கொள்பவன். அந்த நாவலின் கதாநாயகனாகத் தன்னையும் கதாநாயகியாகக் காந்திமதியையும் நினைத்து ஒருவித மாய உலக அனுபவத்தில் இருந்த ராஜா கண்டக்டர், "இறங்குங்கோ..." என்று அந்த பஸ் ஸ்டாப்பின் பெயரைச் சொன்னதும் இந்த உலகத்திற்கு வந்தான். தொப்பென்று உடல் வியர்வையில் நனைந்திருந்தது அப்போதுதான் நினைவுக்கு வந்தது. கிருபாநிதியைத் திரும்பிப் பார்த்தான். அவனைக் காணோம்.

கீழே எட்டிப் பார்த்தான். நல்ல காலம் கிருபாநிதி ஏற்கனவே பஸ்ஸின் படிகளில் நின்றிருந்ததால் முதலிலேயே இறங்கிவிட்டிருந்தது தெரிந்தது. கூட்டத்தைத் தள்ளிக்கொண்டு இறங்கினான்.

"என்ன பராக்கு பார்த்துக்கொண்டு நிற்கிற...?"

நண்பனைக் கடிந்தான் கிருபாநிதி. காற்று வீசியதால் ராஜா இதமாக உணர்ந்தான். மஞ்சள்மஞ்சளாக அழகாகப் பூத்திருக்கும் மரங்கள் இருந்த வீடுகளின் காம்பவுண்டுகளின் ஓரத்தில் இருந்த நிழல் வழியாக இருவரும் நடக்க ஆரம்பித்தனர்.

இடையில் கிருபாநிதி குரங்கு சேஷ்டைகள் செய்துகொண்டு வந்தான். ஒழுங்காக நடந்து கொண்டிருப்பதுபோல் தோற்றம் தருபவன் திடீரென்று திரும்பி ராஜாவைக் கிச்சுமுச்சு காட்டினான். வின்சென்ட்ராஜாவுக்கு எரிச்சலாக இருந்தது. அவன் எரிச்சல் பட்டதைக் கண்டு தன் காலைத் தூக்கி கிந்திக்கிந்தி நடனமாயடியபடியே கிருபாநிதி நடந்தான். மெயின்ரோட்டிலிருந்து ஓரமாக முள் வளர்ந்திருந்த பகுதிக்குப் பக்கத்தில் ஒற்றையடிப் பாதையில் கிருபாநிதி முன்னும் ராஜா பின்னுமாக நடந்தார்கள். திடீரென்று நகரத்தில் அடிக்கடி பெட்டிக் கடைகளிலும் சைக்கிள் கடைகளிலும் கேட்கும் சினிமா பாட்டு ஒன்றினைக் கிருபாநிதி பாடிக்கொண்டே நடந்தான்.

ஆடிப்பாவைபோல | 59

அடுத்த வரிகள் மறந்துவிட்டதால் சொற்களில்லாமல் 'ஹம்' செய்துகொண்டே போனான்.

ராஜாவுக்கு வயிற்றில் உபாதை கூடியது. கிருபாநிதி செய்து கொண்டிருந்த கோமாளிச் செயல்கள் தன் மனக்குறளியை அடக்குவதற்குப் பதிலாகக் கூட்டியது என்றே கருதினான். ஒரே ஒரு தடவை, "ஏ குரங்கு, சும்மா வா" என்றான். உடனே இன்னும் அதிகம் நாடகீயமாக இரண்டு தடவை குனிந்து, "அய்யா, என்ன சொன்னீங்க?" என்று கேட்டு வாயை வலது கையால் பொத்திக் கொண்டு பின்பக்கமாக நடந்தான் கிருபாநிதி. தமாஷ் செய்தபடி இருவரும் நடந்து கொண்டிருக்கையில் பெண்கள் தங்கும் விடுதிக்குரிய மெயின் வாசல் வந்தது. கல்லூரிப் பெயர் ஓரளவு அந்த வாசலின் மேல் இருந்த போர்டில் அழிந்திருந்தாலும் பெண்கள் விடுதி என்ற பெயர் தெளிவாகத் தெரிந்தது. கிருபாநிதி அங்கு நின்றான். உடனே வின்சென்ட், "ஊஹூம்... நட..." என்று அடுத்த பகுதிக்குக் கை காட்டினான்.

"ஓ... அங்கே சந்திப்பதாக ஏற்பாடு..." என்று நக்கல் செய்தான் கிருபாநிதி.

"டேய் ராஜா... தைரியமாக மெயின் கேட்டுக்கு வரச் சொல்லிச் சந்திக்கணும்டா" என்று கூறியவன், லேசாக எட்டிக் காம்பவுண்டுக்குள் பார்த்தான். வயதான பாட்டி கீழே விழுந்து கிடந்த தென்னை மட்டைகளை எடுத்துக்கொண்டு இருந்தாள். பின்னால் திரும்பி, "உன் ஆளைப் பார்த்துட்டேன்" என்று ராஜாவிடம் சுட்டிக் காட்டினான்.

ராஜா எட்டிப் பார்த்து வெட்கப்பட்டு ஓடி கிருபாநிதியை விரட்டினான். கிருபாநிதி ஓடிவிட்டான்.

"ஏன், இந்தக் கிழவி போல இருக்குமா உனது ஆள்?" என்று மீண்டும் கேட்டுக் கேலி செய்தான்.

"ஒன்ன கூட்டிட்டு வந்தது தப்பா போச்சு."

"தெரியுமே இப்படிச் சொல்வேன்னு."

போலிக் கோபம் காட்டி நடைபாதையிலிருந்து விலகித் திரும்பிப் போவதுபோல் பாவனை காட்டினான் கிருபாநிதி. ஓடிச் சென்று அவன் சட்டைக்காலரைப் பற்றி, தன் தோளுடன் இணைத்துத் தோள் மேல் கை போட்டபடி நடந்தான்.

என்னென்ன குறும்புகள் கிருபாநிதி காட்டப்போகிறானோ என்று ராஜா நினைத்தபடி நடக்கையில் காம்பவுண்டு சுவர் உடைந்த ஓர் இடம் வந்தது. காந்திமதி நிற்கிறாள் என்று நினைத்துக் கொண்டான்.

அவளது தலையோ, அங்க அசைவோ, நிழலோகூடத் தனக்குத் தென்படாவிட்டாலும் அவள் நிற்கிறாள் என்று நினைப்பு வந்தது ராஜாவுக்கு. இப்படிச் சில அனுபவங்கள் அவனுக்குண்டு.

அப்படியே இன்னும் சில அடிகள் எடுத்து வைத்ததும் அவள் ஒரு தென்னை மரத்தின் கீழே, வலது பாதத்தைப் பின்னால் மடக்கி மிதித்தபடி நின்று கொண்டிருந்தாள். இன்று முகத்தில் சற்றுக் கூடுதல் மலர்ச்சி தென்பட்டது.

'சட்'டென்று வயிற்றில் மீண்டும் அந்த உணர்ச்சி தலைகாட்டியது. இதயம் அடிக்கும் ஓசை அவனுக்குக் கேட்க ஆரம்பித்தது. ராஜா தடுமாறினான். இந்த உணர்ச்சியின் பெயர் என்ன? பயமா? அல்லது தன் வயதொத்த பெண்ணைச் சந்திக்கும்போது ஏற்படும் பிரத்தியேக உணர்வா? உடலில் இருந்து வருகிறதா அல்லது மூளை இத்தகைய உணர்ச்சியைப் பிறப்பிக்கிற ஸ்தானமா? குழப்பமாக என்னென்னவோ உணர்வுகள் பொங்கின.

அவள் தலையைத் தரைநோக்கிப் பார்த்தபடியே நின்று, திடீரென்று சிரித்தாள். அவளது வலது கை மரத்தைப் பிடித்திருந்தது. அவளது விரல்களில் வெள்ளை நகங்களைக் கண்டான். உடனேயே தான் தொடர்ந்து படித்து வரும் தொடர் கதையில் அந்த மாதிரி காட்சிகள் வருகிறதா என்று ஓர்மை மனதில் வந்து மாயமானது.

திரும்பிக் கிருபாநிதியைப் பார்த்தான். நகத்தைக் கடித்தபடி காம்பவுண்டு சுவருக்கருகில் தலையை இடதுபுறமாகச் சரித்து இருவரையும் கேலியாய்ப் பார்த்தபடி அவன் தூரத்தில் நின்றிருந்ததை ராஜா அப்போதுதான் கண்டான்.

"ஏய் வா... ஏன்?"

"நீ கூப்பிடாம நான் எப்படி வரமுடியும்?" என்று வேகமாக வந்தான். கிருபாநிதி காந்திமதியைப் பார்த்துச் சிரித்தபடி, "வணக்கம்" என்று இரு கைகளையும் கூப்பினான். அவன்

வணக்கம் சொன்னது இப்போது பல கட்சிக்காரர்களும் கூறும் முறையில் இரு கைகளையும் தூக்கி முகத்தை மறைத்தபடி அமைந்திருந்தது. வழக்கமாக நெஞ்சுப் பகுதியில் நிற்கும் இரு கைகளும் முகத்துப் பகுதி வரை தற்சமயங்களில் வர ஆரம்பித்துள்ளன. இது தமிழ்ப் பண்பாட்டு மாற்றம் ஒன்றைக் குறிக்கிறது போலும்.

அவள் கலகலவென்று சிரித்து, தான் வணக்கம் சொல்லாமலே, "அரசியல்வாதிகள் போல வணக்கம் போடறீங்களே" என்றாள்.

மூவரும் சொல்லி வைத்தாற்போல கலகலத்துச் சிரித்தார்கள்.

ராஜாவின் அந்த உணர்ச்சி அடங்கியிருந்தது. தான் அதிகமாகத் தன்வயப்பட்டுச் சிந்திக்கிறேனோ, அதனால்தானோ இந்த மாதிரி உணர்வுகள் என்னை ஆட்கொள்ளுகின்றனவோ, என்று ஒரு கணம் யோசித்தான்.

மூவரும் கவனமாக ஒருவருக்கொருவர் இடைவெளிவிட்டு நின்றனர். தூரத்தில் வெயில் சுள்ளென்று ஆடுகள், மாடுகள், மனிதர்கள் என்று எந்த பாரபட்சமுமில்லாமல் எரித்தது. தரையில் ஆவி பறந்தது.

நினைவு வந்தவளாகக் கேட்டாள். தொடர்கதையின் பிரதான பாத்திரத்தின் பெயரைச் சொல்லி, "இந்த வாரம் நான் படிக்கவில்லை... என்ன கதை...?" எனக் கேட்டாள் காந்திமதி.

கிருபாநிதி கதைகிதை படிப்பதில் ஈடுபாடு இல்லாதவன். ஆனால் நிறைய சினிமா பார்ப்பான். அவ்வளவுதான். அந்த வாரக் கதையை வின்சென்ட் ராஜா சொல்ல ஆரம்பித்ததும் அவர்கள் அந்தரங்கமாகப் பேசுவதைத் தான் ஏன் கெடுக்க வேண்டும் என்று நினைத்தவனாய், தன் நோட்டுப் புத்தகத்தைத் திறந்தபடி சற்றுத் தூரத்தில் போய் அமர்ந்தான் கிருபாநிதி.

அவள் வழக்கம்போல் தலை கவிழ்ந்தாள். ஏதும் பேசவில்லை. அவள் கையில் வைத்திருந்த நோட்டை அவள் ஒன்றும் பேசாமல் மௌனமாய் நிற்பதைப் பார்த்துப் பலவந்தமாய் ராஜா பறித்திழுத்து எடுத்தான்.

ஒரு கோபப் பார்வை. வாயிதழ்கள் இறுகின. தொண்டையில் ஏதோ இறங்கியது. நெஞ்சு ஏறி இறங்கியது. பெருமூச்சுவிட்டாள்.

கால் பெருவிரலால் நிலத்தில் அரைவட்டம் வரைய ஆரம்பித்தாள். மௌனம்.

வெயிலில் நடந்து வந்ததால் தென்னை மர நிழலில் லேசான காற்று வீசியது ராஜாவுக்கு இதமாக இருந்தது.

சுற்றும் தலையைத் திருப்பிப் பார்த்துச் சொன்னான். "இதமாக இருக்கு…"

"என்னது?"

கால் விரல்களின் சுழற்சி நிற்காமலே காந்திமதி கேட்டாள். பின்பு சற்றுக் கோபமாக,

"இந்த மாதிரி, நோட் புக் எல்லாம் கையிலிருந்து பறிக்கக் கூடாது" என்றாள்.

எங்கிருந்தது இந்தக் கோபம்? எதற்காக இந்தக் கோபம்? நோட் புக்கைக் கையிலிருந்து பறித்தெடுத்தபோது அவனுக்குள் ஏறிய குரூரமும் காமமும் எதற்கு? இந்த இளம் வயதினருக்குள் அன்னியோன்யம், நட்பு, ஒருவரை ஒருவர் புரிந்துகொள்ளுதல் எல்லாம் நேரடியாக அமையாமல், குறியீடுகள் மூலமும், மறைமுகமான ஏதுக்கள் மூலமும்தான் சாத்தியம் போலும்.

இது ஒரு புராதன சரித்திரத்தின் தலைவிதியா? திடீரென்று ஒருவகை நவீன காலத்திற்குள் உந்தித் தள்ளப்பட்ட இந்தக் குழந்தைகள் என்ன செய்வது, எப்படி அன்பைப் பரிமாறிக் கொள்வது என்றுகூட அறிய முடியாதபடி முகமூடி போட்ட சமூகம். நேரடியாகத் தங்கள் உணர்வுகளைச் சொல்ல முடியாததன் வலி. எப்படியோ எதைப் பற்றியோ அவர்களிடம் சில பேச்சுகள் வருகின்றன. ஏதேதோ புரிந்துகொள்கிறார்கள். இவர்களை ஆட்டுவிக்கும் உணர்வுகள் பழங்காலங்களில் இருந்து வரும் உணர்வுகள். தற்சமய உணர்வுகள் அல்ல. இவ்விருவரும் கடவுள் புண்ணியத்தில் திருமணம் செய்து அவர்களுக்குப் பிள்ளைக் குட்டிகள் பிறந்தால் எப்படி அன்பைக் காட்டுவார்களோ தெரியவில்லை. மேற்கத்திய சமூகங்களைப்போல பெரியவர்கள் கடந்து செல்லும் சாலையோரத்தில் எல்லோர் முன்னிலையிலும் கட்டிப்பிடித்து முத்தம் கொடுக்க இந்தச் சமூகத்தில் பிறந்தவர்களுக்குச் சாத்தியப்படாது. தங்களை ஒளித்து வைக்கும் சமூகம்.

ஏதோ ஓர் உணர்வு தனக்குள் மீதூர்ந்து வலுப்பட்டதுபோல் உணர்ந்த வின்செண்ட் அவளிடம் இருந்து பறித்தெடுத்த நோட்டைப் புரட்டினான். முதல் பக்கத்தில் அவளுடைய மைபட்ட கைவிரல் ரேகைகள் பதிந்திருந்ததைப் பார்த்தபோது அப்படியே பேசாமல் நின்றான். அவளுக்கு அப்போது வியர்த்தது. மூக்கு நுனியில் வழிந்த சொட்டு வியர்வை அப்படியே வழிந்து மார்பில் வந்து விழுந்து மாயமானது. தீர்க்கமாக உற்று அவளை யார் என்பதுபோல் பார்த்தான். அவள் இதழில் மிக மெல்லிய அசைவு. இருவரும் மீண்டும் மௌனமாயினர். அவனது நோட்டை இப்போது அவள் திடீரென்று பறித்தெடுத்தாள். அவன் கள்ளத்தனமாகப் புன்னகை வெளிப்படாதவாறு சிரித்தான்.

அவள் கால்விரல்கள் இப்போது அரைவட்டம் அடித்தபடி இருக்கவில்லை. அவள் கைவிரல்களைப் பிடித்து அழுத்திவிட்டு எங்கோ கண்காணாத தூரத்திற்கு ஓடிவிடவேண்டும் என்று நினைத்தான்.

அவள் விரல்களைத் தொட்டுவிடும் பாக்கியம் தனக்கு இந்த ஜென்மத்தில் கிடைக்குமோ என்ற ஐயப்பாடு எழுந்ததும் இந்த உலகத்திற்கு வந்தான். பக்கத்துத் தென்னை மரத்திலிருந்து குச்சம்காய் கீழே விழுந்தது. அதிலிருந்து சிறு இதழொன்று தெறித்துக் காந்திமதியும் ராஜாவும் நின்ற இடத்தில் வந்து விழுந்தது.

“ஓ... காலையில் சர்ச்சுக்குப் போனீங்களா?” நினைவுக்கு வந்தவளாய்க் கேட்டாள்.

“ம்...” என்று சொல்லி வைத்தான் வின்செண்ட்.

பின் அவன் ஏதும் சொல்லவில்லை.

“நானும் இந்த வாரம் ‘டெம்பிளுக்குப்’ போகல்லே” என்றாள்.

“அந்தக் ‘காந்திமதி அம்மன் கோயிலுக்குத்’தானே?”

“ஆமா... என் பெயரில் உள்ளதால் எனக்கு அங்குப் போகத்தான் பிடிக்கும்.”

தாடையைக் கீழே இழுத்துக் குரல் கமறச் சொன்னாள்.

“அவ்வளவு செல்ப் சென்டர்ட் பர்ஸன்” என்றான் அவன். இப்படிப் பேசுவதற்குத் தனக்குத் தெரிகிறதே என்று நினைத்தான்.

அவள் நிமிர்ந்து பார்த்தாள். தூரத்தில் நெளிந்துகொண்டு இருக்கும் கிருபாநிதி கண்ணில் பட்டான். கண்ணுக்குத் தெரியாத காகத்தை அவன் எறியும் கற்கள் விரட்டிக் கொண்டிருந்தன.

வின்சென்ட் எழுதி வாரமலரில் வந்திருந்த ‘இன்றைய கல்விப் பிரச்சனைகள்’ என்ற கட்டுரை வந்திருந்த தாளை அவளிடம் கொடுத்தான். அவள் விரல்களில் தன் விரல்கள் தொடாதபடிக் கொடுத்தான். அவளும் கவனமாக வாங்கினாள். அவள் விரல்களைக் கள்ளத்தனமாகத் தொட்டுவிட்டால் எப்படியிருக்கும் என்று யோசித்தபோது உடம்புக்குள் தென்றல் வீசியது.

“முன்பொரு முறை வந்திருந்த கட்டுரையின் பெயர் என்ன?”

“அதுவா? அது சாதிப் பிரச்சனை பற்றியது.”

சுரத்தில்லாமல் கூறினான். அவள் வாய் இதழ்கள் தனக்குள்ளேயே ஒலியின்றி சாதிப் பிரச்சினை என்று உச்சரித்து மடிந்ததோ என்று நினைத்தான் வின்சென்ட் ராஜா.

திடீரென்று இருவரும் சிரித்தனர், காரணமில்லாமல்.

“சரி இப்போதாவது நான் வந்து உங்களோட சேர்ந்து சிரிக்கலாமா?”

தூரத்திலிருந்து கேட்டபடி தரையிலிருந்து எழுந்தான் கிருபாநிதி.

“ஒன்ன அங்கே போய் உட்காரச் சொன்னது யாரு?”

தென்னை மர இடைவெளி வழியாக சூரிய ஒளிக்கதிர் காந்திமதியின் மூக்கில் விழுந்தது. எடுப்பான மூக்கில் ஒளி விழுந்ததும் புகைப்படம் எடுப்பதற்கு நல்ல முகவெட்டுத் தோற்றத்தைத் தந்ததாய் நினைத்தான் ராஜா.

அதனைக் குறிப்பிட்டு ராஜா தன் நண்பனிடம் கூறினான். கிருபாநிதி புகைப்படம் எடுப்பது போல வலது கையையும் இடது கையையும் இணைத்து வலது கை பெருவிரலையும் ஆள்காட்டி விரலையும் விரித்தும் சுருக்கியும் காட்டினான். அப்படிப் பொய்யாகப் பல கோணங்களிலும் புகைப்படம்

எடுப்பது போல் பாவனை செய்ய, ராஜா அவனை அடிப்பது போல் பாவனை செய்ய, மூவரும் சிரித்தனர்.

இப்போது அவனை வதைக்கும் அந்த உணர்ச்சியின் பிடியிலிருந்து தான் விடுபட்டது போலிருந்தான் வின்சென்ட் ராஜா. அவன் முகம் தெளிவடைந்தது. அப்போது தூரத்திலிருந்து பார்த்துக் கொண்டிருந்த இளம்பெண்ணைப் பார்த்தாள் காந்திமதி.

"ஏய், வாடி இங்கே."

உரிமையோடு அழைத்ததும் உற்சாகமாக நடந்து வந்தாள் அவள்.

பார்க்க ஒல்லியாக இருந்தாள். அடர்த்தியான சிவப்பு நிறத்தில் சிறு கட்டம் போட்ட சிவப்பு ரவிக்கையும் வெள்ளை நிறத்தில் மெல்லிய நைசான தாவணியும் கட்டியிருந்தாள்.

"இவள் என் ஃபிரண்ட். பெயர் ஹெலன்."

வின்சென்ட் அவளைப் பார்த்துச் சிரித்தான். வெட்கத்தோடு சிரித்தாள் ஹெலன். நேர்வகிடு எடுத்து உச்சிக்கு வாரி சீவியிருந்தாள். சிறிய வாயிதழ்கள் சற்று மாறுபட்ட முகத் தோற்றத்தைத் தந்தன. தமிழ்ப்பெண் இல்லையோ என்று சந்தேகிக்கும்படி இருந்தாள்.

தன் சந்தேகத்தைத் தீர்ப்பதுபோல் வின்சென்ட் இப்படிக் கேட்டான்.

"தமிழ்ப்பெண்தானே?"

"ஆமா. அசல் தமிழ்ப்பெண். கோயில்பட்டிப் பக்கம். எந்தூர்டி..?" என்று அவளைப் பார்த்தாள் காந்திமதி.

"தாழையூத்து... ஆனா சொந்த ஊர் மெட்ராஸ்" என்றாள்.

உடனே பாவனையில் புகைப்படம் எடுப்பதுபோல் நடித்தபடி முன்னே வந்து, "ஐ ஆம் கிருபாநிதி" என்று இரு கைகளையும் முகத்துக்கு நேரே தூக்கி வணங்கினான் கிருபாநிதி.

"நீங்க கிருபான்னு கூப்பிடலாம்னு ஒரு கன்ஸெஷன் தருவேன்."

"ஏன் அவளுக்கு மட்டும்தான் கன்ஸெஷன்?"

சண்டைபிடிப்பது போல் கேட்டாள் காந்திமதி, தன் மோதிர விரலைக் கடித்தபடி. காந்திமதியின் குரல் இந்த அளவு உயர்ந்து கேட்குமா என்று அப்போது அதிசயப்பட்டான் வின்சென்ட்.

"ஆமாங்க மேடம். அவங்களுக்கு மட்டும்தான் அந்த கன்ஸெஷன்... உங்களுக்கு இல்லை. உங்களுக்கு வின்சென்டிடம் கன்ஸெஷன் கேளுங்கோ..."

அபிநயத்துடன் பெண்கள் பேசுவதுபோல் நாணிக் கோணி நடித்துக் காட்டினான் கிருபாநிதி.

எல்லோரும் சிரித்தார்கள். ஹெலனும் காந்திமதியின் அளவு உயரம். அவள் சிரிக்கும்போது கன்னங்களில் விழுந்த சிறு குழிவு அவளது அழகை இன்னும் கூட்டியது. காந்திமதியைவிட வெளிப்படையான உணர்வுகள் கொண்ட குணம் என்பதுபோல் பற்கள் முழுதும் வெளித்தெரிய சிரித்துக் கொண்டிருந்தாள் ஹெலன். அப்போது முகத்தை இரு கைகளாலும் மூடினாள். அதுபோல் உடனே முகத்திலிருந்து கைகளை எடுத்தாள்.

பல நாட்கள் பழகியது போல் ஒட்டிக்கொண்டு பேச ஆரம்பித்தான் கிருபாநிதி.

அவன் யாரிடமும் இப்படிப் பேசிவிட்டு அடுத்த நிமிடம் மறந்துவிடும் சுபாவம் கொண்டவன் என்பது வின்சென்டுக்கு நன்கு தெரிந்திருந்தது.

"அப்போ உக்காந்து பேசுவோம்."

வின்சென்ட் ராஜா கூறியதும் எல்லோரும் வட்டவடிவமாக ஒரு தென்னை மரத்தைச் சுற்றிக் கட்டப்பட்டிருந்த சிமென்ட் பெஞ்சில் அமர்ந்தனர். வின்சென்ட், அடுத்து காந்திமதி, அடுத்து ஹெலன், கடைசியாக கிருபாநிதி.

அந்த இடத்தைவிட்டு நான்கு பேரும் உடனடியாகப் பிரிந்து செல்ல முடியாத உணர்வில் இருந்தனர்.

"நீங்க இருவரும் முதன் முதலாத்தானே பார்க்கிறீங்க?"

வின்சென்ட் கேட்டதும் தானிருந்த இடத்திலிருந்து எழுந்து வந்து கிருபாநிதி, "அய்யா, ராஜா - ராஜாதி ராஜா, எங்கேயோ சீக்ரெட்டா ஏற்கனவே நாங்க சந்திச்சுப் பழகி அடுத்ததா இப்போ

உங்க முன்னாலே சந்திக்கிறோம். வாங்க ஹெலன் போவோம். எழும்புங்க...” என்று புறப்படுவது போல் நாடக பாணியில் நடித்தான்.

“இல்ல, இல்லே...” என்று நாக்கைக் கடித்துக் குரலை மேலும் தாழ்த்தி, “தப்பு, தப்பு. நீங்க இப்பொத்தான் சந்திக்கிறீங்க முதன்முதலா... நான் சர்ட்டிபிகேட் தர்றேன், போதுமா? உட்காருங்க” என்றாள் காந்திமதி, வின்சென்ட் சார்பாக.

“இவங்க சொன்னதாலே உட்கார்றேன். இல்லியாம்மா ஹெலன்...?”

எனப் பொய்க்கோபத்துடன் அமர்ந்த கிருபாநிதி, “சொல்லுங்க, அப்புறம் உங்க அப்பா... எங்கே வேலை பார்க்கிறாங்க?” என்று மீண்டும் ஹெலன் பக்கம் திரும்பினான். இவ்வளவு நேரமும் சிரித்துக்கொண்டேயிருந்த ஹெலன் தன்னைப் பற்றிக் கூறினாள்.

“அப்பா மொதல்ல மெட்ராஸில்தான் வேலை பார்த்தாங்க.”

“அம்மா” என்றான் கிருபாநிதி.

“அம்மா ஹௌஸ் வைஃப்.”

“நான் பிறந்தது, ஸ்கூல் படித்தது எல்லாம் மெட்ராஸ்தான்.”

“அதானே பார்த்தேன். இப்படி காந்திமதிபோல கூச்சப்பட்டுச் சாகாமே, சகஜமா இருக்கீங்களேன்னு. மெட்ராஸில் படித்ததுதான் காரணம்” என்றான் வின்சென்ட்.

காந்திமதி யாருக்கும் தெரியாமல் வின்சென்ட்டை ஒரு தரம் முறைத்துப் பார்த்தாள்.

“ஓ... ஸாரி ஸாரி” என்றான் வின்சென்ட், கோபப்பட்ட காந்திமதியிடம்.

சுற்றி வட்டவடிவமாக இருந்ததால் ஓரளவு கிருபாநிதி அமர்ந்திருந்த இடமும் வின்சென்ட் அமர்ந்திருந்த இடமும் பார்க்க முடியாமல் இருந்தன.

“அங்கு என்ன நடந்தது? ஸாரி ஸாரி...ங்கிற வின்சென்ட்?”

“சீ... பேசறத பாரு!” என்றாள் ஹெலன்.

"அதன் பிறகு அப்பா, தாழையூத்துக்கு மாற்றலாகி வந்தாங்க. ஐ திங்... ஹி காட் எ நியு ஜாப்..."

தடங்கலில்லாமல் ஆங்கிலம் கலந்து ஹெலன் பேசினாள்.

காந்திமதியும் வின்சென்டும் ஆங்கில வார்த்தைகள் கலந்து பேசுவார்களே ஒழிய ஹெலன் பேசுவது போல் ஆங்கில வாக்கியங்களை இடை இடையே பேசுவதற்கு ஆசையாக இருந்தாலும் அவர்கள் பிறந்து வந்த பின்னணியில் ஹெலன் போலப் பேசப் பழகியிருக்கவில்லை.

"அப்போ நீங்களும் கிறிஸ்டியன்ஸ்" வாயில் விரலை வைத்து இழுத்தான் இந்து இளைஞனான கிருபாநிதி. கிருபாநிதி தன் பாண்ட்டின் மடிப்புக் கலையாமல் இருக்க ஒரு முறை இழுத்துவிட்டுக்கொண்டு பேசினான்.

"நாங்க புரோட்டஸ்டான்ட் கிறிஸ்டியன்ஸ்" என்றாள் ஹெலன்.

"அப்புறம்?" என்றான் கிருபாநிதி.

"அப்புறம்... எனக்கொரு அண்ணன் இருக்கிறான். மெட்ராஸிலேயே படிக்கிறான். உங்களைப் போல குறும்பாப் பேசிக்கிட்டேயிருப்பான்."

இரு சிறு உதடுகளையும் இறுக்கிப் பலமாக 'உம் உம்' என்று ஹெலன் சிரித்தாள்.

"அப்புறம்...?" என்றான் கிருபாநிதி.

"அப்புறம்... உங்களப் பத்தி சொல்லுங்க."

இப்போது இவள் இருந்த இடத்திற்குச் சற்று தூரத்தில் அழகிய குருவி 'கீச் கீச்' என்று கத்திக்கொண்டு அமர்ந்ததைக் கண்ணுற்ற ஹெலன். "ஆஹா எவ்வளவு அழகா இருக்கு" என்று கிருபாநிதியின் பதிலை எதிர்பார்க்காமல் பறவையின் அழகில் ஈடுபட்டுச் சில கணங்கள் தன்னை மறந்தாள். அவள் தன்மீது வைத்திருந்த கவனத்தை ஒரு சிறு குருவி வந்து கெடுத்தது கிருபாநிதியைத் திடீரென்று இனம் புரியாத கோபத்துக்கு ஆளாக்கியது. எங்கிருந்தோ தோன்றிய மூர்க்கத்துடன் அந்தக் குருவியைக் காலால் விரட்டினான். ஹெலன் அதிர்ச்சியடைந்தாள்.

"என்ன, இப்படியா செய்வாங்க?" ஹெலனின் முகம் கோபத்தால் இருண்டது. அதைக் கண்ட கிருபாநிதிக்குக் கோபம் வந்தது. இந்த நிகழ்வுகள் ஹெலனும் கிருபாநிதியும் இருந்த பக்கத்தில் நடந்ததால் வின்சென்ட்டும் காந்திமதியும் கவனிக்காமல் ஏதோ ஆழ்ந்து பேசிக்கொண்டிருந்தார்கள். ஒரு கணத்தில் ஹெலன் சரிசெய்து கொண்டாள்.

"ஓகே... ஸாரி கிருபா..." என்று கெஞ்சினாள்.

மனம் இளகியது கிருபாநிதிக்கு. மேலும் 'கிருபா' என்று அவள் கெஞ்சலும் கொஞ்சலுமாய் உரிமையோடு பேசியது அவனை அடியாழத்தில் தொட்டுவிட்டது. அவன் சற்று மௌனம் சாதித்துவிட்டு,

"அப்பா... அம்மா... நான்... இன்னொரு அண்ணன், அவ்வளவு தான்."

அவன் கூறிவிட்டு, கட்டியிருந்த தங்க செயின் போட்ட வாட்சில் மணி பார்த்தான்.

"அப்பா என்ன பண்றாங்க?" என்றாள்.

"பிஸினஸ்" என்று முடிக்கப் பார்த்தான் அதிகம் பேசாமல்.

"இல்ல இல்ல... ஊரில பெரிய பணக்காரன் இவன். இவன் அப்பா மில் ஓனர்" என்று அவர்கள் பேச்சை ஒட்டுக் கேட்டுப் பேசினான் வின்சென்ட்.

"ஓ... அப்படியா?"

சிரித்து கிருபாநிதியைக் குஷிப்படுத்தி பழைய மூடிற்குக் கொண்ட வர முயற்சித்தாள் ஹெலன். அவள் அமர்ந்து இருந்தபடியே இரு கால்களையும் லாவகமாக முன்னும் பின்னும் ஆட்டினாள். அவளது காலில் இருந்த கொலுசு கிருபாநிதியின் கவனத்தை ஈர்த்தது. ஒரு கணம்தான். பின்பு பாவாடைக்குள் மறைந்துவிட்டது.

அப்போது காந்திமதியிடம் அந்த ரோஜா என்று நினைவு படுத்தினான் வின்சென்ட். அது அவர்களுக்குள் அந்தரங்கமான ரகசியம் என்று அவனுக்கு உணர்த்துவதுபோல் வாயில் ஆள்காட்டி விரலை வைத்து இரு கண்களையும் ஹெலனும்

கிருபாநிதியும் இருந்த பக்கம் ஒரு வெட்டு வெட்டித் திரும்பினாள் காந்திமதி.

இன்று இவள் அணிந்திருந்த வெள்ளை ரவிக்கையும் உடலை ஒட்டி இறுக்கமாய் அணிந்திருந்த இளம் நீலவர்ண அரை மேலாடையும் கச்சிதமாய் இருப்பதாய் கை பாவனையில் காட்டினான் வின்சென்ட். வாயிதழ்களைக் கடித்துச் சிறு சிரிப்பின் மூலம் சிரித்து ஒதுக்கினாள் காந்திமதி.

அப்புறம், “என் தாத்தா… ஹோகயா…”

மீண்டும் நாடகீயமாய் சிரித்து ஆர்ப்பாட்டமாய் ஆட ஆரம்பித்து விட்டான் கிருபாநிதி.

“சரி… நாமெல்லாம் நம்ம அம்மா அப்பா பற்றியெல்லாம் சொல்கிறோம். பேசறோம். இங்க ஒருத்தி இருக்கிறாளே. ஷி நெவர் எவர் டெல்ஸ் எனிதிங் அபவுட் ஹர் ஃபாமிலி…” என்று ஹெலன் காந்திமதியைத் தோளில் அடித்தாள்.

காந்திமதி எதையும் கண்டுகொள்ளாமல் எழுந்தாள். நேரம் மிகவும் பிந்திவிட்டிருந்தது. வாட்சைப் பார்த்த கிருபாநிதி ஆறு மணி என்றான். இரு பெண்களும் ‘பைபை’ என்று கூறி அவசரமாய் ஹாஸ்டலை நோக்கி ஓட்டமும் நடையுமாகச் சென்றனர்.

“என்னடா?” என்றான் வின்சென்ட்.

“என்னடா?” என்று ஓவென சிரித்தான் கிருபாநிதி.

புறம்

இயல் - 6

சூரியனின் கிரணங்களோடு ஊர் புரியும் மாயவிளையாட்டு ஒவ்வொருவரையும் ஒவ்வொரு விதமாய்ப் பாதிக்கிறது. பனைமரங்களின் சிறிய நிழல் சதா எரியும் தரைகளில் கறுப்புப் பூவாய்க் காட்சி தருகிறது. இக்னேஷியஸ் ஹாஸ்டல் ஜன்னல் வழி தூரத்தில் தெரிந்த அத்தகைய ஒரு பனை மரத்தையும் சூரியனின் கிரணங்களையும் கவனித்துப் பார்த்தான் ஜி.கே. சாமி.

சற்று நேரத்தில் அவன் தன் அறையிலிருந்து வெளியே வந்தான். வராண்டாவிலிருந்து கீழே செடிகொடிகள் நிறைந்திருக்கும் காட்சியைப் பார்த்தவனுக்கு யாரோ ஒருவரின் கை முதுகில் பட்ட உணர்வு. திரும்பிப் பார்த்தான். அமரன் நின்று கொண்டிருந்தான்.

“ஹலோ, அமரன்! எங்கே புறப்பட்டிருக்கீங்க?”

“எங்கேயும் இல்ல சாமி! கிரவுண்ட் ஃப்ளோரில் இருக்கிற ஹாஸ்டல் லைப்ரரிக்குப் போகிறேன். நீங்க எங்கேயோ புறப்பட்டது போலத் தெரியுது.”

“இல்ல வெளியில மரியா கான்டீனுக்குப் போகலாம்னு. இந்த ரவிக்காகக் காத்துக் கொண்டிருக்கிறேன்.”

“சரி... நான் வாறன்...”

அமரன் புறப்பட்டான். இவ்விருவரும் இப்போதெல்லாம் அடிக்கடி ஒன்றுபோல் மேடைகளில் காட்சி தர ஆரம்பித்தாலும் ஆழமான நட்பு இல்லை.

போட்டி மனப்பான்மை ஓரளவு ஏற்பட்டுவிட்டதோ என்றும் கூற முடியாதபடி நடந்து கொள்கின்றனர்.

மரியா கான்டீனுக்குப் போய் ஜோசப் நொண்டிக் கால்களால் நடந்து வரும் அழகைப் பார்த்துக்கொண்டே ஒரு பன் பட்டர் ஜாம் வாங்கித் தின்ன விரும்பிய ஜி.கே. சாமி அறையிலிருந்து புறப்பட்டுத் தனது இளம் நண்பனான ரவியுடன் போய்க்கொண்டிருந்தான். ரவியையும் சாமியையும் இணைத்து இளம் வயது மாணவர்களுக்கிடையே கதைகள் பரவின. எங்குப் போனாலும் ரவியை அழைத்துக் கொண்டுதான் சாமி போவான். தீவிரமான இயக்கம் ஒன்றைச் சார்ந்த ஆசாமி என்றும் வார்டனைக்கூட எதிர்த்துச் சண்டை போடுபவன் என்றும் பெயர் பெற்ற சாமி இப்படிப்பட்ட பேச்சை எல்லாம் மதிப்பவன் அல்ல. சாமி வேறு பல ஜோடி மாணவர்களைச் சுட்டிக்காட்டுவான். “வாடா ரவி, நாய்கள் குரைக்கட்டும்” என்று ரவியைத் தோளில் கைபோட்டபடி அழைத்துச் செல்வான். ரவி நாகர்கோயிலைச் சார்ந்தவன். ஒரு புகழ்பெற்ற டெக்ஸ்டைல் ஒன்றின் முதலாளியின் மகன். வழுவழு என்று முகம். எப்போதும் பெண்களைப்போல் அதிகமான முகப்பவுடர் போட்டிருப்பான். அலைஅலையாகச் சுருண்டு புரளும் எண்ணெய் பூசப்பட்ட கேசம். ரவியின் தோளில் கைபோட்டபடி சாமி ரவியின் கண்களை உற்றுப்பார்த்தான். ரவிக்கு சாமி ஒரு பாதுகாவலன், தலைவன், முன்மாதிரி, அண்ணன். இப்படி என்னென்னவோ. சிலவேளை மனைவி கணவனிடம் நடந்துகொள்வது போலவும் காதலி காதலனுடன் நடந்து கொள்வது போலவும்கூட ரவி நடந்து கொள்வான். அர்த்தம் தெரியாத இந்த மாதிரியான உறவு ஜூனியர் மற்றும் சீனியர் மாணவர்கள் மத்தியில் அந்த ஹாஸ்டலில் சகஜமாகப் பார்க்கலாம்.

மரியா காண்டீனுக்குச் சாமியும் ரவியும் போகப் புறப்படுகையில் நேரம் 4 மணி. ஹாஸ்டல் மணி அடித்து மாலை விளையாட்டு நேரம் தொடங்கி விட்டிருந்தது. அதனால் எல்லா டென்னிக்காயிட் கோர்ட்டுகளிலும் மாணவர்கள் விளையாடிக் கொண்டிருந்தனர். சிலர் பூப்பந்து விளையாடினார்கள். வேறு கொஞ்சம் பேர் ஹாக்கி விளையாட, இன்னொரு கோர்ட்டில் வாலிபால் விளையாடிக் கொண்டிருந்தார்கள் கொஞ்சம் உயரமான சீனியர் மாணவர்கள்.

வேறு கொஞ்சம் பேர் ஒரு புறமாக 'ஸைட்' அடிக்கப் போகிறோம் என்று பெண்கள் கல்லூரி இருந்த பக்கமாகப் புறப்பட்டனர். கொஞ்சம் மாணவர்கள் பக்கத்தில் இருந்த ஹாஸ்பிட்டலுக்கு நோயாளிகளைப் பார்த்து ஆறுதல் கூறும் குழுவைச் சார்ந்த மாணவர்களோடு போய்க் கொண்டிருந்தார்கள். இந்தக் குழுவிற்கு யாரோ ஒரு வெளிநாட்டு ஞானியின் பெயர் அமைந்திருந்தது. இந்தக் குழுவை உற்சாகப்படுத்தி ஒவ்வொரு வாரமும் ஒருநாள் அழைத்துச் செல்வதில் தலைமை தாங்கியது ஒரு முஸ்லிம் மாணவர். சிலோன் என்று அப்போது அழைக்கப்பட்ட ஸ்ரீலங்காவிலிருந்து வந்த மாணவர். சிலவேளைகளில் ஸ்வீட்டுகள், துணிமணிகள், பூக்கள் என்று சிறு பரிசுப் பொருட்களையும் எடுத்துச் சென்றது, அம்மாணவர் தலைமையிலான இந்தக் குழு. இந்தக் குழுவை உருவாக்கி ஊக்கம் தந்து கொண்டிருந்தவர் 75 வயதான பிரஞ்சு நாட்டுப் பாதிரி ஒருவர். அம்மாணவன் அடிக்கடி ஃபாதருடன் போய்க்கொண்டிருப்பான். "டேய் டேய், கிறிஸ்தவனாகப் போற" என்று சக மாணவர்கள் இவனை எச்சரித்ததையும் பொருட்படுத்தாது இவன் அந்த வயதாகித் தள்ளாடியபடி நடக்கும் பாதிரியாரைக் கனிவுடன் கண்டான். இதே நேரத்தில் ஹாஸ்டலுக்கு மூன்று பர்லாங் தூரத்தில் இருக்கும் தர்காவுக்கும் போய் தலையில் வெள்ளைத் துணி அணிந்து வணங்கி வருபவன் அந்த முஸ்லிம் மாணவன்.

அன்று இன்னொரு அறையில் சில மாணவர்கள் கதவை அடைத்துப் பேச்சுப் போட்டியில் பங்கேற்கப் பழகிக் கொண்டிருந்தனர். அம்மாணவர்களுக்கு எதுகை மோனைகளை ஒரு மூலையில் அமர்ந்து சப்ளை செய்து கொண்டிருந்தார் புலவர் என்று எல்லோராலும் அழைக்கப்படும் விரிவுரையாளர் சுந்தரம். யோசித்துப் பார், வாசித்துச் சொல், பேசு, கூசு, அடி, ஓடி, நடி, தடி இப்படி இப்படிச் சொற்களை ஜோடி ஜோடியாகப் புலவர் தான் வைத்திருந்த லீக் அடிக்கும் தடிமனான பேனாவால், ஒரு தாளை நாலாய் மடக்கித் துண்டு துண்டாகப் பிய்த்துப் பேசப் புறப்படும் மாணவர்களுக்கு வழங்கிக் கொண்டிருந்தார்.

நெக்ஸ்ட் என்று அவர் சொன்னவுடன் இன்னொரு மாணவன் வந்து இந்த மாதிரி வேறு சில சொற்களை அடுக்குவான். கேள், மூள், தேள், வாள், கூழ் என்று.

இன்னொரு பிரதானமான பயிற்சி, குரல் வளத்தைப் பெருக்குவதாக இருந்தது. காலையில் தொண்டையை வளப்படுத்த எந்தெந்த மூலிகைகள் பயன்படுத்த வேண்டும் என்றும் பேச்சாளர்களாக விரும்பும் மாணவர்கள் மலச்சிக்கல் இல்லாது பார்த்துக்கொள்ள என்னென்ன செய்ய வேண்டும் என்றும் லீக் அடிக்கும் பேனாவை அவ்வப்போது தூசி படிந்திருந்த ஜன்னலில் வைத்தும் கையைப் பக்கத்தில் சுவரில் தேய்த்தபடியும் சொன்னபடி இருந்தார் புலவர். வியர்வையைப் போக்க அவர் சட்டைக்காலரைத் தூக்கிப் 'பூ' என்று கழுத்துப்பகுதியைத் தொட்டுத் தெரியாமல் ஊதியதும் அவர் எப்போதும் அணியும் காலர் இல்லாத வெள்ளை நீள் சட்டை நீல இங்கால் நனைந்தது. 'போச்சே போச்சே' என்று எழுந்தார். 'நீங்களே பயிற்சி செய்யுங்கள்' என்று அங்கிருந்து புறப்பட்டார்.

பயிற்சிக்கு வந்திருந்த மாணவர்கள் கூட்டமாகப் பேச்சாற்றலை நிரூபிக்கும் முகமாகக் கையை நாலாப் பக்கமும் ஆவேசமாக நீட்டியும் குரலை முழக்கியும் தலையை வினோதமான முறையில் ஆட்டியும் கூக்குரலிட ஆரம்பித்தார்கள். வேறு அறையிலிருந்து 'ஏதோ ஆகிவிட்டது' என்று பயந்தடித்துக்கொண்டு ஓடிவந்தவர்கள் அருகில் வந்து பார்த்துவிட்டு 'ஓ எதிர்கால அரசியல்வாதிகள்' என்று பரிகாசம் செய்தபடி புறப்பட்டுப் போனார்கள். என்றாலும் வருங்கால பேச்சாளர்களும் அரசியல்வாதிகளும் தங்கள் கூக்குரலைக் கொஞ்சம்கூடக் குறைக்கவில்லை. அந்த மாணவர் விடுதியின் ஸைலன்ஸைப் பாதுகாக்க வேண்டிய நேரமான மணி 6 அடித்ததும் பேச்சாளர்களின் கத்தல் நின்றது. மீண்டும் கூடடையும் பறவைகள் போல் மாணவர்கள் தங்கள் தங்கள் அறைகளுக்கு முகம் கால் கழுவிவிட்டுத் திரும்பினர்.

"மணி அடிச்சாச்சு. நான் வரல்லே, ஃபாதர் உங்களைத் திட்ட மாட்டார். நீங்க சீனியர். நான் போறேம்பா..."

ஓடிவிட்டான் ரவி. சரி புறப்பட்டது புறப்பட்டதுதான் என்ற குணம்கொண்ட ஜி.கே. சாமி மரியா கான்டீனுக்குப் புறப்பட்டான். கான்டீன் சுமார் அரை பர்லாங் தூரத்தில் இருந்தது. தனியார் யாரோ நடத்திய கான்டீன்.

"ஏ ஜோசப், ஒரு பன், பட்டர், ஜாம் கொண்டு வா."

கான்டீனில் ஜோசப் ஏதோ யோசனையில் ஆழ்ந்திருந்தான். சாமியைப் பார்த்ததும், "வாங்கண்ணே" என்று ஓடிச் சென்று பெரிய டப்பாவிலிருந்து ஒரு பன்னை லாவகமாக எடுத்துக் கத்தியினால் நடுவில் கீறி, பட்டரும் ஜாமும் நன்றாகத் தடவி நொண்டிநொண்டிக் கொண்டு வந்தான்.

சாமி வாய் நிறைய அமுக்கிக் கடித்துத் தின்றான். நீரும் டீயும்கூட கொண்டு வந்து வைத்தான். ஒரு நடிகர் கையை நீட்டி ஒரு படகின் மீது ஏறி நின்ற வால் போஸ்டரை ஜோசப் கான்டீன் முழுசும் ஒட்டி வைத்திருந்தான்.

"என்ன புதுப்படமா?"

"ஆமாண்ணே" தலையைச் சொறிந்தான் ஜோசப்.

"என்ன விசேஷம்?" என்றான் சாமி.

அருகில் வந்து தயங்கித் தயங்கி நின்றான் ஜோசப். கான்டீனில் அதன் சொந்தக்காரர் தற்சமயம் இல்லாததால் சப்ளையரான ஜோசப் வைத்ததுதான் சட்டம். இரவில் அவனுக்குப் பிடித்த அந்த நடிகரின் படம் ஓடுகிறதென்றால் நூறாவது தடவையாக இருந்தாலென்ன, இருநூறாவது தடவையாக இருந்தாலென்ன, அங்கே படத்திற்குக் கண்டிப்பாகப் போய்விடுவது ஜோசப்பின் பழக்கம். அதை யாரும் தடுக்காவிட்டால் போதும். ஜோசப் சம்பளம் கொடுத்தாலும் கொடுக்காவிட்டாலும் அந்த இடத்தில் வேலை பார்க்கத் தயார்.

மேலும் அவனிடம் இருக்கும் சினிமாப் பாட்டுப் புத்தகங்கள் அந்தப் பிராந்தியத்தில் வேறு யாரிடமும் இருக்காது. கான்டீனை நடத்துபவரும் கட்சிக்காரர்களோடு தொடர்பு உடையவர். இவரது சிறப்பு என்னவென்றால், இவர் ஆளும்கட்சிக் காரர்களோடும் எதிர்க்கட்சிக்காரர்களோடும் தொடர்பு வைத்துக்கொள்பவர். பல கல்லூரிகளுக்கருகிலும் இதுபோல் கான்டீன்களை நடத்தும் ஓரளவு வசதியான தொழிலதிபர் அவர்.

பின்பு சாமியிடம் ஏதோ ரகசியமாய்க் கூறினான் ஜோசப். அவன் சொன்ன செய்தியைக் கேட்டு அவனைத் தீர்க்கமாகப் பார்த்தான் சாமி.

"சத்தியமா அண்ணா" என்றான் ஜோசப்.

“ம்...” என்று தலையாட்டிவிட்டு, “சரி... சரி” என்றவாறே உரிய தொகையை ஜோசப்பின் மேசை மீது வீசிவிட்டுப் புறப்பட்டான் சாமி. ஜோசப்புக்கு என்ன நடக்கும் என்பது புரிந்தது என்றாலும் ஜோசப் மிரளமிரள சாமியையே வைத்த கண் எடுக்காமல் பார்த்தான். எதுவும் சொல்லாமல் சாமி புறப்பட்டு ஹாஸ்டல் நோக்கி வேகமாக நடக்க ஆரம்பித்தான். எதற்கு இந்த வார்டன் அல்லது துணைவார்டனோடு நமக்கு வம்பு என்று நினைத்ததாலோ என்னவோ அடுத்த பெல் அடிப்பதற்குள் காம்பவுண்டுக்கருகில் வந்துவிட்டான். அப்படி அடுத்த பெல் அடிப்பதற்குள் போய்விட்டால் யாரும் எதுவும் கேட்கமாட்டார்கள். நேராக ‘டேப்’பில் போய் முகம் கழுவிவிட்டு அறைக்கு வந்த சாமி யோசனையில் ஆழ்ந்தான். பெயருக்குத்தான் கையில் புத்தகம் இருந்ததே ஒழிய அவன் மனதில் வேறொரு எண்ணம் பரவியிருந்தது.

இரவு எட்டரை மணிக்கு சாப்பாட்டு மணி அடிக்கும். எல்லோரும் மெஸ்ஸுக்குப் புறப்படுவார்கள். சாமியும் மணி அடித்தவுடன் புத்தகத்தை மூடி வைத்து விளக்கை அணைக்க ஸ்விட்சை அழுத்திக் கொண்டு அறைக் கதவை மூடினான்.

அப்போது அறை ஓரத்தில் அமரன் வருவதைப் பார்த்து, “ஹலோ” என்றான் சாமி. அமரன் சிரித்துவிட்டுச் சென்றான்.

மெஸ்ஸை நோக்கி மாணவர்கள் வந்து கொண்டிருந்தனர். யார் யாரோ சாமியிடம் பேச்சுக் கொடுத்தனர். என்ன பேசினோம் என்று நினைவு இல்லாமல் எல்லோரிடமும் ஏதோ பேசிக் கொண்டு உணவை வேகமாக முடித்தான் சாமி. தாங்கள் சாப்பிடுவதற்கு முன் அப்படி என்ன அவசரம் என்பதுபோல் சாமி வேகமாகச் சாப்பிடுவதைப் பார்க்கும் யாரும் நினைப்பார்கள். வழக்கம்போல் அமர்ந்து சாமி சாப்பிடவில்லை. உணவு பரிமாறிக்கொண்டிருந்த சாமிநாத பட்டரும் சாமி ஏதோ அவசரத்தில் இருக்கிறான் என்பதைக் கண்டார்.

“என்ன ஒரு திறுதீ?”

மலையாளத்தில் கேட்டார் பட்டர்.

“ஓ... பட்டரா?” என்று மட்டும் கேட்டான் சாமி. இன்னொரு மாணவனிடத்தில் கண்ணைக் காட்டினார் பட்டர். சூடு பறக்கும் சோற்றை இளம் மாணவர்களுக்கு ஒவ்வொருவரின்

தேவையறிந்து புன்சிரிப்புடன் பரிமாறிக் கொண்டேயிருந்த சாமிநாத பட்டருக்குத் தன் ஒரே மகன் வெங்கடராமன் அப்போது நினைவுக்கு வந்தான். 'யார் பெத்த பிள்ளைகளுக்கெல்லாமோ சோறு போடற இந்தக் கைக்குச் சொந்த பிள்ளைக்குச் சோறு போட்டுப் பார்க்கக் கொடுத்து வைக்கல்ல' என்று மனதுக்குள் சொல்லிக் கொண்டார்.

டைனிங் ஹாலில் புதிதாய் டியுப் லைட்டுகள் வாங்கிப் பொருத்தியிருந்தார்கள். அதனால் வெளிச்சம் இப்போது பரவலாகத் தெரிந்தது. முதலில் 25 வால்ட் லைட் மட்டும் அங்கங்கே எரியும். அப்போது தலைமுடி, ஆணி, இப்படிப்பட்ட வஸ்துகள் சோற்றிலிருந்து எடுத்து ஹெட் குக் என்றழைக்கப்படும் சாமிநாத பட்டரிடம் காட்டுவார்கள். அவருக்குத் தன் கீழ் வேலை பார்க்கும் ஆட்கள் மீது கோபம் வரும்.

அய்யர், "மன்னிக்கணும். இனி இப்படிக் கெடக்காது. ஞான் நோக்காம்" என்பார் பாதி தமிழிலும் பாதி மலையாளத்திலும். அவரது முகத்தில் அவர் உண்மையாகச் சொல்கிறார் என்பதின் அடையாளம் தோன்றும்.

சாம்பார் ஊற்றிக்கொண்டு வந்து கொண்டிருந்த இளைஞன் பட்டர் கவனிக்கவில்லை என்பதைப் பார்த்து ஒரு மாணவனிடம் திரைப்படம் ஒன்று பற்றிப் பேசிக்கொண்டான்.

பட்டர் பலமுறையும் ஓடிப்போன தன் மகனைப் பற்றிப் பல மாணவர்களுடனும் சொல்லிவிட்டார். அதனால் ஓரளவு மூத்த வயது உள்ள மாணவர்கள் சிலர் அவ்வப்போது பட்டருக்கு ஆறுதல்கூட சொல்வார்கள். "கவலைப்படாதீங்க பட்டர்" என்று அன்று காலை ஒரு மாணவன் சொன்ன பதில் சாமிநாத பட்டருக்குச் சற்றுச் சந்தோஷத்தைக் கொடுத்தது.

"கவலைப்படாதீங்க பட்டர், ஒரு நாள் ஏதோ ஒரு சினிமா நடிகனாகவோ, வேறு ஒரு பெரிய ஆளாகவோ வருவான், பாக்கத்தான் போறீங்க."

ஓடிப் போய் லட்டுக்கு வைத்திருந்த பூந்தி உருண்டைகளைக் கைநிறைய எடுத்துக்கொண்டு அந்த மாணவனை வலுக்கட்டாயமாகப் பிடித்திழுத்துக் கொண்டுவந்து அவன் முகத்தைப் பார்த்தபடியே தின்னக் கொடுத்தார்.

“ஏன் பட்டரே அழுறீங்க?”

பொலபொலவென பட்டருக்குக் கண்களில் நீர் வடிந்தது. தான் உடுத்தியிருந்த கனம் கூடியதும் அழுக்கேறியதுமான வேட்டியின் வலது முனையை இடது கையால் தூக்கிக் கண்களைத் துடைத்துக் கொண்டார். சமையல் அறையில் வேலை செய்து கறுப்பேறியிருந்தன கை நகங்கள். எப்போதும் சிரிப்புடன் இருக்கும் பட்டருக்கு இப்படி ஒரு கவலை.

“நான் ஒண்ணும் சொல்லல்ல ராஜா. ‘சினிமா பைத்தியம். பொறுப்பில்லாம சினிமா சினிமான்னு அலையுந்நல்லோன்னு’ சொல்லிட்டேன்.” தொடர்ந்தார் பட்டர்.

“இரண்டு நாள் பேசாமல் நடந்தான். அப்படியே புத்தி வரும் மனசுக்குள்ள நாம சொன்ன வார்த்தை போயிட்டுண்டுன்னு நினைச்சேன். தப்பாப் போச்சு. ரோசக்காரன். மூன்றாம் நாள் ஓடியே போயிட்டான். துணியையும் பத்தாம் வகுப்பு வரை படித்த சர்டிபிக்கேட்டுகளையும் எடுத்துக்கிட்டு.”

அதன்பிறகு ஒரு தூணில் இரண்டு கைகளையும் பிடித்துக் கொண்டு குனிந்து அமர்ந்துவிடும் பட்டரைக் கொஞ்ச நேரத்துக்கு யாரும் சமாதானப்படுத்திவிட முடியாது என்பது அவருடன் சமையல் வேலை செய்பவர்களுக்குத் தெரியும்.

சாமி சாப்பிட்டதும் அங்குக் காம்பவுண்டின் தெற்கு மூலையில் நின்றிருந்த ஆலமரத்திற்கு அருகில் சென்று யாராவது கவனிக்கிறார்களா என்று ஒரு நிமிடம் பார்த்துவிட்டுக் கையில் கொண்டு வந்திருந்த துண்டைத் தலையில் கட்டினான். மரத்தோடு ஒட்டி நிழலில் யாரும் பார்க்காதபடி சற்று நேரம் நின்று திடீரென்று தாவி கம்பிவேலிக்கு வெளியில் கவனமாகக் குதித்தான்.

பஸ் ஸ்டாண்டுக்குப் போகும் ரோட்டில் நேராக நடந்தான். சற்று நேரத்தில் ஹாஸ்டலில் பின்பக்கமாகச் சுற்றி வேகமாக நடந்து நினைத்த இடத்திற்கு வந்தான். பஜாரில் இன்னும் வியாபாரிகள் ஆங்காங்குப் பெட்டிகளைக் கட்டிக்கொண்டிருந்தனர். மைதானத்தின் கிழக்கு மூலையில் நான்கு டியுப் விளக்குகள் செங்குத்தாகக் கட்டப்பட்டிருந்தன. நடுவில் ஒருவர் ஏறி நின்று பேசக்கூடிய சிறு மேடை ஒன்று காட்சி தந்தது. அது மாலை நேரத்தில் மார்க்கெட்டாகவும் இரவு நேரங்களில் கட்சிகளின்

அரசியல் கூட்டம் நடத்தும் மைதானமாகவும் செயல்பட்ட இடம்.

சாமி மேடைக்கருகில் வராமல் தூரத்தில் நின்றபடியே தன் துண்டை அவிழ்க்காமல் இருளாக இருந்த ஒரு பகுதியில் இருந்து கவனித்தான். பொன்வண்ணனின் ஆட்கள் சிலர் கீழே போடப்பட்டிருந்த பெஞ்சில் அமர்ந்திருந்தனர், அவனது அடியாட்கள் என்று சொல்லப்பட்டவர்கள்.

தூரத்தில் இருந்த பெட்டிக்கடையருகில் சென்றான் சாமி. அப்போது மூலையில் இருந்து கொண்டிருந்த ஓர் உருவம் எழுந்து வந்தது. அந்த உருவம் வந்ததைக் கவனித்த சாமி மீண்டும் நடக்க ஆரம்பித்தான். ஓர் இருள் நிறைந்த தெருவிலிருந்து இன்னோர் அடர்த்தியான இருள் கொண்ட மூலைத் தெருவுக்கு நடந்தான். அந்த உருவம் தன்னைத் தொடர்கிறதா என்று கீழ்க் கண்ணால் ஓரிரு முறை பார்த்துக்கொண்டான். சற்று தூரத்தில் யாரோ ஒருவன் நின்று ஒன்றுக்கிருந்து கொண்டிருந்தான். அவன் போகட்டும் என்று சற்று நடையைத் தாமதப்படுத்தினான் சாமி. அவன் போனதும் சாமி விடுவிடு என்று நடந்தான். சாமியின் பின்னால் இன்னும் நடந்துகொண்டிருந்தவனைப் பார்த்துச் சற்றுத் தூரத்தில் மினுக் மினுக் என்று மங்கலாய் பல்பு எரிந்துகொண்டிருந்த மின் கம்பத்துக்கருகில் போய் ஓரமாய் வீட்டுத் திண்ணையில் அமர்ந்தான்.

பின்னால் வந்த அந்த உருவம் சாமியைத் தொடர்ந்து வந்தது. இப்போது அருகில் வந்துவிட்டது.

அருகில் வந்ததும் சாமி கேட்டான். அக்கம்பக்கம் பார்த்து, "எப்படிடா ஜோசப் கால் நொண்டாமல் நடக்க முடியுது? நீ தான் என்று இருட்டில் கண்டுபிடிக்கவே முடியவில்லை."

"மெதுவா பேசுங்கண்ணே" என்றான் இதுவரை சாமியைத் தொடர்ந்துவந்த ஜோசப். இப்போது ஜோசப்பும் திண்ணையில் சாமியுடன் மிகவும் ஒட்டி அமர்ந்துகொண்டான். திண்ணைக் கருகில் தென்பட்ட ஜன்னல் வழி எட்டி உள்ளே யாரும் இருக்கிறார்களா என்று ஜோசப் பார்த்துக் கொண்டான்.

"இப்படி ஏற்பாடு செய்திருக்கிறான் பொன்வண்ணன் என்பது உனக்கு எப்படித் தெரியும்?"

“எனக்குத் தெரியாதா? நானும் இந்த மாதிரி வேலை செய்கிறவன் தானே?”

“பொன்வண்ணன் அடுத்த எலக்சனில் எதிர்க்கட்சி சார்பா நின்று செயிக்கணும். அதனால் ஏதாவது செய்து பெயர் அரசியல் வட்டாரத்தில் அடிபடணும். அதுக்காகத்தான் இந்தத் தந்திரம். பிரமுகராக விரும்பும் எல்லா ஆட்களும் செய்கிறதுதான். நான் எத்தனை பேருக்கு இந்த வேலை செய்திருக்கிறேன்? போலீஸில் மாட்டக்கூடாது. அப்புறம் பணம் கொஞ்சம் கிடைக்கும்.”

யாராவது ஓரமாய் நின்று இருளில் தாங்கள் பேசுவதை ஏதும் ஒட்டுக்கேட்கிறார்களா என்று ஜோசப் எட்டிப்பார்த்துக் கொண்டான். மின் கம்பத்தின் மங்கலான விளக்கு தாங்கள் இருப்பதைப் பிறருக்குக் காட்டிக்கொடுக்குமோ என்று ஜோசப்புக்குத் திடீரென சந்தேகம் வர படாரென எழுந்து நொண்டாமல் நடந்து குனிந்து கல்லை எடுத்து ஒரு போடு போட்டான்.

மீண்டும் கல்லை வீச, பல்ப் உடையவில்லை. உடனே சாமி போய் இரண்டு முறை வீச இரண்டாம் தடவை பல்ப் ‘பட்’ என்று உடைந்து தரை எங்கும் சிதறியது. யாரோ முதியவரின் கனைப்புச் சப்தமும், “தாயோளிய, யாரோ விளக்கை எறிஞ்சு உடைக்கிறானுவ, சமூக விரோதிக... படவா ராஸ்கலுங்க...” என்ற வசையும் கேட்டது.

“யாரோ இருக்கிறாங்க. நாம் இருக்கிறத பாத்துருவானுக.”

விரைந்து நடக்கப் போனான் சாமி. ஜோசப் அவனை அமர்த்தி தானும் அதே இடத்தில் சாவகாசமாக அவனுடன் இருட்டில் அமர்ந்து கொண்டான். பின்பு சொன்னான். “அண்ணே, இப்படி பல்ப் ஒடஞ்ச உடனே யாரும் வெளியில் வரமாட்டாங்க. ஒன்னு, இருட்டு; பல்ப் ஒடச்ச கல், தலையை ஒடைக்காதுன்னு என்ன உத்தரவாதம்? இரண்டாவது இதெல்லாம் இப்ப எதிர்க்கட்சில இருக்கிறவங்க படிச்சுக் கொடுத்த பாடம். அப்புறம் ஜனங்க இதெல்லாம் சகஜம், நாம நம்ம காப்பாத்திக்கிட்டா போதும் என்று உணர்ந்து ரொம்ப நாள் ஆகிப் போச்சு!”

ஜோசப் சொன்னதுபோலவே படபடவென்று ஓரிரு வீடுகளின் ஜன்னல்கள் பூட்டிக் கொண்டனவே தவிர யாரும் அதன்பின் வெளியில் வரவில்லை.

சாமிக்குச் சிரிப்பு வந்தது. “சரி, சொல்ல வந்த விஷயத்தச் சொல்லு” என்றான். வாயில் ஏதோ ஒரு ஸ்வீட்டை மென்றுகொண்டு, ஜோசப் பீடியை இடுப்பில் சுற்றி வைத்திருந்த வேட்டியிலிருந்து எடுத்தான்.

“வேண்டாம்டா, நாம இருக்கிறது தெரியும்” என்றான் சாமி.

“சரி... பயப்பட்டுச் சாகாதீங்க அண்ணே.”

பீடியை மீண்டும் இடுப்பில் வைத்த ஜோசப் சொல்ல ஆரம்பித்தான்.

“இன்று அவனுங்க திட்டம் இதுதான். அந்த மேடைக்கருகில் இருக்கானுக இல்ல. அதில் ஓர் ஒற்றைக்கண்ணன் இருக்கிறான். பெயர் சுரேந்திரன். அவன் முன்பு எனக்குப் பழக்கமானவன். நேற்றுக் கான்டீனுக்கு வந்தப்ப பொன்வண்ணனின் திட்டம் பற்றிச் சொன்னான். கூட்டம் நடந்து கொண்டிருக்கும்போது பின்னால் இருந்து கல்வந்து விழணும் மேடை மேல. பொன்வண்ணன் மேல் படக்கூடாது. உடனே பக்கத்தில் இருக்கும் ரௌடிகள் மேடையில் தீ வைத்துக் கொளுத்துவார்கள். டியுப் லைட் உடையும். ஓரிரு பார்வையாளர்களையும் காயப்படுத்தணும். மறுநாள் காலையில் ஆளும் கட்சியின் அட்டகாசம் என்று பத்திரிகைக்கு ஆதாரங்களோட செய்தி கொடுப்பது. விலை பேசப்பட்ட சில ஆளும்கட்சித் தொண்டர்கள் தாங்கள்தான் செய்தது என்று வாக்குமூலம் கொடுப்பது. இப்படி இப்படித் திட்டம். இப்பொ நாம இந்த நாடகத்தை எப்படித் திசை திருப்பலாம்? சொல்லுங்கண்ணே. ஐடியா கொடுங்க, போதும். மீதியை நான் பாத்துக்கறன். தாயோளிங்க எப்படி ஊரை ஏமாத்தறானுவ? இத விடப்படாது. அண்ணைக்கு சபாஷ் ராஜ் சார் கான்டீன் வந்திருந்தாரு. ஐ.ஏ.எஸ்.ஸை உதறிட்டு ஒரு மனுசன் வருவானா? நம்ம மக்களுக்கு வேண்டி நாம ஒரு கட்சியை ஆரம்பிப்போம்கிறாரு. எல்லாரும் நம்மை ஏமாத்தறாங்கன்னு அவர் சொல்வது சரிதான். பெருஞ்சித்திரனாரு கவிதைகள் படிச்சிருக்கீங்களா? தமிழனுக்கு உணர்வில்லைன்னு அற்புதமா எழுதறாரு.”

“பெருஞ்சித்திரனாரா, சங்க காலக் கவிஞரா?”

“இல்லண்ணே, கேலி செய்றீங்களா? நம்ம கவிஞர் பழைய நடையில எழுதுவாரு. இப்ப வாழ்ந்திட்டுருக்கிறாரு.”

"சரி சொல். நாம என்ன செய்யலாம்?" என்று யோசித்தான் சாமி.

"அண்ணே, நாமளே முதல்ல பல்பெல்லாம் உடைச்சிட்டா?"

ஜோசப்பின் தலையில் கொட்டினான் சாமி. அப்போது எதிர் திசை வீட்டுச் சுவர் முடியும் மூலையில் காணப்படும் சிறு நடைபாதையில் ஒரு பீடி நெருப்புக் காணப்பட்டது.

"நில்லுங்க" என்று ஜோசப் நொண்டாமல் அடி எடுத்துப் போய் பார்த்தான். ஏதும் ஆட்கள் தங்களைக் கண்காணிக்கிறார்களோ என்பது அவன் எண்ணம்.

"இல்லை" என்று வந்து மீண்டும் அமர்ந்தான் ஜோசப். மறக்காமல் இப்போதும் கவனமாக நொண்டாமல் கால் ஊனம் இல்லாதவன்போல் நடந்தான்.

சாமி ஏதோ தீர்மானம் செய்துகொண்டான். அப்போது கூட்டம் ஆரம்பித்ததற்கான அடையாளமாக 'மைக் டெஸ்ட், மைக் டெஸ்ட்' என்று மைதானத்தில் கூறும் சப்தம் கேட்க ஆரம்பித்தது.

"ஐடியா..." என்றான் ஜோசப். அவன் கைகளில் தினவு எடுத்தது.

"வீசுறது குறி தப்பாம போகுமா?" வினவினான் சாமி.

ஜோசப், "என்னண்ணே... எந்த பல்பாக இருந்தாலும் ஒரே ஒரு தடவைதான் நான்" என்றான். சாமி உடனே, "ஆமா பாத்தனே" என்று சற்று முன்பு ஜோசப்பால் சரியாகக் குறி வைத்து வீச முடியாததைக் குத்திக்காட்டிப் பேசினான்.

"பாருங்கண்ணே, இனி குறி தப்பாது" என்றான் ஜோசப்.

"சரி அப்படின்னா வா என்கூட" என்றவன். "குறி தப்பாது தானே?" என்று மீண்டும் ஒரு முறை கேட்டான். அப்போது யாரோ ஒருவன் அண்ணன் பொன்வண்ணன் வந்துவிட்டதாகவும் எல்லோரும் அமைதியாக இருந்து கூட்டத்தில் பங்கெடுத்து ஆதரித்து ஆளும் கட்சியின் கொட்டத்தை அடக்கும்படியும் மைக்கில் கேட்டுக்கொண்டான். கூட்டம் ஆரம்பிக்கும் அடையாளம் தெரிந்தது.

"சரி, அவங்க எந்தத் திசையில் இருந்து பொன்வண்ணன்மீது கல் படாதபடி கல்லெறிவாங்க?"

இது சாமி.

“கூட்டம் மைதானத்தின் கிழக்குப் பக்கம் நடக்கும். கூட்ட மேடைக்குப் பின்பக்கம் கிழக்கில் ஒரு வேலியும் நிலமும் உள்ளது. அதற்குள் அந்தப் பசங்க ஒளிந்திருப்பாங்க. அதற்கு வேண்டி மேடையை வேலிக்கு அதிக தூரத்தில் கட்டவில்லை பாத்தீங்களா?” என்று அவர்களின் திட்டத்தைத் தனக்குத் தெரிந்தவிதமாக விளக்கினான் ஜோசப்.

“ஓடு, முதலில் அவனுங்க கண்ணில் படாமல் வேலிக்குள் போய் அவனுங்க எங்கெங்க ஒளிஞ்சிருக்கானுங்கன்னு கண்டுபிடி.”

“எதுக்கு வேலிக்குள்ள போகணும்? வேலிக்கு வெளியேயிருந்து கண்டுபிடிக்கிறேன் பாருங்க. நீங்க கூட்டம் நடக்கிற எடத்துக்கு அருகில் வராதீங்க. இந்தா இந்தக் கல் மேலேயே உட்காந்திருங்க.”

ஜோசப் இருட்டுக்குள் போய் மேடைக்குக் கிழக்குப் பக்கம் ஒன்றுக்கிருப்பவன்போல் அமர்ந்தான்.

இப்போது மக்கள் கூட்டம் அதிகமானது. யாரோ ஒருவன் நீட்டிநீட்டிப் பேசிக் கொண்டேயிருந்தான். பின்பக்கம் வெள்ளைச் சட்டையும் கழுத்தில் ஓர் இரு வண்ணத் துண்டுமாக அமர்ந்திருந்தான் பொன்வண்ணன்.

சற்று நேரத்தில் இருளில் பதுங்கிப் பதுங்கி வந்தான் ஜோசப்.

“அவனுங்க வட கிழக்கிலிருந்து அடிப்பானுக போலுள்ளது அண்ணே.”

“அங்கதான் ஒரு ஜீப்பை நிறுத்தியிருக்கானுக. அடிச்சதும் ஓடி ஜீப்பில் ஏறுவானுக.”

“சரி பாத்துக்க. நீ...” என்று சாமி ஆரம்பிக்கும் முன்...

“இதிலெல்லாம் நீங்க வாத்தியார் ஆக முடியாதுண்ணே. நான் தென்கிழக்கில் இருந்து அவன்கள பாக்கணுமா?”

“பாக்க வேணாம். நான் சொல்றத கவனி. தென்கிழக்கிலிருந்து இந்த இரண்டு மூன்று கல்லை வீசு. கடைசியா அடுத்து இந்தத் தடி. முதலில் நாலு டியுப் பல்பும் உடையணும். அடுத்து இந்தத் தடி. ஒரே வீச்சில் பொன்வண்ணன் தலையில் அடிபட்டு

பொன்வண்ணன் இனிமேல் இந்த மாதிரி சீப்பா அரசியல் நடத்தறதுக்கு யோசித்துக்கூட பாக்கக்கூடாது".

பல்லைக் கடித்தான் சாமி. "முடியுமாடா?" என்று எங்குமில்லா ஆக்ரோஷத்தில் மீண்டும் கேட்டான் சாமி.

கல்லையும் ஒரு தடியையும் வாங்கிக் கொண்டான் ஜோசப்.

"ஆளுக்கு..." என்று தயங்கி இழுத்தான் ஜோசப்.

"ஒண்ணும் ஆகக்கூடாது" என்றான் சாமி. அதுகேட்டு ஜோசப் முகத்தில் சிரிப்புத் தோன்றியதோ என்று இருந்தாலும் இருட்டாகையால் ஒன்றும் சொல்ல முடியாதிருந்தது.

பின் நொண்டாமல் இருளில் மறைந்தான் ஜோசப். ஜோசப் கூறிய இடத்தில் நின்று நடப்பவற்றை மறைந்திருந்து கவனிப்பதற்குப் பதிலாக, சாமியும் சில கற்களுடனும் ஒரு தடியுடனும் கூட்டத்திற்கு அருகில் எதற்கும் நிற்போம் என்று நின்றான்.

பொன்வண்ணன் அடுத்துப் பேசுவார் என்று அறிவிக்கப்பட்டதும் பொன்வண்ணன் எழுந்தான். ஏற்கனவே ஏற்பாடு செய்யப் பட்டிருந்ததுபோல் சில கிழவிகள் பொன்வண்ணனின் மனைவியின் ஏற்பாட்டில் அவளிடமிருந்து காசு பெற்று மாலைகள் வாங்கி வந்திருந்ததால் அவற்றைப் பொன்வண்ணனுக்குச் சூட்டினார்கள்.

பொன்வண்ணன் பெரும் செல்வாக்குமிக்கவன் என்பதைக் காட்டுவதற்காகச் சிலர் நெருங்கி அடித்து மேடைக்கு வருவதுபோல் அவனது ஆதரவாளர்கள் பொதுமக்களைப் பின்னாலிருந்து உந்தித் தள்ளினார்கள்.

இந்த நாடகங்கள் சற்று நேரத்தில் முடிந்ததும் மேடையில் பொன்வண்ணன் பிரதானமாக நின்று பேச்சைத் தொடங்கினான்.

கண நேரத்தில் ஜோசப் வேலைகளை முடித்தான். மேடை இருண்டு காணப்பட்டது. மக்கள் அடித்துப்பிடித்துக்கொண்டு ஓட ஆரம்பித்தார்கள். போலீஸ் அதிகம் இருக்கக்கூடாது என்று பொன்வண்ணன், சப் இன்ஸ்பெக்டர் மூலம் ஏற்பாடு செய்திருந்தது அவனுக்கே பாதகமாக முடிந்தது.

“ஐயோ, அப்பா” என்று கத்திக்கொண்டு ஆறு அடி உயரத்திலிருந்து விழுந்துகிடந்தான் பொன்வண்ணன். அவனுடைய ஆட்கள் செய்த வேலை தவறுதலாய் குறி தவறித் தன்னைத் தாக்கியதென்று கணித்த பொன்வண்ணன்.

“வக்காலோளிகளா...” என்று உரக்க சபிக்க ஆரம்பித்தான்.

எங்கும் இருள் பரவிய அந்த நேரத்தில் சாமி தான் குறிபார்க்கத் தேவையில்லை என்பது போல் அருகில் வந்த ஜோசப்பை முதுகில் தட்டிக்கொடுத்து, “சுபாஷ் சந்திர போஸ்” என்று கூறினான். யாரைச் சொல்கிறான் என்று தடுமாற்றமுற்ற ஜோசப், இப்போது தூரத்தில் சகஜமாக நொண்டிநொண்டி சாமியுடன் நடக்க ஆரம்பித்தான். சாமி மிகவும் உணர்ச்சிகரமானவனாக இருந்தான்.

ஜோசப், மரியா கான்டீனுக்குத் திரும்பும்போது தன் ஹாஸ்டலுக்கு நேராக நடந்தான் சாமி. புறப்படும்போது தனித்தனியே புறப்பட்டுத் திரும்ப வரும்போது சேர்ந்து வந்ததை நினைத்தான் சாமி.

மறுநாள் அந்த ஊரிலிருந்து வரும் பத்திரிகைகளில் பல விதமாகச் செய்திகள் வந்திருந்தன. ‘பொன்வண்ணன் பேசிய பொதுக்கூட்டத்தில் தாக்குதல்’ என்று பொதுவான தலைப்புச் செய்திகள் கட்சி சாராத பத்திரிகைகள் என்று பெயரெடுத்த பத்திரிகைளில் வந்திருந்தன. அவன் சார்ந்திருந்த ஒரே ஒரு கட்சிப் பத்திரிகை மட்டும் ‘ஆளும் கட்சிக் குண்டர்களின் கொலைவெறித் தாக்கு - பொன்வண்ணன் உயிர் தப்பியது’ என்று தலைப்பிட்டிருந்தது. தனக்கேதும் ஊறு விளையாது என்றும் பொதுக்கூட்டத்தை முடித்துவிட்டு ரிப்போர்ட்டர்களைத் தொலைபேசியில் அழைத்து எப்படிச் செய்தி கொடுக்கவேண்டுமோ அப்படிக் கொடுக்கலாம் என்று எண்ணியிருந்த பொன்வண்ணன் ஜெனரல் ஆஸ்பத்திரியில் மனைவி அருகிலிருக்க, படுத்துக்கிடந்தான். தலையில் தாக்கிய அடி பலமாய்ப் படவில்லை என்றாலும் மைக்கில் தன் தலை தாக்கிய இடத்தில் இரத்தம் வந்திருந்தது. அதுவுமல்லாமல் பொதுக்கூட்ட மேடை கட்டப்பட்ட இடம் நிறைய கற்கள் குவித்துப் போடப்பட்டிருந்த இடம். அதனால் அந்தக் கற்களில் தொபக் என்று விழுந்தது கால் உடல் என்று நிறைய இடங்களில் இரத்தக்காயம் ஏற்படுத்தியிருந்தது.

பொன்வண்ணன் வாயில் வந்து குவிந்த கெட்ட வார்த்தைகளை அடக்கக் கஷ்டப்பட்டான். இப்போது எல்லாம் தெளிவாகிவிட்டன. தன்னுடைய ஆட்கள் தன்னைத் தாக்குவதுபோல் நாடகம் போட வைக்க நினைத்தான் அவன். ஆனால் வேறு யாரோ அல்லது எதிர்க்கட்சியிலிருந்து மீண்டும் எம்.எல்.ஏ. ஆக விரும்பும் தற்சமய பெண் எம்.எல்.ஏ. காமாட்சி வான்மீகநாதனின் கணவர் வான்மீகநாதனோ தன்னை முந்திக்கொண்டார்கள் என்று நினைத்தான்.

“மலர்க்கொடி” என்று அழைத்தான்.

“என்னங்க” என்றாள் அவள்.

“பிளாஸ்கில் கொஞ்சம் காப்பி கொடு.”

சிரித்துக் கொண்டான். சில வேளை மனைவியின் முகத்தைப் பார்க்கையிலும் பள்ளிக்குக் காலையில் ‘அப்பா அம்மா போய்ட்டு வாறேன்’ என்று நெற்றியில் விபூதி இட்டுப் புறப்படும் தன் குழந்தைகளைப் பார்க்கையிலும் பொன்வண்ணனுக்கு இந்த மாதிரியான அரசியல் வாழ்க்கை தனக்கு வேண்டாமே என்று தோன்றும். தனது வக்கீல் படிப்பு முடிந்ததும் வேண்டாவெறுப்பாய் அரசியலுக்கு வந்தான். பின்பு திருமணம். திருமணப் பத்திரிகையில்தான் தனது பழனியாண்டி என்ற பெயர் பொன்வண்ணன் என்று தனது மனைவியின் பெயரான மலர்க்கொடி என்பதற்குத் தக மாற்றப்பட்டுள்ளதை அறிந்தான். தனது வாழ்க்கை ஏதோ ஒரு நாடகம்போல் போய்க் கொண்டிருக்கிறது என்பது மட்டும் அவனுக்குத் தெரிந்தது. திருமணத்தை நடத்த சென்னையிலிருந்து வந்திருந்த அப்போது மிகப் பிரபலமான பேச்சாளர் என்று கருதப்பட்ட ஒருவர் நிறைய குடித்துவிட்டுத் திருமணத்துக்கு வந்துவிட்டதால் தன்னைச் சந்திரன் இந்திரன் என்று வர்ணித்துக் கொண்டிருந்தார். தன்னைப் பெற்று ஆரோக்கியமற்ற உடலுடன் ஒவ்வொரு நாளும் வந்து, பள்ளிக்குப் போக பஸ் ஏற்றி அனுப்பி சந்தோஷப்பட்ட தாய் ஒரு மூலையில் அமர்ந்து தன் திருமணத்தன்று வெற்றிலை மென்றுகொண்டிருப்பதை மீண்டும்மீண்டும் பார்க்க விரும்பினான் பழனியாண்டி என்ற இளைஞன்.

“அப்பா பய்னி, எந்திரி” என்று தாய் வந்து அழைக்கிறாள். அவன் தூங்கிக்கொண்டே இருக்கிறான். ரொம்ப நேரம் தூங்கிப்போகிறான். “பரீட்சை இருக்கினு சொன்னியே, எந்திரி

ராஜா" என்று மூன்று நான்கு தடவை எழுப்பியும் எழும்பாத மகனை, இன்னொரு போர்வை போட்டுத் தூங்க விட்டுவிட்டுத் தண்ணீர் எடுக்கப் புறப்பட்டுவிட்டாள் அந்தத் தாய்.

திடீரென்று இன்று தேர்வு இருக்கிறதே என்று அடித்துச் சுருட்டிக்கொண்டு எழுந்த சிறுவன் பழனியாண்டி,

"அம்மா... அம்மா..." என்று ஆக்ரோஷத்துடன் கூவுகிறான். தாயைக் காணோம்.

அவசரமாய் பஸ்ஸுக்கு ஓடுகிறான். வழியில் தாய் தண்ணீர் குடத்துடன் வருகிறாள். "நீ என்ன அம்மாவா?" என்ற மூர்க்கமான நாராசம் போன்ற வார்த்தைகளைப் பிரயோகித்து விட்டுப் போய்விட்டான் சிறுவன் பழனியாண்டி. அன்று பஸ் கிடைக்கவில்லை. அடுத்த பஸ்ஸில் ஏறிப் போகும்போது தேர்வு தொடங்கிவிட்டது. ஒரு மணி நேரம் லேட். பரீட்சை நடத்திக் கொண்டிருந்த ஆசிரியர் முரட்டு சுபாவம் உள்ளவர். சிறுவன் பழனி அவரிடம் போய்க் கெஞ்சினான். "இல்லை, ஹெட்மாஸ்டரைப் போய்க் கேள்." சிறுவன் ஓடி ஓடி வியர்வையுடன் ஹெட்மாஸ்டரைத் தேடுகிறான். ஆபிஸில் ஹெட்மாஸ்டரை இதுவரை இவன் பார்த்ததில்லை. யார் ஹெட்மாஸ்டர் என்று நெற்றியில் ஒரு சிவப்புக் கோட்டுடன் தென்பட்ட பஞ்ச கச்சம் கட்டியவரைக் கேட்கிறான்.

"நான்தான் ஹெட்மாஸ்டர்" என்கிறான் அந்தப் பியுன். சிறுவன் பழனியைப் பார்த்து அவனுக்கும் நக்கல்.

"ஸார் பரீட்சை எழுதணும்! பரீட்சை எழுதணும். எங்க அம்மா எழுப்பிவிடல்லே. நேரமாயிப் போச்சு."

மனசு இளகா அந்தப் பியுன் சொல்கிறான்.

"சரி போ. நான் சொல்றேன் போ." சிறுவன் சுமார் அரை பர்லாங் புஸ்தகக் கட்டுத் தோளிலிருந்து முட்டில் அடிக்க ஓடுகிறான். அவ்வளவு தூரம் ஆபிஸுக்கும் பரீட்சை நடக்கும் ஹாலுக்கும். பரீட்சை நடத்தும் ஆசிரியர், "என்ன?" என்கிறார்.

"ஹெட்மாஸ்டர் அதோ நிற்கிறார் ஸார். போண்ணார்" என்கிறான் சிறுவன். அழுகை அழுகையாக வருகிறது.

"சரி, போ" என்று ரோட்டைக் காட்டுகிறார், அந்தக் குழந்தை உள்ளத்தை அறியாத முரட்டு ஆசிரியர்.

"அய்யா, பரீட்சை எழுதணும்" என்று அழுகிறான் சிறுவன் பழனியாண்டி.

சக மாணவர்கள் எல்லோரும் பரீட்சை எழுதுகிறார்கள். அவர்களைப் பார்க்கப் பார்க்கப் பகீரென்கிறது பழனிக்கு. பரீட்சை எழுதுவதில்தான் தன் வாழ்க்கை அடங்கியிருக்கிறது. தான் மூன்று வயதாக இருக்கும்போது தன்னையும் தன் தாயையும் நிர்க்கதியாக விட்டுத் தந்தை ஓடிவிட்டார் என்ற தகவலை எப்போதோ தன் தாய் சொன்னது ஞாபகம் வருகிறது.

"சார், அப்பா இல்லாத பையன் சார். பரீட்சை எழுதணும்."

யாரோ சொல்லிக் கொடுத்ததைச் சொல்வதைப்போல இப்படிச் சொன்னால் அவர் மனம் இளகும் என்பதைப் போல் சொல்கிறான் பழனி.

"ஹேய், அப்பா இல்லாம ஒருத்தன் பிறந்திருக்கான்."

மனித இதயம் இல்லாத ஆசிரியருக்கு அந்த குழந்தையைப் பார்த்துக் கேலி செய்ய அந்த நேரத்திலும் முடிகிறது.

பழனியின் மனதுக்குள் ஒரு மூர்க்கம் எழுகிறது. எதற்கென்று தெரியவில்லை. ஒரு வெறி ஏறுகிறது அந்தச் சிறுவனுக்கு.

"சார் பரீட்சை எழுதணும்" என்று வேகமாக, தடுத்து நிறுத்தும் ஆசிரியரை முட்டித் தள்ளிக்கொண்டு போகும் வேகத்தில் ஆட்டுக்கிடாபோல் பாய்கிறான் பழனி.

ஆசிரியர் இன்னும் கோபம் வந்தவராய் அவனைத் தடுத்ததும் அல்லாமல் தூக்கி அனாயசமாய் வெளியில் வீசுகிறார். போய் 'சக்'கென்று புஸ்தகக் கட்டுடன் தேசியக்கொடி கட்டுவதற்காக நின்றிருந்த மரத்தில் தலை அடிபட விழுகிறான். கண்ணீர் பொங்குகிறது. கண்ணீரைப் புறங்கையால் துடைக்கிறான். அப்போது ஒரு நிழல்.

அருகில் ஒரு கால் தெரிகிறது. எழுந்து வணங்கிக்கொண்டு நிற்கிறான். குள்ளமான ஒரு உருவம் தலையைத் தடவிக் கொடுக்கிறது. "அப்பா... அப்பா" என்கிறான், எதற்கு அந்த

வார்த்தைகள் வந்தன எனத் தெரியாமல். அந்தப் பள்ளியின் தாளாளர் அவர்.

"வா."

அழைத்துக்கொண்டு எந்த ஆசிரியர் பரீட்சைக்கு அனுமதி மறுத்தாரோ அதே ஆசிரியரிடம் அழைத்துச் செல்கிறார்.

ஆசிரியர் கூனிக் குறுகி நிற்கிறார்.

"இந்தப் பையன் தேர்வு எழுத அனுமதிக்க முடியுமா? கல்விக் கூடம் குழந்தைகளுக்காக, விதிகளுக்காக அல்ல."

அவர் அப்பள்ளியில் பெரிய மனிதர் என்பது அவனுக்கு உறைக்கிறது.

அவன் பிந்திவந்த ஒரு மணிநேரம் கூடுதலாக அவனுக்குக் கிடைக்கிறது.

தாளாளர் நேராக நடந்து ஹெட்மாஸ்டர்போல் நடித்துச் சிறுவனை ஏமாற்றிய பியுனிடம் போகிறார். அவன் பணிவாகக் கூனிக் குறுகுகிறான். ஹெட்மாஸ்டர் அறையில் புகுகிறார் தாளாளர். ஆபிஸில் எல்லோரும் திக்பிரமை பிடித்து நிற்கிறார்கள். ஹெட்மாஸ்டர், "நீங்க எதுக்கு வந்தீங்க? நானே உங்கள பாத்திருப்பேனே சொல்லிவிட்டிருந்தா?" என்கிறார் தாளாளரிடம்.

"இல்ல. இங்கே வரவேண்டியதா போச்சு. வா அப்பா" என்று பியுனை அழைத்தார். அவன் வந்தான். ஹெட்மாஸ்டர் இருக்கையைக் காட்டி அந்தப் பியுனிடம் அமரச் சொன்னார்.

அவன் நடுங்க ஆரம்பித்தான்.

தாளாளர் உறுதியாகச் சொன்னார்.

"உட்காரமாட்டே?"

ஹெட்மாஸ்டருக்கு அப்போதுதான் இங்கு வேறு ஏதோ நடக்கிறது என்று புரிந்தது.

தாளாளர் வேகமாகத் தன் இருப்பிடத்திற்குப் புறப்பட்டார். கொஞ்ச காலத்துக்கு அதன்பின் அப்பள்ளியில் இந்தச் சம்பவம்

பெரிய பேச்சாக இருந்தது. அத்துடன் அன்றைய பரீட்சையில் பழனிக்கு பாஸ் மார்க் என்பதை அறிந்தபோது அவன் மகிழ்ச்சிக்கு அளவேயில்லை.

மணமேடையில் அமர்ந்திருந்த, வக்கீல் படிப்பு முடித்த பழனிக்கு அன்று முழுவதும் அழுதுகொண்டே ஏதும் சாப்பிடாமல் ரோட்டுப் பக்கத்தில் பஸ் வரும் வரை காத்திருந்த தாயின் முகம் நினைவுக்கு வந்தது.

மலர்க்கொடி, “யாரோ வந்திருக்காங்க” என்று கூறிக்கொண்டு வெளியில் ஆஸ்பத்திரியில் வராண்டா பகுதிக்குப் போனாள். சில வேளைகளில் தன் தந்தை நினைப்பதுபோல கணவன் பெரிய அரசியல்வாதி ஆகவேண்டும் என்று நினைத்தாலும், அரசியல் ஆட்கள் என்று கூறிக்கொண்டு வருபவர்களைப் பார்த்தால் அவளுக்குப் பிடிப்பதில்லை. அதனாலோ ஏனோ அன்றும் வெளியில்போய் நின்றாள்.

வந்தவர்கள் இவனது ஆட்கள். ஒற்றைக் கண்ணன் என்று அழைக்கப்படும் சுரேந்திரனும் அவர்களில் ஒருவன்.

“தேவடியா பசங்களா...”

பச்சை பச்சையாகத் தனக்குத் தெரிந்த அத்தனை கெட்ட வார்த்தைகளையும் பிரயோகித்த பொன்வண்ணன், தன் உடல் வேதனையை இப்படிக் கெட்ட வார்த்தைகளால் தீர்த்துக் கொண்டான் என்றுதான் கூற வேண்டும்.

“சரி தடிமாடுகளா, என்ன நடந்ததுன்னு சொல்லுங்க. படவா நாய்களா...”

மீண்டும் காறித் துப்பினான்.

தன் கணவனுக்குக் கெட்ட கோபம் என்பதைப் புரிந்துகொண்ட மலர்க்கொடி மெதுவாய் உள்ளே வந்து பிளாஸ்கை எடுத்துக் கொண்டு கீழ் மாடிக்கு நடக்க ஆரம்பித்தாள்.

“ஓ... போனோம். அப்போ வேற யாரோ வாயில வச்சிட்டான்.”

“மலந்தின்னி நாயே... கண்டாரோளி மக்களா?”

மீண்டும் கூவினான் பொன்வண்ணன்.

யாரோ ஒரு நர்ஸ் வந்து படுத்திருப்பவன் யார் எனத் தெரியாமல், "ஸ்ஸ்... இங்கெல்லாம் கத்தக்கூடாது. யாரு கூட்டமா வந்து... புறப்படுங்க... புறப்படுங்க... இது விசிட்டர்ஸ் நேரமில்லை" என்றதும் வந்திருந்த ஆட்கள் தப்பித்தோம் பிழைத்தோம் என்று புறப்பட்டுப் போனார்கள்.

ஆத்திரம் தீரவில்லை பழனி என்ற பொன்வண்ணனுக்கு. பச்சைப் பச்சை கெட்ட வார்த்தைகளைத் தனக்குத்தானே சொல்லிக் கொண்டிருந்தான் அவன்.

அரசியலுக்குப் பழக்கப்படாத நமது மக்களும் தலைவர்களும் கற்பனைக் கதைகளையெல்லாம் விஞ்சக்கூடிய வகையில் நடந்துகொள்கிறார்கள். அதுதான் அரசியல் நடவடிக்கை என்றும் அவர்கள் நம்புவதால் அவர்கள் கற்பனைப் பாத்திரங்களைக்கூட தோற்கடித்துவிடும் சாமர்த்தியம் கொண்டவர்களாய் நடந்து கொள்கிறார்கள்.

அகம்

இயல் - 7

அன்று ஞாயிற்றுக்கிழமை வின்சென்ட் வழக்கமாய்க் குளிப்பதற்குச் சற்று முன்பே குளித்துவிட்டுத் தலையைத் தடவிக்கொண்டு தன் பாலர் இல்லத்தின் அறைக்கு வந்தபோது அங்குக் கிருபாநிதி வந்து காத்துக்கொண்டிருந்தான். மேசை டிராயரைத் திறந்து ஏதோ துழாவிக் கொண்டிருந்த கிருபாநிதி வின்சென்டைப் பார்த்ததும் எழுந்து விசில் அடித்தபடி ஆகாயத்தைப் பார்த்துக்கொண்டே நடந்தபடி அபிநயித்தான். கிருபாநிதி கட்டுப்பாடுள்ள இடத்தில் நின்று படிக்கவேண்டும் என்பதற்காகக் கிறிஸ்தவப் பாதிரியார் ஒருவர் நடத்தும் ஒரு ஹாஸ்டலில் சேர்த்திருந்தார்கள் அவன் பெற்றோர். இந்து கல்லூரியில் அந்தப் பாதிரி நடத்தும் ஹாஸ்டலில் இருந்து இரண்டே இரண்டு மாணவர்கள் படித்தனர். அந்தப் பாதிரியின் பெயர் ரெவரண்ட் டயஸ்.

"என்ன தேடற கிருபாநிதி?"

"ஒண்ணும் தேடலப்பா வின்சென்ட்."

வேறொரு நாற்காலியில் போய் அமர்ந்தான் கிருபாநிதி. தலையை வெள்ளைத் துண்டால் துடைத்துக்கொண்டு, "ஏதோ தேடற, ஆமா" என்றான் வின்சென்ட்.

"ஆமா, உனக்கு அவள் எழுதிய காதல் கடிதங்கள்."

"அவள் எழுதியதெல்லாம் காதல் கடிதமா?" எரிச்சல் தொனித்தது வின்சென்ட் பேச்சில்.

“உனக்கு எழுதி வாங்கத் தெரியுமோ என்னமோ. எனக்கு ஒண்ணு வாய்ச்சிருக்கு...”

கிச்சுமுச்சுக் காட்டினால் உடம்பைத் திருப்பித் திருப்பித் துள்ளுவார்களே அதுபோல் துள்ளினான் கிருபாநிதி.

வின்சென்ட் சுவரில் ஆணி அடித்து ஒரு கொக்கியில் தொங்கிய அவனது நீலக் கலர் சட்டையைப் போட்டுப் பேண்டை அணிந்தான்.

“என்னடா, எங்கயாவது போறியா?”

“வெளியில் போகப்போறேன்” என்றான் வின்சென்ட்.

“காந்திமதிகிட்டே சினிமாவுக்கு வான்னு சொல்லிட்டு வெளியில் போறியா?”

கோபமாக இருப்பதுபோல் காட்டினான் கிருபாநிதி.

“என்னடா சொல்ற? காந்திமதியைச் சினிமாவுக்கு வரச் சொன்னனா? நானா?”

“என்னவோ தெரியாது. சென்ட்ரல்ல அவளும் ஹெலனும் வந்து காத்துக்கிட்டு நிற்பாளுக. கரெக்டா ஒண்ணரைக்குத் தியேட்டர் வாசலின் முன் நிற்கும் புளிய மரத்துக்குக் கீழே நிற்பாளுக. ஏமாத்தாத.”

இப்படிக் கூறிவிட்டுப் புறப்படுவதுபோல் பாவனை செய்தான்.

“என்ன கூத்தடிக்கிற?” என்றான் கோபமாக வின்சென்ட்.

“நானா கூத்தடிக்கிறேன்? எவளையோ காதலிக்கிறானுவ. சினிமாவுக்கும் கூப்பிட்டிரானுவ. வழியிலே நட்டாற்றில் கழந்துர்றானுவ.”

வலது கையை மேலும் இடது கையைக் கீழும் வைத்து மாணவர்கள் மத்தியில் உள்ள சைகையைச் செய்தான் கிருபாநிதி.

“புரியும்படியா சொல்டா. ஏதாவது எசகுபிசகா பண்ணி வச்சிட்டியா? நான் வெளியில் புறப்படணும்.”

“என்ன வேல வெளியில்? காதல் முக்கியமா? வெளியில் போவது முக்கியமா?”

மேடையில் முழங்குவது போல அபிநயித்தான் வின்சென்டின் நண்பன்.

"என்னைக்குத்தான் நீ பேசறதுல எது நிஜம் எது பொய்னு கண்டுப்பிடிக்கப் போறேனோ தெரியாது" என்றான் சோர்வாக வின்சென்ட்.

தலைமுடியைக் கோதி சீப்பின் பின்புறம் அழுத்திவிட்டான்.

"எது எப்படியோ காந்திமதி ஹெலனுடன் சென்ட்ரல் முன்னால் ஒரு மணி முப்பது நிமிடத்துக்கு காத்துக்கொண்டிருப்பாள். எனக்கு அவ்வளவுதான் தெரியும்."

இப்படிக் கூறியபடி மோட்டுவளையைப் பார்ப்பதுபோல் நின்றான் கிருபாநிதி.

"டேய் கிருபாநிதி! உயிரை எடுக்காதடா, உண்மையைச் சொல்லுடா?"

"உண்மையைத்தான் சொல்கிறேன். கிளம்பு. எங்கே வர்ற? பஸ் ஸ்டாண்டில காத்திட்டு இருக்கட்டுமா? அல்லது நேரா தியேட்டர் வந்துடுறியா?"

சட்டையைப் பாண்டுக்குள் திணித்து வின்சென்ட் இன்செர்ட் செய்தபடியே முறைத்தான் கிருபாநிதியை.

மீண்டும் அவனுக்குச் சிரிப்பு வந்தது. "கிருபா... ராஜால்ல உண்மையைச் சொல்லு ராஜா. ஹெலன்ன பாக்கணும்னு ஏதாவது தந்திரம் கிந்திரம் செய்துவிட்டீயோ என்னவோ?" என்றான்.

"ஸாரி வின்சென்ட்! நேற்று ஹெலனைப் பாக்காம இருக்க முடியல்ல. ஹாஸ்டல்ல போய் அவள பாத்தனா? ஒரு சின்ன தந்திரம் செய்தேன். நீ சினிமாவுக்குக் கூப்பிட்டிருக்கேன்னு பொய் சொல்லி, நம் நாலு பேருக்கும் டிக்கட்டும் வாங்க ஏற்பாடு செய்துவிட்டேன். சென்ட்ரலில் ஒரு புதுப்படம் வந்திருக்கு. அதுக்கு ஃபர்ஸ்ட் கிளாஸ்ல புக் பண்ணிட்டேன். ஒனக்கு ஃபர்ஸ்ட் கிளாஸ்ல உட்கார்ந்து சினிமா பாக்கிறது பிடிக்காது என்று தெரியும். புக் பண்ணிட்டேன். இப்ப கிளம்பிப் போய்ட்டிருப்பாளுக. உண்மையைச் சொல்லட்டுமா? இரண்டு பேரும் எப்படி சந்தோஷப்பட்டாளுக தெரியுமாடா. வாடா...!"

கிருபாநிதியைப் பார்க்கப் பரிதாபமாக இருந்தது. உண்மையைச் சொல்லிவிடுவான். இப்படித்தான் செய்வான்.

“எமகாதகன்” என்று கிருபாநிதியின் முதுகில் ஓங்கிக் குத்தினான் வின்சென்ட்.

‘ஓ...’ என்று பலமான அடிபட்டதுபோல் நடித்து, கொஞ்ச தூரம் நொண்டிநொண்டி நடந்தான் கிருபாநிதி. பிறகு சட்டென வின்சென்டிடம் சொன்னான்.

“டேய்... என் டார்லிங்கைப் பார்க்கப் போறேனே...”

“என்னாச்சுடா?” என்றான் வின்சென்ட்.

“காதல்” என்றான் கிருபாநிதி.

“ஒரு பக்கமா?”

“இப்ப ஒரு பக்கம்தான். பிறகு இரண்டு பக்கம் ஆகும்.”

“வெக்கங்கெட்டவன்” என்றான் வின்சென்ட்.

ரோட்டில் நடந்துகொண்டிருந்தார்கள்.

“உன்னப் போலவும் காந்திமதியைப் போலவும் கண்ணாமூச்சு ஆடத் தெரியாது ராஜா எனக்கு.”

வின்சென்ட் அமைதியானான். ஏதும் பேசவில்லை. காலால் ரோட்டோரக் கற்களைத் தட்டித் தட்டி நடந்தான்.

காம்பவுண்டையும் தாண்டி பஸ் நிறுத்தத்திற்குப் போக வேண்டும். வழியில் அதிகம் நிழல் இல்லை. தான் போட்டிருந்த பவுடர் எல்லாம் வியர்வையில் வழிந்து கறுப்பான முகத்துடன் இந்த இரு பெண்கள் முன்னால் போய் நிற்க வேண்டுமே என்று நினைத்தான் வின்சென்ட்.

“உன்னிடம் ஒரு விஷயம் சொல்லணும்னு தோணுது கிருபா... ஒரு நாள் என்ன சொன்னா தெரியுமா? ப்ளீஸ் நட்பு வேற. பிரியம் வேற. இரண்டையும் குழப்பி உங்களையும் என்னையும் கஷ்டத்தில் ஒரு நாளும் கொண்டு வந்துவிட மாட்டீங்களே; அப்படீன்னு.”

வின்சென்ட் சொன்ன விஷயம் கிருபாநிதியைக் கோபப்பட வைத்தது.

"நல்லா வசனம் பேசறாளுவடா இந்தக் காலத்துப் பெண்ணுங்க. ஹெலன்குட்டி அப்படிச் சொல்லட்டும் பாப்பம். அந்த எடத்திலேயே பளார்னு அறைஞ்சு, ஏண்டி என்கூட சுத்தற. சிரிக்கிற. அதெல்லாம் எதுக்காம்னு கேட்க மாட்டேன்."

வின்சென்ட், கிருபாநிதியைப் பரிதாபமாகப் பார்த்தான். கிருபாநிதியின் குணம், உலகம் வேறு. வின்சென்டின் போக்கு வேறு. அவன் நினைவுகள் வேறு. மிருதுவான முறையில் ஒவ்வொன்றையும் அணுகுவதில் நம்பிக்கை கொண்டவன். அறை நண்பன் சந்தோஷத்திடம் காந்திமதி இப்படிச் சொன்னாடா. அவ மனசில் என்ன இருக்காம் என்று சொன்னதும் அன்று அவன் சொன்னது இன்னும் புதிராக இருந்தது. சந்தோஷம், "கவனமா இருடா" என்று மிகுந்த அக்கறையுடன் சொன்னான். எதில் கவனமாக இருக்க? ஒருவேளை எல்லாவற்றிலுமோ? வாழ்க்கையைக் கெடுத்துக்கொள்ளாதே என்கிறானோ? சந்தோஷம் எதையும் ஆழத்தோடு பேசுகிறவன். கிருபாவிடம் மீண்டும் அவன் கவனம் திரும்பியது.

"சரியாப் போகும்பா. முதல்லே அணை போட்டுத்தான் நிறுத்துவாளுக. அணை போட்டாத்தானே வெள்ளம் அப்புறம் பிய்த்துக்கொண்டு பாயும். இது எல்லாம் 'ட்ரிக்'காகக்கூட இருக்கலாம்" என்றான் கிருபாநிதி.

"இல்லை கிருபாநிதி! காந்திமதி புரிந்துகொள்ளமுடியாத பொண்ணுடா." மீண்டும் கிருபாநிதி மௌனமானதும் அவனிடம் கூறலானான்.

"இப்படிச் சொன்ன அடுத்த வாரம் நான் அவளைப் பார்க்கப் போகல்ல. இரண்டே நாளில் ஒரு கடிதம். உங்களை எதிர்பார்த்துக் காத்திருந்தேன்னு. இந்தக் கடிதம் வந்திருக்காவிட்டால் ஒருவேளை அவளைப் பார்ப்பதை அறவே விட்டிருந்தாலும் விட்டிருப்பேன்" வின்சென்ட் பேச்சை நிறுத்தினான்.

கிருபாநிதி, உடனே நின்றான். இப்படிக் கூறிய வின்சென்டிடம், "அவள் உன்னை விரும்பவில்லை என்று நினைக்கிறாயா?

சொல்.” மிகுந்த அன்பும் கனிவும் கொண்டவன்போல் நின்றவாறே கேட்டான்.

அப்போது நின்று நிதானித்துச் சொன்னான் வின்செனட், “தெரியல்லே. வாஸ்தவமா தெரியல்ல.”

இரு நண்பர்களும் மௌனமானார்கள். சற்று நேரம் இருவரும் ஒன்றும் பேசாமல் நடந்தார்கள். இவ்வளவு அந்நியோன்யமாகப் பழகும் இருவருக்குமிடையில் இப்படி மாறி மாறி பிடிகொடுக்காத ஒரு விளையாட்டு நடக்கமுடியும் என்று கிருபாநிதி கொஞ்சமும் எதிர்பார்க்கவில்லை.

“பின்ன எதுக்காக நீயும் அவள சுற்றிச் சுற்றி வாற. அவளும் உன்னைச் சுற்றிச் சுற்றி வாறா. சொல்லு, வாறாதானே?”

“வாறா. தெரியுது உண்மைதான். சிலவேளை ஓடி அவகிட்டே போய் நிற்கிறேன். எதுக்கடா வந்தாய் என்பதுபோல் கேட்கிறாள். உடனே ஆயாசத்தோட சற்றுத் தூரம் போகிறேன். ஏன் தூரப் போகிறாய் என்று உடனே அதற்கும் கேள்வி கேட்கத்தான் செய்கிறாள். சிலவேளை கீ கொடுத்து இயங்கும் பொம்மை போல் நான் நடந்துகிட்டு இருக்கிறேன்னு தோணுது.”

முடித்தான் வின்செனட். ஆயாசமுற்றவன்போல் தென்பட்டான்.

கிருபாநிதி தலையைக் கீழே போட்டுக்கொண்டு நடந்த படியிருந்தான். இவர்கள் போன பஸ் ஸ்டாப்பில் ஒரு வயதான பாட்டியும் பேரனும் நின்றிருந்தார்கள். தூரத்தில் பஸ் வந்தது.

பஸ்ஸில் ஏறிய பின்பு இருவரும் இந்த உரையாடலைத் தொடரவில்லை. ஒருவேளை பஸ் மிகவும் நெரிசலாய் வந்ததும் ஒரு காரணமாக இருக்கலாம்.

“ஏண்டா பர்ஸ்ட் கிளாஸ் டிக்கெட் நாலு பேருக்கு? எவ்வளவு செலவு ஆகும்? எதற்காக உன் அப்பாவின் காசை யார் யாருக்கோ அனாவசியமாய் செலவு செய்கிற?”

“செலவு செய்றேனா? வட்டியும் முதலுமாய் உன்னிடமிருந்தும் காந்திமதியிடமிருந்தும் வசூலிக்க மாட்டேனா?”

மீண்டும் கேலி செய்யும் மகிழ்ச்சியான முகத்தோடு வின்சென்டைப் பார்த்தான் கிருபாநிதி.

“சரி சரி முடிந்தா வசூலி” என்றான் வின்செண்ட்.

“ஏன்பா ஒருநாள் நீயும் பெரிய ஆளா வரத்தான் போற.”

தன் நண்பனுக்காகப் பெருமைப்பட்டான். சுய இரக்கம் படுகிறவர்களைக் கண்டால் கிருபாநிதிக்குப் பிடிக்காது. வின்சென்ட் இன்று சுயஇரக்கம் கொண்டவனாக ஏனோ காட்சி தருகிறான் என்று நினைத்துக்கொண்டான் கிருபாநிதி. இன்று தான் வலுக்கட்டாயமாய் இருவரையும் சேர்த்து வைக்கிறேன். ஏதேனும் அசம்பாவிதம் நடக்கப்போகிறதோ என்னவோ என்று பயந்த கிருபாநிதி பஸ் ஐந்து நிறுத்தம் தள்ளி சென்ட்ரல் தியேட்டருக்கு அருகில் இருந்த ஸ்டாப்பில் நின்றதும் வின்சென்டுடன் இறங்கினான்.

கிருபாநிதி எதிர்பார்த்ததுபோல் காந்திமதியும் ஹெலனும் அழகாகச் சீவி சிங்காரித்து மிக நல்ல ஆடைகளுடன் வந்திருந்தார்கள். ஹெலன் காதில் புதிய ரகத்தில் செய்யப்பட்ட ஒரு கம்மலை அணிந்திருந்தாள். இருவரும் புதிதாய் வாங்கிய மலரைக் கூந்தலில் வைத்திருந்தனர். காந்திமதி சிலவேளை காட்சி தருவதுபோல் நெற்றியில் திருநீறு பூசியிருந்தாள். உள்ளே வழக்கம்போல் ஒரு சோகம் இருந்தாலும் சந்தோஷமாய் முகம் இருந்தது.

இருவரும் கலகலப்பாக வின்சென்டையும் கிருபாநிதியையும் வரவேற்றனர். “எவ்வளவு நேரமாகக் காத்துக் கொண்டிருக் கிறோம்” என்று பொய்யாய்க் கோபப்பட்டார்கள் முதலில்.

“கேட்டுப் பாருங்க தாய்மாரே. சினிமாக்கு வரலாம்ங்கிறது வின்சென்ட் ஏற்பாடுதான். இந்தா இங்கே நிற்கிறார் அய்யா” என்று வின்சென்ட்டைப் பிடித்துத் தன் முன் கிருபாநிதி நிற்க வைத்தான். ஹெலனின் கம்மலை ஓடிச்சென்று பிடித்துப் பார்த்து,

“அசல் தங்கமான்னு பார்த்தேன்” என்றான் கிருபாநிதி.

“ஐயே... பாருடி கிண்டலை.”

பொய்யாய் அழுவதுபோல் நடித்தாள் ஹெலன். அவளுக்குப் பிடித்த சிவப்புக் கலந்த ரவிக்கை டிசைன்களை ஹெலன் அடிக்கடி பயன்படுத்துவதை கிருபாநிதி கிண்டல் செய்து கிண்டல் செய்து இன்று அவள் கருநீலத்தில் ரவிக்கையும் அதற்கு மேட்சிங்கில் அரைப்புடவையும் பாவாடையும்

அணிந்துகொண்டு வந்திருந்தாள். நேர் வகிடு எடுக்காமல் பின்பக்கமாய் கருகரு என்று வளர்ந்திருந்த கூந்தலை முடிந்திருந்தாள். பெண்களைத் தொட்டுப் பேசுவதற்கு கிருபாநிதி வெட்கப்படுபவன் அல்ல. ஆனால் வின்சென்ட் எந்தப் பெண்ணையும் தொட்டுப் பேசத் தெரியாதவன். வெட்கப்படுபவன். திடீரென அவர்கள் நின்ற இடத்தில் ஏதோ நாற்றம் வந்தது. சற்று எட்டிப் பார்த்தான் கிருபாநிதி. அவர்கள் நின்ற மரநிழலில் இருந்த வெற்றிலைப் பாக்கு சிகரெட் கடையின் பின்னால் யார் யாரோ அமர்ந்து ஒன்றுக்கிருந்தார்கள். கீழே பார்த்த ஹெலன், "யாரோ வெற்றிலைத் துப்பிப் போட்டிருக்கிற இடத்தில் நின்றுகொண்டிருக்கிறோம். தியேட்டருக்குப் போவோம்" என்று கூற எல்லோரும் தியேட்டருக்குள் நுழைந்தனர்.

தியேட்டரின் உள்ளே நுழைந்தால் திரை அரங்குக்கு வெளியில் இடது பக்க ஓரத்தில் ஒரு சிறு டீ ஸ்டால் இருந்தது. அங்கு ஆண் பெண் கழிப்பிடங்களும் தெரிந்தன. கிருபாநிதி நான்கு பேருக்கும் டீ வாங்கிக் கொடுத்தான். பிறகு கொஞ்சம் கடலையும் சுண்டலும் வாங்கினான். அதை நான்கு பாக்கெட்டுகளாகக் கட்டி வாங்கினான். கொஞ்ச நேரம் தேசத் தலைவர் ஒருவரது படத்தைக் காட்டி தேச ஒற்றுமையோ, அல்லது வேறு மதபக்தி சார்ந்த சொற்பொழிவோ ஒன்று திரையில் கேட்டது. உள்ளே பார்த்தபோது கறுப்பு வெள்ளையில் ஒரு தேசத் தலைவர் நாட்டுக்கு இளைஞர்கள் ஆற்றவேண்டிய கடமையை நினைவூட்டிக் கொண்டிருந்தார். அது முடியட்டும் என்று இவர்கள் வாயிலில் நின்றிருந்தனர். தியேட்டர் சிப்பந்தி கதவில் துணித் திரையை இழுத்து மூடினான். வின்சென்ட் சொன்னான்.

"கடைசியாய் நான் டிக்கட் வாங்கி எல்லோரையும் சினிமாவுக்கு அழைத்து வரவில்லை என்பது எல்லோருக்கும் புரிந்தால் போதும்."

"யார் கூப்பிட்டுட்டு வந்தா என்ன? ஒரு சினிமாவுக்கு வந்திருக்கிறோம்."

பேச்சுக்கு முற்றுப்புள்ளி வைத்தாள் ஹெலன். நான்கு பேரும் சிரிப்பும் கும்மாளமுமாக இருந்தனர்.

அப்போது வெளியில் படபட என்ற ஓசையும் ஆட்களின் கதறலும் கேட்டன. நான்கு பேரும் நின்றிருந்த இடத்தில் இருந்த

கைப்பிடிச் சுவரைப் பிடித்தபடி கீழே எட்டிப் பார்த்தனர். கீழே இரண்டு காக்கிச் சட்டை போலீஸ்காரர்கள் ஏறிக் குதித்து டிக்கட்டுக்குப் போட்டி போடுபவர்களை அடித்தபடி இருந்தனர். போலீஸ்காரர்களை ஏமாற்றி வேறு ஓர் இடத்தில் இப்போது ஆட்கள் ஏறிக் குதித்தனர். சிலர் பெண்கள் க்யுவில் நிற்பவர்களிடம் ஒளிந்து வந்து, 'அக்கா', 'அம்மா' ஒரு டிக்கட் வாங்கித் தந்திருங்கோ என்று கேட்டுக்கொண்டிருந்தனர். அப்போது ஒரு நொள்ளைக் கண்ணன் போலீஸ்காரர்களின் அடியைத் தனது இடது கையால் தடுத்துக் கொண்டிருந்தான். சுருங்கிய முகத்தோலும், தொங்கும் மீசையும் கொண்டவன் அவன். ஒல்லியான தேகம். அடிபட அடிபட வரிசையில் நின்றிருந்த ஆட்களின் தலைகளைத் தாண்டி லாவகமாக இருபுறத்திலும் கட்டப்பட்டிருந்த ஆளுயர நான்கு இஞ்சு அகலச் சுவரைத் தாண்டிப் போய்க் கொண்டிருந்தான். இவ்வளவு வேகமாகப் போக முடியுமா என்று வியக்கும் வண்ணம் பாய்ந்து சென்று டிக்கட் கொடுக்கும் கூண்டுக்கு அருகில் போய் நான்கு பக்கமும் சூழ இரும்பு கம்பி போட்டிருந்த பெட்டிக்குள் போய்ப் பதுங்கிக் கொண்டான். க்யுவில் நின்றவர்களும் என்ன நடக்கிறதென்று கண்டுபிடிக்கும் முன் அப்படிச் செய்தான் அவன்.

தியேட்டரின் முன்பக்கம் வேறோர் இடத்தில் தட்டி வைக்கப்பட்டிருந்த சுவருக்குப் பின்பக்கம் அதிக விலைக்கு டிக்கெட் விற்பவர்கள் நின்றனர். தியேட்டரில் டிக்கெட் கிடைக்காது என்று திரும்புகிறவர்களிடம் இருமடங்காக விலை கேட்பவர்கள். அரங்கிற்குள் இருக்கைகள் இருக்கும் பகுதிக்குச் செல்லும் வாசல்களில் 'எக்ஸிட்' என்று சிவப்பு விளக்குகள் எரிந்தன. உடைந்த ஒரு சிவப்பு விளக்கு இருந்த வாசல் வழி தரை டிக்கட் வாங்கியவர்கள் சென்றனர்.

"நல்ல படமாக இருக்கவேண்டும். டிக்கட்டுக்கு இவ்வளவு அடிதடி?" என்றாள் காந்திமதி.

"வி ஷுட் தாங்க் கிருபாநிதி" என்றாள் ஹெலன் ஆங்கிலத்தில்.

"நான் வாங்கல்ல. நான் வாங்கல்ல. உங்களை இன்றைக்குப் படத்துக்கு அழைத்துக் கொண்டு வந்தது இதோ நிற்கிறவர்" என்றான் கிருபாநிதி.

“உண்மையா நான் டிக்கட் வாங்கல்ல. வாங்கியது இவன். பொய் சொல்லாதடா. எல்லாருக்கும் தெரியும்.”

வின்சென்ட் கூறுவதற்கும் திரையில் படம் தொடங்குவதற்கும் சரியாக இருந்தது. உள்ளே இருட்டு. ஏற்கனவே உள்ளே போய் சீட்டுகளைப் பார்த்து வைத்திருந்ததால் அந்த இடத்திற்கு நான்கு பேரும் எளிதில் போய்ச்சேர்ந்துவிட்டார்கள். இடையில் வயதானவர்களும் குடும்பத்தினரும் தங்கள் தங்கள் குழந்தைகளுடன் வந்திருந்ததால் இவர்களில் முதலில் சென்ற நபர் மிகவும் கவனமாக யார் மீதும் கால் படாமல் நடக்க வேண்டியிருந்தது.

தமிழ்நாட்டைப் பொறுத்தவரையில் திரைப்படத்திற்குப் போவது என்பது கோயிலுக்குப் போவது போல மிகவும் கறாராய் திட்டமிடப்பட்டுச் செய்யும் காரியமாக இருந்தது. சில வேளை பாட்டிமார் சில படங்களைக் குடும்பத்தோடு பார்க்கமுடியாத படம் என்று கூறினார்கள். மற்றபடி வாழ்க்கையில் மிக முக்கியமான ஒரு காரியம் திரைப்படத்திற்குப் போவது என்றாகியிருந்தது.

இவர்கள் நால்வரும் பின்வரிசையில் ஒரு மூலையில் அமர்ந்திருந்ததால் அடிக்கடி யாரோ ஒருவர் கமெண்ட் அடிப்பதும் வேறு ஒருவர் அதற்குப் பதில் சொல்வதுமாகப் படம் பார்த்தனர். எப்போதாவது சிலவேளை முன் வரிசைகளில் இருப்பவர்கள் ‘ஶூ’ என்று கூறும்போது மட்டும் அமைதியாக கொஞ்ச நேரம் படம் பார்த்தனர். கொஞ்சமாவது படத்தில் ஆழ்ந்து படத்தைக் கவனித்தவர்கள் என்று கூறவேண்டுமென்றால் இரண்டு பெண்களும்தான்.

திரைப்படம் புரட்சிகரமான திரைக்கதை ஒன்றை ஆதாரமாக வைத்து எடுக்கப்பட்டதென்று பிரச்சாரம் செய்யப்பட்டிருந்தது. கதை, கவிதை என்று ஈடுபாடு காந்திமதியைப் போலவும் வின்சென்ட்டைப் போலவும் ஹெலனுக்கும் கிருபாநிதிக்கும் இல்லாவிட்டாலும் புத்திக்கூர்மை கொண்டவர்கள். கதை, படம் பார்ப்பவர்கள் ஏதாவது ஒரு நல்ல கருத்தைக் கற்றுக்கொண்டே தியேட்டரைவிட்டுப் போக வேண்டும் என்று கங்கணம் கட்டி அமைத்திருந்தார்கள். குடித்து, கூத்தியாளிடம் போய் தாய் தந்தையின் சொல்லைக் கேட்காதபடி இளமையில் நடந்த கதாநாயகன் இடைவேளைக்குப் பிறகு பாதி பாண்டைச் சுருட்டி

உள்ளங்கால் தரையில் படாமல் கஷ்டப்பட்டு நடந்துகொண்டே தாய் தந்தையின் பேச்சைக் கேட்டிருந்தால் இப்படி ஆவேனோ என்று தியேட்டர் அதிரும்படி கதறி, கண்களை முட்டை போல் மிரள மிரள உருட்டுகிறான்.

அந்தக் காட்சியைப் பார்த்ததும் கிருபாநிதி இப்படிச் சொன்னான்.

"ஏதாவது கருத்தைப் பரப்பித்தான் ஆவது என்றால் எனக்குக் கிடைத்த கருத்து என்ன சொல்லுங்க பாப்போம்" - 'உள்ளங்கால் தரையில் படாமல் நடக்க வேண்டும் - தாய் தந்தை சொன்ன சொல்லைக் கேட்காவிட்டால்' என்பதுதான்."

உடனே தன் நண்பனைக் கிண்டல் செய்துவிட ஒரு கருத்துக் கிடைத்தது என்பதுபோல் வின்செண்ட் இப்படிச் சொன்னான்.

"பார்க்கலாம். அய்யாவுக்குத் தாய் தந்தை என்ன சொல்லப் போகிறார்கள் என்று."

"டேய், டேய்... எங்கேயோ போற... பேசாத" என்று ஹெலனைப் பார்த்தான் கிருபாநிதி.

அவள் ஒன்றும் புரியாமல் விழித்தாள். காந்திமதிக்கும் ஒன்றும் புரியவில்லை. படம் முடிந்ததும் நால்வரும் பஸ்ஸில் புறப்பட்டனர். ஹாஸ்டல் மணி அடிக்கும் முன் போய்விட வேண்டுமென்று ஹெலனும் காந்திமதியும் நேரடியாக, அவர்கள் ஹாஸ்டலுக்குச் செல்லும் பஸ்ஸில், இவர்களிருவரிடமும் விடைபெற்றுச் சென்றுவிட்டனர்.

"ஏண்டா - மடையா? நீங்க இரண்டு பேரும் மனம்விட்டுப் பேசிக்கொள்வதற்காக நான் இப்படி ஓர் ஏற்பாடு செய்தால் எதையும் பேசாமல் சும்மா அமர்ந்து படம் பார்த்துவிட்டு வருகிறாயே."

கிருபாநிதி கடிந்துகொண்டான்.

"இயல்பாக எல்லாம் சரியாகும்."

ஒப்புக்குச் சொல்லி வைத்தான் வின்செண்ட்.

"ஏண்டா இவ்வளவு சோர்வா பேசற?"

மிகுந்த கரிசனையுடன் கிருபாநிதியிடமிருந்து இந்தக் கேள்வி வந்தது.

“என்னமோ எனக்கு யாரும் இல்லைன்னு ஓர் அடிப்படை உணர்வு எப்பவுமே இருக்கு. ஏன்னு தெரியல்ல. அதனால தானோ என்னவோ நான் நட்புன்னு ஒன்கிட்டயும், ஆதரவுன்னு காந்திமதிகிட்டயும் ஓடிஓடி வர்றேனோ என்னவோ... நீ சொல்வ, நான் அழுகுணின்னு. அப்படி இல்ல. ஆனா இது உண்மை. நான் தனியாவே என் வழிப் பயணத்தைத் தொடங்கவும் முடிக்கவும் பிறந்தவன். இடையில ஒட்டும்னு சிலது நடக்குது. பிறகு ஒட்டினதும் ஒட்டாமலாகிப் போவுது...”

கிருபாநிதியைப் பார்த்தவனை முதுகில் தட்டிய கிருபாநிதி, மிகுந்த அன்புடன் தன் நண்பனின் இரு தோள்களையும் கட்டிப் பிடித்தபடி சொன்னான்.

“டேய்... நாங்கள்ளாம் இருக்கும்போது ஏன்டா இப்படிப் பேசற...?”

கிருபாநிதி இப்போது வின்சென்ட் முகத்தைப் பார்க்க, “ஸாரி” என்றான் வின்சென்ட்.

காந்திமதியும் ஹெலனும் ஹாஸ்டலுக்கருகில் வழக்கத்துக்கு மாறாக வெகுசீக்கிரம் வந்துவிட்டனர். வார்டனின் அறைக்கருகில் நின்றுகொண்டிருந்த ஆயா பார்வதிக்கு அந்தப் பெண்கள் விடுதியின் மாணவிகள் மத்தியில் நல்ல பெயர் இல்லை. கோள், குண்டணி வார்டனிடம் கூறுபவள் என்று பெயர். அவள் காந்திமதியைப் பார்த்ததும் முகத்தை ஒரு பக்கமாகக் கோணிக் கொண்டு, “ராணியம்மா வர்றதைப் பார். உன் அப்பா அம்மா எல்லாரையும் வரச்சொல்லிட்டு எங்கம்மா போன?” என்றாள்.

“நான் வரச் சொன்னேனா? அடுத்த வாரமல்லவா வருவதாகச் சொன்னார்கள்?”

ஹெலனையும் அழைத்துக்கொண்டு ஓட்டமும் நடையுமாக வார்டன் அறைக்கு அடுத்த அறையில் வழக்கமாய் மாணவிகளின் தாய் தந்தையர் வந்தால் தங்கும் அறையான கெஸ்ட் ரூமிற்குச் சென்றாள் காந்திமதி.

அங்கு தங்கை அபிராமி கதவருகில் நின்றிருந்தாள். காந்திமதியைப் பார்த்ததும்,

"ஐ... அக்கா" என்று ஓடிவந்தாள்.

அழகான பாவாடையும் ரவிக்கையும் அணிந்து கழுத்தில் ஒரு புதிய டிசைன் போட்ட கைக்குட்டையைக் கட்டியிருந்தாள்.

ஓடி வந்த காந்திமதி, "அப்பா... அப்பா" என்று ஆவேசமாகக் கத்திக்கொண்டு போய் அவர்களுடன் வந்த அம்மாவின் கைகளைப் பிடித்துக்கொண்டு அம்மா அருகில் அமர்ந்தாள்.

"என்னம்மா, எங்கே போயிட்டே?"

விநாயகமூர்த்தி மகளுடன் ஒரு மாணவி வந்திருப்பதைப் பார்த்துத் தயங்க, காந்திமதி,

"இவ என்னோட ஃப்ரண்ட். ஹெலன்" என்றாள்.

உடனே ஹெலன், "என்ன அங்கிள், போன முறை வந்தப்ப பாத்தீங்களே, அதுக்குள்ள மறந்தீட்டீங்களா?" என்று வினவினாள்.

ஹெலன் அபிராமியைப் பார்த்து, "என்ன அபிராமி, நீயாவது மறக்காம இருக்கியா?" என்று கேட்டபடி நகரத்தில் இருந்து வந்த பெண்கள் கேட்பதுபோல் காந்திமதியின் தாயைப் பார்த்து, "ஹலோ ஆன்ட்டி" என்று மரியாதைக்காகக் கூறி வைத்தாள்.

பின்பு எல்லோரிடமும் விடைபெற்றுவிட்டு ஹெலன் தன் அறைக்குப் புறப்பட்டாள். அப்போது அபிராமி, "அக்கா, போய்ட்டு வருவீங்கள்ள? கண்டிப்பா வரணும்" என்று கூறினாள்.

"ஓ... போய்ட்டு உடனே வர்றேன். ஒன்ன பாக்க வராம இருப்பனா?"

காந்திமதியின் தந்தையையும் தாயையும் பார்த்துச் சிரித்துவிட்டு அபிராமியிடம் கைகாட்டியபடியே புறப்பட்டாள் ஹெலன்.

அந்த 'கெஸ்ட்' அறையின் நடுவில் சிறு மேசையும் அந்த மேசையில் வெள்ளைத் துணி விரிப்பும் விரிப்பின்மீது பீங்கானில் காலையில் வைத்திருந்த பூஞ்செடிகளும் காணப்பட்டன. ஒரு பூவை எடுத்து நுகர்ந்து பார்த்தாள் அபிராமி. "என்னடி, வா..." என்று இரு கைகளையும் நீட்டி அழைக்க, அபிராமி ஓடிவந்து காந்திமதியுடன் ஒட்டிக்கொண்டாள்.

ஆடிப்பாவைபோல | **105**

“என்ன இப்படி மெலிஞ்சு போயிருக்க?” மகளைப் பற்றிக் கேட்க ஆரம்பித்தாள் தாய். விநாயகமூர்த்தி முகத்தில் புன்முறுவல் பூக்க அமர்ந்திருந்தார். ஏதோ ஒரு தூள் அப்பாவின் வெள்ளைச் சட்டையில் காணப்பட தனது நிறம் பூசிய நகங்களால் அதை எடுத்துவிட்டுக் கொண்டு அப்பாவை அன்பொழுக ஒரு பார்வை பார்த்தாள் காந்திமதி.

“என்னை மெலிஞ்சு போனன்னு சொல்றீங்களே! அப்பா போன தடவைக்கு இந்தத் தடவை மெலிஞ்சுதான் போயிருக்காங்க. இல்லியா அபிராமி?”

அபிராமியைப் பார்த்தாள் காந்திமதி.

“என்னமோ. அப்பாவுக்குச் சர்க்கரை ஜாஸ்தி. ஆனாலும் எனக்குச் செய்ற ஸ்வீட்ட எல்லாம் ஒரு கை பாக்கத்தான் செய்றாங்க. நீதான் ஒன் தங்க அப்பாவை மெலிஞ்சு போனாங்கன்னு சொல்லணும்” என்றாள் பொய்க்கோபத்தோடு அபிராமி.

“நாங்க நல்லா இருக்கோம்மா. நீதான ஹாஸ்டல்ல கிடந்து கஷ்டப்படற. கூட உன்ன கவனிக்க அப்பா அம்மா இருக்கிறமா? சொல்லு” என்றார் அப்பா விநாயகமூர்த்தி.

“ஒன் அப்பாதான் என்னமோ மகளப் பாக்கணும், மகளப் பாக்கணும்னு போன வாரம் பூரா துடிச்சாங்க.”

ஒரு கம்ப்ளெயிண்ட் போல் பேசினாள் தாய்.

புன்சிரிப்போடு மடியில் படுத்துக்கிடந்த அபிராமியின் தோளில் தட்டிக்கொண்டிருந்த விநாயகமூர்த்தி மகளை அன்பொழுகப் பார்த்தார்.

“ஓ... அதான் அடுத்த வாரம் வாறன்னு சொல்லிவிட்டு நான் என்ன செய்றேன்னு உளவு பார்க்க இந்த வாரம் வந்தீங்களாக்கும். எவ்வளவு நேரம் காத்திருந்தீங்க?”

பொய்யாய் ஒரு கம்ப்ளெயிண்ட் தோரணையில் முகத்தைத் தோளில் இடித்துக் கொண்டாள் காந்திமதி.

“ஆமா, இந்த நேரம் வர எங்கேடி இரண்டு பேரும் போயிட்டு வாறீங்க? காலேஜ்ல படிக்க அனுப்பினோமா, ஊர் சுற்ற

அனுப்புனோமா? ஆமா அவ உன் ஃப்ரண்ட் என்ன பெயர் சொன்ன எலனா?" என்று தாய் கேட்டாள்.

"எலன் இல்ல, ஹெலன்... ஹெ..." என்றாள் அழகுக் காட்டிக்கொண்டே, அம்மாவைக் குறை கண்டுபிடித்தபடி அபிராமி. விளையாட்டாய் அவளை அடித்தாள் காந்திமதி.

"ஊர் சுற்ற இல்ல. ஒரு சினிமாவுக்குப் போனோம். எல்லா ஸ்டூடன்சும் போகும்போது நாங்க மட்டும் சும்மா இருக்கவா...?"

அதற்குள் முறைக்க ஆரம்பித்த தாயைப் பார்த்தாள் காந்திமதி. மகள் சொன்னதைக் கேட்டு தனக்கு ஆதரவு தருவார் என்று அப்பாவை நோக்கி முகத்தைக் கவலையாய் வைத்தாள் காந்திமதி.

மகள் முகம் வாடுவதைப் பார்க்கமுடியாத விநாயகமூர்த்தி, "சும்மா இரு" என்று மனைவியைக் கண்டித்துவிட்டு,

"அவ, ஃப்ரண்டோடதான போயிருக்கிறா" என்று காந்திமதியைத் தலையை வருடிக் கொடுத்தார். காந்திமதிக்குக் கண்கள் கலங்குவதுபோல் இருந்தன.

"அப்பா... நாமும் சினிமாவுக்குப் போவோமா?" என்றாள் அபிராமி அப்பாவை நோக்கி.

"இல்ல இல்ல... இங்க ஒரு கல்யாணம். அதுக்குப் போக வேண்டியதிருந்தது. ஞாபகம் வந்தது. உன்னையும் பாத்துவிட்டுப் போவோம்னு..."

அவர் கூறி வாய் மூடும் முன் காந்திமதி கூறினாள்.

"ஆமா, என்ன பாக்கணும்னு எங்க வந்தீங்க? எப்ப வந்தாலும் ஏதோ ஒன்னு வாங்க வந்தேன். உன்னையும் பாத்துட்டுப் போகலாம்னு வந்தேன்; அல்லது ஒரு கேஸ் டௌன்ல இருந்தது, அதுக்கு வந்தேன்; உன்னையும் பாத்துட்டுப் போகலாம்னு வந்தேன், அல்லது ஸ்கூல் விஷயமாக வந்தேன். உன்னையும் பாத்துட்டுப் போகலாம்னு... இப்படி எதுக்கோ வரும்போது என்னையும் பாக்க வர்றீங்க... எப்பவாவது உன்னைப் பாக்கத்தான் வந்தேன்னு சொல்லிருக்கீங்களா அப்பா...?"

தலையைக் குனிந்த காந்திமதி இரு கண்களை மேலே உயர்த்திப் பொய்க்கோபத்தோடு பார்த்தாள்.

அப்பாவின் முகம் மாறியதைச் சட்டென்று நிமிடத்தில் உணர்ந்த காந்திமதி, இப்படி விளையாட்டாய்ப் பேசுவதைக்கூட தன் தந்தையால் பொறுத்துக்கொள்ள முடியாதென்பதை உணர்ந்ததும், “ஸாரி அப்பா” என்று நரைக்க ஆரம்பித்த தந்தையின் ரோமம் அடர்ந்த கைகளில் தன் மெல்லிய கைகளை வைத்து அழுத்தினாள். மகள் தலையைத் தடவிக் கொடுத்தார் தந்தை.

“ஏதேதோ பேசிர்றா... இந்தா...” என்று காந்திமதியிடம் இரண்டு சீப்பு வாழைப்பழத்தைத் தாய் கொடுத்தாள். போன முறை ஏதோ சந்தர்ப்பத்தில் மகளின் வாயில் வந்த ஆசையான ‘நம்ம கோயில் பக்கத்து வாழைப்பழத்தின் ருசியே ருசி’ என்ற வாக்கியத்தை மறக்காமல் அந்த வாழையில் காய் போட்டதும் தனக்காகக் கொண்டு வர பயணம் ஏற்பாடு செய்து வந்துள்ளதைத் தாய் அறிவுறுத்தினாள்.

காந்திமதி உடனே தாளை நீக்கிப் பழத்தைப் பார்த்தாள். ஒரு துணிப்பையில் தான் செய்து கொண்டு வந்திருந்த சில தின்பண்டங்களையும் காந்திமதியின் கையில் கொடுத்தாள் தாய்.

“அவருக்குக் கல்யாணம் இருப்பது தெரியாது. எனக்குத் தெரிந்த ஒரு அம்மாவோட தம்பி மகன் கல்யாணம். சொன்னதும் சரி. நம்ம காந்தியைப் பாக்கலாம் வா... அவ கேட்ட வாழமரம் எப்ப காய் போடும்னு காத்திருந்தேன். சரி கிளம்புவோம்னு சொல்லிவிட்டார்.”

காந்திமதி தன் தந்தைக்குத் தன்மீது அக்கறையில்லை என்று விளையாட்டாய்க் கூறியதைக் கூட, அப்பாவுக்குத் தாங்கமுடியாதென்று தாய் அவர் மனதை அறிந்து விளக்கம் சொல்லிக் கொண்டிருந்ததைக் கண்டு காந்திமதிக்குத் தர்மசங்கடமாகி விட்டது. அப்பாவின் மனம் என்ன பாடுபடும் என்று அறிந்து உள்ளுக்குள்ளே விதிர்விதிர்த்துப் போனாள்.

தான் வளர்ந்த பெண் என்பதையும் மறந்து அப்பாவின் வேட்டி கட்டிய மடியில் தலையை வைத்துச் சற்று நேரம் ஆன பிறகும்கூட அவள் எழவில்லை. அப்படியே இருக்கிறாளோ

அழுகிறாளோ என்று அவர் அவளது தலையைத் தூக்கிப் பார்த்தபோது, வேட்டியில் முழுதும் கண்ணீர்.

"சீ... மடச்சி..."

அன்புடன் அரவணைத்தார் விநாயகமூர்த்தி. அபிராமி ஓடி வந்து அக்காவின் கண்ணீரைத் துடைத்தாள்.

மனதுக்குள் 'அப்பா... அப்பா... எனக்கு எல்லாம் நீங்கதான்' என்று ஏனோ அந்தரங்கமாய்ச் சொல்லிக்கொண்டாள் காந்திமதி. அப்பாவின் கண்களிலும் பொங்கி நின்ற கண்ணீரைக் கண்ட காந்திமதிக்கு என்னவோ என்றிருந்தது.

தன்னிடம் கொடுத்த துணிப்பையைச் சடக்கென்று திறந்து தனக்குப் பிடித்தது என்று கொண்டு வந்திருந்த தினத்தாள் சுற்றிய வாழைப்பழத்தில் தேர்ந்து மிகவும் பழுத்திருந்த ஒரு பழத்தைப் பறித்துத் தோல் பாதி நீக்கி அப்பாவுக்கு ஊட்டினாள்.

எல்லோரும் சிரித்தார்கள். "ஆமா இதுக்கு மட்டும் குறைச்சல் இல்ல..."

முகவாயை இடித்துக்கொண்டு எழுந்தாள் தாய்.

அபிராமி உடனே, "அக்கா! ஹெலன் அக்காவைக் கூப்பிடு. சொல்லிவிட்டுப் போகிறோம்" என்றாள்.

காந்திமதியைத் தனியாய் கூப்பிட்ட அவள் தாய், "ஆமா அவ எந்த சாதி?" என்று கேட்டாள். "சீ..." என்று அம்மாவைப் பார்த்துக் கோபப்பட்ட காந்திமதி சட்டை செய்யாமல் ஓடிப் போய்த் துணிப்பையைத் தன் அறையில் வைத்துவிட்டு வந்து ஹெலனுக்காகக் காத்திருந்தாள்.

அப்போது மீண்டும் பெருமூச்சுடன் காந்திமதியின் தாய், "எங்க பேச்சக் கேட்காம ஒரு கழுத போச்சு" என்றாள். உடனே காந்திமதியின் தந்தை கண்டிப்பான குரலில், "இந்த நல்ல நேரத்தில் தறுதலை நாய்களைப் பற்றி என்ன பேச்சு?" என்றார்.

அம்மா யாரை நினைத்துப் பெருமூச்சு விடுகிறாள் என்பதும், அப்பா முன்னிலையில் தன்னிடம் பேசப் பயப்படுகிறாள் என்பதும் புரிந்தது காந்திமதிக்கு. வீட்டிலிருந்து ஓடிப் போன காந்திமதியின் அக்காள் விசாலாட்சி பற்றியது அந்தப் பேச்சு.

பின்பு காந்திமதி, "சரி நடப்போம்" என்றாள். ஹாஸ்டல் காம்பவுண்டை நோக்கி நடக்கும்போது அம்மாவின் கைகளை ரகசியமாகக் கிள்ளி என்ன என்பதுபோல் கேட்டாள். அப்பா தங்கள் முன்னால் அபிராமியுடன் நடப்பதைப் பார்த்துக் குறைந்த குரலில்,

"அவனோடயும் நிம்மதியாய் இல்லையாம். அடிக்கடி இரண்டு பேருக்கும் சண்டையாம். நம்ம வீட்டுக்கு ஒருத்தி மீன் விற்க வருவாளே, அவள் வரும்போது சொல்கிறாள். அடிக்கடி அம்மா எப்படி இருக்கிறா, காந்தி, அபி எப்படி இருக்கிறாங்கன்னு நம்மளப் பத்திக் கேட்டு அனுப்புறாளாம். பாவமாக இருக்கும்மா. வயத்த கலக்குது. இந்த மனுசன்கிட்ட சொல்ல முடியுமா? வீட்டில் கொல விழும்" என்றாள்.

அதற்குள் ஹெலன் ஓடி வர, தந்தையிடமிருந்து வந்து அபிராமி ஹெலன் கைகளைப் பிடித்துக்கொள்ள ரோட்டை நோக்கி எல்லோரும் நடந்தனர்.

காந்திமதிக்கு, ஒருவனுடன் ஓடிப் போனதாக எல்லோரும் கூறும் தன் அக்கா செய்தது சரியா தவறா என்று இன்றுவரை எந்தக் கருத்தும் கூறமுடியவில்லை. தன் தந்தை தன் வாழ்க்கையில் இனி அவளை ஒரு நாளும் பார்க்கமாட்டார். அந்த அளவு அவள்மீது பாசம் வைத்து நொந்துபோய்விட்டார் என்பது மட்டும் அவளுக்குப் புரிந்தது. தன்மீது அவர் வைத்திருக்கும் பாசத்தை எப்பாடு பட்டாவது காப்பாற்றியே ஆகவேண்டும். உயிரைக் கொடுத்தாவது என்று மனதுக்குள் உணர்ச்சிவயப்பட்டாள் காந்திமதி. பின் எல்லோரும் விடைபெற்றுப் போனதும் ஹெலனின் கையைப் பற்றிக்கொண்டு ஹாஸ்டலை நோக்கி நடந்தாள் காந்திமதி. என்ன நினைத்தாளோ ஹெலனின் கையை அழுத்தினாள் காந்திமதி.

என்ன என்பதுபோல் பார்த்தாள் ஹெலன்.

"எனக்கொரு அக்கா இருக்கிறா."

"சொன்னதே இல்லையே நீ. ஓர் அண்ணன் இருக்கிறார், திருமணம் ஆகிவிட்டது என்று மாத்திரம் கூறியிருக்கிறாய்" என்றாள் ஹெலன்.

“ஆமா. நானும் அவளும் ஒண்ணா வளர்ந்தோம். என்னைவிட எல்லா விஷயங்களிலும் அவள்மீதுதான் அப்பாவுக்கு வாஞ்சை அதிகம். நான் சிறு பெண்ணாக இருந்தபோது அழுதிருக்கிறேன் பலமுறை. ‘அவளிடம்தான் உங்களுக்குப் பாசம் அதிகம் அப்பா’ன்னு. என் கன்னத்தைக் கிள்ளி, தலையைத் தடவிக்கொடுப்பார். ஆனா மீண்டும் ஏதாவது வாங்கிக்கொண்டு வந்தால் ‘என் விசாலாட்சி எங்கே?’ன்னு தான் அப்பா வாயில் வரும். இயல்பாக அப்படி அவர் வாயில் வரும். நான் நின்றுகொண்டிருந்தாலும், நான் வயதில் சிறியவள். அக்கா மீது பொறாமை கொண்டவள் என்று தெரிந்தாலும் அப்பா வாயில் அப்படித்தான் வரும். அந்த அளவு அவள் மீது அன்பும் பாசமும் வைத்திருந்தார். ஆசிரியைப் பயிற்சி முடித்து எங்கோ வேலைக்குப் போய்க் கொண்டிருந்தா. என்கிட்ட அதிகமா ஒட்டுறவு வச்சிக்க மாட்டா. அதனாலே எல்லாம் அம்மாகிட்டதான் சொல்லுவா. அல்லது அப்பாகிட்ட. ஒரு நாள் இடையில என்னென்ன நடந்ததோ - அவள்கூட பள்ளிக்கூடத்தில வேல பார்க்கிறார்னு ஓர் ஆளோட மாலையுடன் வந்து நின்றா. அந்த ஆளும் பாக்க நல்லா உயரமா அவளுக்கு ஏத்த ஆளாகத் தான் இருந்தாரு. கடைசியா நான் அன்றுதான் அவள எங்க வீட்டில பாத்தேன். அப்பா வெறி பிடிச்சுக் கத்த ஆரம்பிச்சுட்டார். அப்பா அப்படிக் கோபப்பட்டத நான் பார்த்தது இல்ல. பின்னாடி கேள்விப்பட்டேன், அம்மாதான் கலியாணம் முடிஞ்ச பெறவு எல்லாம் சரியாப் போகும்னு உற்சாகம் கொடுத்ததா. அந்த ஆள் வேறு ஜாதிகூட இல்ல. அதுதான் எனக்குப் புரியல்ல. அதன் பிறகுதான் அப்பா என் மீது அன்பைப் பொழிய ஆரம்பிச்சாரு. அக்கா அவர ஏமாத்திட்டதாகவும் வஞ்சம் புரிஞ்சு இன்னொருத்தனோட சேந்து சதி செய்ததுபோலவும் கனவில் அடிக்கடி உளறுவாரு. அம்மா ஓரிரு முறை சமாதானப்படுத்திப் பேச... ஒரு வாரம் அம்மாவுடன் அப்பா பேசவில்லை. அப்படி அப்பா ஆளே மாறிப் போயிட்டார். அன்பு பகையா மாறினா எவ்வளவு கொடூரமானதுன்னு அப்போதான் கண்டேன். பெண் என்றால் ஒரு நாள் போக வேண்டியவள்தான். ஆனா இப்பிடி இல்லன்னு அடிக்கடிச் சொல்லிக்கொண்டிருந்தார்.”

ஹாஸ்டல் அருகில் வர, “சரி, கௌம்பு உன் ரூமிற்கு” என்றாள் காந்திமதி ஹெலனிடம்.

“ஹூம்... ஆச்சரியமா இருக்கு, நீ சொல்றதக் கேட்டா.”

ஹெலனுக்கு ஏனோ தன் தந்தையின் நினைப்பு வந்தது. அத்துடன் அதே ஜாதியுடனான ஒருவனை ஏன் திருட்டுத்தனமாக இவளது அக்காள் திருமணம் செய்தாள் என்பதும், அதை அவளது தந்தை இப்படி ஒரு பெரும் பகையாய் நினைத்ததும் ஏதோ புதிராய்ப்பட்டது. இன்னொரு சந்தர்ப்பத்தில் பேசலாம் என்று நினைத்தவளாய்த் தன் அறைக்குப் போனாள் ஹெலன்.

புறம்

இயல் - 8

சூடு பரவிக் கொண்டேயிருந்த மற்றுமொரு காலை.

இன்று வெயில் மீண்டும் கொளுத்தப் போகிறதென்று எல்லோரும் பேசிக் கொண்டிருக்க, கத்தோலிக்க கல்லூரியின் இக்னேஷியஸ் ஹாஸ்டலில் கறுப்புக் கொடி கட்டப்பட்ட வாதுமை மரத்தினடியில் இருக்கும் சிமெண்ட் பெஞ்சில் இப்போதெல்லாம் அதிகமாய் மாணவர்கள் போய் அமர்வதற்குக்கூட பயந்தார்கள். ஆகையால் வேறொரு வாதுமை மரத்தினடியில் மாணவர்கள் அமர்ந்து கொண்டிருந்தார்கள். ஹாஸ்டலுக்கு முன்பக்கம் இருந்த மைதானத்தில் நடுவில் ஹாக்கி விளையாடிக் கொண்டிருந்தார்கள் சில மாணவர்கள். சுற்றிலும் புகுமுக வகுப்பு மாணவர்கள் நின்று விளையாட்டை வேடிக்கை பார்த்துக் கொண்டிருந்தார்கள். சினிமா நடிகைகளைப் பற்றி கமென்ட் அடிப்பதும் அப்போது வெளிவந்து கொண்டிருந்த நேரப் போக்குப் பத்திரிகைகளில் வரும் சினிமாச் செய்திகளைப் பரிமாறிக் கொண்டிருப்பதுமாக நேரத்தைப் போக்கினார்கள். ஒளித்துச் சிகரெட் பிடிக்க விரும்பியவர்கள் கக்கூஸ் இருந்த இடத்திற்குப் போய் மரங்களுக்கிடையில் மறைந்து நின்று சிகரெட்டை இழுத்தனர். வார்டன் அறையில் இல்லை என்பதை உறுதி செய்துகொண்டே இப்படிச் செய்தனர். என்றாலும் பாதிரி படிப்புக்கென வரும் சிறு வயது மாணவர்கள் உளவுசொல்ல ஆங்காங்கு நியமிக்கப்பட்டிருப்பது எல்லோருக்கும் தெரிந்த செய்திதான்.

சூடும் மனக்கொந்தளிப்பும் எப்போதும் பரவும் அந்த ஊரில் அமரன் அறையில் ஆங்கிலப் பத்திரிகைகள் குவிந்துகிடந்தன. அமரன் இப்போதெல்லாம் ஆங்கிலப் பத்திரிகைகளைக்

ஆடிப்பாவைபோல | 113

கவனமாகப் படிக்கத் தொடங்கி இருந்தான். ஆங்கிலத்தில் மேடையில் பேசவும் கற்றிருந்தான். நகரில் மூன்று நாட்களுக்கு முன் நடந்த ரோட்டரி சங்கக் கூட்டம் நடத்திய பேச்சுப் போட்டியில் முதன்முதலாகப் பங்கெடுத்து இரண்டாம் பரிசு பெற்றுவிட்ட பின் அவனுக்குக் கிடைத்த ரோலிங் கப் கல்லூரியில் காட்சிக்கு வைக்கப்பட்டிருந்த பின்பு அவனது மதிப்பு இன்னும் கூடியது. வார்டன் கூட 'கன்கிராசுலேஷன் அமர்' என்று சாப்பாட்டுக்கு அமரன் செல்கையில் அழைத்துப் பாராட்டினார். அமரன் அறையில் எதிர்க்கட்சியின் கறுப்பு சிவப்பு பார்டர் போட்ட பத்திரிகைகள் ஓரிரண்டு கிடந்தன. பொதுவாய் மாணவர்கள் கம்யூனிஸ்டு கட்சி பற்றியும் மார்க்சிசம் என்ற தத்துவம் பற்றியும் ரஷ்யா பற்றியும் ஆங்காங்கே நின்று பேசுவார்கள். அந்த மொத்த ஹாஸ்டலிலும் ஒரே ஒரு பொருளாதாரப் பிரிவு மாணவர் மட்டும்தான் கம்யுனிசம், மார்க்சிசம், பொருள்முதல்வாதம் போன்ற சொற்களை அடிக்கடிப் பிரயோகித்துப் பேசினார். ஆனால், பிரச்சினை என்ன என்றால் அவர் பேசுவது பெரும்பாலும் யாருக்கும் புரியாது. மேலும் ஒரு பிரச்சினை, ஹாஸ்டல் பாதிரியாருக்குத் தெரிந்துவிட்டால் அந்த மாணவர் அப்புறம் ஹாஸ்டலில் இருக்கமுடியாமல் ஆகிவிடும்.

ஆனால், அமரன் எல்லாக் கட்சிகளின் நல்ல தத்துவங் களையும் புரிந்துகொள்ள முயன்ற காலகட்டம் அது. அதுவும் முக்கியமாய் ஆங்கிலப் பத்திரிகைகளின் துணையுடன் உலகைப் புரிந்துகொள்ள முயன்றான். அது அந்த ஹாஸ்டல் மாணவர்கள் மத்தியில் மெச்சத்தக்க முயற்சி. ஒருவர் தானே உலகைப் புரிந்துகொள்ள, உலகில் எழுதப்பட்ட நூல்களையும் தத்துவங்களையும் தேடுவது சாதாரண காரியமா? ஆனால் அமரன் பிரச்சினை என்ன என்றால் அவனது அடுத்த சொற்பொழிவுக்கான ஆயத்தக் குறிப்பாக இச்சிந்தனைகளைப் பயன்படுத்துவதற்கும் மேல் அச்சிந்தனைகள் எதற்கும் பயன்படா என்று கருதுபவன்போல் அமரன் விளங்கினான். இளைஞர்களுக்கு ஏற்படும் இயல்பான உலகைப் புரிந்து கொள்ளும் பொதுத் தாகமாய் அது பிரவகித்துப் புறப்படுவதில் தடங்கல் இருந்தது என்றுதான் கூறவேண்டும். ஒரு சொற்பொழிவாளன் சிந்தனையாளனாய் வளர்வது இந்த முறையில் தடுக்கப்பட்டது. தமிழகத்தில் மேடைதோறும்

ஒரு மைக்கும் ஒரு பேச்சாளனும் கிடைத்தார்களே ஒழிய சிந்தனையாளர்கள் கிடைக்கவில்லை.

அன்று அமரன் தன்னைச் சூழ இருக்கும் நண்பர்களுடன், 'ஸ்வதந்திரா' பத்திரிகையில் என்ன சொல்லப்பட்டிருக்கிறது என்பதை விளக்கிக் கொண்டிருக்கையில், யாரோ ஒருவன் கதவு பக்கம் தலைகாட்ட அமரன் வெளியே வந்து ஏதோ பேசிவிட்டு உள்ளே வந்தான். புதியதாய் வந்தவன் போய்விட அமரன் பேச்சை நிறுத்தினான். நண்பர்கள் அறையிலிருந்து கிளம்பினர்.

தன்னுடன் பேசிக் கொண்டிருந்த நண்பர்களிடம் ஒருத்தர் வெஸ்ட் பெங்காலில் இருந்து தன்னைப் பார்க்கவிரும்பி சொல்லியனுப்பியிருக்கிறார் என்றான். அமரனின் நண்பர்கள் எப்போதும் அமரனைச் சுற்றியிருந்து அவனது பல்வேறு திறமைகளைப் புகழ்ந்து கொண்டிருப்பவர்களாக இப்போதெல்லாம் மாறியிருப்பதால், இதுவும் தங்களால் புகழப்படும் இளம் தலைவர் ஒருவரது திறமைக்கான சான்று என்று நினைத்தார்கள். ஒரு மாணவன் ஜி.கே. சாமியைக் கூப்பிட்டிருக்கிறாரா என்று கேட்டதற்கு இல்லை என்றான் அமரன்.

பின்பு அமரன் ஹாஸ்டலில் இருந்து வாதுமை மரத்தைத் தாண்டி நடந்தான். தன்னை அழைக்க வந்த இளைஞன் எங்கோ சுவர் ஓரமாக ஒளிந்து நின்றிருக்கவேண்டும். திடீரென அமரனுக்குப் பின்னால் நடந்து வந்துகொண்டிருந்தான். கிரௌண்டில் மாணவர்கள் ஹாக்கி மேட்சை முடித்து, சிலர் சும்மா நின்று 'பாலை' உருட்டிக் கொண்டும், இன்னொருவன் அதனைப் பறிக்க வரும்போது அவனிடமிருந்து 'பாலுடன்' கொஞ்சதூரம் ஓடுவதுமாய் இப்படி நேரம் போக்கிக் கொண்டிருந்தார்கள். சினிமா பார்க்க அனுமதி கொடுக்கப்பட்ட நாளாக இருந்ததால் அதிகமான மாணவர்கள் திரைப்படக் கொட்டகைகளுக்குப் பல்வேறு திசைகளிலும் உள்ள பஸ்ஸ்டாப்புகளை நோக்கிப் போய்க் கொண்டிருந்தனர்.

திரும்பிப் பார்த்த அமரன் அந்த இளைஞனிடம், "எங்கே?" என்று கேட்டான்.

"வாங்க, அழைத்துக்கொண்டு போகிறேன்."

வேறு ஏதும் தனக்குத் தெரியாது என்பதுபோல நடந்தான் இளைஞன். தரையில் சூடு ஒருவகை ஆவியைக் கிளப்பியது.

"ஆமா, அவரு பெயர் என்ன?"

இன்னொரு கேள்வியைக் கேட்ட அமரன் தனக்குப் பின்னால் ஒரு பத்தடி இடம் விட்டுத் தள்ளி நடக்கும் இளைஞனை ஆச்சரியமாகப் பார்த்தான். ஒன்றில் அந்த இளைஞன் தன்னுடன் இணையாக நடக்கும் அளவு படிப்பறிவு இல்லாதவனாக இருக்கவேண்டும். அல்லது வேண்டுமென்றே தன்னுடன் நடக்காமல் தன்னிடமிருந்து சற்று தூரம் தள்ளி நடக்கவேண்டும் என்று நினைத்தான்.

"எனக்குத் தெரியாதுங்க" என்றான் பின்னால் நடந்து கொண்டிருந்த இளைஞன்.

ஒருவகையில் எரிச்சலாக இருந்தது. இப்போது ஹாஸ்டல் காம்பவுண்டையும் தாண்டி வலதுபுறமாக நடந்து ஒரு சிறிய கல் பாதையில் இருவரும் நடந்துகொண்டிருந்தனர். இடையில் ஒரு முறை அமரன் பின்பக்கம் திரும்பி ஏதோ கேட்பான் போலிருந்தபோது இளைஞன், "நேராகப் போங்க, நான் சொல்றேன்" என்றான். அமரன் நேராக நடந்தான். சற்று வியப்பும் விநோதமும் ஏற்பட்டது அமரனுக்கு.

அப்போது இளைஞன் சொன்னான், "வலது பக்கம்" என்று. உடனே தெரிந்த வலது பக்கம் திரும்பினான் அமரன். கையில் எப்போதும் ஒரு புத்தகத்துடன் இருக்கும் அமரன் வெள்ளை வேட்டி, முழுக்கைச் சட்டையுடனும் புத்தகத்துடனும் காட்சி தந்தான். புத்தகத்தில் மூக்கும் முழியுமாக ஆண்களின் முகங்கள் தீட்டப்பட்டிருந்தன.

இப்போது எங்கிருந்தோ ஓடி வந்து ஒட்டிக்கொண்டு நடந்தான் இளைஞன். வேட்டியை தூக்கிக் கட்டியிருந்தான். எப்போதும் வேட்டியைத் தூக்கிக் கட்டாமல் நடப்பது அமரன் வழக்கம்.

கையைப் பிடித்து அழைப்பதுபோல் சிறு சந்தில் உடைந்து கிடந்த காம்பவுண்டுக்குள் இளைஞன் அழைத்துச் சென்றான். அக்காம்பவுண்டுக்குள் நிறைய புல் வளர்ந்திருந்தது. ஓர் ஆள் நடக்கும் அகலப் பாதையில் இருவரும் நடந்தனர். இப்போது இளைஞன் மடித்த வேட்டியுடன் முன் நடக்க அமரன் அவனைப்

பின்தொடர வேண்டியதாக இருந்தது. சுமார் நூறு அடி நடந்த இளைஞன் முதலில் நுழைய அமரன் இரண்டாவதாக நுழைந்தான். நிமிர்ந்தால் தலை தட்டும்போல் இருந்தது. வீட்டின் முன்வராந்தாவில் ஒரு சிறு மேசையும் நிறம் போன இரண்டு இரும்பு நாற்காலிகளும் காலியாய் இருந்தன.

அதைத் தாண்டி உள்ளே வலதுபக்கம் குட்டையான கதவுக்குள் உள்ள அறையில் ஆட்கள் இருக்கும் அடையாளம் தெரிந்தது. அந்த அறைக்குள் இருவரும் நுழைந்தனர். தோளில் ஒரு பையுடனும் உதட்டில் சிகரெட்டுடனும் காணப்பட்ட கட்டியான கிளாஸ் அணிந்திருந்த ஒரு வயதான ஆள் கை நீட்ட அமரனும் கை நீட்டினான். சுற்றும் முற்றும் பார்த்தான்.

யாரும் பழக்கமானவர்களாகத் தெரியவில்லை. யார் தன்னை அழைத்தது என்று புரியவில்லை. அமரன் ஒரு மூலையில் அமரப் போனான். "இங்கே இங்கே" என்று நடுநாயகமான இடத்தில் அமரக் கூறிய அந்த மனிதரின் கண்ணாடியிலிருந்து ஒரு கறுப்புக் கயிறு சென்று காதோடு இணைந்திருந்தது. உயர்ந்த மூக்கும் ஒல்லியான தேகமும் கொண்டவர். லூசான கறுப்புச் சட்டையும் அணிந்திருந்தார். பேண்ட் அல்லது பைஜாமா போன்ற கசங்கிய ஆடை.

ஆங்கிலத்தில், "கல்லூரியின் மிக முக்கியமான புத்தி ஜீவி மாணவரைச் சந்திப்பதில் மகிழ்கிறேன்" என்றார் அந்த மனிதர்.

'பப் பப்ப்' என்று சிகரெட்டை ஊதினார். அவரது ஆங்கிலத்தில் வங்காளிச் சாயல் இருந்தது. உதடுகள் சிகரெட் சுட்டுக் கறுத்திருந்தன. இரண்டு மூன்று நாள் ஷேவ் செய்யாத முகம். தீர்க்கமான ஆழமான ஒளி கொண்ட கண்கள்.

அமரன் சிரித்து வைத்தான். அறையை நோட்டம் விட்டான். இந்த வங்காளி ஆசாமி இந்த ஆளைக்கொல்லும் வெயிலில் எதற்கு இங்கு வந்திருக்கிறார் என்று நினைத்துக்கொண்டான். அறை முழுவதும் சிகரெட் துண்டுகள் இறைக்கப்பட்டிருந்தன. மேலே ஓடு தெரிந்தது. வெளியில் சுள்ளென்று அடிக்கும் இந்தக் கொடூரமான வெயிலில் அறையை ஏன் பூட்டியிருக்கிறார்கள் என்று நினைத்தான் அமரன். நிறைய சைக்ளோஸ்டைல் செய்யப்பட்ட தாள்கள் மூலையில் ஒரு காலில்லாமல் நின்றிருந்த பழைய மேசையில் அலங்கோலமாகக் கிடந்தன. வெக்கை தாங்க முடியவில்லை.

சிகரெட் பிடித்தபடி அந்த மனிதரின் விரல்கள் மஞ்சள் படிந்து மெலிந்து எலும்பு நீண்டு கொண்டிருந்ததுபோல் தோற்றம் தந்தன. இருள் படர்ந்திருந்தது. இடதுபக்க மூலையில் இருவர் அமர்ந்திருந்தனர். எங்கோ பார்த்ததுபோல் அவர்கள் தென்பட்டனர் அமரனுக்கு. வங்காளிகளாக இருக்க முடியாது.

சிகரெட் பிடித்துப்பிடித்து இருமினார் அந்த வங்காளி மனிதர். அறையின் கிழக்குப் பக்கத்தில் ஒரு வாசல் பூட்டப்பட்டிருந்தது. யாராவது திறந்துகொண்டு உள்ளே வரலாம் என்பது போல் வீட்டில் உள்பக்கத்தை இணைத்தது அந்த வாசல். அந்த வாசலும் நுழைபவரைத் தலையில் செம்மையாய் இடிக்கும்.

திடீரென, "இங்கே தான் படிக்கிறேன். உங்க பேச்சு கேட்டிருக்கிறேன்" என்றான் இடது பக்க மூலையில் அமர்ந்திருந்த மாணவன். தன் பெயர் அருண் என்றான். குரல் கீச்சென்றது. கையை நீட்டிச் சிரித்தான் அமரன். இன்னொருவன் ஏதும் பேசாமல் அமர்ந்திருந்தான். அவனை இருட்டுக்குள் துருவிப் பார்த்தான் அமரன்.

ஏதோ நடக்கும் என்று எதிர்பார்த்த அமரனுக்கு நேரம் போய்க்கொண்டே இருந்தது உணர்வில்பட்டது. அல்லது எல்லோரும் வேறு யாரோ வருவதற்குக் காத்திருப்பார்கள் போலும் என்று நினைத்தான். தன்னை அழைத்து வந்த இளைஞன் அங்குத் தன்னை விட்டுவிட்டு வேறு பலரையும்கூட அழைத்து அவர்கள் பின்னாலும் பத்தடி பத்தடி என்று இடம்விட்டு அழைத்துக்கொண்டு வந்துகொண்டிருக்கிறானாய் இருக்கும் என்று நினைத்தான். 'இப்படிப்பட்ட கூட்டங்களுக்கு அடிக்கடி ஆட்களை அழைத்து வரும் அதிக இரகசியங்கள் கொண்ட இளைஞனாக இருக்கவேண்டும் என்று நினைத்தான் அமரன். தன்னைச் சுற்றி ஒருமுறை பார்த்தான். தன்னையே அந்த மூன்றாவது நபர் பார்த்துக்கொண்டிருக்கிறான் என்று நினைத்தான்.

அப்போது நான்கைந்து பேர் வரும் இலேசான ஓசை கேட்டது.

சபாஷ் ராஜூம் இன்னும் சிலரும் வந்தனர். அவர்களோடு மாணவர்கள் அல்லாத தொழிலாளர் போலவோ, அலுவலகத்தில் வேலை செய்பவர்கள் போலவோ கூட ஓரிருவர் இருந்தனர்.

எல்லோரும் உள்ளே தலைகுனிந்து வந்து ஒவ்வொரு மூலையாக அமர்ந்தனர்.

சபாஷ் ராஜை, “ப்ரஃபசர் இங்கே” என்று பிரதானமான இடத்தைக் காட்டி உட்கார வேண்டுகோள் விடுத்தார் அந்த பெங்காலி ஆள். வீட்டுக்குள்ளிருந்து கிழக்குப் பக்கத்து வாசல் வழியாக வந்த முதியவர் எல்லோருக்கும் சர்பத் விட்டுக் கொடுத்தார்.

அமரன் சர்பத்தை ரசித்துக் குடித்தான். வங்காளிக்காரர் இன்னொரு சிகரெட் பாக்கெட்டைத் திறந்தார்.

சபாஷ் ராஜை வங்காளிக்காரர் ஏற்கனவே பார்த்துப் பேசியிருக்க வேண்டும் என்று தோன்றியது.

காம்ரேட் சட்டர்ஜி என்று அறிமுகப்படுத்தி சர்பத் கொண்டு வந்த முதியவர் தான் அந்த ஊர் கம்யுனிஸ்ட் கட்சித் தலைவர் என்று கூறினார்.

காம்ரேட் சட்டர்ஜி, அண்டர்கிரவுண்டில் இருப்பவர் என்றும் அவரைப் பற்றி போலிஸுக்குத் தகவல் கொடுப்பவர்களுக்கு கல்கத்தாவில் இரண்டு மூன்று பங்களாக்கள் வாங்கும் அளவு பணம் கிடைக்கும் என்றும் கூறினார் முதியவர். முதியவருக்கு ஹாஸ்ய உணர்வு இருந்தது.

அமரனுக்குப் புரிந்துவிட்டது. இது புரட்சிக்காரர்கள் சபை.

அமரன்கூட பட்டப்பகலில் பத்துப்பானை தேய்த்து என்னைப் பெற்றவள் படிக்க வைத்தாள் என்று பல மேடைகளில் சொல்லியிருக்கிறான். வறுமையில் இருந்து புரட்சி வரும் என்பதற்குப் பதிலாக நகரங்களில்தான் புரட்சிப் பற்றிப் பேசுகிறார்கள் என்று நினைத்தான்.

வங்காளிக்காரர் சொன்னார், “ஆங்காங்கு நாடு முழுதும் சுற்றுப்பயணம் போய் வந்து கொண்டிருக்கிறேன். நல்ல சூழ்நிலை. மக்கள் கொதித்துக்கொண்டு இருக்கிறார்கள். ஆங்காங்குள்ள இந்த அகவயமான ஆத்திரத்தை நாடு தழுவிய புறவயமான புரட்சியாக மாற்ற வேண்டும். இளைஞர்கள், இன்டெலக்சுவல்கள், தொழிலாளர்கள், மாணவர்கள் தயாராக வேண்டும்.”

சுருக்கமாகத் தன் கருத்துகளைக் கூறினார். எளிமையாகவும் புரியும்படியான சிறு வாக்கியங்களாகவும் இருந்தன. அறையின் இருளுக்குள் நிறைய பேரின் தலைகள் இருந்தனவோ என்றிருந்தது. சுற்றிலும் பார்வையை ஓட்டிய வங்காளிக்காரர். 'என்ன?' என்று அமரனைப் பார்த்தார். அமரன் எந்தக் கருத்தும் தெரிவிக்காதவன்போல் தலையை ஆட்டினான்.

பின்பு சபாஷ் ராஜைத் திருப்பிப் பார்த்தவர், "காம்ரேட்டோட நிறைய முரண்பாடு இருக்கு. நாடு பல்வேறு தேசிய இனங்களின் சிறைக்கூடம். சிறையைத் திறந்தா போதும். புரட்சிக்கு அடிப்படை அதுதான் என்கிறார்" என்று சபாஷ் ராஜின் தேசிய இன விடுதலைத் தத்துவத்தைக் குறிப்பிட்டார் சட்டர்ஜி. நிறைய ஏற்கனவே பேசிக் கொண்டவர்கள்போல இருவரும் சிரித்தனர். சபாஷ் ராஜ் தனது கருத்துகளை ஏதும் அங்கு சர்ச்சிக்க வந்தவர்போல் தெரியவில்லை. சபாஷ் ராஜுடன் அந்தக் கல்லூரியில் படிக்கும் ஒரு மாணவனும் வந்திருந்தான். அவன் சபாஷ் ராஜைப் பார்த்தான். சபாஷ் மெதுவாய் உடலைச் சரித்து ஒரு கைக்குட்டையை எடுத்து அந்த அறையில் பரவிய வெப்பத்தால் வழிந்த வியர்வையைத் துடைப்பதில் மும்முரமானார்.

பின்பு ஒரு கத்தைத் தாள்களை எடுத்து உங்கள் பிரச்சினை பற்றிக் கூட எங்கள் கட்சி விவாதித்தது. இரண்டாம் 'பிளீனத்தில்' அதன் அறிக்கை இது என்று சபாஷ் ராஜிடம் கொடுத்தார் சட்டர்ஜி. சபாஷ் ராஜுக்கு அந்தத் தாள்கள் மீது மதிப்பு இருப்பதாய்த் தெரியவில்லை.

பின்பு சற்று நேரம் அமர்ந்து பொதுவான ஒரு நட்புச் சூழலில் பொது விஷயங்கள் பலவும் பற்றிப் பேசினார்கள். நாட்டின் பல பகுதிகளிலும் உள்ள வறுமை, அரசியல்வாதிகள் கிரிமினல்களாக இருப்பது, அதிகாரிகளும் அரசியல்வாதிகளும் சேர்ந்து நாடு சுதந்திரம் அடைந்த பின்பு மக்களை, முக்கியமாய் கிராமங்களைச் சுரண்டுவதிலும் ஏமாற்றுவதிலும் பயன்படுத்தும் புதிய முறைகள் பற்றி ஒவ்வொருவரும் தங்கள் அனுபவங்களைப் பகிர்ந்தனர். பத்திரிகைகள் ஒவ்வொரு மாநிலத்திலும் விற்பனைக்காக மக்கள் பிரச்சினைகளைப் பற்றி முதலில் எழுதினாலும் கடைசியில் தனவந்தர்களுக்காகவும் அதிகாரிகளுக்காகவும் துணைபோவது பற்றிய சுவாரசியமான சம்பவங்களை எடுத்துக் கூறினார் மூலையில் அமர்ந்திருந்த சட்டர்ஜியுடன் வந்திருந்த அழகிய

முகத்தோற்றம் கொண்ட மெய்க்காப்பாளர். அவரது பையில் ஒரு ரிவால்வரை அவர் அசையும் ஒரு தருணத்தில் கண்ட அமரன் அவரையே பார்த்துக் கொண்டிருந்தான். பெண் போன்ற அழகிய முகம் கொண்ட தென்னிந்திய சாயல் கொண்ட இளைஞன் அவன்.

அப்போது உள்ளேயிருந்து முதலில் சர்பத் பகிர்ந்தளித்த முதியவர் மீண்டும் வந்து எல்லோருடனும் அமர்ந்தார்.

அமரனுக்கு எல்லாம் புதுமையாகப் பட்டதாலோ என்னவோ ஏதும் பேசவில்லை.

முதியவர் அதனைச் சுட்டிக் காட்டிச் சொன்னார்.

“நான் நம்ம அமரனோட பேச்ச மேடையில கேட்டிருக்கேன். அந்தப் பேச்சு, சாதாரண பேச்சு இல்ல. கொஞ்சம் நகாசு வேலை... அடுக்குமொழி அது இது இருந்தாலும் பாருங்க... கொப்பூழ் கொடியிலிருந்து... பீறிட்டு வர்ற பேச்சு அது. தம்பி எந்த கம்யுனிட்டி? சரி. சொல்லாண்டாம். கஷ்டப்பட்ட சாதியில் இருந்துதான் வந்திருப்பீய. பாத்தால தெரியுதே. அந்தப் பேச்சு வெறும் சப்தமா போயிரப்படாது. அதான், நான்தான் தம்பியும் இந்தக் கூட்டத்தில் வந்து பங்கெடுக்கணும்னு நினைச்சேன். தம்பிக்குப் புதுசா இருக்கும், எல்லாம். ஏன்னா பாருங்க, மேடைச் சக்தி உண்டு. போத வந்துச்சுன்னா நம்மள அது கெட்டிப் போடும். அப்புறம் மைக் நம்மள ஆளும். நாம மைக்க ஆளமாட்டம். அது பேச்சு, சப்தம், ஆங்காரம், கூச்சல் எல்லாம் உள்ள உலகம். இங்க பாத்தீங்கள்ள. இது செயல்படறவங்க உலகம். ஒரு மனுசன் கல்கத்தாவில் இருந்து கெளம்பி வந்து ஊர் ஊரா இந்த மாதிரி ஆளுங்கள சந்திக்காரு. ஒரு பொதுக்கூட்டம் பேசியிருப்பாரா? இல்ல. இதுவும் அரசியல்தான். இருட்டறைகள், வெக்கை, குளிர் உறங்க முடியாது. உளவு பார்க்கும் போலீஸ். எந்த நேரமும் கரணம் தப்பினா மரணம்னு வாழ்க்கை. நம்ம ஊர் அரசியல்னா தோரணம், பட்டாசு, முழக்கம், வர்ண விளக்கு, ஆளுயர கட் அவுட், ஸ்பீக்கர், மேடை பூமாலை, புகழ்மொழி இப்படி, அரசியல்னு சொல்றாங்க...”

இப்படி முதியவர் பேசும்போது இந்த இடம் வந்தவுடன் சபாஷ் ராஜுடன் வந்த மாணவன் இருட்டிலிருந்து எழுந்து வெளிச்சம் இருக்குமிடத்துக்கு நகர்ந்தான். எல்லோரும் அவனைப்

பார்த்தனர். அவன், "அப்பொ... நடந்திட்டு இருக்கிற மொழிப் போராட்டம் பிரயோஜனமற்றதுன்னு சொல்றீங்களா?' என்று கேட்டான்.

வங்காளிக்காரர் மெதுவான குரலில் மந்திரம் ஜபிப்பதுபோல் 'பூர்ஷ்வா போராட்டம்' என்றார்.

சபாஷ் ராஜ் உடனே நெற்றி வியர்வையைத் தன் நான்காக மடித்த கைக்குட்டையால் துடைத்துவிட்டு,

"நிச்சயம் இது பூர்ஷ்வா போராட்டம் என்று சொல்ல முடியாது" என்றார் ஆங்கிலத்தில்.

"ஓ.கே. நாம் நமக்குள் ஒத்துக்கொள்ள முடியாது என்று ஒத்துக் கொள்கிறோம்" என்று சிரிக்க ஆரம்பித்தார் வங்காளிக்காரர்.

அப்போது அமரன் கூரைக்கருகில் மேலே கட்டப்பட்ட கொடியில் பாதிரியார்கள் அணியும் ஆடை தொங்கியதைப் பார்த்து வியப்போடு அந்த ஆடை பற்றியே நினைத்துக்கொண்டு இருந்தான். முதியவர் தொடர்ந்தார்.

"... சரி. நான் சொல்ல வந்தது கேட்ருங்க! அதாவது இன்னொரு அரசியலும் சாத்தியம். அதுவும் இந்தப் பாரத தேசத்தில் நடந்துட்டிருக்கு. நானும்... எனக்கு வயது எழுபது. அப்பொ சுதந்திர போராட்டத்தில் பங்கெடுத்தவன். அடிபட்டவன். செயில்ல கிடந்தவன். அப்புறம் கம்யுனிஸ்ட் கட்சிதான்னு வந்து உழைச்சிட்டு இருக்கிறோம். மிஸ்டர் சட்டர்ஜியுடன் முழுதாக நானும் ஒத்துப் போகல்ல. ஆனாலும் அவருக்கு ஓர் அரசியல் இருக்கு. அவருடைய கட்சியும் இப்ப பரவுது... அதனால நம்ம பிள்ளையள அவர் சந்திக்க ஏற்பாடு செய்தென். மொத்தம் நாலு நாள் இங்க இருப்பார். எப்ப வேணும்னாலும் வந்து பேசலாம். பாத்தியளா கடைசில என் பெயரச் சொல்ல மறந்திட்டேன். வயது ஆனவங்களுக்கு அரசியல் பற்றி ஈடுபாடு இருந்தா என்னைத் தெரியும். இளவட்டங்களுக்குத் தெரியாது. என்னெ கம்யுனிஸ்டு சுப்ரமணியம்னு சொல்லுவாங்க..." என்றார். அவருக்குப் பற்கள் சில இல்லாததாலோ என்னவோ குதப்பிக்குதப்பிப் பேசினார். அமரன் வங்காளிக்கார காம்ரேட் சட்டர்ஜிக்கு ஷேக் ஹாண்ட் கொடுத்தான். என்ன தோன்றியதோ அவனுக்குக் கம்யுனிஸ்ட் சுப்ரமணியம் என்று அறிமுகப்படுத்திய முதியவரைப் பிடித்துவிட்டது. அவரது காலில் தொட்டு

வணங்கினான். பெரியவர் பதற்றத்தோடு, “என்ன மடத்தனம். சீ... என் கொள்கைக்கு விரோதமான காரியத்த செய்துபுட்டயள. நாம எவனும் எவனுக்கும் கால்ல விழப்பிடாது தம்பி” என்றார்.

அமரன் தனியாய் தூரத்தில் நடக்க ஆரம்பித்தான். அவனுக்கு என்னென்னவோ கேள்விகள் உதித்தன. நினைவுகள் வந்தன. சட்டர்ஜியோடு துப்பாக்கியுடன் வந்துள்ள அழகிய முகம் கொண்ட இளைஞர் நினைவுக்கு வந்தார்.

தூரத்தில் சபாஷ் ராஜ் தன்னுடன் வந்த மாணவனுடன் மெதுவாக, தனது வழக்கமான பொம்மை நடையில் போய்க் கொண்டிருந்தார். மாணவன் அவரை அவர் வீடு வரை வந்து விட்டுவிட்டு அதே வழியில் அவன் வீட்டுக்குப் போவதென்று கூறியிருந்தான். பெரிய விவாதமோ, சொற்பொழிவோ நடக்காதது ஏமாற்றமாகவும், வியப்பாகவும் இருந்தது அமரனுக்கு. ஆனால் ஒரு புது அனுபவமாய் இருந்தது.

அப்போது தனக்கு முன் சபாஷ் ராஜ் போய்க்கொண்டிருப்பதைக் கண்ட அமரன் அவரோடு பேசிப் பழக ஒரு சந்தர்ப்பம் என்று நினைத்து நடையின் வேகத்தைக் கூட்டினான். மாணவர்கள் மூலம் கேள்விப்பட்டிருந்தாலும் சபாஷ் ராஜைச் சந்திக்கும் வாய்ப்பு அமரனுக்கு ஏற்பட்டிருக்கவில்லை. சபாஷ் ராஜ் பணி ஆற்றுவது அந்த நகருக்கு வெளியில் இருக்கும் கல்லூரி. இருவரும் சந்திக்காததுக்கு அதுவும் ஒரு காரணமாக இருக்க வேண்டும்.

‘அய்யா’ என்று அழைத்துக்கொண்டு அமரன், சபாஷ் ராஜை வேகமாக நடந்து சென்று பிடித்தான். சபாஷ் ராஜ் அவனைப் பார்த்த பார்வையில் அவர் வேண்டுமென்றே அமரனைத் தவிர்க்க விரும்பினாரோ என்று இருந்தது.

“அய்யா! நான் அமரன்...” என்றான் அமரன்.

“ஆமா, அங்கே பாத்தனே” என்று கூறியவர், சற்று நேரம் மீண்டும் மீண்டும் மேலும் கீழும் அமரனைப் பார்த்த பிறகு

“பிளாட் ஃபார்ம் ஸ்பீக்கர்” என்று மெதுவாய்க் கூறினார்.

அவரது முகபாவத்திலிருந்து கண்டிக்கிறாரா, கிண்டல் செய்கிறாரா என்றும் கண்டுபிடிக்க முடியவில்லை. அமரன் சற்றுப் பின்வாங்கினான்.

“அய்யாவ பத்தி மாணவர்கள் சொன்னாங்க” என்றான், தைரியத்தை வரவழைத்து.

“என்ன சொன்னாங்க? நான் மாதமட்டிக்ஸ் லெக்சரர்னு சொல்லியிருப்பாங்க” என்றார் சபாஷ் ராஜ்.

அமரனுக்குச் சரியான நேரத்தில் தான் சபாஷைச் சந்திக்கவில்லையோ என்று பட்டது.

“இல்ல...” என்று தயங்கினான்.

“இல்ல ஐ.ஏ.எஸ். விட்டுவிட்டு இட்லி கடை வச்சவன்னு சொல்லியிருப்பாங்க. பாருங்க, அமரன் அதெல்லாம் முக்கியமில்ல. நான் என்ன சொல்றேன். நான் சொல்றது சரியா இருக்கா இல்லியான்னு பாக்கணும்.”

தான் சொல்லிக்கொண்டு திரியும் தனித் தமிழ்நாடு தத்துவத்தை மேலாகக் கோடி காட்டிவிட்டு, “சாரி. இது பத்தியெல்லாம் தெருவில பேசப்படாது. தப்பா எடுத்துக்காதீங்க. எனக்கு மேடைப் பேச்சாளர்கள் கண்டா எரிச்சல்தான் மொதல்ல வருது. என் குணம் இப்பிடி... இல்லையாப்பா...” என்று திரும்பி நமுட்டுச் சிரிப்புடன் வந்துகொண்டிருந்த மாணவனைப் பார்த்தார் சபாஷ் ராஜ்.

ஏதோ ஒரு தைரியத்தை வரவழைத்து அமரன் இப்படிக் கேட்டுவிட்டான்.

“சரி அய்யா. அப்பொ, கிரேக்கத்தில் சாக்ரட்டீஸ் பேச்சால சமூகத்த மாத்தினது...” என்று தொடங்கும் முன்பு அமரனை ஒரு பார்வை பார்த்தார் சபாஷ் ராஜ். சட்டென்று அமரன் அமைதியானான்.

“என்ன என்ன?” என்று ஆளை அடிப்பதுபோல் ரோட்டின் குறுக்காக அமரனை நிறுத்தி வலது கையால் அமரனின் இடது கையைப் பிடித்து ரோட்டோரத்துக்கு அழைத்து ஆவேசமாகப் பேச ஆரம்பித்தார், சபாஷ் ராஜ்.

“அமரன், கேளுங்க... இங்க மேடை போட்டு இன்றைக்குப் பேசற திருட்டுப் பசங்க, மைக் போதைல பேசுறவங்க. இவங்கள எல்லாம் சாக்ரட்டீஸ்னு உண்மைல நீங்க நினைச்சீங்கன்னா, நான் உங்களுக்காகப் பரிதாபப்படறேன். இவங்களால தமிழ்

இலக்கியமோ, வரலாறோ, சிந்தனையோ, கொஞ்சம் கூட வளரப் போறதில்ல. இன்றைக்கு நான் எழுதி வச்சித் தாரேன். தே ஆர் ஆல் சிம்பிள் இடியட்ஸ். தே ஆர் சீட்டிங் பீப்பிள்...”

உணர்ச்சியும் கோபமும் கலந்து அந்த வெக்கையான இருண்டு கொண்டு வந்த மாலை நேரத்தில் வியர்வை துடைத்தபடி பேசிக்கொண்டு நின்றார் சபாஷ் ராஜ்.

அமரன் அமைதியாகிவிட்டான். ஒருவழியாக சபாஷை அந்த மாணவன் அழைத்துக்கொண்டு போனான். சபாஷுக்கு யார்மீது கோபம் என்பது கூறமுடியாமல் உணர்வுகளால் உந்தப்பட்டதுபோல் இருந்தார்.

அமரன் ஹாஸ்டலுக்கு எரிச்சலோடு சென்றான். சபாஷ் தன்னை உதாசீனப்படுத்திப் பேசியது பிடிக்கவில்லை. நானும் ஒரு நாள் மதிப்புக்குரியவனாவேன். அப்போது பார் என்பது போல் கறுவினான் மனதுக்குள்ளே. அப்போது பட்டர் எதிரில் போக, “என்ன பட்டரே?” என்றான். அப்படி அவரிடம் பேசியதில் மன சஞ்சலம் மாறியது. பட்டர் அவனிடம் புன்முறுவலோடு பேசிவிட்டுச் சமையல்கட்டிற்குச் சென்றார். அவரது அழுக்கேறிய பனியனை அறையின் மூலையில் சுருட்டிச் செருகிவைத்தார். வழக்கமாய் வேலை செய்ய ஆரம்பிக்கும்போது துவைத்த ஆடைகளைக் கழற்றிவிட்டு அழுக்காடைகளை அணிவது அவர் வழக்கம். அவ்வழக்கப்படி அந்த அழுக்குப் பனியனைப் போட்டுக் காய்கறிகளைச் சற்று நேரத்திற்குள் அரிய ஆரம்பித்தார்.

மதியம் மாணவர்கள் சாப்பாட்டுக்கு வருவதற்கு முன்பு வேலையை முடித்துவிட்டு குளியலறைக்குப் போய் சோப்புத் தேய்த்துக் குளித்துவிட்டுத்தான் சோற்றைச் சுடச்சுட தாமிரப் பாத்திரத்தில் தூக்கி ஒவ்வொருவராக முகத்தைப் பார்த்துச் சிரித்தபடி விளம்புவார் பட்டர். அப்படிச் சிரித்தபடி விளம்பாவிட்டால் பிள்ளைகளின் உடம்பில் சாப்பாடு ஒட்டாது என்பது பட்டர் கருத்து. பிள்ளைகளின் தந்தையர்கள் தன்னை நம்பித்தான் அந்த ஹாஸ்டலில் பிள்ளைகளை விட்டுவிட்டுப் போகிறார்கள் என்பது அவர் கருத்து.

என்னதான் இந்த இளம் மாணவர்களைப் பார்த்து ஆறுதல் அடைந்தாலும் பட்டருக்குத் தன் மகன் ஞாபகம் அவ்வவ்போது வந்துவிடுகிறது. ‘பாவி எங்கே இருக்கானோ, எப்படி இருக்கானோ?’ என்று அவ்வப்போது தன் சக

ஆடிப்பாவைபோல | 125

சமையல்காரர்களிடம் பேசிக்கொண்டிருப்பதில் அவருக்கு அலுப்பே ஏற்படுவதில்லை.

"அவன் எங்கேயோ இன்னும் இருக்கான் ஓய்... இல்லாட்டா நான் உயிரோடு இருந்து பிரயோஜனம் இல்ல. ஆனா, அவ நம்பல்ல. கிடந்து துடிப்பா. போ... எங்கயாவது போய் தேடுன்னு நச்சரிக்கும்..."

பட்டர் வாயிலிருந்து தமிழும் மலையாளமும் கலந்தபடி சொற்கள் வரும்.

"பட்டரே, யாரப் பத்திச் சொல்லுதீரு?" என்று கேட்டார் அவரளவு வயதான சக சமையல்காரர்.

அவருக்குத் தெரியும் பட்டர் இப்படி ஆரம்பித்துவிட்டால் அது தன் மகனைப் பற்றித்தான் இருக்கும் என்று. என்றாலும் இப்படிக் கேட்டு உள்ளே கிடக்கிற பட்டரின் உணர்வுகளை எல்லாம் வடித்து எடுத்துவிட்டால் அதன்பிறகு ஓரிரு வாரங்கள் பட்டர் நன்றாக இருப்பார். அதனால் அந்த சக சமையல்காரர் இப்படித் தூண்டித்தூண்டிக் கேள்வி கேட்பது வழக்கம்.

"எல்லாம் அவனைப் பற்றித்தான் ஓய்! வேறு யாராணு எனக்கு?"

மீண்டும் தமிழும் மலையாளமும் கலப்பார். வீட்டையும் ஊரையும் மகனையும் பற்றிய நினைவு வந்துவிட்டால் பட்டரின் தமிழ் நடை படாதபாடு படும். மலையாளம் இடை இடையே வந்து தலைநீட்டிவிடும். இப்படி இப்படியே மலையாளம் கேள்விப்பட்டுக்கூட இருக்காத பட்டரின் சக சமையல்காரர்கள் கொஞ்சம் மலையாளம் கற்றுவிட்டார்கள். ஓரிருவர் மலையாள செக்ஸ் படங்கள் அந்த ஊரில் வந்தால் ஓடிப்போய் பார்த்து இன்னும் கொஞ்சம் மலையாளத்தை விருத்தி செய்துகொண்டார்கள்.

தொடர்ந்தார் பட்டர். அன்றைய சாம்பாருக்கு வெட்டப்பட்டுக் கொண்டிருந்த கத்திரிக்காயைக் கை சீராகச் சீவிப்போட்டுக் கொண்டிருந்தது. துண்டுகளை நீளவாக்கில் மூன்றாக அறுத்துக் கொடுப்பது பட்டர் வேலை. சக ஊழியர் அதைத் தன்முன் வைத்திருக்கும் மரக்கட்டையில் வைத்துச் சிறுதுண்டுகளாக்க வேண்டும். இந்த வேலை நடக்கும்போது பெரும்பாலும் பட்டர் தன் ஊரைப் பற்றியோ, குடும்பத்தைப் பற்றியோ அல்லது

எப்போதும் மனதில் மறைத்து வைத்திருக்கும் மகனைப் பற்றியோ ஏதாவது கூறிக்கொண்டிருப்பார். அப்படிப் பேசாமல் அவரால் வேலை செய்ய முடியாது.

"கேட்டீரா ஓய். அவன்ற அம்மைக்கு அவன் என்றால் ஜீவன். அவள் அவன் போய் ஒரு மாதத்தில் ஆள் பாதி ஆயி. ஞான் எவிட எவிடயோ கூட்டிக்கொண்டு போயி. பெரிய பெரிய வைத்தியன்மாருகிட்டெ எல்லாம் விளிச்சுக்கொண்டு போயி காமிச்சேன். மருந்தும் பொடியும் குடுப்பான். அவ குடிக்க மாட்டா. சாப்பிட மாட்டா. எப்போ பாத்தாலும் கேட்டியா, மகனப் பத்தி. இதுதான் ஒரே பல்லவி..."

"பட்டரு! ஏன் மகனத் தேடப் போகல்ல?" என்பார் சக ஊழியர்.

"ஒன்னு. அந்த அம்மாவை விட்டுவிட்டுப் போகமுடியுமா இந்த நிலைமைல? இரண்டாவது, அவன் எங்கே இருக்கான்னு போய்த் தேட? எந்த ஊருக்குப் போக நான்? யாராவது வந்து பாத்தேன்னு ஒரு வார்த்த சொன்னா நாம போகலாம். ஒருத்தருகூட கண்டேன் என்று சொன்னதில்ல... அதனால ஏதாவது சமாதானம் சொல்வேன். தேடிப் போக முடியல்ல. ஆனா என் இரத்தமில்லியா அவன்? அந்த இரத்தத்துக்கு ஏதோ ஜீவஹானின்னா தெரியும் என்று ஒரு நம்பிக்கை. அதனால என் இரத்தம் எனக்கேட்ட கனவுல சொல்லும், "பயப்படாதடா. அவன் எங்கோ இருக்கான்... வருவான்னு அவ நம்பணுமே ஓய்... அங்கேல்லா பிரச்சன. சொன்னா கேட்பாளா? ம்..." என்று பெருமூச்சுவிட்டார் பட்டர்.

"சொந்த மகனில்லயா ஓய் பட்டரே" - இது கேட்டுக் கொண்டிருப்பவர் ஆறுதலுக்குக் கூறும் வாசகம்.

"சொந்த மகன்னா வர்ற வரைக்கும் பொறுக்கணும் ஓய்" என்று தேவையில்லாமல் சக ஊழியரிடம் கோபப்படும் பட்டரைப் பார்க்கப் பரிதாபமாக இருக்கும். பின்பு தலைகுனிந்து கத்திரிக்காயை அறுத்தபடியே சொல்வார்.

"ஓடா... தோலா எளச்சுப் போயிட்டா. அவளுக்கு ஓர் எண்ணம். பையன எனி பாக்க மாட்டாள்னு. எப்படியோ இப்படி ஒரு நம்பிக்கை அவளுக்கு வந்துபோச்சு. அவன் ஓடிப்போன ஒரு வருசத்துல அவளும் போய்ச் சேர்ந்துட்டா. ஒரு நாளு காலைல எழுந்து விளிக்கேன். சப்தம் இல்ல. உள்ள அவ படுக்குற

எடத்திலே போய்ப் பாத்தா அப்படியே முகத்துல துணி மூடி கிடக்கு. தூங்குயா போலன்னு நினைச்சு எழுப்ப வேண்டாம்னு மெதுவாப் போய் ‘எடி… எந்தாணு’ன்னு காப்பி போட்டு ஊத்திக்கிட்டு… கிட்ட போய் பார்க்கிறேன்… போயிட்டா. ஆளுகளுக்குச் சொல்லிட்டு அவளுக்குப் பொடவ இருந்த பெட்டிய திறந்தா எல்லா மருந்தும் உள்ளே இருக்கு. எதையும் தின்னவோ, குடிக்கவோ இல்ல. சாவ தானா வருத்தீருக்கான்னு புரிஞ்சது அப்பொ. சாக இருந்தவள யாரு காப்பாத்த முடியும்? அவள காப்பாத்த அவ மகனுக்குத்தான் முடியும். எனக்கு அவ மகன எங்கிருந்து கொண்டுவந்து காட்ட முடியும்…? ம்… சொல்லும்…”

கத்திரிக்காயைச் சீவிக் கொண்டே இருந்தார் பட்டர்.

கேட்டுக் கொண்டிருந்த சக சமையல்காரர் இப்படிக் கேட்டார்.

“சரி… ஓமக்கு என்ன நம்பிக்கை ஓய் பட்டரே இத்தனை வருஷமா? தப்பா நெனக்காதயும் நான் இப்படிக் கேக்கேன்னு… அவன் இன்னும் எங்கேயோ இருக்கான்னு.”

சமையல்காரரைப் பார்த்து முறைத்த பட்டர், பின்பு சகஜமானார். அவரது அழகிய சிவந்த முகத்தில் ஒரு லேசான புன்னகை படர்ந்தது.

“எனக்குள்ள அவன் இருக்கான் ஓய்… அவன தூக்கி வளர்த்த மார்பு இது. இதுக்குள்ள இருக்கான். இந்த மார்பு அறியாம் அவன் எவிடயோ உண்டு. வரும் என்னெ வந்து காணும்… எனக்கறியாம்…”

பேச்சின் இறுதியில் தனக்குத்தானே சொல்லிக்கொள்வதுபோல் மலையாளத்தில் கூறிக் கொண்டிருந்தார் பட்டர்.

சாக்கிலிருந்த கத்திரிக்காய் முழுவதும் கீறி முடித்திருந்தார்.

அன்று மரியா கான்டீனில் சுரேந்திரன் வந்ததும் ஜோசப்புக்கு உதறல் எடுத்தது. காட்டிக் கொள்ளவில்லை.

“என்ன சுரேந்திரன் அண்ணா? என்ன வேணும்? என்ன இந்தப் பக்கம்?”

கேட்டுக்கொண்டே அருகில் வந்தான். சுரேந்திரன் ஜோசப்பைவிட சிறியவன். ஆனாலும் அண்ணா என்று கௌரவம் கொடுத்துப் பேசினான் ஜோசப்.

சுரேந்திரன் முறைத்துவிட்டு,

"என்ன வேணுமாவா! பன்னும் ஒரு டீயும் கொடு."

ஜோசப்புக்கு இவன் எதற்கு இங்கே வந்திருக்கிறான் என்ற யோசனையாக இருந்தது.

சுரேந்திரன் தூத்துக்குடிக்குப் பக்கத்திலிருந்து வருபவன். அவனைப் பற்றிய கதையை இவன் வளர்ந்தபோது ஒரு வயோதிகர் கூறினார். அவன் தாய்தான் ஒருமுறை சிறு வயதில் இவனைச் சினிமாவுக்கு அழைத்துக்கொண்டு போய் நுங்கு தின்று தின்று சினிமா பார்த்துக்கொண்டு இருந்தாளாம். இவன் கண்ணையும் நுங்கு என்று பிய்த்து எடுத்தாள் என்றும் அதனால் தான் இவன் ஒற்றைக் கண்ணன் ஆகிவிட்டான் என்றும் அந்த வயோதிகர் கூறினார்.

அந்த வயோதிகரிடம் உடனே இவன் கேட்டானாம்.

"ஆமா, வாயில போட்டுச் சாப்பிட்டாளா? எப்படி இருந்ததாம், மகனோட கண்ணு?"

வயோதிகர் இப்படிப் பதில் சொன்னாராம்.

"சாப்பிட்டாளோ என்னமோ. தற்கொலை பண்ணிச் செத்துப் புட்டாளாம். மகன் கண்ணைச் சாப்பிட்டுவிட்டது தெரிஞ்சதும்."

இதைக்கேட்ட சுரேந்திரன், "சினிமான்னா சும்மாவா?" என்று சாதாரணமாகச் சொல்லிவிட்டுப் போய்விட்டானாம்.

சுரேந்திரன் கான்டீனில் தூணுக்குப் பக்கத்தில் சினிமா விளம்பரத் தட்டி வைக்கப்பட்டிருந்த இடத்தில் கிடந்த ஸ்டூலில் அமர்ந்து, பழைய பிரம்பு மேசையில் வெள்ளை நிற பிளேட்டில் நான்காக நேர்த்தியாக வெட்டப்பட்டிருந்த பன்னை ஒரு கடி கடிக்கும்போதே ஜோசப்பைக் கடைக்கண்ணால் பார்த்தான். டீ அடித்துக்கொண்டிருந்த ஜோசப்பும் கவனிக்கத் தவறவில்லை. ஜோசப்புக்கு மீண்டும் உதறல் எடுத்தது. நீர் கொதித்துக் கொண்டிருந்த கான்டீன் பைலரின் சூடு குறைய அதன் கீழ்

கிடந்த நெருப்புக் கணப்பை லேசாக நீர்விட்டு அணைத்துவிட்டு ஏதும் அறியாதவன்போல டீயை ஒரு கண்ணாடி கிளாசில் விட்டு அடியில் ஒரு ஸாஸருடன் சுரேந்திரனுக்குக் கொண்டுவந்து கொடுத்துவிட்டுத் திரும்பினான்.

அப்போது 'டக்' என்று ஒரு கை ஜோசப்பைப் பிடித்தது. ஜோசப் எதிர்பாராததால் அதிர்ச்சி அடைந்தான். ஒரு தீர்க்கமான பார்வை சுரேந்திரனிடமிருந்து வந்தது.

ஏதும் தெரியாதவன்போல் ஜோசப் விழித்தான்.

"என்ன?" என்றான் பின்பு. "இத பாரு பேப்பருல" என்று பேப்பரைக் கொடுத்தான் சுரேந்திரன். எந்தச் செய்தியையும் உணர்ச்சிகரமாக வெளியிடும் அந்தச் செய்தித் தாளில் கொட்டை எழுத்துகளில், 'போலீஸார் வலைவீச்சு, வங்காள தீவிரவாதிக்கு அடைக்கலம் கொடுத்த கம்யுனிஸ்டு சுப்ரமணியம் கைது' என்று அச்சிடப்பட்டிருந்தது.

"பாத்தியா, யார் யாரோட எல்லாமோ சேராத."

ஒரு பொது எச்சரிக்கை செய்துவிட்டு, "அப்புறம் துட்டுத் தாறேன். கணக்கில வை" என்று வேகமாகப் புறப்பட்டான் சுரேந்திரன். காசு காசு என்று ஜோசப் கத்தியதைக் கேட்க மரியா கான்டீனில் யாரும் இல்லை.

அப்போது பரவிக்கொண்டிருந்த வெயிலும் வெக்கையுமாக ஊர் அவதிப்பட்டது.

அகம்

இயல் - 9

காலையில் குளித்துவிட்டுப் பாலர் இல்லத்தின் வலது பக்கத்தில் ஒரு கொன்றை மர நிழலில் அறைத் தோழன் சந்தோஷத்துடன் நின்று ஏதோ பேசிக்கொண்டிருந்த வின்சென்டின் கவனம் உடைமுள்ளால் கட்டப்பட்டிருந்த காம்பவுண்டு கேட்டருகில் வந்து நின்ற காரை நோக்கிச் சென்றது. பாலர் இல்லத்திற்குச் சிலவேளைகளில்தான் கார்கள் வரும்.

காரிலிருந்து கிருபாநிதி இறங்கியதைத் தூரத்திலிருந்தே வின்சென்ட் கண்டான்.

"சந்தோஷம், சரி. அதோ என் நண்பன் கிருபாநிதி காரில் இருந்து இறங்குகிறான். அவன் அம்மா அப்பா வந்திருப்பாங்க போலிருக்கு."

கிருபாநிதியை நோக்கி நடந்தான் வின்செென்ட்.

"அம்மாவும் வந்திருக்காங்க வா. ஏதோ கூத்து நடக்குது..." என்று பிரச்சினை ஒன்று உருவாகியிருப்பதைத் தெளிவாகச் சொல்லாமல் வின்சென்டை அழைத்தான்.

காரை ஒதுக்கி மரத்தின்கீழ் நிழலுக்காக நிறுத்தியிருந்த இடத்துக்குக் கிருபாநிதியுடன் வின்சென்ட் சென்றான். இளம் மஞ்சள் அம்பாசிடர் கார்.

காருக்கருகில் போனதும் கிருபாநிதியின் அண்ணன் வெளியே இறங்கினார். உள்ளே எட்டி வின்சென்ட் எல்லாருக்கும் வணக்கம் சொன்னான். கிருபாநிதியின் பாட்டி, "எப்படி இருக்கே வின்சென்ட்?" என்று கேட்டுவிட்டு ஏதோ பெரியதாய்

கம்ப்ளெயிண்ட் சொல்லப் போனார். உள்ளே இருந்த கிருபாநிதியின் அண்ணனின் மனைவி ஏதோ சொல்ல பாட்டி வாய் மூடினார். ஓரிரு குழந்தைகள் காருக்குள் இருந்தனர். அவர்கள் அண்ணனின் குழந்தைகள். கிருபாநிதியின் கையைக் குழந்தைகள் காரில் இருந்தபடி பிடித்திழுத்தன.

கிருபாநிதியின் அம்மா வாஞ்சையுடன் கிருபாநிதியைப் பார்த்தபடி இருந்தார். ஏதோ கவலையில் ஆழ்ந்தவராக இருந்தார்.

ஏதோ பிரச்சனை ஆகிவிட்டிருக்கிறது, தான் காரணமோ என்னவோ என்று நினைத்துக் கொண்டான் வின்சென்ட். எதற்கும் தன்னைக் குற்றவாளியாகப் பாவிப்பது அவன் இயல்பு. கிருபாநிதியின் அண்ணனும் இளைய வயதுதான். அவனுக்கு மிகவும் இளமையில் திருமணம் நடந்துவிட்டிருப்பதால் இரண்டு குழந்தைகளுக்குத் தகப்பன்.

“என்னண்ணே திடீரென்று?”

வின்சென்ட் கேட்டவுடன் கிருபாநிதியின் அண்ணன் வின்சென்ட்டை சற்றுத் தூரத்தில் நின்ற இன்னொரு மரத்தின் கீழ் அழைத்துச் சென்றான். கிருபாநிதி காருக்குள் அமர்ந்திருந்தான்.

“எதாயிருந்தாலும் இங்கேயே இருந்து பேசுங்கண்ணே.”

கிருபாநிதி அவன் அண்ணனிடம் உரத்துச் சொன்னான். கிருபாநிதியை உடனே அம்மா கண்டித்தது வெளியில் கேட்டது. இடையில் ஒரு குழந்தை, காரின் முன் சீட்டில் பாதி டோரைத் திறந்துவைத்து ஒரு காலை உள்ளேயும் ஒரு காலை தரையிலும் வைத்து அமர்ந்திருந்த கிருபாநிதியின் மடியில் அமர்ந்தது.

“சித்தப்பா, கதை சொல்லு. காக்கா... வடை கதை சொல்லு”

குழந்தை அவனது மென்னியைப் பிடித்துத் திருப்பியது. கிருபாநிதியின் கவனம் குழந்தையிடம் இல்லை. அவனுடைய காது கூர்மையாகத் தனது அண்ணன் வின்சென்டிடம் கூறும் விஷயம் பற்றியதில் இருந்தது. தன் அண்ணன் முரடன், தன்னைப் பிடிக்காதவன் என்ற அபிப்பிராயம் கிருபாநிதிக்கு. தனது அண்ணி அங்கு இல்லையென்றால் வெளிப்படையாய்ப் பாட்டியிடமும் தாயிடமும் அதைச் சொல்லி இருப்பான். கிருபாநிதிக்கு அண்ணியிடம் மரியாதை உண்டு. அதனால் அடக்கிக்கொண்டு அமைதியாய் காரில் இருந்தான்.

இடையில் தனது உணர்வுகளைச் சகஜமாக்குவதுபோல், "ஏன் அப்பாவுக்கு ஞாயிற்றுக்கிழமையும் வேலைதானா?' என்று அம்மாவிடம் கேட்டுவைத்தான்.

"ஆமாடா கிருபா, அவரையும் கூப்பிட்டேன். யாரோ பிஸினஸ் விஷயமா வாறாங்கன்னு உன் அண்ணன்கிட்ட காரில் எங்கள கூட்டிட்டு வரச்சொன்னார்" என்றார் தாய்.

பாட்டி, "கிருபா எளச்சுப் போயிட்டியே... ஹாஸ்டல்லே சாமியாருவ சாப்பாடு தர்றாங்களாடா" என்றாள். நெற்றியில் பட்டையாய்க் கிடைகோட்டில் விபூதி அணிந்து 'பெரிய தங்கப் பாம்படங்களைக் காதில் ஆடஆடவிட்டுப் பேசினாள் பாட்டி. மேலே ரவிக்கை இல்லாமல் பெரிய கண்டாங்கி சேலையை இழுத்துப் போர்த்தியிருந்தாள்.

அப்போது ஹாஸ்டல் வார்டன் ஃபாதர் கிருபாநிதியின் தந்தைக்கு எழுதிய கடிதத்தை வின்சென்டிடம் கிருபாநிதியின் அண்ணன் கொடுத்து ஏதோ கோபமாகப் பேசிக்கொண்டு இருப்பது தெரிந்தது. மடியில் இருந்த குழந்தையைக் காரில் இறக்கிவிட்டு ஓடி வந்தான் கிருபாநிதி.

"டேய் கிருபா. அண்ணன் பேசட்டும். நீ போகாதே."

பாட்டியும் அம்மாவும் சப்தமாய் சொன்னதைக்கூட கேட்காது கிருபாநிதி வேகமாய் அண்ணனும் வின்சென்டும் நின்ற இடத்துக்கு வந்தான்.

"என்னண்ணே! நான் ஒண்ணும் தப்பு கிப்பு செய்யல்ல. வார்டன் சும்மா எழுதியிருக்கிறார்" என்றான் கிருபாநிதி.

பிறகு தரையை நோக்கித் தலையைத் தொங்கப் போட்டுக் கொண்டு தன் நண்பனான வின்சென்டின் தோளில் பிடித்துக் கொண்டு ஒரு காலை உயர்த்தி ஓர் இலையைத் தரையிலிருந்து எடுத்தான். அது ஒரு கரும்பச்சையான பலாமர இலை. அதன் காம்பைக் கடித்தபடி காரில் இருப்போரைப் பார்த்தபடி இருந்தான். எல்லோரும் நினைத்ததுபோல் சண்டை ஒன்றும் அண்ணனுக்கும் தம்பிக்கும் நடக்காததால் எல்லோரும் நிம்மதி அடைந்தனர்.

பாட்டி சொன்னாள்.

“அண்ணனும் தம்பியும் ஒற்றுமை இல்ல. எப்பவும் அண்ணன் எது சொன்னாலும் தம்பிக்குக் கோபம். தம்பி ஏதாவது தப்புச் செய்துட்டா அதுதான் சாக்குன்னு அண்ணனுக்குக் கோபம்.”

“வின்சென்ட் இருக்கான்ல. நல்ல பிள்ள. அவன் முன்னால கிருபா சண்டை பிடிக்கமாட்டான். அப்புறம் அண்ணியார எதுக்குக் கூட்டிக்கொண்டு வந்திருக்கேன்? கிருபாவுக்கு அண்ணிகிட்ட மரியாதை உண்டு” என்றார் கிருபாநிதியின் அம்மா.

“ஆமா, அவங்களயும் சொல்லித்தான் கூட்டீட்டு வந்திருக்கேன். கொஞ்சம் கோபம் சாஸ்தி. தம்பின்னுல்ல. சின்ன வயசு பய்யன் கிருபாநிதி” என்றாள் கிருபாநிதியின் தமையனின் மனைவி. அவள் நிறைய ஆபரணங்களைக் கழுத்திலும் காதிலும் கைகளிலும் போட்ட ஓர் இளம்பெண்.

பின்பு திடீரென்று அண்ணன் என்ன வேண்டுமென்றாலும் பேசிக்கொள்ளட்டும் என்று கிருபாநிதி திரும்பி வந்து காரின் முன்சீட்டில் அமர்ந்து ‘டோரைப்’ பூட்டிக்கொண்டு, கண்ணாடியைக் கீழே இறக்கினான். முன்புபோல் அண்ணியிடமிருந்து ஒரு குழந்தை வந்து கிருபாநிதியின் மடியில் அமர்ந்து கொண்டது.

“ஒரு பொறுமை வேண்டாமா கிருபா? என்ன கோபம்? வார்டன் சாமியார் ஏதோ எழுதியிருக்கார். எங்களுக்குக் கிருபாவைத் தெரியாதா?”

சிரித்துக்கொண்டே காரின் பின் சீட்டிலிருந்து சொன்னாள் அண்ணி. அம்மா சொன்னார்.

‘ராஜா! அண்ணன் நல்லதுக்குத்தானே சொல்வான். அவன் மில்லு, வியாபாரம்னு அப்பாவுக்கு ஒத்தாசையா இருக்கான். படிப்பும் வரல்ல. இப்ப ஒண்ணும் கொறஞ்சு போயிரல்ல, அதனாலெ பிள்ளையும் குடும்பமுமாய்ச் சந்தோஷமாய்த்தான் இருக்கான். உன்னை ஒரு பட்டதாரியாக்கிப் பாக்கணும்னு ஆசை. அண்ணனுக்கும் தம்பி ஒரு பட்டதாரியாக்கும்னு சொல்ல ஆசை இருக்காதா?”

பொது நியாயம் பேசுவதுபோல், கிருபாநிதியும் கோபப்பட்டுவிடக் கூடாது என்று, அவன் பல

மாணவர்களைப்போல அம்மா அப்பாவோடில்லாமல் தூரத்தில் ஹாஸ்டலில் நின்று படிப்பவன் என்று அக்கறையோடு பேசினார் தாய்.

"சரி, நாளையே மூட்டை கட்டிக்கிட்டு வீட்டுல வந்திருக்கிறேன். அண்ணன போல நானும் இருக்கேன். பட்டமும் வேண்டாம். கிட்டமும் வேண்டாம்."

கிருபாநிதி கோபத்தில் சொன்னான்.

காரில் யாரும் ஏதும் பேசவில்லை. மௌனம். தூரத்தில் அண்ணன் வின்செண்டிடம் சிரித்துப் பேசிக்கொண்டு நிற்பது தெரிந்தது.

குழந்தை கிருபாநிதியின் மென்னியைப் பிடித்து அவனது உணர்வுகளைப் பற்றிக் கவலைப்படாது 'கதை சித்தப்பா' என்று கேட்க ஆரம்பித்தது.

"விடாத, சித்தப்பாவை கத சொல்லாம விடாத" என்று சிரித்தாள் அண்ணி. அப்போது அண்ணியின் மடியில் இருந்த இன்னொரு குழந்தையும் 'சித்தப்பா கதை' என்று கேட்டது. அமைதியாக இருந்தான் கிருபாநிதி.

அப்போது மரத்தடியில் கிருபாநிதியின் அண்ணன் சொல்லிக் கொண்டிருந்தான்.

"கொஞ்சம் புத்தி சொல்லு வின்சென்ட். நாங்க கண்டிச்சு வக்கிறோம்னு ஃபாதர்கிட்ட சொன்னேன். எங்க குடும்பத்தில இவன் ஒருவனைப் பட்டதாரி ஆக்கணும்தான் இவ்வளவு பிஸினஸுக்கு இடையிலும் இங்கே நான் வந்து பாதிரியார பாத்து இனி இப்படி நடக்க மாட்டான்னு சொல்லி சமாதானம் செய்துவிட்டுக் கிளம்பறேன். ஃபாதர் ஏதோ ஒரு டொனேஷன் கேட்டாரு. அதுவும் கொடுத்து இருக்கிறேன். காலாகாலத்திலே நாங்களே எல்லாம் செய்வோம்னு சொல்லு. என்னை அவனுக்குச் சின்ன வயசிலேர்ந்தே பிடிக்காது. சண்டைதான் நாங்க இரண்டு பேரும் வீட்டில இருந்தா. நீ பாத்துக்க வின்சென்ட். எங்க வீட்டில உன்னைப் பத்தி அப்பொ அப்பொ பேசுவோம். உன்னைப் போல நல்ல பிரண்ட் அவனுக்கு இருக்கிறதால எங்களுக்கும் நிம்மதி... அப்பொ, சாப்பிட வெளியில டௌனுக்குக் கிருபாவைக் கூட்டிக்கிட்டுப் போறோம். நீ வரமாட்டேன்கிற.

ஒரு சினிமாவும் பாத்துக்கிட்டுத்தான் கிளம்புவோம். நல்ல படம் ஒண்ணு ஓடுதாமே...' என்று வின்சென்டிடம் பேசியபடியே காருக்கருகில் இருவரும் வர, பாட்டியும் அம்மாவும் அண்ணியும் கிருபாநிதியும் வின்சென்ட்டைச் சாப்பிட எவ்வளவோ அழைத்தும் அவன் மறுத்துவிட்டுப் புறப்பட்டான். அண்ணன் கார் ஓட்டுபவர் சீட்டில் போய் அமர்ந்தான்.

"ஒரு நிமிடம்."

இறுக்கமான குரலில் சொன்ன கிருபாநிதி இறங்கி வின்சென்டிடம் வந்து ஏதோ சொல்லிவிட்டுக் காரில் வந்து ஏறினான். அதைப் பார்த்த அண்ணனுக்கு எரிச்சல் வந்தது.

"இனி எல்லாம் மறந்துட்டு இருங்க. சந்தோஷமா சாப்பிடப் போறோம்" என்றாள் அண்ணி. அதன் பிறகு அமைதியாகி விட்டான் கிருபாவின் அண்ணன்.

கிருபாநிதி வந்து காரில் ஏறி டோரைப் பூட்டியதும் ஏற்கனவே ஸ்டார்ட் செய்யப்பட்ட கார் புறப்பட்டது. வின்சென்ட் எல்லோருக்கும் கையசைத்தபடியே அவனது பாலர் இல்லத்தின் மர நிழலில் நின்றிருந்தான்.

அன்று ஹோட்டலில் சாப்பிட்டுவிட்டு கிருபாநிதியின் அம்மா, பாட்டி, அண்ணி, அண்ணன், குழந்தைகள் எல்லோரும் சினிமா பார்க்கப் புறப்பட்டார்கள். கோபத்தை உள்ளேயே அடக்கி வைத்திருந்த கிருபாநிதி எல்லோரிடமும் விடைபெற்றுவிட்டு ஹாஸ்டலுக்குத் திரும்பி வந்தான்.

அவன் கவனம் தன் வீட்டுக்குக் கடிதம் எழுதிய வார்டன் ரெவ. டயஸ் மீது சென்றது. இரண்டு மூன்று முறை தனது ரூம் இருந்த ஃப்ளோரிலிருந்து கீழே இறங்கி வந்து ரெவ. டயஸ் வந்துவிட்டாரா என்று நோட்டம் விட்டுவிட்டு மேலே ஏறினான். அவனது ஹாஸ்டல் இரண்டு மாடி உள்ள ஒரு வீடு. அன்று முழுதும் வரவில்லை அவர். ரெவ. டயஸ் ஒரு குள்ளமான உருவம். மிகக் கொஞ்சம் மாணவர்களை வைத்து ஒரு சிறு ஹாஸ்டலை நடத்தினார் அவர். கோபத்தோடு இருந்தவனுக்கு அவர் அன்று வராவிட்டால் பெரும் ஏமாற்றமாக இருக்கும் என்பது அவனது செய்கையிலிருந்து தெரிந்தது. படிக்கவோ எழுதவோ முடியவில்லை. மறுநாள் திங்கள்கிழமையாதலால்

நிறைய வேலைகள் இருந்தன. படிப்பதற்குரிய பாடங்களையும் அவனால் படிக்க முடியவில்லை.

அவன் அன்று ஹெலனைப் பார்க்கப் புறப்பட்ட தினத்தை மனதில் மீண்டும் நினைத்துப் பார்த்தான். போன ஞாயிறு திரைப்படத்திற்குப் போவதற்கு முந்திய நாள். அது ஒரு சனிக்கிழமை. ஓ... நினைவுக்கு வந்துவிட்டது. அன்று நடந்த சம்பவங்களை ஒவ்வொன்றாக ஒழுங்குபடுத்தி, தான் ஹெலனைப் பார்க்கப் போன விஷயம் யார் யாருக்குத் தெரியும் என்று யோசித்தான். மாலையில் ஹாஸ்டலுக்குப் பின்பக்கத்திலிருந்து ஐந்து நிமிடம் தாமதமாக வந்ததால் நேர் வழியில் போனால் வார்டன் நிற்பார் என்று கருதி பின்பக்கமுள்ள காம்பவுண்டு வழி ஏறி புளிய மரத்தின் கிளையில் ஏறிக் குதிப்பது பல சீனியர் மாணவர்களின் வழக்கம். அதுபோல் சீனியரான கிருபாநிதி அன்று அப்படிக் குதித்தபோது துரதிருஷ்டவசமாக அவனைப் பார்த்துவிட்டான் ஒரு பியுன். அப்படிப்பட்ட பியுனுக்கு மாணவர்கள் எட்டணா கொடுத்துவிட்டால் போதும். அன்று அவன் செய்த ஒரே தவறு தான் பக்கத்து பெண்கள் ஹாஸ்டலுக்குப் போன விவரத்தையும் அதனால் பிந்திப் போனதையும் அந்தப் பியுனுக்கு உளறிவிட்டான். போய் வார்டனுக்கு வத்தி வைத்துவிட்டான் என்பது நினைவுக்கு வந்தது. வத்தி வைக்கவும் ஒரு காரணம் இருந்தது. அந்தப் பியுன் தொடர்ந்து எட்டணா கேட்டபோது, "தர முடியாது" என்று இரண்டு முறை கிருபாநிதி சொன்னதுதான் அதற்குக் காரணம். இப்போது எல்லாம் ஓரளவு தெளிவாகப் புரிந்துவிட்டன. ரெவ. டயஸ் ஓர் இளம் பாதிரி. அவர் கிருபாநிதியின் வீட்டுக்கு, 'உங்கள் மகன் பெண்கள் ஹாஸ்டல்களுக்குப் (ஒரு பன்மையும் சேர்ந்துகொண்டது) போகிறான். ஒழுக்கமில்லாத மாணவர்களுக்கு இந்த விடுதியில் இடமில்லை. உடனே நீங்கள் வந்து உங்கள் மகனை அழைத்துச் சென்றுவிடுங்கள். ஏனெனில் இப்படிப்பட்ட பையன் பிற ஒழுக்கமான மாணவர்களையும் பாதித்துவிடுவான் என்று ஐயமுறுகிறேன்' என்று ஆங்கிலத்தில் ஓர் அஞ்சல் அட்டையில் எழுதி விடுதி சீல் வைத்துக் கையெழுத்துடன் அனுப்பிவிட்டார். அதன் விளைவாகத்தான் சொந்த அம்பாசிடர் காரில் கிருபாநிதியின் குடும்பத்தினர் வந்துபோனார்கள்.

அந்த இரவில் ரெவ. டயஸிடம் பியுன் தன்னிடம் பணம் கேட்ட விஷயத்தைச் சொல்லி அவனை ஹாஸ்டலில் இருந்து

விரட்டிவிட வேண்டும் என்ற வெறியோடு இருந்தான். இரவு நெடுநேரம் டயஸ் பாதிரி வராததால் அன்று இனிமேல் வரமாட்டார் என்று எப்படியோ தூங்கிப் போனான் கிருபாநிதி.

மறுநாள் வழக்கப்படி தானும் வின்சென்டும் படிக்கும் அந்த இந்து கல்லூரிக்குப் போனபோது, வின்சென்ட் கல்லூரிக்கு முன்பக்கம் ஒரு புளியமரத்தின் கீழ் நின்றிருப்பதைக் கண்டான். அவனிடம் நடந்ததை எல்லாம் விவரித்து, பாதிரியார் தன் குடும்பத்துக்குக் கடிதம் எழுதியதன் பின்னணியை விவரித்தான்.

"ஒரு பியுன் ராஸ்கல்தான் ஃபாதரிடம் வத்தி வைத்திருக்கிறான். அவனை ஃபாதரிடம் காட்டிக் கொடுத்து அவன் வேலையைக் குளோஸ் செய்கிறேன் பாரு."

கிருபாநிதி கறுவிக் கொண்டிருந்தான்.

இந்த இந்து கல்லூரியின் முகப்பில் 'ஓம்' என்று சுமார் 100 ஆண்டு முன்பு அலங்காரமாக எழுதப்பட்டு இப்போது மழையில் எழுத்து, கறுத்துப்போயிருந்தது.

அப்போது பாலர் இல்லத்தில் தன் அறையில் தன்னுடன் படிக்கும் சந்தோஷம் தூரத்திலிருந்து தனக்குக் கை காட்டி நிற்கச் சொன்னதால் வின்சென்ட் நின்றான்.

அவன் நிற்பதைப் பார்த்து ஓடி வந்து சேர்ந்தான் சந்தோஷம்.

"வின்சென்ட்! ஒரு விஷயம் இங்கே வா."

இந்து கல்லூரிக்கு முன்பு இருந்த அடர்த்தியான தோட்டத்திற்கு அழைத்துச் சென்றான் சந்தோஷம். செடிகள் புதர்போல வளர்ந்திருந்த ஓரிடத்திலிருந்த சிமெண்ட் பெஞ்சில் இருவரும் அமர்ந்தனர்.

ஏதோ பயந்தவன்போல காணப்பட்டான் சந்தோஷம். சந்தோஷம் தன் சாதியை யாரிடமும் சொல்வது இல்லை. கட்டணச் சலுகை போன்றவற்றிற்காக 'க்யு'வில் நிற்கும்போதுகூட தாழ்த்தப்பட்டவர் க்யுவில் நின்று கட்டணம் கட்டமாட்டான். ஏதாவது யுக்தியைக் கடைப்பிடிப்பான். கல்லூரித் தூணுக்குப் பக்கத்தில் ஒளிந்து நின்றுகொண்டு ஒருவரும் இல்லாத நேரத்தில் சலுகையுடன் தாழ்த்தப்பட்ட மாணவர்களுக்குரிய குறைந்த கட்டணத்தைக் கட்டுவான். 'எந்த குரூப்' என்று

வேண்டுமென்றே உரத்த குரலில் கேட்டு அவமானப்படுத்தும் நோக்கம் கொண்ட கிளார்க்கை மனதில் திட்டிக்கொண்டே தாளில் எழுதிக்காட்டி ஃபீஸைக் கட்டிவிடுவான் சந்தோஷம்.

"வின்சென்ட்! ஓர் ஆபத்தில் மாட்டிக் கொண்டிருக்கிறேன்" என்றான். வின்சென்ட்டிடம் தன் சாதியை ஒளிக்காமல், தன்னைப் பிறர் அவமானப்படுத்தும்போது அந்த நேரங்களில் தான் எந்த மாதிரி எல்லாம் சாதுரியமாய் அவமானத்திலிருந்து தப்புவான் என்றெல்லாம் அறையில் தூக்கம் வராத காலங்களில் சொல்லி தமாஷ் செய்து அபிநயித்துக் காட்டுவது சந்தோஷத்தின் வழக்கம். தான் தாழ்த்தப்பட்டவன் என்பதற்கு அனுதாபம் காட்டியோ, அல்லது நாசூக்காய் அவமதிப்புக் காட்டியோ பழக்கம் இல்லாமல் தன்னை உண்மையான சக மாணவனாய்க் கருதும் ஓரிரு வேறு சாதி மாணவர்களில் வின்சென்டும் ஒருவன் என்பதால், சந்தோஷம் அவனை அழைத்துத் தனக்கு வந்திருக்கும் பெரிய ஆபத்தை விவரிக்க ஆரம்பித்தான்.

"வின்சென்ட் கேள். முதலில் இன்று நான் ஹாஸ்டலில் தூங்கமாட்டேன். எனக்குப் பயமாய் இருக்கிறது" என்று பீடிகை போட்டான் சந்தோஷம்.

"என்னடா?" என்று அதிர்ச்சி அடைந்தவனாய்க் கேட்டான் வின்சென்ட். பின்பு, "வார்டன் கிழவனார் பார்த்தால் உன் சீட்டைக் கிழிச்சிடுவார். தெரியுமில்லியா?" என்றான்.

"என் உயிருக்கு ஆபத்து" என்றான் சந்தோஷம். திடுக்கிட்டு உஷாரானான் வின்சென்ட் ராஜா.

"என்னாச்சு, சொல்."

சீரியஸாக சந்தோஷம் சொன்னதைக் கேட்டான்.

"இப்போ விஸ்தாரமாச் சொல்ல நேரமில்ல. எங்க ஊர் சேரியில கலவரம். ஒரு காலேஜ் பையன் உயர்சாதிப் பெண் ஒருத்திக்குக் காதல் கடிதம் கொடுத்துவிட்டானாம். யாரோ நான் படிக்கிறது பொறுக்காம, நான்தான் அது என்று ஊரில் புரளி கிளப்பி எங்க குடிசையை எரிச்சுப் போட்டாங்களாம். என்னை வேற தேடுறாங்களாம். என் அப்பா அவர ஆள் தெரியாம இருக்கிறதற்குத் தலைல துணி போட்டு மூடி பஸ் பிடிச்சு ஓட்டமும் நடையுமா வந்து நம்ம ஹாஸ்டல்ல வந்து

உஷார்படுத்திட்டு, செத்துப்போயிராதடா. மேல்சாதிக்காரனுவ வெறியில இருக்கானுவ. இங்ககூட தேடிட்டு வரலாம் என்று 'ஓ'ன்னு அழறார்."

நிலைமை உண்மையிலேயே மோசம் என்று அறிந்தான் வின்சென்ட். உண்மை என்ன ஏது என்றெல்லாம் கேட்க நேரம் இல்லை. வின்சென்ட் அவனை, "எங்க போய் ஒளிஞ்சுக்குவே?" என்றான். "கவலையை விடு. நீ நான் ரூமில் இல்லாதப்ப வெளியிலிருந்து யாராவது வந்து கேட்டா அப்படிக் கேட்பது யாரு, எங்கிருந்து வரும் ஆள் அது என்றெல்லாம் கண்டுபிடித்துவிடு. நம்ம ஹாஸ்டலில் உள்ள வார்டனோ கீர்டனோ வந்து கேட்டா ஏதாவது தந்திரம் செய்து நான் அறையில் இல்லை என்பதை யாரும் கண்டுபிடிக்காதபடி செய், போதும். நான் உன்னோடு எப்படியாவது தொடர்பு கொண்டுக்குவேன்" என்ற சந்தோஷம் செடி கொடிகளுக்கிடையில் நாலாபக்கமும் உஷாராய்ப் பார்த்தபடி மெதுவாய் நகர ஆரம்பித்தான். கல்லூரிக்கு நேரம் ஆனதால் வின்சென்ட் கிளம்பினான். சந்தோஷத்தைப் பற்றியே நினைப்பாயிற்று அவனுக்கு.

அடுத்த மூன்று நாட்கள் கிருபாநிதியைப் பார்க்காத வின்சென்ட் அன்றாவது காலேஜுக்கு வரும்போது அவனைப் பிடித்துவிடவேண்டும் என்று வழக்கமாய் அவர்கள் சந்திக்கும் கல்லூரிக்கு முன்புறம் நிற்கும் அந்தப் புளியமரத்தின் கீழ், சீக்கிரமாய் உணவை முடித்துக்கொண்டு வந்துநின்றான். வழக்கமாய் ஹாஸ்டல் பக்கமிருந்து முன்பெல்லாம் வரும்போது தூரத்திலேயே கண்ணில் பட்டுவிடுவான்.

ஆனால் இன்று பின்பக்கமிருந்து முதுகில் கை வைத்த ஆளைத் திரும்பிப் பார்த்தபோது கையில் புத்தகங்களை இறுக்கிப் பிடித்தபடி நின்றுகொண்டிருந்தான் கிருபாநிதி.

"என்ன எதிர்பக்கத்திலிருந்து வர்ற?"

"வெளியில அறை எடுத்திட்டேன். நேற்றிலிருந்து அந்த ஹாஸ்டலுக்கு ஒரு கும்பிடு. பாதிரிமாரு சகவாசம் வேண்டாம்."

அதிர்ச்சியடைந்த வின்சென்ட், "என்ன விஷயம்? ஏன்?" என்று குழம்பினான்.

“எங்க வீட்டுக்குக் கடுதாசி எழுதினாருல்ல ரெவ. டயஸ்...” என்று முடிக்கும் முன் வின்சென்ட் இரைந்தான்.

“சண்டை போட்டுட்டியா? அந்தப் பியுன காட்டிக் குடுத்திட்டியா? அவன் வேல போச்சா?” என்று அவசரப் பட்டான்.

“கேளு. முந்தா நாள் ரெவ. டயஸ் ஃபாதரைப் பார்த்தேன். ‘எதுக்குப் ஃபாதர் வீட்டுக்கு அப்படி எழுதினீங்க? நான் ஒழுக்கம் இல்லாதவன் என்று உங்களுக்கு யார் சொன்னது? யாராவது பொய் சொன்னா அத உண்மைன்னு நம்பி வீட்டுக்கு உடனே கடிதம் எழுதீர்றதா ஃபாதர்?’ என்று கேட்டேன். நான் ரொம்ப கோபமா இருந்தேன். ஃபாதர் திணறினார்.”

“நீ ஹாஸ்டலில் இருந்து பெண்கள் ஹாஸ்டலுக்குப் போவது என் கவனத்துக்கு வந்தது. அத உன் தாய் தந்தையர்களுக்குத் தெரிவிக்கவேண்டியது என் பொறுப்பு. அவங்க உன்னைப் பற்றி எந்தத் தகவல் எனக்குத் தெரிந்தாலும் நான் அவர்களுக்குத் தெரிவிப்பேன்னு நம்பி விட்டுட்டுப் போறாங்க. அதனால் உன்னைப் பற்றி என்ன செய்தி கிடைத்தாலும் அவங்களுக்கு நான் சொல்வது தவறில்லை’ என்றார்.”

“நான் ஒழுக்கமில்லாதவன்னு எப்படிச் சொல்லலாம்?” என்று அடுத்த கேள்வியையும் கேட்டேன்.”

“ஃபாதர நல்லா மெரட்டியிருக்கேன்னு சொல்லு” என்றான் வின்சென்ட்.

“தாய் தந்தையர் அனுமதி இல்லாமல் பெண்களோடு தொடர்பு வைத்திருப்பது பின் என்ன?” என்றார் ஃபாதர்.

“உங்களுக்குத் தெரிஞ்சது அவ்வளவுதான். நான் அங்கே ஒரு பெண்ணைக் காதலிக்கிறேன். அது தப்பா? ஒழுக்கம் இல்லாத செயலா ஃபாதர்? என்று கேட்டேன்.”

“உங்க அப்பா அம்மா...” என்று தொடங்கப் போனார்.

“ஒவ்வோர் இளைஞனும் அப்பா அம்மா அனுமதிச் சீட்டோடுதான் பெண்களைச் சந்திக்கணும்னா இந்த உலகத்திலே காதலே நடக்காது. காதலிக்கிறது தப்பா ஃபாதர்னு மீண்டும் கேட்டேன். இப்படி நான் கேட்பேன் என்று

அவர் நினைக்கவில்லை. என்னைப் பார்த்து முறைத்தார். ‘அப்படிப் பார்க்காதீங்க ஃபாதர். ஹாஸ்டலவிட்டுப் போன்னு சொல்வீங்க. இங்க இருந்தாதானே உங்களுக்குக் கீழ்ப்படியணும். நாளையிலிருந்து நானே வெளியில் தங்குகிறேன். குட் பை’ என்று சொல்லிவிட்டேன்.”

“நிஜமாடா? ஏண்டா இப்படிச் செய்த?”

கெஞ்சிக்கொண்டே கேட்டான் வின்செண்ட். கிருபாநிதியைப் பார்க்க அப்போது பயமாக இருந்தது.

“சும்மாயிருடா. எங்க அம்மாவுக்கு ஒரு தடவை ஊர் போய்ச் சொல்லிச் சரிப்படுத்திருவேன். விட்டுர்ரா” என்றான்.

கிருபாநிதிக்கு வந்திருக்கிற தைரியத்தைப் பார்த்து வியப்பாக இருந்தது வின்செண்டுக்கு.

“ஆமா, அந்தப் பியுனக் காட்டிக் கொடுப்பதாக வீறாப்புப் பேசினே.”

“ஓ, அதா. பாவம்டா அவன். அவன்கிட்ட அவன் பணம் கேட்ட விஷயத்த ஃபாதர்கிட்ட சொல்லப் போறதா சொன்னேன். அறைக்கு வந்து கால்ல விழுந்து அழுதான்டா அந்தப் பியுன். ‘தம்பி, பிள்ள குட்டிக்காரன். நான் அப்பப்போ குடிப்பேன். யாருக்கும் தெரியாம. அதுக்குத்தான் பணம் கேட்டேன். காட்டிக்குடுத்தீராதீங்க, தம்பி’ என்று காலில் விழுந்தான். ‘போறான்’னு விட்டுவிட்டேன். அந்தப் பியுன்தான் இப்போது நான் தங்கியிருக்கிற அறையையும் ஏற்பாடு செய்து குடுத்தான். பக்கத்தில ஒரு மெஸ்ஸில் சாப்பாடு. ஹோட்டல்ல இல்ல” என்றான். கேட்பதற்கு ஆச்சரியமாக இருந்தாலும் மனசுக்குள் கலக்கமாகவும் இருந்தது வின்செண்ட்டுக்கு. கிருபாநிதியின் வீட்டினர் ‘உன்னைப் போன்ற நண்பன் இருக்கும்போது ஹாஸ்டல்லயிருந்து வெளியே போக எப்படி நீ அனுமதிச்சே’ என்று நாளை வந்து கேட்டால் என்ன செய்வது? தாய் தந்தையர்களுக்குப் பிள்ளைகள் ஹாஸ்டலில் நின்றால்தான் கட்டுப்பாடோடு படிப்பார்கள் என்று எண்ணம். இந்தக் கலக்கம் மனதை ஆக்கிரமித்து ஆழம்கொள்ள ஆரம்பித்தது.

அப்போது ஓர் அனாதை மனோபாவம் அவனுள் எழுந்தது. அழுகை முட்டியது. மீண்டும் மீண்டும் அவன் யாரையோ

தேடிப்போகும் மனநிலையை எழுப்பியது. ஒருவித துக்கம். அது காரணமில்லாமல், பாறையின் பிளவுகளுக்குள் நீர்கட்டுவதுபோல் மனதில் சேகரமாக ஆரம்பித்தது. அந்தத் துக்கமென்னும் இரவில் ஒரு தனியனாய் தன்னைக் கையில் பிடித்து அழைத்துச் செல்வதாக யாரோ கூறிய நினைப்பு வருகிறது. யாரது என்பது மறந்துவிட்ட நிலை. மறதியின் பெரும் சதியாலா அல்லது அந்த நபர் தன்னை முற்றாக நிராகரித்துவிட்டதாலா இந்த அனாதரவான மன அவசம் என்று புரியவில்லை... பிஞ்சுக் கால்களால் தொலைதூரத்தில் நடக்கிறவனுக்குக் காட்டுப்பட்சிகளின் கிறீச்சிடல் துணையன்றி வேறு துணையில்லாமல் இருக்கிறது. தன்னிடம் வாக்குக்கொடுத்த அந்தக் குரல் ஆணா, பெண்ணா என்பதும் தெரியவில்லை. இவன் மறுகுரல் கொடுத்து அழைக்கவும் முடியவில்லை. ஏனென்றால் காடுகளைப் பற்றிக் கேள்விப்பட்டு இருக்கிறான். ஆள்போல், பேய் பிசாசுகள் குரல் கொடுத்துச் சிறுவர்களை ஏமாற்றிவிடும் அபாயம் எப்போதும் இருக்கிறது. அந்தத் தாலாட்டுக் கேட்டுக்கொண்டேயிருக்கிறது. மழை தூறலிடும் போலிருக்கிறது. மரங்கள் காற்றில் உடைந்துவிடுவது போல் ஆடுகின்றன. பிசிறடித்துப் பொட்டித் தெறிக்கும் நீர், மேகத்திலிருந்து பிய்த்துக்கொண்டு நாலா திசைகளையும் வளைக்கிறது. காற்றும் நீர்த்திவலையின் சாட்டை போன்ற பிசிறடிப்பும் தன்னை நித்தியமாய் சூழ்கிற கானமும் நீண்டுகொண்டே இருக்கின்றன. இதயத்திலிருந்து ஒலியும் அர்த்தமும் சப்த இழைகளுமாகக் கூடுகின்றன. மெதுவாய் அம்மா என்ற நாதம் பிறக்கிறது.

வின்சென்ட் விழித்து நாலாதிசைகளையும் பார்க்கிறான். "என்னடா ஆச்சு?" என்று கிருபாநிதி வின்சென்டைப் பிடிக்கிறான். பலநாள் ஜுரத்தில் விழுந்து எழுந்தவன்போல் ஈனஸ்வரத்தில், "ஒண்ணுமில்லடா, என்னை விடு" என்று சம்பந்தா சம்பந்தமின்றி பேசிய நண்பனான கிருபாநிதியின் தோள்களைப் பிடிக்கிறான் வின்சென்ட்.

"சரி, சரி... ஏதோ ஜுரமோ கிரமோ என்னவோ உனக்கு. உன் ஹாஸ்டல் வரை வந்து உன்னை விட்டுவிட்டுப் போறேன்" என்கிறான் கிருபாநிதி. "எனக்காகப் போய் நீ ஏன் அவஸ்தைப்படற?" வின்சென்டின் கேள்வி அவன் நண்பனின் செவிகளில் விழவில்லை.

புறம்

இயல் - 10

அன்றும் ஆடு மாடுகள், மனிதர்கள் என்று சூரியனின் கொடுமைக்குப் பலியானோர் பலர். எனினும் ஊர்முழுதும் பலி ஆகவில்லை என்று சொல்லும்படியான ஒரு மாலை நேரம். அந்த ஊர் பஸ் ஸ்டான்ட்டுக்கு மேற்குப் பக்கம் ஒரு பெரிய தெரு போகிறது. இரண்டு பக்கமும் சிறுசிறு குடிசைகள் நிறைந்த பகுதி. குடிசைகள் ஒவ்வொன்றிலும் எதிர்க்கட்சிக் கொடிகள் கட்டப்பட்டிருந்தன. அவ்வப்போது ஊரில் ஊர்வலங்களும் பொதுக்கூட்டங்களும் நடக்கும் போது இந்தத் தெருவுக்கு எதிர்க்கட்சிக்காரர்கள் வராமல் போகமாட்டார்கள். அந்தக் குடிசைகளுக்கு நடுவில் அங்கிருக்கும் வழக்கமான குடிசைகளைவிட சற்று உயரமான குடிசை ஒன்றிருந்தது. அதுதான் எதிர்க்கட்சிக்காரர்களின் கையாளாகவும் உளவாளியாகவும் செயல்பட்ட மாணவன் நெல்சனின் வீடு. நெல்சன் இப்போது பொன்வண்ணனோடு தொடர்புவைத்திருந்தான். பொன்வண்ணனை ஆஸ்பத்திரியில் பார்த்த நெல்சன் தனது ஒற்றைப் பல் இல்லாத வாயைத் திறந்து பேச ஆரம்பித்தபோது,

“மயிரு, பேச வந்திட்டான். எங்க என்ன நடக்குதுன்னு உளவு பாக்கிறதுதான உன் வேல. அன்னைக்கு மீட்டிங்குக்கும் வரல்ல. எங்க போய் செத்துத் தொலைஞ்சு போனல? எலேய், உங்கள போல ஆளுகள நம்பி நான் கட்சி நடத்துறேன் பாரு.”

கட்டுப்போட்ட தலையில் அடித்துக் கொண்டான் பொன்வண்ணன்.

“அண்ணா இல்ல. அன்னைக்கு நான்...”

ஏதோ சொல்ல ஆரம்பித்தான் நெல்சன்.

"நிறுத்து. என்ன மயிரு சொல்லப் போறன்னு தெரியும்."

தன் மனைவி வருவதைப் பார்த்ததும் கெட்ட வார்த்தைகளை நிறுத்தினான் பொன்வண்ணன்.

ஆஸ்பத்திரியிலிருந்து வந்த நெல்சன் வீட்டுக்குக்கூட போகாமல் எதிர்க்கட்சிக் கொடி கட்டி உயர்த்தப்பட்ட கம்பித் தூணுக்கருகில் உள்ள வெத்திலை, பாக்கு, சிகரெட் வாங்கும் கடைக்குப் போனான். கடையின் கூரையில் கட்டியிருந்த புதிய தென்னை ஓலையிலிருந்து ஒரு இலையை இழுத்து நடுவில் இருக்கும் ஈர்க்கால் பல்லைக் குத்திக்கொண்டு ஒரு காலைக் கடையின் தூணில் வைத்துக்கொண்டு கொடிக் கம்பத்துக்கருகில் உள்ள மணலில் துப்பியபடி பொன்வண்ணன் திட்டியதை நினைத்துக் கொண்டே நின்றான்.

நேரம் சுமார் 6 மணி இருக்கும். நேரம் இருட்டத் தொடங்கியிருந்தது. கொடிக்கம்பத்தைச் சுற்றி, குடிசைவாசி சிறுவர் சிறுமிகள் தொட்டுப் பிடித்து விளையாடிக்கொண்டு இருந்தார்கள். மேற்கில் சூரியன் வானத்தில் கீழிறங்கத் தொடங்கியிருந்ததால் மஞ்சளும் சிவப்புமாக ஒரே அழகாகக் காணப்பட்டது. அப்போது அந்த ரோட்டில் வந்துகொண்டிருந்த ஆளும் கட்சியின் கொடி கட்டிய ஜீப்பில் முன்சீட்டில் டிரைவரும் பக்கத்தில் எம்.எல்.ஏ.யின் கணவர் வான்மீகநாதனும் அமர்ந்திருக்க பின்சீட்டில் அந்த ஊரின் பெண் எம்.எல்.ஏ. காமாட்சியும் ஒரு கட்சித் தொண்டரும் அமர்ந்துகொண்டிருந்தனர். ஜீப் மெதுவாகப் போய்க்கொண்டிருந்தது. எதிர்க்கட்சிக் கொடிக்கம்பம் நின்றிருந்த இடத்தைத் தாண்டி ஜீப் சுமார் பத்தடி போயிருக்கும்.

'பட்' என்று ஒரு சப்தம் கேட்டது. உடன் ஜீப் நின்றது. கொடிக்கம்பத்தைச் சுற்றி நின்று விளையாடிக் கொண்டிருந்த குழந்தைகள் எதையும் கவனிக்காமல் கூக்குரல் எழுப்பி விளையாடிக் கொண்டிருந்தார்கள். அவர்கள் ஒருவர் மீது இன்னொருவர் மணலை வாரி வாரி இறைத்து விளையாடிக் கொண்டிருந்தனர்.

"டாய்" என்ற உரத்த சப்தத்தைக் கேட்டு அந்தப் பிராந்தியமே நிசப்தமானது.

ஜீப்பின் முன்பக்கம் ஒரு கல் வீசப்பட்டு கண்ணாடி உடைந்திருந்தது.

"யார்டா..."

பல கெட்ட வார்த்தைகளை உள்ளே அமர்ந்திருப்பது ஒரு பெண் என்பதுகூடப் பார்க்காமல் காட்டுக்கூச்சல் போட்டான் முட்டு வரை கழுத்தில்லாத வெள்ளைக் கதர் சட்டையின் கையை இழுத்துவிட்ட ஓர் இளவயதுக்கார கட்சித் தொண்டன். பார்க்க ரவுடி போல காட்சி தந்தான்.

"யார்டா நாய்களா, தைரியம் இருந்தா வெளியில வாங்கடா."

மீண்டும் கூவினான். அப்போது விளையாடிக் கொண்டிருந்த குடிசை சிறுவர்கள் ஓடி வந்து ஜீப்பைச் சுற்றிப் பார்த்தபடி நின்றனர்.

வெற்றிலை மென்றுகொண்டே சிரித்துக் கொண்டிருந்த எம்.எல்.ஏ.யின் கணவன் வான்மீகநாதன் முன்சீட்டிலிருந்து கீழே இறங்கவில்லை. வாயை மென்றுகொண்டு சிரித்தபடியே அமர்ந்திருந்தார். அவரது கண்கள் தூரத்தில் கடையில் ஒரு காலைத் தூக்கியபடி நின்றிருந்த நெல்சன்மேல் விழுந்தது. "இந்த மாதிரி அந்தக் கட்சிக்காரங்களா இருக்கும் தெருவுக்குள்ளதான் வரணுமா? வேற வழியில்லயா?" என்றாள் தனது டிரைவரிடம் பெண் எம்.எல்.ஏ. அவர் அப்படிச் சொல்ல இன்னொரு காரணம் வேண்டுமென்று வீசப்பட்ட கல்லோ அல்லது யாராவது காக்கா விரட்ட எறிந்த கல் ஜீப்பில் குறிதவறி விழுந்ததோ என்ற ஐயம் அவளுக்கிருந்தது.

"ஹஹஹா."

சிரித்த எம்.எல்.ஏ.யின் கணவன் வான்மீகநாதன் கட்சித் தொண்டன் ஜீப்புக்கு உள்ளே வந்ததும் டிரைவரிடம் 'போ' என்று சைகை செய்ய, ஜீப் புறப்பட்டது.

"இவளுக்கு அரசியலும் புரியமாட்டேங்குது. கோட்டிக்காரி புள்ளமவ."

மனைவியைப் பார்த்துக் கூறினார் எம்.எல்.ஏ.யின் கணவர். மீண்டும் வாயை மென்றார். இதுபோல் சிலர் முன்னிலையில் தன்னைக் கணவன் மட்டம்தட்டிப் பேசுவது வழக்கம் என்றாலும்

சட்டசபையில் தமிழ் போன்ற ஆங்கிலத்திலும் தமிழிலும் பேசி, கைத்தட்டலைப் பெறுவதோடு அல்லாமல் பத்திரிகைகளிலும் கட்டம் கட்டிப் போடும்படி ஏதாவது தமாஷோ, குட்டிக் கதையோ சொல்லி எல்லோரையும் சிரிக்க வைத்துவிடும் அம்மணி அந்த எம்.எல்.ஏ காமாட்சி. சாமார்த்திய சாலி என்று பெயர் எடுத்தவர்.

ஜீப்பில் முன் எட்டிப்பார்த்து 'என்ன என்ன சொன்னீங்க?' என்பதுபோல் தன் கணவரைப் பார்த்தார் எம்.எல்.ஏ. அவரது கணவரான வான்மீகநாதன் எதையோ மென்றுகொண்டு சும்மா அமர்ந்திருந்தார்.

ஜீப் புறப்பட்டுச் சற்றுத் தூரம் போனதும் இருட்ட ஆரம்பித்தது. அப்போது ஜீப் ஓட்டுநரிடம் வான்மீகநாதன் சைகை செய்தார். டிரைவர் ரோட்டோரமா ஜீப்பை நிறுத்தினான். "எல்லோரும் கீழே இறங்குங்கோ" என வான்மீகநாதன் சொல்ல எதற்காக இப்படிச் சொல்கிறார் என்று புரியாதபடி எல்லோரும் இறங்கினார்கள். கீழே கிடந்த ஒரு மரக்கட்டையை எடுத்தார் எம்.எல்.ஏ.யின் கணவர். பின்பு ஜீப்பின் முன்பக்கம் வந்து இடது கையால் தனது வேட்டியின் ஒரு முனையைத் தூக்கிப்பிடித்தபடி மெதுவாக நடந்து வலது கையில் இருந்த மரக்கட்டையால் ஜீப்பின் முன்கண்ணாடியில் உடையாத இடங்களை 'டப் டப்' என்று அடித்தார். கண்ணாடி உடையாமல் பலமாக இருந்தது. ஏதும் புரியாமல் நின்று பார்த்துக்கொண்டிருந்த கட்சி ஆளை அழைத்து,

"வாடா மடையா! புரியல. கண்ணாடி ஸ்ட்ராங்கா இருக்கு. உடைய மாட்டேங்குது, உடை" என்று தன் கையில் இருந்த மரக்கட்டையை அவனிடம் கொடுத்தார்.

டிரைவர் திக்பிரமை பிடித்து நின்றான்.

ரௌடி போலிருந்த கட்சித் தொண்டன் தயங்கினான்.

"தாயோளி, ஓடடா" என்று ரௌடி போலிருந்த கட்சித் தொண்டனைப் 'பளார்' என்று கன்னத்தில் அறைந்தார்.

உடனே ரௌடி படபட என்று ஆக்ரோஷமாய் முன்பக்கத்துக் கண்ணாடியை உடைத்தான்.

ஆடிப்பாவைபோல | **147**

அப்போது சிரித்தார் வான்மீகநாதன் வேட்டியின் முனைப் பிடியை விடாமலேயே. ஒன்றும் புரியாமல் வாயில் கை வைத்துக்கொண்டு நின்ற பெண் எம்.எல்.ஏ. என்ன சொல்வதென்று தெரியாமல் கணவனை வெறுப்போடு பார்த்தார்.

பின்பு ஜீப்பின் பின்பக்கத்தில் கண்ணாடித் துண்டுகள் கிடக்கின்றனவா என்று கவனமாக ஆராய்ந்தபின் தன் மனைவியுடன் பின் வரிசையில் ஏறிய எம்.எல்.ஏ.யின் கணவர், டிரைவருக்குக் கட்டளை இட்டார்.

"போ... ஸ்டேஷனுக்கு. சங்கரலிங்கம்தான இப்ப இன்ஸ்பெக்டர்?" என்று முன்பக்கத்தில் இருந்தவனைக் கேட்டார்.

"ஆமாய்யா..." என்றான் முன்பக்கத்தில் வான்மீகநாதன் இருந்த சீட்டில் இப்போது ஒட்டியபடி அமர்ந்திருந்த ரௌடி போன்ற தொண்டன்.

ஒன்றும் புரியாமல் ஏதோ முணுமுணுத்தார் பெண் எம்.எல்.ஏ. காமாட்சி. எதையும் சட்டை செய்யாது ஜீப் ஸ்டேஷனுக்குப் போகும் தார் ரோட்டில் திரும்பியது. வழக்கம்போல் அங்குக் கடைகள் விளக்கேற்றியபடி வியாபாரத்தில் இருந்தன. ஆட்கள் வருவதும் போவதுமாக இருந்தனர். ஜீப்பில் முன்பக்கம் கண்ணாடி இல்லாததாலும் உடைந்த கண்ணாடியின் பொடி தன் கண்ணில் விழுந்துவிடக்கூடாது என்பதாலும் மிக மிக மெதுவாய் ஓட்டினான் டிரைவர். பின்பக்கம் போய் அமர்ந்து கொண்ட வான்மீகநாதனின் சாதுரியத்தை நினைத்ததும் வாயில் மோசமான ஒரு கெட்ட வார்த்தை வந்துபோனது. ஆனால் எதையும் கண்டுகொள்ளாமல் வான்மீகநாதன் வாயை மென்றுகொண்டு புன்னகையுடன் இருந்தார்.

ஸ்டேஷன் வந்துவிட்டது.

நல்ல காலம் ஸ்டேஷனில் இன்ஸ்பெக்டர் சங்கரலிங்கம் இருந்தார். வான்மீகநாதனுக்கு எல்லோரும் எழுந்து நின்று சல்யூட் அடித்தார்கள். எம்.எல்.ஏ. அம்மா, சட்டசபையில் பேசுவதோடும் பத்திரிகைகளில் செய்தி வருவதோடும் திருப்தி அடைய, வேறு விவகாரங்களைக் கவனிப்பது அவரது கணவன் வான்மீகநாதன்தான். அதனால் அவர் அடிக்கடி ஸ்டேஷனுக்கு வருவதுண்டு.

அவர் வரவில்லையென்றால் ஆட்களை அனுப்பிவைப்பார். இன்று அவரே வந்திருக்கிறார். ஏதோ முக்கியமான சமாச்சாரமாய்த்தான் இருக்கவேண்டுமென்று கான்ஸ்டபிள்கள் தங்களுக்குள் பேசிக்கொண்டனர்.

'எதிர்க்கட்சிக்காரன் அட்டகாசம் பொறுக்கல்ல. இவ்வளவுக்கும் ஆட்சியில் இருப்பது நம்ம கட்சி. ஆளும் கட்சி எம்.எல்.ஏ. போகிற ஜீப்பை உடைச்சுக் கலாட்டா பண்றாங்கன்னா நாட்டிலெ என்ன நடக்காது? சும்மா போயிட்டு இருந்தோம். துமுதுமுனு வந்து நில்லு நில்லுன்னாங்க. டிரைவர் சாமர்த்தியத்தாலெ தப்பிச்சோம். இல்லேன்னா ஸ்தலத்தில தாக்குதலில் எம்.எல்.ஏ. பலியாகியிருப்பார்' என்று கம்ப்ளெயிண்ட் எழுதிக் கொடுத்தார். அதில் நெல்சன் என்ற கல்லூரி மாணவன் கலவரம் செய்தவர்களில் ஒருவன் என்றும் இருந்தது.

"ஜீப் எங்கே சார்?" என்றார் அனுபவசாலியான இன்ஸ்பெக்டர். மனதில் அவருக்குக் கொஞ்சம் சந்தேகம்.

"அந்தா நிக்குது. எம்.எல்.ஏ. அம்மா உக்காந்திருக்காங்க" என்றார் வான்மீகநாதன் முறைத்துக்கொண்டு.

"சரி சார். நீங்க சொன்னா சரியாக இருக்கும்" என்றார் இன்ஸ்பெக்டர்.

கோபத்தோடு, "உடனே எல்லாரையும் கைது செய்யணும்" என்றார் வான்மீகநாதன். பிறகு ஸ்டேஷனில் இருந்தவாறே, பத்திரிகை ஆபீசுகளுக்குப் போன் பண்ணினார். நிருபரிடம் ஸ்டேஷனிலிருந்து பேசுவதாகக் கூறி எதிர்க்கட்சி நடத்திய கொலைவெறித் தாக்குதல் பற்றி முதன்முதல் செய்தி உங்களுக்குத் தான் சொல்கிறேன் என்று சிரித்துச் சிரித்து தமாஷ் செய்தார். உடனே நிருபர் வருவதாக உறுதி கூறியபின் ஸ்டேஷனில் செய்தி கிடைக்குமென்று கூறிவிட்டுப் புறப்பட்டார்.

அடுத்த சில நிமிடங்களில் இன்ஸபெக்டர் தன் ஜீப்புக்குள் ஏற, இரு மஃப்டி போலீஸ்காரர்களுடன் ஜீப் புறப்பட்டது. பின்பு ஊர் பஸ் ஸ்டாண்டுக்கு மேற்குப்புறமாகத் திரும்பி, குடிசைகள் இருபுறமும் எதிர்க்கட்சிக்கொடிகளுடன் காட்சிதரும் இடத்திற்கு ஜீப் விளக்குப் போடாமல் மெதுவாக ஊர்வதுபோல் சென்றது. எதிர்க்கட்சிக் கொடிக்கம்பத்தைத் தாண்டும் முன் அந்தப்

பெட்டிக் கடையில் ஒன்றும் அறியாத அப்பாவியான நெல்சன் கடையின் தூண் ஒன்றில் ஒட்டி நின்றபடி, ஒரு காலை உயர்த்தி வைத்து இரு கைகளையும் தலைக்கு மேல் பின்புறமாய்க் கம்பைப் பிடித்துக்கொண்டு நின்றதை இன்ஸ்பெக்டர் கண்டார். ஜீப் இருளில் யாரும் பார்க்காதபடி ஓரமாய் நின்றது. ஒரு போலீஸ்காரன் மெதுவாய் இறங்கி அடிமேல் அடி எடுத்து நெல்சனுக்குப் பின்புறமாய்ப் போய் அவன் கையைப் பிடித்து இறுக்கியபடி மெதுவாய்க் காதில் ரகசியம்போல் சொன்னான்.

“இன்ஸ்பெக்டர் கூப்பிடுதியாரு, வரணுமாம்.”

நெல்சன் திரும்பிப் பார்த்து உயர்ந்திருந்த காலைத் தரையில் வைக்கும்முன் பிடி மேலும் இறுகியது. இரு கைகளுக்கும் பின் கழுத்துக்கும் இடையில் தன் கையை வைத்து நெல்சனை அசையாமல் செய்து தரதரவென்று இழுத்துக்கொண்டு வந்தான், மஃப்டியில் இருந்த போலிஸ்காரன். கடையில் நின்றிருந்த ஓரிருவர் பரபரப்பாய்த் திரும்பிப் பார்த்தனர். கடைக்காரரும் எதிர்க்கட்சி அனுதாபிதான். என்றாலும் அலட்டிக் கொள்ளாமல் பக்கத்திலிருந்த நெல்சனின் வீட்டிற்கு ரகசியமாய்ச் செய்தி அனுப்பினார். நெல்சனின் அம்மா குய்யோ முறையோ என்று அடித்துக்கொண்டு வந்தார்.

அதற்கிடையில் நெல்சனோடு போலீஸ் ஜீப் மறைந்துவிட்டது. ஸ்டேஷனில் நெல்சனைத் திரும்பி நிற்கச் சொல்லிப் பிரம்பால் ஆசிரியர் அடிப்பதுபோல் பின்புறம் பிருஷ்டத்தில் அடித்துக் கொண்டிருந்தார் இன்ஸ்பெக்டர் சங்கரலிங்கம். ஒவ்வொரு அடிக்கும் ஐயோ ஐயோ அம்மா என்று கத்தி அழுதுகொண்டு நின்றான் நெல்சன். “நான் பார்த்துக்கிடுதியென், கொடுங்க” என்று இன்ஸ்பெக்டரிடம் பிரம்பை வாங்க வந்த போலீஸ்காரனைப் பார்த்து, “அவன் ஸ்டூடண்ட். அவனை எப்படித் தண்டிக்கிறதுண்ணு எனக்குத் தெரியும். போய்யா” என்று எரிந்து விழுந்தார். கை ஓய்ந்ததும் அடிப்பதை நிறுத்தினார். நெல்சன் அழுதுகொண்டே கைகளைத் தலையில் வைத்தபடி ஸ்டேஷன் சுவரில் மூலையில் சாய்ந்து அமர்ந்தான். ‘கத்து கத்து’ என்று வைதார் இன்ஸ்பெக்டர்.

“சார், நான் என்ன செய்தேன்னு அடிச்சீங்க? பிடிச்சி அடைச்சிருக்கீங்க?” என்று அழுதபடிக் கேட்டான் நெல்சன்.

“அரசியல்வாதிகளோட உங்களுக்கு என்னடா வேலை? எதிர்கட்சிக்காரங்கூட அலையறதாலதானெ இவன் உன் பெயரை எழுதிக் குடுத்தான்? எம்.எல்.ஏ. புருஷன் எழுதிக் கம்ப்ளெயிண்ட் குடுத்தா நான் அடிக்காம விட முடியுமா?” என்றார் இன்ஸ்பெக்டர்.

“நான் சும்மாதான் நின்னுக்கிட்டு இருந்தேன்...” என்று குழந்தைபோல் அழுதான் நெல்சன்.

“சும்மாதான் நின்னிருப்பே. நானும் நம்பறேன். அவன் காரை அவனேகூட ஒடச்சிருப்பான். எங்கிட்டயிருந்து அடிபடாம தப்பணுமுன்னா இவங்க பெயர எல்லாம் எழுதிக் குடுத்திருக்கான் வான்மீகநாதன். கையெழுத்துப் போட்டிரு, இவங்க எல்லாருமா சேர்ந்து எம்.எல்.ஏ. காரை வழிமறித்துத் தாக்கியதாக.”

“சார், பொய் சார். அப்படி ஒண்ணும் நடக்கல்ல சார்” என்று மன்றாடிப் பார்த்தான். “அடிபட்டுச் சாகாத. இந்தா கையெழுத்துப் போட்டுவிடு. விட்டு விடுகிறேன்.”

இன்ஸ்பெக்டர் நீட்டிய காகிதத்தில் பயந்தபடி கையெழுத்துப் போட்டான் நெல்சன்.

“இனி உங்க ஆளு, பெயர் என்ன பொன்வண்ணன், அடுத்த ஆட்சி வந்தபிறகு இது போல ஒரு லிஸ்ட் அப்பாவிகள் பெயர கொண்டு வருவான். அப்பவும் இப்படித்தான் நான் செய்வேன். பாத்தியா எங்க பிழைப்ப?”

இன்ஸ்பெக்டர் நெல்சனுக்குப் புதிராகவும் வேறோர் உண்மையைச் சுட்டுவதற்கு முயல்பவராகவும் தெரிந்தார்.

மாவட்டச் செயலாளர் தன்னைப் பார்க்க வருவதால் மூன்று நான்கு நாட்கள் சவரம் செய்யாத முகத்தோடு ஆஸ்பத்திரி கட்டிலில் படுத்திருந்த பொன்வண்ணன் மனைவியின் உதவியுடன் முகச்சவரம் செய்து துவைத்து இஸ்திரி போட்ட ஆடைகளை அணிந்துகொண்டு காத்திருந்தான்.

அப்போது அரைத்தாடியுடன் உயரமான ஒருவர் வந்து கொண்டிருந்தார். அவர்தான் மாவட்டச் செயலாளர். நிறைய படித்தவர் என்று கட்சி வட்டாரங்களில் நல்ல பெயர் இருந்தது. சென்னையில் உள்ள பெரிய தலைவர்களுடன்

நெருங்கியவர். மேலும் நாணயஸ்தன் என்று பெயர்பெற்றவர். பொன்வண்ணன் பயபக்தியுடன் அவருடன் பழகுவது உண்டு. படிப்பறிவில்லாதவர்கள், முரடர்கள், அயோக்கியர்கள், ஏமாற்றுக்காரர்கள் என்று எல்லோரையும் கட்சிக்காரர்கள் என்று அரவணைத்துக்கொண்டு போவது இவரைப் போன்றவர்களுக்கு எப்படிச் சாத்தியம் என்று அவன் யோசித்தான்.

அவர் அருகில் வந்ததும் எழும்ப முயற்சித்தவனை, "வேண்டாம், அப்படியே இருங்க" என்று கூறி, பக்கத்தில் இருந்த நாற்காலியில் அமர்ந்தார் மாவட்ட செயலாளர்.

"எப்படி இருக்கிறீர்கள்?"

கட்டுப் போடப்பட்டிருந்த இடத்தை உன்னிப்பாகப் பார்த்தார். பிறகு பக்கத்தில் அங்குமிங்கும் பார்ப்பதைக் கண்ட அவரது துணைவியார் ஓடி வந்து வணக்கம் சொன்னார்.

"எப்படி அம்மா இருக்கீங்க? கட்சி, அரசியல்னா என்னென்னவோ இருக்கும். நீங்கதான் வண்ணனைப் பாத்துக் கொள்ளணும்" என்றார். இந்த வாசகங்களுக்குள் பொதிந்துள்ள அர்த்தம் மிகவும் ஆழமானதாய்ப்பட்டது பொன்வண்ணனுக்கு. இவன் இயல்பில் கெட்டவன் அல்ல. அரசியலில் செய்ய வேண்டிய சில காரியங்களை எப்படிச் செய்வது என்று தெரியாமல் தடுமாறுகிறான். அதனைப் புரிந்துகொண்டவர் மாவட்டச் செயலாளர்.

"சரி. இந்தி எதிர்ப்பு என்பது இந்தியாவின் ஏகாதிபத்திய அதிகாரத்தை எதிர்க்கும் பழங்குடி வழிவந்த தமிழ் மக்கள் நடத்தும் போர். தலைவர்களுக்கே புரியமாட்டேன்குது. வெறும் மொழி எதிர்ப்பாய்ப் பார்க்கிறார்கள். மொழி எதிர்ப்பின் சாக்கில் தமிழன் ஒரு வரலாற்றுக் கடமையைச் செய்ய நடத்தும் போர் இது" என்றார்.

"கட்சி ஆட்சிக்கு வரும் சாத்தியப்பாடு தெரிகிறது. எனக்கு ஆட்சிக்கு வருவதைவிட போராட்டம்தான் முக்கியமா படுது பொன்வண்ணன்" என்றார் அந்த மதிப்புக்குரிய மனிதர்.

அவர் தன் பெயரைக் கட்சியில் உள்ள பலரைப்போல் மாற்றாமல் தாய் தந்தையர் வைத்ததுபோல் அரங்கநாதன் என்றே வைத்துக்கொண்டார்.

'தனது ஆட்சிக்கு வரும் சாத்தியப்பாடு' என்ற வாசகம் பொன்வண்ணனுக்குத் தேனாய்க் காதில் விழுந்தது. அதற்குள் அவனது மனைவி காபி கொண்டு வர இப்படிச் சொன்னார்.

"காபி மட்டும் கொண்டுவருபவரா இருக்கக்கூடாது. அரசியலில் ஆலோசனைகள் கொடுத்துக் கணவன் தப்புசெய்தால் திருத்தவேண்டும். நான் எங்குப் போனாலும் இதைத்தான் சொல்கிறேன். நீங்க யோசனை சொல்லியிருந்தா இந்த மாதிரி வந்து ஆஸ்பத்திரியில் கிடக்க வேண்டி வந்திருக்குமா?"

பொன்வண்ணனைத் தாக்குகிறாரா என்று ஒரு கணம் அவன் யோசித்தான். ஆனால் மலர்க்கொடிக்கு அரங்கநாதனை மிகவும் பிடிக்கும்.

"நம்ப கட்சியிலே பெண்கள் முன்வந்து பொறுப்பு எடுக்க வில்லை என்றால் ஆளும் கட்சியைவிட மோசமான லஞ்ச லாவண்யங்களில் நம் கட்சிதான் முன்னணி வகிக்கப்போகுது" என்றார் அரங்கநாதன்.

பிறகு, "சரி, கிளம்புறேன். பாத்துக்கொள்ளுங்கள் அம்மா" என்று புறப்பட்டார் அரங்கநாதன். பொன்வண்ணனுக்குத் தனது அரசியல் ஸ்டைலைக் கண்டித்துவிட்டுப் போகிறாரா என்றும் தோன்றியது. அவன் மனைவி தேவையில்லாமல் வந்து, "பாத்தீங்களா, என்ன சொல்லிக்கிட்டுப் போக வந்திருக்கிறார். புரிஞ்சுதா?" என்றாள். இவனுக்குக் குழப்பமாக இருந்தது. தன் கட்சியில் பலரும் இதே பாதையில்தானே நடக்கிறார்கள் என்று யோசித்தான்.

அப்போது வார்டுக்குப் பக்கத்து ஜன்னலில் நிழலாட்டம் தெரிய, "யார்?" என்றான் பொன்வண்ணன். ஒருவன் உருவம் தென்பட்டது. பலநாள் குளிக்காதவன்போல் சிவந்த கண்களுடன் காணப்பட்ட அவனைப் பார்த்ததும் மலர்க்கொடிக்கு எரிச்சல் வந்தது.

"யாருப்ப நீ... இப்ப பாக்க முடியாது" என்றாள்.

அவன் பொன்வண்ணனையும் மலர்க்கொடியையும் மாறிமாறிப் பார்த்துவிட்டு ஓர் அடி பின்னால் எடுத்து வைத்தான்.

'ஏய், வாப்பா" என்று அழைத்தான் பொன்வண்ணன். உடனே மலர்க்கொடி கோபமாய் வராண்டாவுக்கு வெளியில் குழாய்க்குப் போவதுபோல் போய்விட்டாள்.

"என்ன சமாச்சாரம்? நீ வந்திருக்கே."

இந்த மாதிரி லோ லெவல் கிரிமினல்களைத் தேவையான இடங்களில் மட்டும் சந்திப்பது பொன்வண்ணன் வழக்கம்.

"நெல்சனையும் நம்ம ஆளுங்க மொத்தம் அஞ்சு பேரையும் போலீஸ்ல பிடிச்சுக் கொடுத்திட்டான் ஆளும்கட்சி எம்.எல்.ஏ.யின் புருஷன் வான்மீகநாதன். எல்லாம் பொய் கேசு" என்றான் வந்தவன்.

"சுரேந்திரனையுமா?" என்றான் பொன்வண்ணன். "ஆமா' என்றான்.

"நம்ம கட்சி வக்கீல்கிட்ட சொல்றேன். நீ போ. அவ வர்றதுக்குள்ள."

தனக்குப் பிடிக்காத பாணி முரட்டு அரசியல்தான் மீண்டும் மீண்டும் தன்மீது சுமத்தப்படுகிறது என்று எண்ணி யோசனையில் ஆழ்ந்தான்.

கைது செய்யப்பட்டிருக்கும் ஐந்து பேரும் இந்த ஊரில் கல்லூரிகள் அத்தனையோடும் நேரடியாகவும் மறைமுகமாகவும் தொடர்பு வைத்திருக்கக் கூடியவர்கள். எனவே மீண்டும் இந்தி எதிர்ப்புக்குக் கூட்டம் சேராதபடிச் செய்வதுதான் ஆளும்கட்சி எம்.எல்.ஏ. வட்டாரத்தின் யோசனை என்று நொடியில் புரிந்து கொண்டான் பொன்வண்ணன். நெல்சன் இந்த நேரத்தில் உள்ளே இருந்தால் உளவு பார்ப்பது தடுக்கப்பட்டுவிடும் என்று கருதினான் பொன்வண்ணன். வந்தவன் போகாமல் நிற்பதைக் கவனித்து இரைந்தான்.

"சரி... போய்த்தொலை. ராத்திரி பூரா தூங்காம எவகிட்டயோ படுத்துருக்கியான். குளிக்கக்கூடவில்லை." அவனை வெகுவேகமாக அங்கிருந்து போகும்படி சமிக்ஞை செய்துவிட்டு யோசனையில் கண்மூடி ஆழ்ந்தவன் கண்விழித்தபோது,

"வணக்கம் அண்ணே" என்ற குரல் கேட்டது.

“யாரு ஜோசப்புல்ல” என்று நொண்டியபடி நின்ற ஜோசப்பை “உட்கார்” என்றாள் மலர்க்கொடி. பக்கத்தில் புதியதாய் ஆஜானுபாகாய் அழகாய் நின்ற ஜி.கே. சாமியை ஏறிட்டுப் பார்த்தான்.

“இது என் பிரண்டு ஜி.கே. சாமி. இது அவன் ஃப்ரண்ட் ரவி.”

தன்னுடன் வந்திருந்த இருவரையும் அறிமுகம் செய்துவைத்தான் ஜோசப்.

மலர்க்கொடி யாரோ சிறுவன் என்று ரவி பக்கம் திரும்பவில்லை.

“ஜோசப் எங்கே இப்பெல்லாம் வாறதே இல்ல. இப்ப எவன்லாமோ வர ஆரம்பிச்சாச்சு. உங்கள போல நல்ல பிள்ளைக வாறத நிறுத்திட்டீங்க.”

மீண்டும் ஜி.கே. சாமியைப் பார்த்தாள் மலர்க்கொடி கழுத்து நிறைய ஆபரணங்களுடன். கையில் போட்டிருந்த அதிகமான ஆபரணங்களைக் கழற்றி வைத்திருந்தாள். ஏனென்றால் பேசினில் போய்க் கழுவும்போது அவை பேசினில் சடார் சடார் என்று அடித்து மழுங்க ஆரம்பித்திருந்தன.

“உட்காருங்க” என்றான் பொன்வண்ணன். ஜோசப் கொஞ்ச நாட்களுக்கு முன்பு வரை பொன்வண்ணனின் ஆட்களில் ஒருத்தனாக இருந்தவன். இப்போது கொஞ்சநாட்களாக பொன்வண்ணனுடன் அதிகம் தொடர்பில்லாமல் இருக்கிறான். அவனை மலர்க்கொடிக்கு மிகவும் பிடிக்கும். “நல்லவன் ஜோசப். அவனப் போல் உள்ளவங்கள எல்லாம் கூட வச்சுக்காம, எவனோ குடிகாரன், கண்ணு சிவப்பா இருக்கிறவன், தடிமாடுன்னு யார் யாரையோ நம்பி பாலிட்டிக்ஸ் நடத்துறீங்க.”

மூவருக்கும் காபி கொண்டுவந்து வைத்தாள். மீண்டும் அப்போது ஜி.கே. சாமியை ஏறிட்டுப் பார்த்தாள் மலர்க்கொடி.

ஜோசப், “இது ஜி.கே. சாமி அக்கா. காலேஜ்ல படிக்கிறாரு. தீவிரமான ஆசாமி. அண்ணன் ஆஸ்பத்திரியிலே கிடக்கிறத பற்றிக் கேள்விப்பட்ட நாள்ல இருந்து வரணும்னு இருந்தது. இன்றுதான் இந்தத் தம்பிங்களையும் கூட்டிக்கிட்டு வர முடிஞ்சது. என்ன இருந்தாலும் அடுத்த எம்.எல்.ஏ. இல்லயா அண்ணன்?”

“சரி, அப்ப அண்ணனைத்தான் பாக்க வந்தீங்க’ என்று மீண்டும் குறிப்பாக ஜி.கே. சாமியைப் பார்த்தாள் மலர்க்கொடி. பின்பு,

“சாமித் தம்பி எந்தூரு பக்கம்?” என்று கேட்டாள்.

ஜி.கே. சாமி தனது ஊரைச் சொன்னான்.

“அட, எங்க ஒன்றுவிட்ட அக்காவை அங்கதான் குடுத்திருக்கு” என்றாள்.

அவன் தன் தந்தை பெயர், வீடு இருக்கும் திசை என்றெல்லாம் விஸ்தாரமாகச் சொல்ல ஆரம்பித்தான். மிகுந்த ஒட்டுறவுடன் சந்தோஷமாக சாமியுடன் பேசிக்கொண்டிருந்தாள் மலர்க்கொடி. கடைசியாக, “உறவுக்காரங்கதான் நாம எல்லாம். வீட்டுக்கு வந்துட்டு இருங்க. ஜோசப் கூட்டிக்கிட்டு வருவான்” என்றாள். ஜோசப்புடன் ஏதோ பேசிக்கொண்டிருந்த பொன்வண்ணனின் மனசுக்குள் ஏதோ நெருட ஆரம்பித்தது.

ஜோசப் இவனை எல்லாம் கூட்டிக்கொண்டு எதற்காக இங்கு வந்தான் என்ற யோசனையில் ஆழ்ந்த பொன்வண்ணனுக்கு மலர்க்கொடி சாமி என்ற புதியவனைப் பார்த்ததும் இப்படி ஒட்டி உறவாட ஆரம்பிக்கிறாளே என்ற பொறாமை உணர்வும் ஏற்படத்தான் செய்தது.

பின்பு மலர்க்கொடி ஆஸ்பத்திரியின் மூலை வரை வந்து இந்த மூவரையும் வழி அனுப்பிவிட்டு வருவதை, ஏதோ யோசனையில் பார்த்தபடி நகத்தைக் கடிக்க ஆரம்பித்தான் ஓரளவு சுகமாகிக் கொண்டிருக்கும் பொன்வண்ணன்.

“மலர்...” என்று மெதுவாக ஆரம்பித்தான்.

“என்ன...?” என்றாள் எரிச்சலோடு.

அதன்பிறகு பொன்வண்ணன் பேசவில்லை. தூரத்தில் வார்டில் படுத்திருந்த யாரோ ஒரு நோயாளி ‘குபுக்’ என்று வாந்தி எடுத்தான்.

ஜோசப் சொன்னான்,

“பாத்தியா சாமி. நாமதான் அன்றைக்குத் தந்திரம் செய்து அவனது திட்டத்த தவிடு பொடியாக்கி அவன ஆஸ்பத்திரியிலும் படுக்க வைத்தோம் என்ற விஷயம்...”

சாமி ஜோசப்பின் கையைக் கிள்ளி, பக்கத்தில் ரவி வருவதை நினைவுபடுத்தினான்.

ரவி உடனே என்னண்ணே, என்னண்ணே என்று அவர்கள் பேசிய விஷயத்தில் ஆர்வம் காட்டலானான்.

"சொல்றேன். சும்மா வாடா."

செல்லமாக ரவியின் தலையில் குட்டினான் சாமி.

வழியில் மரியா கான்டீன் வந்ததும் ஜோசப் நொண்டியபடி விடைபெற்று கான்டீனுக்குப் போக சாமியும் ரவியும் இக்னேஷியஸ் ஹாஸ்டலுக்குப் புறப்பட்டனர்.

"என்னண்ணே! அந்த அக்கா ஒங்க மேல ஒரு கண்ணு வச்சிருக்காங்களே!"

கேலி செய்தான் ரவி. அந்தக் கேலியில் ஒரு வருத்தம் தோய்ந்திருந்ததோ என்று உணர்ந்த சாமி, ரவியைச் சீண்ட எண்ணினான்.

"அதுக்கு என்ன, அவங்களும் அழகாக இருக்காங்க." இப்படிக் கூறிவிட்டு ரவியைக் கடைக்கண்ணால் பார்த்தான். ரவியின் முகம் குப்பென்று சிவந்தது. தலையைக் கீழே போட்டுவிட்டு ஒன்றும் பேசாமல் காலால் ரோட்டோரம் கற்களைத் தட்டியபடி நடந்தான் ரவி.

"ஏய் ரவி... ஓ" என்று சிரித்து அவனை அரவணைத்துக் கொண்டான் ஜி.கே. சாமி. ரவியின் முகம் அழுவதுபோல் மாறியது. சற்றுநேரம் ஆன பின்பு ரவி சிரிக்க முயன்றான்.

ஹாஸ்டல் காம்பவுண்டுக்குள் வந்ததும், வாலிபால் விளையாடிக் கொண்டிருந்த இளைஞர்களில் ஜி.கே. சாமியின் நண்பன் ஒருவன்,

"ஏம்பா சாமி. அந்தப் பையன் ஒன் பெண்டாட்டியா? எங்கே போனாலும் உன் பின்னால் வருகிறான்" என்று கிண்டல் செய்தான்.

வேறொருவன், "என்னமோ... இருவருக்கும்" என்று 'மோ'வை அழுத்தி இழுத்துப் பேசினான். ரவி விளையாட்டாக ஒரு கல்லை எடுத்து அப்படிப் பேசியவனை நோக்கி வீசினான்.

"வாடா... கெடக்கிறானுவ..."

ரவியைத் தோளில் கைவைத்து அணைத்தபடி சென்று கொண்டிருந்தான் ஜி.கே. சாமி.

உடல்ரீதியில் தொடர்பு இல்லாவிட்டாலும் சிலவேளை உளவியல் ரீதியில் இத்தகைய மாணவர்கள் ஒருவரை ஒருவர் நம்பியிருந்து பிரியும்போது மிகுந்த வருத்தத்திற்கு ஆளாவதும் உண்டு.

இத்தகைய ஜோடிகள் மத்தியில் போட்டி பொறாமைகூட காதலர்களுக்கிடையில் இருப்பதுபோல் சிலவேளை இருக்கும்.

அகம்

இயல் - 11

அன்று இரவு மீண்டும் மீண்டும் காந்திமதியைக் கனவில் கண்ட வின்சென்ட் காலையில் ஹாஸ்டல் லெட்டர் போர்டில் தன் பெயரில் ஒரு இன்லென்ட் லெட்டர் வந்திருப்பதைக் கண்டு யாராக இருக்கும் என்று எடுத்து மறுபக்கம் திரும்பிப் பார்த்தான். "கா.தி." என்று இருந்தது. யார் இந்தக் "கா.தி." என்று புரியாமல் ஆனால் பரிச்சயமான கையெழுத்து என்று உள்ளுணர்வு உந்த, பிரித்துப்பார்த்து ஆச்சரியம் அடைந்தான். ஏனெனில் அக்கடிதம் காந்திமதியிடமிருந்து வந்திருந்தது. "கா.தி." என்று அவள் பெயரின் முதல் மற்றும் இறுதி எழுத்துகள். கடிதத்தில் கிருபாநிதி தினம் ஹெலனைப் பார்க்கப் பைத்தியக்காரனைப்போல் வந்துவிடுகிறான். கேட்டால் ஏதும் சொல்லமாட்டேன் என்கிறான். ஏதோ ஒருவித பாதிப்புக்கு ஆளானவன் போலவும் சிலவேளை விரக்தி அடைந்தவன் போலவும் பேசுகிறான்; சிலவேளை தன்னை அழைக்கிறான். பெரும்பாலும் ஹெலனுக்கு ஆள் சொல்லிவிடுகிறான். ஹெலன் இந்த மாதிரி தினம் வந்து அழைப்பதால் தன்னை ஹாஸ்டலில் பிற மாணவிகள் ஒருமாதிரி பார்க்கிறார்கள் என்றும் தான் தனது தந்தைக்கு மிகவும் பயந்து இருப்பவள் என்றும் கூறி வருந்துகிறாள். ஆகவே வின்சென்ட் கிருபாநிதியிடம் பேசி அவனைத் திருத்தவேண்டும் என்றிருந்தது கடிதம்.

இப்போதுதான் வின்சென்ட்டுக்கு விளங்கியது, கிருபாநிதி ஏன் ஹாஸ்டலில் இருந்து வெளியில் போய்த் தங்கிப் படிக்க விரும்பியுள்ளான் என்பதற்கான காரணம். உடனே கிருபாநிதியைச் சந்திக்க வேண்டுமே என்று எண்ணிக் கொண்டான் வின்சென்ட். அன்று கல்லூரி முடிந்து ஹாஸ்டலுக்குப் போகாமல் - அப்படிப் போய்விட்டு மீண்டும்

ஆடிப்பாவைபோல | 159

வெளியில் கிளம்பினால் ஹாஸ்டலுக்கு ஆறு மணிக்குள் வர லேட்டாகிவிடலாம் என்பதால் நேராய் கிருபாநிதி இருந்த அறைக்குப் போனான்.

அன்று மதியமே கல்லூரியிலிருந்து அறைக்குத் திரும்பி விட்டதாகக் கூறிய கிருபாநிதி சரியாக வேளாவேளைக்குச் சாப்பிடாததாலோ என்னவோ சோர்வாகக் காணப்பட்டான்.

சற்று நேரம் ஏதும் பேசாமல் அமர்ந்திருந்த வின்சென்டைப் பார்த்து, கிருபாநிதியே கேட்டான்.

“ஏன் ஹாஸ்டல் போகல்லியா?”

“நான் ஹாஸ்டல் போனா உனக்கு என்ன, போகாட்டி என்ன?”

கோபமாய்க் கூறிவிட்டுச் சுவரைப் பார்த்தபடி கொஞ்சம் நேரம் ஏதும் பேசாமல் இருந்தான்.

“வா, எழும்பு. காப்பி குடிப்போம். நானும் ஏதும் சாப்பிடல்ல மதியம்” என்றான் கிருபாநிதி.

“ஏன் சாப்பிடல்ல? நீயா கொழுப்புப் பிடிச்சு ஹாஸ்டல்லயிருந்து வெளியில் வந்தே. கடைசில நான்தான் எல்லாத்துக்கும் காரணம்னு எல்லாரும் சொல்லப் போறாங்க. ஏன்டா இப்படிப் பண்ற?”

“நீ எப்படி காரணம்?”

“நான்தான் காந்திமதியைப் பாப்பம்னு கூட்டிக்கிட்டுப் போனேன். அங்கே என் மூலம்தான் ஹெலனைச் சந்திச்ச.”

“ஓ... அதச் சொல்றியா? இப்ப என்ன கெட்டுப் போச்சு?”

“என்ன கெட்டுப் போகல்ல? முட்டாள்போல பேசாத. ஒழுங்கா சாப்பிடுவது போச்சா? உன் அம்மா வந்து, ‘ஏன் வின்சென்ட் நீ இருக்கேன்னுதானே நாங்க நிம்மதியா ஊரிலே இருக்கோம்’னு நாளை வந்து கேட்டா என்ன பதில் சொல்வேன்?”

தன் தலையில் வலது கையால் இரண்டு முறை பலமாக அடித்தான் வின்சென்ட்.

அவன் கையை எட்டிப்பிடித்த கிருபாநிதி, “ஏன்டா பைத்தியமா உனக்கு?” என்று கடுமையான குரலில் கேட்டான்.

“உனக்குப் பைத்தியம்னா எனக்கும் பைத்தியம்தான்.”

சற்று நேரத்தில் கொந்தளிக்கும் உணர்வுகளிலிருந்து விடுபட்ட பின்பு இரண்டு நண்பர்களும் ஏதும் பேசாமல் ஹோட்டல் வரை நடந்தனர். வின்சென்ட் சீரியஸாக யோசித்தபடி நடந்தான்.

ஹோட்டல் கிருபாநிதி தங்கியிருந்த இடத்திலிருந்து சுமார் ஒரு பர்லாங் தூரத்தில் இருந்தது. உள்ளே இருந்த அறைக்குள் இரு நண்பர்களும் போய் அமர்ந்தனர். “என்ன சார் வேண்டும்?” என்று சர்வர் கேட்டான். வின்சென்ட் ஆர்டர் கொடுத்தான்.

“இவனுக்கு ஒரு மசால் தோசை. எனக்கு ஒரு வடை.”

“ஏன் நீயும் மசால் தோசை சாப்பிடு” என்றான் கிருபாநிதி.

மாலையில் அலுவலகங்கள், கல்வி நிறுவனங்கள் போன்ற வற்றிலிருந்து புறப்பட்ட ஆட்களால் ஹோட்டல் நிரம்பி வழிந்தது.

“மதியம் உன்னப் போல் பட்டினியா கிடக்கிறேன்?” என்றான் வின்சென்ட்.

“மதியம் ஏனோ மெஸ்ஸுக்குப் போகணும்னு தோணல்ல. படுத்துத் தூங்கிட்டேன். வெயிலால இருக்கலாம்.”

“அதுக்குத்தான் உங்க அப்பா, அம்மா வெயில் மகன் மேல படக்கூடாதுன்னு காலேஜில இருந்து மரநிழல் வழியா நடந்து போகக்கூடிய ஹாஸ்டல்ல சேர்த்தாங்க. இப்ப வெயிலு பட்டா தூக்கம்தான் வரும்.”

“இல்ல. அடுத்த மாதம் ஊருல இருந்து சைக்கிள் கொண்டு வந்துவிடுவேன். அப்பொ எல்லாம் சரியாப் போகும்” என்றான் கிருபாநிதி.

“சரி, நான் வேற ஒரு விஷயம் பேசத்தான் வந்தேன்.”

“என்ன? சொல்.”

"காந்திமதி கடிதம் ஹாஸ்டலுக்கு அனுப்பமாட்டா. ஆனா எழுதியிருந்தா."

"காதலி கடிதம் எழுதினா என்ன தப்பு?" கிண்டல் செய்ய ஆரம்பித்தான் கிருபாநிதி.

"உன்னப் பத்தி."

"நான் டெய்லி ஹாஸ்டல்ல போய் நிற்கிறேன். ஹெலன் பயப்படுறா, அப்படித்தானே?"

"ஆமாடா, ஏன் அங்கே போய் அந்தப் பொண்ணு லைஃபைக் கெடுக்கப் பாக்கிற. நீ அவள விரும்பினா அதுக்கு இதா வழி? மெதுவா நிதானமா இரு. மெதுவா அவளிடம் பேசி, அவ அப்பா, அம்மா பற்றி எல்லாம் தெரிந்து அதுபோல் உன் வீட்டிலயும் பேசணும் இல்லியா?"

வின்சென்ட் பக்கத்தில் நிறைய ஆட்கள் குவிந்திருக்கும் ஹோட்டலில் பிறர் கவனிக்காத முறையில் மெதுவாகப் பேசினான்.

அப்போது கிருபாநிதிக்கு மசால் தோசையும் வின்சென்டுக்கு வடையும் இரு தட்டுகளில் கொண்டு வந்த சர்வர் தன் வியர்வையைத் தோளில் சதா தொங்கப் போட்டிருந்த துண்டில் துடைத்தபடி உள்ளே விரைந்தான், வேறு யாருக்கோ டிபன் கொண்டுவர. அவர்கள் அமர்ந்திருந்த அறையில் பழைய நடிகர் ஒருவரின் படம் புகையால் கரி படிந்து காணப்பட்டது. அப்படத்தில் போடப்பட்டிருந்த காகித மாலையில் சிலந்திவலை பிடித்திருந்தது.

"ஏதோ அந்தப் பெண்ணைப் பார்க்கணும்னு தோணிட்டுது. நேராகப் போய்விடுகிறேன். போன பிறகு எதுக்குப் போனோம்னு தோணும்."

கிருபாநிதி தனக்குள் சொல்பவன்போல் சொல்லி நிறுத்தினான். வின்சென்ட் ஏதும் சொல்லாமல் கிருபாநிதி சொல்வதைக் கேட்பதில் மட்டும் கவனம் கொண்டான்.

மீண்டும் கிருபாநிதியே சொன்னான்.

“சரி. தப்புத்தான். அவள் பெண். அவளுக்குத் தொந்தரவு வரக்கூடாது. நான் இனி போகல்ல.”

இப்போது வெறுப்பில் பேசினான் கிருபாநிதி.

“போகலாம்டா. நீ போகணும். நான் செய்ய வேண்டியத செய்றேன். டெய்லி அதுக்காகப் போய் நிப்பாங்களா? உன் மேல அன்பு தோன்றதுக்குப் பதிலா, வெறுப்பு ஏத்திருவ போல” என்றான் வின்சென்ட்.

“நீ சொல்றது எனக்குத் தெரியுது” என்றான் கிருபாநிதி.

அப்போது அவ்விஷயத்தைப் பேசுவதைத் தவிர்க்கலாம் என்று நினைத்த வின்சென்ட் கேட்டான்.

“நீ ஹாஸ்டல விட்டு வெளியில வந்ததுக்கு அம்மாவும் அப்பாவும் என்ன சொன்னாங்க?”

“எனக்கு ஹாஸ்டலில் படிக்க வசதியில்ல. அதனால வெளியில வந்து ரூம் எடுத்துப் படிக்கிறேன். யாரும் கவலைப்படத் தேவையில்ல. நன்றாகப் படிப்பேன்” என்று கடிதம் எழுதினேன்.

“என்ன பதில் வந்தது?”

“பதில் இன்னும் வரல்ல. எங்க வீட்டுக்குத் தெரிந்த ஒருத்தர் இங்கே இருக்கிறார். அவரிடமும் சொல்லி அனுப்பியிருக்கிறேன்” என்றான் கிருபாநிதி.

“வெளியில இருக்கிறது, மனக்கட்டுப்பாடு உள்ள பசங்களுக்கு.”

“எனக்கு என்ன கட்டுப்பாடில்ல சொல். நான் இன்னும் ஒரு சினிமாவுக்குக்கூட போகல்ல தெரியுமா ரூமுக்கு வந்த பிறகு?” என்றான் கிருபாநிதி.

“சாப்பாட்டைக் கோட்டை விடுறிய” என்றான் வின்சென்ட்.

“சரி, இனி சரியா சாப்பிடுறேன். போதுமா?”

இரு நண்பர்களும் சிரித்துவிட்டனர். கிருபாநிதி ஹோட்டல் முதலாளி இருந்த உயர்ந்த திண்ணை போன்ற பகுதியில் ஏறிக் காசைக் கொடுத்துவிட்டு வெளியே வரட்டும் என்று ஒரே கூட்டமாக இருந்த அந்த ஹோட்டலின் வெளியே ரோட்டில்

வந்து காத்துநின்றான் வின்சென்ட். பின்பு கிருபாநிதி தங்கியிருந்த அறையை நோக்கி வந்து அவனை அனுப்பும்போது வின்சென்ட்,

"நாளையும் கல்லூரியிலிருந்து இருவரும் இங்கே வரலாம். காத்திரு எனக்காக, காலேஜ்ல" என்றான்.

"ஏன் நாளையும் மதியமே கல்லூரியிலிருந்து வந்துவிடுவேன் என்று பயமா?"

"இல்ல" என்று இழுத்தான் வின்சென்ட்.

"சரி. நாளை சரியாக மாலை நாலு மணிக்கு இருவரும் சந்திக்கிறோம். கல்லூரி முன்பக்கம் நிற்கிற புளிய மரத்தின் கீழே."

இருவரும் பிரிந்தனர்.

ஹாஸ்டலுக்குத் திரும்பிய வின்சென்ட்டுக்குத் தன் அறையில் வசிக்கும் சந்தோஷம் பற்றிய கவலை வந்தது. இரண்டு நாள் ஹாஸ்டலிலிருந்து இரவுகளில் தப்பித்துவிட்டு சந்தோஷம் மூன்றாம் நாள் வந்துவிட்டான். இரண்டு இரவுகளில் ஒரு ஆள் படுத்திருப்பதுபோல் வின்சென்ட் இரண்டு தலையணைகளை அடுக்கி ஒரு போர்வையைப் போட்டு வைத்து சந்தோஷத்தைக் காப்பாற்றிவிட்டான். நல்ல காலம் வார்டன் கிழவனோ வேறு யாருமோ அந்தப் பக்கம் வரவில்லை.

சந்தோஷம் விநோதமான பையன். அவன் ஊரில் வாழும் பெரிய சாதிக்காரர்களைப் பற்றி அடிக்கடி சொல்வான். ஒருமுறை ஊரின் பெரிய சாதிக்காரர்கள் சிலர் சாராயம் குடித்துக் கொண்டிருந்தார்கள். அவர்கள் ஊரில் நிலபுலம் வைத்திருக்கும் புள்ளிகள். சந்தோஷத்தின் தந்தை சாதாரணமாக நிலத்தில் வேலை செய்யும் தாழ்த்தப்பட்ட சாதியைச் சார்ந்த மனிதர். சந்தோஷம் அப்போது கல்லூரி விடுமுறைவிட்டு ஊருக்குப் போயிருந்த நேரம். சந்தோஷம் வெள்ளைத் துணி அணிந்துகொண்டு ஊருக்கு விடுமுறைகளில் வந்து நடமாடுவது பிடிக்கவில்லை ஊரில் உள்ள பெரிய சாதி ஆசாமிகளுக்கு. தங்கள் வீட்டுப் பிள்ளைகள் பணம் கொடுத்து ஹாஸ்டலில் தங்கி, தம் சொந்தப் பணத்தில் வெள்ளை ஆடைகள் உடுத்திக்கொண்டு நடமாடும்போது, அவர்களின் நிலங்களில் உழைப்பவர்களின் பிள்ளைகளுக்கு அரசாங்கம் பணம் கொடுத்துப் படிக்க வைக்கிறது என்ற எண்ணம். அதனால்

வயிற்றெரிச்சல். ஒருமுறை சந்தோஷம் ஊருக்குப் போயிருந்தான். மாலை நேரம். அவர்கள் ஊரில் ஒரு சிறு குளமும் குளக்கரையில் ஒரு கள்ளுக்கடையும் இருந்தன. சந்தோஷம் எங்கோ போய்க்கொண்டு திரும்பிக் கொண்டிருந்தான். வழியில் பெரிய சாதிக்காரர்கள் என்று ஊரில் கருதப்படும் சிலர் அமர்ந்திருந்தனர். மரத்தினடியில் ஒரு பெஞ்ச். அந்தப் பெஞ்சின் மீது அந்தப் பெரிய வீட்டுக்காரரின் மூத்த மகன் அமர்ந்திருந்தான். அந்த ஊரில் பல நிலங்களுக்கும் சொந்தக்காரர்கள் அந்தக் குடும்பத்தினர். அவர்களின் நிலத்தில்தான் சந்தோஷத்தின் தந்தை கூலி வேலை செய்கிறார். அதனால் அழுக்காடையுடன் குத்த வைத்துத் தரையில் அமர்ந்திருந்தார் சந்தோஷத்தின் தந்தை.

அந்தப் பெரிய சாதிக்காரரின் மகன் சந்தோஷத்தின் தந்தை முன்பு வைத்து அவனைச் சீண்ட நினைத்தான்.

“ஏ! வாப்பா. நீ யாரு மகன்? எங்கேப்பா போற?” என்று முதலில் அந்தப் பையனைத் தெரியாதவர்போல் பாசாங்குடன் கேட்டான். சந்தோஷம் வெள்ளைச் சட்டை போட்டிருந்ததால் இப்போதுள்ள இளைஞர்கள் சொல்வதுபோல் தன் தந்தையை மறுக்கவும் வாய்ப்பிருக்கிறது. அப்படி அவன் ஏதாவது சொன்னால் அவன் தந்தை வருந்தலாம். அவன் தந்தைக்கு அந்த வருத்தம் நேர்வதில் பெரிய சாதிக்காரருக்கு உள்ளூர மகிழ்வுண்டாகும்.

சந்தோஷம், நேரடியாகப் பதில் சொல்லாமல் தன் தந்தையைப் பார்த்து,

“என்னப்பா இங்கே உக்காந்திருக்கே?” என்று கேட்டுவிட்டு நடக்கத் தொடங்கினான். திரும்பி சட்டென்று பெரிய சாதிக்காரரைப் பார்த்து வணங்கியபடி,

“என்ன அய்யா, ஏமாத்தமா இருக்கா?” என்று கேட்டுவிட்டுத் தடதடவென்று நடந்து போய்விட்டானாம்.

அவன் அப்பா பெரிய சாதிக்காரரிடம், “அய்யா, மனசுல ஒண்ணும் வச்சுக்காதீங்க. சொல்வழி இல்லாத பயலுக. என்கிட்ட பேச்சு கிடையாது. மரியாதி தெரியாது.”

இப்படிச் சமாளித்தாலும் மனசுக்குள்ள மிகவும் மகிழ்ச்சி அடைந்தாராம்.

இதுபோல பலப்பல சம்பவங்களைக் கொண்டுவந்து சொல்லி தமாஷ் பேச்சில் இறங்கினால் சந்தோஷம் பேசுவதையே கேட்டுக் கொண்டிருக்கலாம்.

வின்சென்ட் ஹாஸ்டலுக்கு மெயின் கேட்டின் வழி நுழைய ஆரம்பித்தபோது, அங்கு நின்ற மரத்தின் கீழ் ஒரு கட்டுமஸ்தான மனிதன் நிற்பதை ஹாஸ்டல் கேட்கீப்பர் காட்டி, “சந்தோஷத்தைப் பாக்கணுமாம். அப்போதிலிருந்தே காத்துக்கிட்டிருக்கிறார்” என்றான்.

வின்சென்ட்டுக்கு சந்தோஷம் சொன்ன செய்தி ஞாபகம் வந்தது. சந்தோஷம் மெயின்கேட் வழியாக இப்போதெல்லாம் நடமாடுவதில்லை என்பதும் ஞாபகம் வந்தது. எதற்கும் போய்ப் பார்ப்போம் என்று அந்த மனிதரின் அருகில் போய், “யாரைப் பார்க்க வேண்டும்?” என்று கேட்டான்.

“சந்தோஷம்னு ஒரு பையன் இங்கதான் வசிக்கிறதா சொன்னாங்க.”

பிடி கொடுக்காமல் பேச வேண்டும் என்று நினைத்தான் வின்சென்ட்.

“நீங்க யாரு?”

“நான் அவன் கிராமத்திலேர்ந்து வர்றேன்.”

“என்ன விஷயமா?” என்று இழுத்தான் வின்சென்ட்.

“சும்மாதான். என் ஃப்ரண்ட்” என்றார் அந்தக் கட்டுமஸ்தான ஆசாமி.

“சரி. இங்கேயே நில்லுங்க. ஊருக்குப் போனான். இருக்கிறானான்னு பாக்கிறென்.”

வின்சென்ட் ஹாஸ்டலுக்கு வந்தபோது அறையில் சந்தோஷம் இருந்தான். அந்த ஆள் பற்றிக் கூறியதும் ரகசியமாய் ஜன்னல் பக்கமாய் பார்த்த சந்தோஷம் அதிர்ச்சி அடைந்தது தெரிந்தது. மிரட்சி, சந்தோஷத்தின் முகத்தில் தென்பட்டது.

“இல்லேன்னு சொல்லு” என்றான் சந்தோஷம். வின்சென்ட் அந்த ஆள் நிற்குமிடத்திற்கு வந்து, “அவன் வரல்ல” என்றான்.

“இன்னும் ஊரிலிருந்து வரல்லயா?” என்று கேட்டான் அந்த ஆள்.

“ஆமான்னு சொல்றனில்ல.”

எரிச்சலுடன் கூறிய வின்சென்டை நம்பாமல் புறப்பட்டான் அந்த ஆள். உடனே கேட் கீப்பர், “இப்படியெல்லாம் வரக்கூடாது. அப்போதிலிருந்தே நிற்கிறாரு. சொன்னாலும் கேட்கல்ல” என்றான்.

ஏதோ முணுமுணுத்துவிட்டு அந்த ஆள் அகன்றான்.

அறைக்கு வந்ததும் சந்தோஷம் பயந்துபோய் அமர்ந்திருந்தது தெரிந்தது. ஏதோ சொல்லி அமைதிப்படுத்த முயன்றான் வின்சென்ட். கடைசியாய் மனம் சமாதானம் அடைந்து தூங்கப் போனான் சந்தோஷம்.

மறுநாள் காலையில் சந்தோஷம் காலையிலேயே எழுந்து, “கல்லூரிக்குப் போகிறேன்” என்று போய்விட்டான். சுமார் 9 மணியளவில் ஹாஸ்டல் சிப்பந்தி வந்து வின்சென்டை அழைத்தான். ஏன் என்று அந்தச் சிப்பந்தியைப் பெயர் சொல்லி அழைத்த வின்சென்டிடம்,

“அண்ணே! யாரோ இரண்டு பெண்கள். கேட் பக்கத்தில் காத்துக் கிட்டிருக்காங்க. ஒங்கள ஒடனே கூட்டிட்டு வரச் சொன்னாங்க!” என்றான்.

யார் இரண்டு பெண்கள் என்று குழப்பமாக இருந்தது. ஏதாவது கிருபாநிதிதான் மீண்டும் அங்கு ஹாஸ்டலுக்குப் போய்விட்டானோ என்று எரிச்சலுடன் கீழே இறங்கிவந்தான் வின்சென்ட்.

நினைத்தது சரிதான். காந்திமதியும் ஹெலனும். கிருபாநிதி பற்றிய கம்ப்ளெய்ண்டாகத்தான் இருக்கும் என்று விரைவாக நடந்து கேட்டருகில் வந்து வழக்கமாய் பெண்கள் அமரும் மரத்தின்கீழ் இருக்கும் உடைந்த சிமெண்ட் பெஞ்சைக் காட்டி, “அமர்ந்து பேசுவோம்” என்றான். காந்திமதியைப் பார்த்தவனுக்கு அதிர்ச்சி.

கண்கள் கலங்க, தலையைக்கூட சரியாக ஒழுங்கு செய்யாமல் நின்றாள். அவள் ஏதும் பேசவில்லை.

ஏதோ பகீரென்றது வின்சென்டுக்கு. என்ன நடந்திருக்கும்?

“வாங்க” என்றாள் ஹெலன். பின்பு சொன்னாள்.

“ஒரு பேட் நியுஸ். அவ அக்காவுக்குச் சீரியஸாக இருக்கு. காந்திமதியை ஓடனே ஊருக்குக் கூட்டிக்கிட்டுப் போக ஆள் வந்திருக்காங்க. ஒரு சைக்கிள் ரிக்ஷாவில் நாங்க மாத்திரம் வந்தோம். அந்த ஆள் ஹாஸ்டல்ல காத்திட்டிருக்காரு. நான் சொல்லிக் கொள்கிறேன். போ என்று சொன்னபிறகும் கேட்காமல் உங்களப் பாக்கணும்னு சொன்னாள்.” ஹெலனும் மிகுந்த அதிர்ச்சியோடிருந்தாள் என்பது அவள் முகத்தைப் பார்த்ததும் தெரிந்தது.

அப்புறம் ஓர் அக்கா இருப்பதை இவள் சொன்னதில்லையே என்றும் திடீரென்று யோசனை வந்தது வின்சென்டுக்கு.

“நான் கௌம்பறேன்” என்று வேகமாக ரிக்ஷா நின்ற இடத்திற்கு நடந்தாள் காந்திமதி.

“நானும் வரட்டுமா?” என்று வின்சென்ட் எழுந்து வந்தான்.

“வேண்டாம், ஹாஸ்டலுக்குப் போன உடன் வந்திருக்கிற ஆளுடன் புறப்படப் போகிறேன். நீங்க வந்தா அந்த ஆளு வேற எதையாவது ஊரில் போய்ப் பேசினால்... வேண்டாம்.”

புறப்பட்டாள் காந்திமதி.

சற்றுத் தயங்கிய ஹெலனின் அருகில் வின்சென்ட் செல்ல அவள், “தற்கொலை செய்துகிட்டாங்களாம்” என்று மெதுவாய்க் கூறிவிட்டு ஓடிச்சென்று ரிக்ஷாவில் அமர்ந்திருந்த காந்திமதியோடு அமர ரிக்ஷாக்காரன் வியர்வையோடு மிதிக்க ஆரம்பித்தான்.

வின்சென்டின் தலை சுழன்றது. பரிதாபமாய்க் காந்திமதியைப் பார்த்தான். ஒருமுறை திரும்பிப் பார்த்தாள் அவள். பிறகு பார்க்கவே இல்லை. காந்திமதி என்று கத்தவேண்டும் போலிருந்தது. வியர்த்தது. ‘கேட்’ பக்கத்தில் இருந்த சிமெண்ட் பெஞ்சில் போய் அமர்ந்தவனுக்கு எவ்வளவு நேரம் அப்படி இருந்தான் என்று தெரியவில்லை. உடனேயே எதற்காக என்னிடம் வந்து சொல்லிவிட்டுப் போகிறாள் என்று ஒரு கேள்வியும் எழுந்தது. மனதில் அவளைப் பற்றிய தன்

பொறுப்புணர்வும் எழுந்தது. அவளைப் பஸ் ஸ்டாண்ட் வரையாவது கொண்டுபோய் அனுப்பியிருக்க வேண்டுமோ என்று தோன்றியது. ஹெலன் பஸ் ஸ்டாண்ட் வரை போய் வழி அனுப்பியிருப்பாள். இன்னோர் உணர்வும் மனதில் தோன்றியது. என்ன பிரச்சனைகளோ இவர்கள் குடும்பத்தில். இந்தப் பிரச்சனைகளால் இந்தப் பெண்ணும் பாதிக்கப்பட்டிருப்பாளோ? அல்லது இனி பாதிப்படைகிறவளாக மாறக்கூடுமோ? அவள் எனக்குக் கிடைத்தாலும் அப்படிக் கிடைக்கும்போது குடும்பத்தினுள் இருக்கும் அத்தனை சிக்கல்களையும் மனதளவில் மறக்கத் தெரியாதவளாகச் சுமந்துகொண்டு வந்தால்... என்று எண்ணியபோது ஒரு பயம் கவ்வத் தொடங்கியது. இவைகளுக்கிடையில் இவளாவது எனக்குக் கிடைப்பதாவது என்ற நிராசையும் எழுந்தது. காந்திமதி பற்றிய குணமும் ஓரளவு தெளிவானது. இந்தச் செய்தியைக் கேட்டவுடன் பயந்து அழுது அடித்துக்கொண்டு ஓடாமல் நிதானமாய்ச் சிந்தித்து, இங்கே வரும் திட சங்கற்பமிருக்கிறது. எதற்கும் மாலையில் ஹெலனையாவது பார்த்துப் பேசவேண்டும் என்று நினைத்துக்கொண்டான் வின்சென்ட். மொத்தத்தில் ஏதோ துக்கமும் வருத்தமும் ஆக சம்பவங்கள் நடக்கின்றன என நினைத்தான்.

அன்று மாலையில் புளிய மரத்தினடியில் சொல்லியிருந்ததுபோல் வந்து நின்றான் கிருபாநிதி. வின்சென்ட் வந்ததும் வழக்கமான குதூகலத்துடன் சொன்னான்.

“நேற்று இரவு எங்க வீட்டுக்கு ஃபோன் போட்டு அம்மாவிடம் பேசினேன். அண்ணனைத் தவிர மற்ற எல்லோரையும் திருப்திப்படுத்திரலாம். அவன் என் விஷயத்தில் முரண்டு பண்ணிட்டே வர்றான். ஒருநாள் நல்ல பாடம் படிச்சுக் குடுக்கணும். அந்த அண்ணியைப் பாத்து சும்மா விடுதேன். இல்ல...”

பற்களைக் கடித்தான். அவனிடம் வின்சென்ட் சொன்னான்.

“சரி விடு. உனக்குத் தெரியுமா, வேறு ஒரு முக்கிய விஷயம். இன்று காலேல காந்திமதி என் ஹாஸ்டலுக்கு ஹெலனோட வந்திருந்தா. அவ அக்கா ஒருத்தி இருந்தாளாம். தற்கொலை செய்துகொண்டாளாம். இவள கையோட கூப்பிட்டுப் போக ஆள் வந்ததாம்.”

“என்னடா சொல்ற...?”

சீரியஸானான் விளையாட்டுத்தனமான தோரணையுடன் நின்றிருந்த கிருபாநிதி.

வின்செண்ட் சொன்னான்.

“காலைல அவசரத்தில் அவ இருந்ததால ஏது என்ன என்று கேட்டுக்க முடியல்ல. வா ஹெலனுக்குத் தெரிந்திருக்கலாம், விவரங்கள். கிளம்பு, போய்க் கேட்போம்.”

“என்னமோ, ஹெலன்கிட்ட நீயே போ. ஏதோ குற்ற உணர்வா இருக்கு. அவள எனக்குப் பாக்கமுடியும்னு தோணல்ல. அவள வம்பில மாட்டிவிட்டிருப்பேன், என் பைத்தியகாரத் தனத்தால. டெய்லி போய் அவளிடம் நின்றுகொண்டிருந்தேன். எதுக்குப் போனேன்னு தெரியல்ல.”

“இல்ல வா. நான் சொல்றேன், நான்தான் உன்னைக் ‘கம்பெல்’ செய்து கூட்டிக்கிட்டு வந்ததா. தப்பா நெனக்கமாட்டா ஹெலன். வா” என்றான் வின்செண்ட்.

“வரவா...”

மீண்டும் தயங்கினான். “இல்ல, நிஜமா... வா” என்று கூறிய வின்செண்டுடன் புறப்பட்டான் கிருபாநிதி.

இன்று கிருபாநிதி கூச்சத்துடன் ஒதுங்கியே நின்றான். வின்செண்ட் தன் பெயரைச் சொல்லி ஹெலனை அழைக்கக் கூறினான் பெண்கள் ஹாஸ்டல் சிப்பந்தியிடம்.

சற்று நேரத்தில் ஹெலன் வந்தாள். வின்செண்ட் மட்டும்தான் வந்திருக்கிறான் என்று நினைத்து வந்தவளுக்குக் கிருபாநிதியைப் பார்த்ததும் ஆச்சரியமாக இருந்தது.

இலேசாகப் புன்முறுவல் செய்தாள். காலையில் காந்திமதியுடன் இருந்த அந்த நினைவிலிருந்து விடுபட முடியாதவளாகக் காணப்பட்டாள் ஹெலன்.

“காலேஜ் போனீங்களா?” இது வின்செண்ட்.

“காலையில் இரண்டு பீரியட் போனேன். அப்புறம் உட்கார முடியல்ல” என்றாள் ஹெலன். கண்களில் மிரட்சி தெரிந்தது.

“இந்த மாதிரி டைம்ல தனியா ஹாஸ்டல்ல ஏன் இருக்கணும் மனசுக்குக் கஷ்டமாகத்தான் இருக்கும்” என்றான் வின்செண்ட்.

“ஆயாகிட்ட சொல்லீட்டு வந்திர்றேன். அனுமதி பெற்று வெளியில் போகலாம்.”

பக்கத்தில் இருக்கும் சிறு பார்க்கை நோக்கி மூவரும் பேசியபடியே நடக்கலாயினர். ஏதும் பேசாமல் அமைதியாகப் பின்னால் கிருபாநிதி வந்ததைப் பார்த்து அவளுக்கு ஐயோ பாவம் என்று தோன்ற அவளே கிருபாநிதியிடம் ஓரிரண்டு வார்த்தைகள் பேசினாள். என்றாலும் அதிகம் பேசாமலேயே வந்துகொண்டிருந்தான் கிருபாநிதி.

“என்ன விஷயம்? அவங்க அக்கா ஒருத்தர் இருப்பதே தெரியாதே எனக்கு?” என்றான் வின்செண்ட்.

“ஆமா. எனக்குக்கூட தெரியாது. போன தடவை அவ அப்பா அம்மா வந்தாங்க இல்ல. அப்பதான் ஏதோ அவ அக்காவும் புருஷனும் சண்டை என்கிற விஷயத்த அவ அம்மா மூலம் தெரிந்து மனசு சரியில்லன்னு சொல்லீட்டு இருந்தா. அவ அக்கா பெயர் விசாலாட்சியாம். அவ அப்பாவுக்குத் தெரியாம, கூட வேல பாக்கிற ஓர் ஆள கல்யாணம் செய்து தனியா குடும்பத்தோட தொடர்பு இல்லாம இருந்தாங்களாம். முதல்ல அவ அப்பாவுக்கு மிகவும் பிடித்த மகளாய் இருந்து பிறகு அப்பா வீட்ட விட்டுத் துரத்தற மகளா மாறிப் போனாங்களாம் விசாலாட்சி. அவ சொல்றத பாத்தா இவ அப்பாதான் எல்லாத்துக்கும் காரணம்போல எனக்குத் தெரியுது.”

படபடவென்று ஹெலன் தன் குணத்திற்கேற்றபடி பேசிக் கொண்டே போனாள். இந்த நேரத்தில் இடையில் புகுந்து பேசினான் கிருபாநிதி.

“நீங்க பாட்டுக்கு எதையும் சொல்லாதீங்க. காந்திமதிக்கு அப்பான்னா உயிர். தெரியும்ல. எங்ககிட்ட பேசறதுபோல அவங்ககிட்டயும் சொல்ல வேண்டாம்.”

குரலைத் தாழ்த்தி, “காந்திகிட்ட சொல்வனா?” என்று கனிவோடு பார்த்தாள் கிருபாநிதியை. கிருபாநிதிக்கு மனதில் இருந்த குற்ற உணர்வு அந்தப் பார்வையால் போய்விட்டது என்று சொல்லலாம்.

"இல்ல நான் சொல்றது... காந்திமதியின் அக்கா, அவ அப்பாவைக் கேட்காம கல்யாணம் செய்தது தப்புதான். உலகத்தில் நடக்காத தப்பா? அதுவும் காந்தி இன்னும் ஒண்ணு சொன்னா. அந்தக் கல்யாணத்த அம்மா மறைமுகமா ஊக்கப்படுத்தியிருக்கிறாங்க."

அவன் சொல்லி முடிக்கும் முன்பு வின்சென்ட்,

"அப்போ, அம்மாதான் குற்றவாளி" என்று கூறி யோசித்தபடி நடந்து கொண்டிருந்தான்.

"இல்லடா வின்சென்ட். அவங்க அம்மா, அப்பாவைப் பார்த்துப் பயந்து பின்னாடி சரியா போய்விடும்னு நினைத்து எங்கே மகள் விரும்பிய கல்யாணம் நடக்காம போயிருமோன்னு மக மேல இருந்த ஆசையில ஊக்கப்படுத்தியிருக்கலாம்."

கிருபாநிதி இப்போது சகஜம் ஆகியிருந்த மனநிலையில் சொன்னான்.

அவன் சகஜமாக இருந்தது ஹெலனுக்கு நிம்மதியைத் தந்தது என்பது, அவள் அவனைப் பார்க்கும் பார்வையில் தென்பட்டது.

"ஆனாலும் காந்திமதியால் எப்படித் தாங்கிக்க முடியுதோ?"

கவலையுடன் சொன்னாள் ஹெலன்.

"ஆமா, எதுக்கு அந்த அவசரத்தில் என் ஹாஸ்டல்ல வந்து என்கிட்ட சொல்லீட்டுப் போக வந்தாங்க?"

"ஆமா வின்சென்ட், எனக்கும் அது புரியல்ல" என்று ஹெலன் தனது அரைத் தாவணியின் நுனியைக் கடித்தபடி நடந்தாள்.

"ஒருவேளை... ஒருவேளை..."

தயங்கினாள் ஹெலன், "சொல்லுங்க... என்ன தயங்கிறீங்க?"

வினவினான் வின்சென்ட்.

"தன்னைத் தன் வீட்டில் தொடர்ந்து படிக்க வைப்பாங்களோன்னு காந்திமதி சந்தேகப்படுகிறாளோ என்னவோ?"

வின்சென்ட் முகத்தை அவசரமாய்ப் பார்த்தாள் ஹெலன்.

“இருக்கலாம்” என்றான் வின்செண்ட் அழுத்தமாக.

“என்ன இருக்கலாம். அப்படி ஒண்ணும் இருக்காது” என்றான் கிருபாநிதி அவசரமாக.

“ஒங்கள எல்லாம் வந்து பாப்பேன்னு நினைக்கிறேன் என்று பஸ்ஸுக்குப் போகும்போது சொன்னா.”

“ஹெலன் நீங்க பஸ் வரை போனீங்களா?” என்று கேட்டான் கிருபாநிதி.

“ஆமா” என்றாள் அவள். அவனை மீண்டும் ஏனோ ஏறெடுத்துப் பார்த்தாள்.

“படிக்கிற பிள்ளைகள் இப்படித்தான் என்று எல்லா வீடுகளிலும் பேசறது வழக்கம்தானே” என்றாள் ஹெலன்.

“அந்தச் சந்தேகம் வந்ததால தான் கடைசியா வந்து சொல்லி விட்டுப் போவோம்னு என்கிட்ட வந்திருக்கலாம்.”

இப்படிச் சொன்னபோது வின்செண்ட் முகத்தில் கலக்கம் தெரிந்தது.

“போடா, போடா. அங்கேயே உடனே அடுத்த மகளும் தனக்குத் தெரியாம யாரையோ கல்யாணம் செய்துவிடப் போறா என்று காந்திமதிக்குக் கல்யாணம் முடிச்சு அனுப்பப் போறாங்கன்னு அடுத்த கற்பனை பண்ணு” என்று கோபப்பட்டான் கிருபாநிதி.

“அதுவும் சாத்தியம்தான்” என்றான் வின்செண்ட்.

மூவரும் மௌனமானார்கள். ஏனெனில் மூவரும் அப்படி நடக்கும் சாத்தியப்பாடு தமிழ்க் குடும்பங்களில் உண்டு என்று நம்பினார்கள். எத்தனை திரைப்படங்களில் இது மாதிரி கதைகள் வருவதைப் பார்த்திருக்கிறார்கள் இவர்கள்.

ஹெலன்தான் இந்த மௌனத்தைக் கலைத்தாள்.

“அவ வந்தபிறகு மற்ற விவரங்களைத் தெரிந்துகொள்வோம். அவ வர்ற வரை ஏன் கற்பனை?”

காந்திமதியின் வீட்டுச் சம்பவங்கள் பற்றி ஏதேனும் செய்தி கிடைத்தால் உடனடி தங்களுக்குத் தெரிவிக்கவேண்டும் என்று

வின்சென்டும் கிருபாநிதியும் கூறினர் ஹெலனிடம். புறப்பட இருந்த சமயம், "சாரி" என்றான் கிருபாநிதி தயங்கியபடி.

"எதுக்கு?" என்றாள் ஹெலன்.

"டெய்லி ஆஜர் ஆனதுக்கு" என்று நகைச்சுவையை மீண்டும் புகுத்தினான் கிருபாநிதி.

"அதுக்கல்ல எனக்குக் கோபம். தலைமுடி குலைஞ்சு, அழுக்குச் சட்டையும் போட்டுக் கொண்டு... இப்படியா ஆட்கள் மாறணும்? ஹாஸ்டல விட்டு வெளியில் வந்தா எல்லாம் போயிடணுமா?" என்றாள் கோபமாக ஹெலன்.

"நல்லா குடுங்கம்மா" என்றான் வின்சென்ட்.

"அதுக்கு ஐயா வின்சென்ட் அவர்களுக்குக் காந்திமதி மூலம் கடிதம் எழுதத் தூண்டக்கூடாது" என்றான் கிருபாநிதி.

"அப்படிச் செய்தாளா காந்தி? நிஜமா அதுக்கு நான் காரணம் இல்ல. அவளே செய்திருக்கா" என்றாள் ஹெலன்.

பின்பு திடீரென்று இருவரையும் பார்த்துக் கவலையுடன் சொன்னாள்.

"அவங்க... அப்பா அம்மா ஹாஸ்டலுக்கு வந்து போன பிறகு காந்திமதி அவ அக்கா பத்தியே நிறைய நினைச்சுப் பாத்துக்கிட்டு இருப்பா. ஒரு நாள் இப்படிச் சொன்னா, ஏன் அப்படிச் சொன்னான்னு எனக்குப் புரியல்லே..."

சற்று நிறுத்தினாள்.

இருவரும் ஹெலனைப் பார்த்தனர். அப்போது அவர்கள் பார்க்கிலிருந்து எழுந்து பார்க்குக்கு வெளியில் நடக்க ஆரம்பித்திருந்தனர். நேரமும் பிந்திக்கொண்டு வந்தது. ரோட்டுக்குப் போக, சிறிய பாதையில் முதலில் வின்சென்டும் இரண்டாவது ஹெலனும் மூன்றாவது கிருபாநிதியும் ஒருவர் ஒருவராக நடந்தபடி இருந்தனர். ஹெலன் என்ன சொல்லப் போகிறாள் என்று கேட்கத் தயாராயிருந்தனர் இருவரும்.

யோசனையுடன் சொன்னாள் ஹெலன்.

“என் அப்பா உயிருடன் இருக்கும் வரை எந்த மகளையும் கல்யாணம் பண்ணி புருஷனோட அனுப்ப அவரால முடியாது.”

“என்ன, என்ன? சொல்லுங்க” என்று வின்சென்ட் அவசரமாகக் கேட்க இன்னொரு முறை இந்த வாசகத்தைத் திரும்பச் சொன்ன ஹெலன், பின்பு விடைபெற்று ரோட்டைக் கடந்து தன் ஹாஸ்டல் காம்பவுண்டுக்குள் நுழைந்தாள். அவள் செல்லும்போது இருள் அதிகமாகியிருந்தது. வின்சென்ட்டின் முகம் இருளில் மங்கியது. இவர்கள் இருவருக்கும் தூரத்தில் இருளில் கையை ஆட்டிவிட்டு மறைந்தாள்.

வின்சென்ட்டின் மனம் மேலும் குழப்பமடைய ஆரம்பித்தது. கிருபாநிதி மௌனமாக இருளில் நடந்தபடி, தன் நண்பனுக்கு ஏதோ பிரச்சனைகள் அதிகமாகிக்கொண்டு போகின்றன என்று நினைத்தான். அவனை எந்தச் சிக்கலில் இருந்தும் பாதுகாப்பது தனது கடமை என்றும் நினைத்தான்.

கிருபாநிதி வின்சென்டின் கைவிரல்களைப் பிடித்து அன்போடு அழுத்தினான்.

“நான் இருக்கேன். கிருபாநிதி இருக்கிறவரை கவலைப்படாதடா” என்றான் தைரியப்படுத்தும் நோக்கோடு.

வின்சென்ட், ஹெலன் சொன்ன வாசகத்தில் என்னன்னவோ உள்ளர்த்தங்கள் இருப்பதாக நினைத்துக் குழம்பினான். கிருபாநிதியைப் பார்த்துக் கூறினான்.

“கிருபாநிதி, என்னடா நினைக்கிற காந்திமதி சொன்ன அந்த வாசகத்திலிருந்து? அவ அம்மா யாரையும் கல்யாணம் செய்து வாழட்டும்னு ஓடிப்போவதற்கு மறைமுகமாக உதவினாங்க என்கிற தகவலையும் சேர்த்து நினைத்துப் பார். இவங்க குடும்பத்தில காந்திமதியின் அப்பாவின் உளவியலை ஆராய்ச்சி செய்யணும்ய்யா...”

காலருகில் கிடந்த காய்ந்த பனங்கொட்டையை உதைத்துவிட்டு நடந்தான் கிருபாநிதி.

“அப்போ... காந்திமதிக்குள்ளும் எங்கோ ஒரு பயம் இருக்கு. தன் தந்தை அவளையும் வேற ஒருவருக்குத் திருமணம் செய்து வீட்டுக்கு வெளியில் முழுதாய் இன்னொருத்தனுடைய

மனைவியாய் ஆக்கி அனுப்பி வைப்பாரோ இல்லையோ என்ற பயம்..."

"ரொம்ப கற்பனை பண்ணாதடா" என்று கடிந்தான் கிருபாநிதி.

"இல்லடா, காந்திமதி ஹெலனிடம் சொன்ன வாசகம், அவள் தாய் இப்போது தற்கொலை செய்த மகளைத் தந்தையின் சம்மதமில்லாமல் ஓடிப்போகத் தூண்டிய முறை - காந்திமதி ஒருவேளை கடைசி சந்திப்பாக இருந்தாலும் இருக்கலாம் என்று நினைத்து என்னை வந்து சந்தித்துவிட்டு ஊருக்குப் புறப்பட்டுப் போனது - எல்லாம் வைத்து யோசிக்கும்போது ஏதோ ஒருவித மர்மமான மனிதராகவே காந்திமதியின் அப்பா தென்படுகிறார். நீ என்னதான் சொல்லு..." என்றான் வின்சென்ட்.

"நீ சொல்றது சரி போலவும்தான் இருக்கு. மூத்த மகள் இறந்து போனது அந்த மனிதரின் மூர்க்கத்தை மாற்றாது என்று நினைக்கிறாயா?"

• • •

அந்தச் சிறிய இந்து கோயிலுக்கருகில் இருந்த வீட்டில் வெளி வராந்தாவில் வழக்கமாய் எரியும் 25 வால்ட் பல்பின் விளக்கு சுவிட்சைக்கூட இன்னும் போடுவதற்கு யாருக்கும் தோன்றவில்லை. வராந்தா இருட்டில் இருந்தது. இன்று மூன்றாவது நாள்.

நேற்று முன்தினம் பிரேதப் பரிசோதனை முடிந்து பிணத்தைக் கொண்டுவந்து வைத்து ஊர்க்காரர்களும் அதுபோல் உறவினர்களும் அவளும் அவனும் வேலை செய்த பள்ளிக்கூடத்தின் சில ஆசிரியர்களும் வந்து அனுதாப வார்த்தைகளைக் கூறிவிட்டுப் போகும் வரை தைரியமாக எல்லோரிடமும் பேசி அனுப்பிவிட்டார் காந்திமதியின் அப்பா.

பின்பு பிணத்தைத் தூக்கிக்கொண்டு போனார்கள். எல்லாம் முடிந்துவிட்டது. விசாலாட்சி இனி ஒரு நினைவாக மட்டுமே அந்த வீட்டுக்கு ஆகிவிட்டாள் என்று இருக்கும்போது பிணத்தைப் புதைத்துவிட்டுக் குளிக்கப் போய்விட்டு வந்த காந்திமதியின் அப்பா விநாயகமூர்த்தி அப்போது அவர் பணியாற்றிய பள்ளியிலிருந்து யாரோ வர அவரையும் பேசி அனுப்பிவிட்டு வீட்டுக்குள் வந்து ஏறினார். வராந்தா தாண்டி

உள்ளறைக்குள் கால் எடுத்து வைத்ததும் தடால் எனப் போதம் கெட்டு விழுந்தார். திடீரென்று விசாலாட்சி பற்றி நினைத்திருப்பார்போல.

காந்திமதியும் அபிராமியும் அவள் தாயும் “அப்பா” என்றும் “என்னாச்சு தெய்வமே” என்றும் அலறினார்கள். புறப்படத் தயாராக இருந்த காந்திமதியின் அண்ணன், டாக்டரை அழைத்து வந்துவிட்டு டாக்டர் இன்ஜக்சன் போட்டுச் சரியாய்ப் போய்விடும் என்று கூறிவிட்டுப் போனதும் தனக்கு விடுமுறையில்லை என்று கூறிக் கிளம்பிவிட்டான். அவன் அதிகம் குடும்பத்தோடு ஒட்டுறவு இல்லாதவன்.

விநாயகமூர்த்தி இரண்டாவது நாளும் படுக்கையிலிருந்தபடியும் ஓரளவு நடமாடியபடியும் இருந்தார். அவ்வப்போது, “அவனை என்ன செய்யப் போறேன் பாரு” என்று ஒரு பகைவனைத் தனக்குத்தானே நிம்மதி பெறுவதற்காகவோ என்னவோ உருவாக்கப் பார்த்தார். விசாலாட்சியின் கணவனை வெறுப்பின் உருவமாய்ச் சிந்திக்க ஆரம்பித்தார்.

வீட்டில் உள்ள வேறு யாரும் அவரது இந்தச் சிந்தனைப்போக்கை ஏற்கவும் இல்லை. ஆதரிக்கவும் இல்லை. எல்லோரும் பெரும்பாலும் காப்பியோ தண்ணியோ குடிப்பதன்றி வேறு ஏதும் சாப்பிடாமல் வீட்டில் ஒவ்வொரு மூலையிலும் என்று ஒடுங்கிப் போயிருந்தார்கள்.

காந்திமதி மட்டும் அதிகம் பாதிக்கப்படாதவளாய்க் காணப் பட்டாள். ஒருவேளை அவளது இயல்பான மன உறுதி கொண்ட குணம் அதற்குக் காரணமாகலாம். அல்லது அக்காவிடம் அதிகம் ஒட்டிக்கொண்டு வாழாமல் சிறு வயதிற்குப் பிறகு வெளியில் தங்கிப் படித்தாள் இவள் என்பதால் இருக்கலாம்.

காந்திமதிக்கு அம்மாவைப் பார்க்கச் சகிக்கவில்லை. அடிக்கடி தலையில் அடித்துக்கொண்டு அவளது நார்க்கட்டிலில் துணிகளை அள்ளி மூடிக்கொண்டு அம்மா படுத்திருந்தாள். அடிக்கடி போய் காந்திமதி பேச்சுக் கொடுத்தாள். “என்னாலதான் இதெல்லாம்” என்று ஒரு முறை கூரையைப் பார்த்து முனகிய தாய், பிரிந்து போய்விட்ட விசாலாட்சியின் உயிரைப் பார்த்துப் பேசுவதுபோல் இப்படி ஈனஸ்வரத்தில் சொல்லிவிட்டு மீண்டும் துணியை எடுத்து முகத்தை மூடிக் கொண்டாள்.

"ஆமா, ஒவ்வொருத்தரும் இப்படி நெனச்சி நெனச்சி இனி உள்ளத பாக்காமல் இப்படியே கிடங்கோ" என்றாள் காந்திமதி தாயிடம். சம்பாஷணையைத் தொடங்கிவிட முடியும் என்று தோன்றவில்லை.

மீண்டும் வீட்டில் நடமாட்டத்தை உருவாக்குவது தனது பொறுப்பாக விடப்பட்டிருக்கிறது என்பதை நன்கு உணர்ந்தாள். எனவே அடிக்கடி சமையல் அறை பக்கம் போக ஆரம்பித்தாள். ஒரு முறை சாய்வு நாற்காலியில் படுத்து வீட்டின் கூரையைப் பார்த்துக்கொண்டே பல்லைக் கடித்துக்கொண்டு வேகவேகமாய் கால்களை ஆட்டிக்கொண்டு இருந்த அப்பாவைப் பார்த்து மெதுவாய்த் தோளில் கை வைத்து, "அப்பா" என்றாள்.

அவரை அச்சொல் போய்த் தொடவில்லை என்பதை உணர்ந்த அவள் மீண்டும் சற்றுப் பொறுத்து, "அப்பா அப்பா" என்று இருமுறை அழைத்தாள். திடீரென்று தூக்கத்திலிருந்து விழித்துக் கொண்டவர்கள் பார்ப்பதுபோல காந்திமதியைப் பார்த்தார். பின்பு எழுந்து அவர் அறையில் குறுக்கும் நெடுக்கும் பின்புறமாய் கைக்கட்டியபடி நடக்க ஆரம்பித்தார். சற்று நேரம் அவரையே பார்த்தபடி நின்ற காந்திமதி பின்பு உள்ளே இவளும் அமர்ந்துகொண்டு அம்மாவின் முகத்தையே பார்த்தபடி இருந்தாள்.

இடையில் அவள் அப்பாவைத் தேடி ஒரு பிரமுகர் போல் தோன்றிய ஒருவர் வந்து இவளது அப்பாவின் பெயரைச் சொல்லி அழைக்க, அப்பா வெளியில் வந்தார். இருவரும் பேசிக் கொண்டதை ஜன்னல் வழி காந்திமதி கவனித்தாள்.

"கேசு அது இதுன்னு போறது எல்லாருக்கும் தொந்தரவு. உங்க மருமகன் அப்பாவி. உங்களுக்குத் தெரியும்" என்றதும் அப்பா வெடித்தார்.

"அவனா மருமகன்? அந்த வார்த்தய இனி என் காதில எப்பவும் சொல்லாதேயும். கொலகாரப் பய! என்னைக்கு அவன் என்கிட்டயிருந்து மயக்கிப் பிடுங்கிக்கிட்டானோ அன்னக்கே அவன எனக்குத் தெரிஞ்சு போச்சு. இப்படி ஒரு கொலைலதான் வந்து முடியும்" என்று பொருமினார் அப்பா.

"கொலயா?"

“ஆமா. கொலதான், இது தற்கொலை இல்ல.”

“எல்லா தடயமும் இருக்கு. தற்கொலைன்னு போலீஸ், மெடிக்கல் ரிப்போர்ட்.”

“எல்லாம் இருக்கும். திருட்டுத் தாலி கட்டின அன்றே கொல செஞ்சு போட்டான் பாவி. நா வளர்த்து ஆளாக்கின என் பொக்கிஷம். அது மக மட்டுமா? எனக்கிருந்த எல்லாம் அந்தப் பிள்ளதான். அவ என்னைக்கு அவனோட ஒரு கண நேரச் சபலத்துக்கு ஆளானாளோ, நான் நடப்பிணமா ஆயிட்டேன்யா. நடப்பிணமா ஆயிட்டேன்... பாருங்க” என்று வடிந்த கண்ணீரைத் துடைத்தார் அப்பா.

வந்தவர் மனம் இளகியது.

“இந்தப் பாசத்த கல்யாணம் ஆயிப் போச்சுன்னு ஆன பிறகு சமாதானமாகி ஒரு நாள் காட்டியிருந்தா அந்தப் பிள்ள சந்தோஷமா வாழ்ந்திருக்கும்னு உங்களுக்குத் தோணலயா, வாத்தியாரய்யா, நீங்களும் படித்தவர். நாலு ஆட்களோட பழக்கமும் உள்ளவர். நீங்க சின்ன வயசில காட்டின பாசம்தான் பாசக் கயிறா அந்தப் பிள்ளையோட கழுத்தில கிடந்ததுன்னுதான் நான் நெனக்கியன். அந்தப் பையனும் தங்கமானவன். அவன் ஸ்கூலோட ஹெட்மாஸ்டரு மட்டுமல்ல நான். அவங்க குடும்பத்தில நடந்த பலதயும் தெரிஞ்சுக்கிட்டுப் பேசுத ஒரு பொது மனுசனா நினைச்சு உங்கக்கிட்ட வந்திருக்கேன். உங்க மக கையால வீட்டுக்குப் போகும்போது எல்லாம் காப்பியோ, மோரோ, பாலோ, குடிச்ச மனுசன் நான். என் மக போலன்னு நெனச்சிக்குவன். அந்தப் பையனும் தங்கமானவன். ஒரு குத்தம் குறை சொல்லமாட்டேன். எவ்வளவோ பெரிய எடத்தில சம்பந்தம் பண்ணியிருப்பான். வசதியான வீட்டுப் பய்யன். அவன் அப்பா செல்வாக்குக்கும் குணத்துக்கும் யாரு பெண்ணு குடுக்கமாட்டாங்க. அரவணைச்சுட்டுப் போயிருக்கணும். எல்லாரும் தப்புப் பண்றம். மன்னிப்பு இல்லயா? அய்யா, வாத்தியாரய்யா. ஒண்ணு கேட்கியன். ஒரு தடவ ஒம்ம வீட்டுக்குக் கூப்பிட்டிருக்கீரா? அந்தப் பய்யன, ஜென்ம விரோதியா நினைச்சுட்டீரே!”

படபடன்னு சொன்ன அக்காவின் ஸ்கூல் தலைமையாசிரியர் ஏதும் சொல்லாமல் தலையைக் கீழே போட்டுக்கொண்டிருந்த அப்பாவைப் பற்றி என்ன நினைத்தாரோ, சற்று நேரம் கழித்து,

“சரி, வருகிறேன்” என்று புறப்பட எத்தனித்து வீட்டின் உள்ளே யாராவது இருக்கிறார்களா என்று நினைத்து ‘ஒரு நிமிடம்’ என்றார். அப்படி நிற்பவரிடம் ஒரு வார்த்தை பேசாமல் இருந்தால் நன்றாக இருக்காது என்று நினைத்த காந்திமதி வெளியில் வருவதற்குத் திரும்பியபோது, அம்மா தன் பின்பக்கம் நின்றிருப்பதைப் பார்த்தாள். படுத்திருந்தவள் எப்போது வந்து நின்று அந்த மனிதர் பேசியதைக் கேட்டாள் என்று காந்திமதிக்கு அனுமானிக்கக்கூட முடியவில்லை.

காந்திமதியின் தலை தென்படுவதைக் கண்ட அந்த மனிதர், “வர்றேம்மா. நீ அவ தங்கச்சியா? காலேஜ்ல படிக்கிறவளா? ஒன்னப் பத்தியும் வீட்டுக்குப் போகும்போது சொல்லுவா. கடைசி காலத்துல ஒன்னப் பத்திக் கவலைப்பட ஆரம்பிச்சா, சரி எல்லாம் போச்சே” என்று புறப்பட்டுச் சென்றார்.

காந்திமதிக்குள் ஏதேதோ நினைவுகள் ஊற்றெடுக்க ஆரம்பித்தன. என்னைப் பற்றி விசாலாட்சி எதற்காகக் கவலைப்பட்டாள்? இந்த, அவளது ஸ்கூல் தலைமை ஆசிரியரைப் பார்த்தால் கேட்கவேண்டும். அக்கா வாழ்வின் அந்தரங்கங்களைக்கூட தெரிந்தவர் போல் தெரிகிறது. அவர் சொல்வதைவிட அவரிடம் இன்னும் நிறைய தகவல்கள் இருக்கும்போலுள்ளது என்று நினைத்தாள். எல்லாவற்றையும் விட அக்காவின் புருஷன், தான் ஒரு தடவைகூட பார்க்காத அந்த ஆளை மிக நல்லவன் என்றால், அத்தானுடன் ஏற்பட்ட ஏமாற்றத்தில் விசாலாட்சி வாழ்க்கையை முடித்துக்கொள்ளவில்லை என்ற தகவல் காந்திமதியை அதிர்ச்சியடைய வைத்தது. அப்பாவும் மிகவும் நல்லவர். இப்போதும்கூட அக்காவை அவருக்கு மறக்கமுடியாததால் தான் இப்படிப் போய் உடைந்து சுக்கு நூறாகி இருக்கிறார். இது என்ன மர்மமான சூழல் என்று யோசிக்க யோசிக்க அவளது மனவேதனை கூடியதே ஒழிய குறையவில்லை. தனது தந்தை, தாய், அக்கா, அத்தான் எல்லோரும் ஏதோ ஒருவிதத்தில் தனக்கு இன்னும் புரியாத ரகசிய நாடகத்தை நடத்தியதில் எல்லோரும் வருந்தும் ஒரு சோகமான முடிவில் எதிர்பார்க்காமல் மாட்டிக்கொண்டார்கள் என்று கண்டுபிடிப்பது எளிதாக இருந்தது. இந்த நாடகத்தின் வடிவம், ஆரம்பம், முடிவு ஏதும் தனக்குப் புரியவில்லை. ஆனால் இப்படி நினைத்த காந்திமதிக்கு ஒரு விஷயத்தைப் பற்றி நினைக்கையில் பயமாக இருந்தது. அது இந்த நாடகம் ஒருத்தியைச் சுற்றி நடந்து அவளைப் பலிகொண்டு விட்டது. இனி வேறு யாராவது இதில் மீண்டும் நாடகத்தை

நடத்தும் பாத்திரமாக மாறுவார்களா? தன் பாத்திரம் என்ன என்றும் தனக்கு அடுத்து அபிராமி வாழ்க்கை எத்தகையதாகும் என்றும் யோசித்தபோது ஏதோ லேசாய்ப் புரிந்தது. அந்த மர்மமான வடிவம் பெறாத நினைப்பை உணர்ந்தபோது உடல் நடுங்க ஆரம்பித்தது.

தந்தையைப் பார்த்தாள். இன்னும் அரையாண்டிற்குள் வேலையில் இருந்து ஓய்வு பெறப்போகும் தன் தந்தை சாய்வு நாற்காலியிலேயே இருந்து தூங்கிப் போயிருந்தது தெரிந்தது. அவரை எழுப்பித் தான் சரிசெய்திருந்த அவரது படுக்கையில் கொண்டுபோய் படுக்க வைத்தாள். பின் திரும்பிவந்து அம்மாவைப் பார்த்தாள். அம்மா கட்டிலில் சாய்ந்து அப்படியே இருந்தாள். இவள் போனதும் தாய், “நீ தூங்கு” என்று காந்திமதியிடம் சாவதானமாய்ச் சொன்னாள். தலைமையாசிரியர் கூறியவை தாயின் தூங்கிக்கிடந்த ஏதோ ஒரு புலனை எழுப்பி விட்டிருக்கிறது. ஓய்ந்து போய்க் கிடந்தவள் எழும்பியுள்ளாள். விசாலாட்சி இறந்ததில் தன் பங்கு இருக்கிறது. தந்தை விரும்பாத திருமணத்தைத் தான் மறைமுகமாக ஊக்கப்படுத்தியது, விசாலாட்சிக்கும் அவள் கணவனுக்கும் கசப்பைப் பின்னால் வளர்த்தி அது அவள் தற்கொலை வரை கொண்டு விட்டிருக்கிறது என்று நினைத்துக் குற்ற உணர்வால் கூனிக் குறுகிக் கிடந்தாள் தாய்.

தலைமையாசிரியர், மருமகன் நல்லவன் என்று கூறியதிலிருந்து அந்தக் குற்ற உணர்விலிருந்து தப்பித்துவிட்டோம் என்று புரிந்துகொண்டுவிட்டதால், தன்னைக் காலமெல்லாம் விழுங்கப் போகிறது தன் குற்ற உணர்வு என்று அவள் இனி எண்ண வேண்டியதில்லை. இந்த எண்ணம் இவளுக்கு வாழும் தைரியத்தைக் கொடுக்கும் என்று கண்டுகொண்டாள் காந்திமதி. கவிதை, கதை என்று கல்லூரி அளவில் எழுதிப் பரிசும் பெறத் தெரிந்த தனக்கு இப்படி எல்லாம் யோசிக்கமுடிகிறது என அவள் ஆச்சரியம் கொள்ளவில்லை. அம்மாவின் ஒட்டுக்கேட்புக்கு இவ்வளவு பெரிய விளைவு ஏற்பட்டிருக்குமா என்று வியந்தாள். தன் தவறு மகளைப் பலிவாங்கவில்லை என்னும் தைரியம் இனி அம்மாவைப் பாதுகாக்கும்.

அபிராமி ஏற்கனவே ஏதோ சாப்பிட்டுவிட்டு ஒழுங்காய் தன் கட்டிலில் படுத்துக் குறட்டையும்விட ஆரம்பித்துவிட்டாள். தாயும் இனி தூங்குவாள் என்று அவள் முகத்தில் தெரிந்த

தெளிவையும் பார்வையில் இருந்த உயிரோட்டத்தையும் கண்ட காந்திமதி தான் போய் படுக்கையில் சாய்ந்தாள். அப்போது இனி ஹாஸ்டலுக்கு விரைவில் கிளம்பலாம் என்ற எண்ணம் ஏற்பட்டது. கல்லூரியில் அங்குப் பாடங்கள் போய்க்கொண்டிருப்பது எல்லாம் இப்போது நினைவில் வர ஆரம்பித்தன. வீட்டுச் சோகத்தால் கல்லூரியை மறந்திருந்தாள்.

மறுநாள் அம்மா வேலை செய்ய முனைந்திருப்பதைக் கண்டு மனதுக்குள் தெம்பு வந்தது. அவள் தந்தைகூட விரைவில் எழுந்து முன்கூடத்தில் வந்து அமர்ந்தார். காலைக் காப்பி போன்றவற்றை இந்த மூன்று நாளும் எல்லோரும் மறந்திருந்ததைக்கூட உணரவில்லை. ரகசியமாக காந்திமதி அம்மாவிடம் 'நான் இன்று கிளம்புகிறேன்' என்று கூறி அம்மா என்ன சொல்கிறாள் என்று சோதித்தாள். 'பின்னே...' என்று மிகவும் சுருக்கமாக அவள் போவதை ஆமோதித்ததுபோல் பதில் தந்தாள் தாய். உடனே குளித்து உடை மாற்றிக்கொண்டு அபிராமிக்கு புத்திமதிகள் கூறிவிட்டுத் தந்தை தான் கிளம்பப்போவதைத் தெரிந்துகொள்ளட்டும் என்று வெளியில் கிளம்பும் ஆடையுடன் அவர் குடித்து முடித்த காப்பி கப்பை எடுத்துக்கொண்டு உள்ளே போனாள் காந்திமதி.

சற்றுநேரத்தில் தனது பொருள்களுடன் கிளம்புவதற்குத் தாயிடமும் அபிராமியிடமும் கூறிவிட்டுத் தந்தையிடம் வந்தாள். அவர் வெறித்துப் பார்த்தபடி கண்களை மட்டும் உயர்த்தி காந்திமதியைப் பார்த்தார். இவ்வளவு விரைவில் எங்களை எல்லாம் விட்டுப் போகவேண்டுமா என்ற வேதனை இருந்ததோ அப்பார்வையில் என எண்ணினாள். "அப்பா நான் போணும். கல்லூரியில் பாடங்கள் போய்க் கொண்டிருக்கின்றன" என்றாள் உறுதி தொனிக்கும் குரலில்.

அவள் அப்பா, போ என்றோ, போகாதே என்றோ சொல்லாதபடி அமர்ந்திருந்தார். தூரத்தில் அம்மா இவளைப் பார்த்து நான் பார்த்துக் கொள்கிறேன் என்பதுபோல் பார்வையில் சாடை தெரிவித்தாள்.

"அம்மா அப்பாவப் பாத்துக்க. நான் கிளம்புறேன்."

உரக்கக் கூறி அப்பாவின் அனுமதியை எதிர்பார்க்காதவள்போல் கிளம்பினாள். இப்படி அவள் செய்ததில் ஏதோ ஒரு கணிப்பு அவளுக்கு இருந்ததோ என்று கூறும்படி நடந்துகொண்டாள்.

தூரத்தில் பஸ் ஏறச் செல்லும்போது அக்கா விசாலாட்சி தற்கொலை செய்யும் அளவுக்குப் போக அவள் புருஷனோடுள்ள சண்டையும் காரணமில்லை என்றால் வேறு என்ன காரணம் என்ற கேள்வி முனைப்புப் பெற்றது. அப்புறம் சந்திக்க வேண்டியவர்களைச் சந்தித்துத் தெரிந்து கொள்வது என்று எண்ணிக்கொண்ட அவள், தன்னுடைய வாழ்வு படிப்போடு ஒட்டி உறவு கொண்டதாய் அமையப்போகிறது. அதைக் கெடுத்துக்கொள்ளக் கூடாது என்று எண்ணிக்கொண்டே புறப்பட்டாள். மிகுந்த மனவேதனையும் குமைச்சலும் கொண்டது தன் வீடு என்ற எண்ணம் தோன்றியபோதே அந்த இடத்திலிருந்து தூரத்தில் போய் ஒரு ஹாஸ்டலில் வாழ்வது அவளுக்கு ஒருவித சமாதானத்தை அந்நேரத்தில் கொடுத்தது.

புறம்

இயல் - 12

திடீரென்று ஒரு நாள் வான்மீகநாதனின் அழைப்பின் பேரில் அமரன் அவரைப் போய்ப் பார்த்தபின் எதிர்க்கட்சிக்கு ஆதரவான தனது கருத்துகளை விட்டுவிட்டான் என்றுதான் சொல்ல வேண்டும்.

"ஏய்யா... எங்க கட்சியில எவனுக்கும் பேச வராது. எதிர்க்கட்சியில் எல்லா பயலும் பேச்சாளனுவ. உன்னப் போல நாக்கில் சரஸ்வதி துள்ளக்கூடிய சக்தி உள்ள ஒரு பேச்சாளன் எங்க பக்கம் வந்தா, எங்களுக்கு மட்டுமில்ல பலம். நீயும் எங்கேயோ போயிருவ, வந்திரு. கஷ்டப்படுயன்னு கேள்வி. மேடையில பேசினா, சுளையா காசும் கிடைக்கும். என்ன சொல்லுத?" நேரடியாகக் கேட்டார் வான்மீகநாதன்.

"ஐயா சொல்றது சரிதான்."

இப்படிச் சொல்லிவிட்டு இக்னேஷியஸ் ஹாஸ்டலுக்கு வந்தவனுக்கு ஹாஸ்டலில் இந்தி எதிர்ப்பு மீண்டும் சூடு பிடித்திருந்தது கண்டு குழப்பமாக இருந்தது. ஓரிரு மாணவர்களை அழைத்து என்ன விஷயம் என்று கேட்டான். சில தலைவர்களை அன்று ஆளும் கட்சி சென்னையில் சிறையில் அடைத்துள்ளதால் எதிர்க்கட்சி சார்பாளர்களான மாணவர்கள் மத்தியில் கொந்தளிப்பு மீண்டும் உருவாகியுள்ளது என்று அறிந்தான்.

உணவு உண்ணும் இடத்தில் வழக்கத்துக்கு விரோதமாக சினிமா பற்றிய பேச்சு, அரசியலாய் மாறியிருந்தது. என்னடா வான்மீகநாதனுக்குச் சரி என்று சொல்லலாம் என்று பார்த்தால் மாணவர்கள் மத்தியில் கெட்டபெயர் வந்திடும் போலிருக்கிறதே

என்று அமரன் யோசித்துக் கொண்டிருக்கும்போது, கல்லூரியில் பேச்சுப்போட்டி ஒன்று நடக்க இருக்கும் செய்தி வந்தது. அமரன் தனித் தமிழ்நாடு தேவை என்றும், கம்யுனிஸ்ட் அனுதாபியான மாணவர் ராஜ் தனித் தமிழ்நாடு தேவையில்லை என்றும் பேசுவதாக அறிவிப்பு இருந்தது. இவர்கள் இரு அணியின் தலைவர்கள்.

தற்போதெல்லாம் சபாஷ் ராஜுக்குச் சோர்வுதட்டியிருந்தது. தன்னோடு எப்போதும் வாதிடும் அருண் என்ற மாணவனைத் தவிர வேறு யாரும் தன்னிடம் பேச வருவதில்லை என்பதைக் கண்டார். தான் சொல்லக்கூடிய விஷயங்களைப்போல எதிர்க்கட்சியும் வேறு மொழிநடையில் சொல்கிறது. அது ஒரு காரணம். இன்னொன்று இன்றைய அரசியலுக்கு கவர்ச்சியும் கொந்தளிப்பை உருவாக்கும் படாடோபமும் வேண்டியிருக்கிறது என்று நினைத்தபோது அலுப்பாக இருந்தது சபாஷ் ராஜுக்கு. மாணவர்கள் கட்சிகளின் பின்னால் ஓடத் தயாராக இருக்கிறார்கள். இன்னொன்று, தன்னிடம் வருபவர்கள் உடனடி செயல்படுவதற்கு ஏதோ ஒன்றை கொடுக்கத் தன்னிடம் ஏதும் இல்லை. அரசியல் கட்சிகளிடம் நிறைய இருக்கின்றன. இந்த மாதிரி அவருடைய எண்ணங்களில் ஆரம்பத்தில் கவர்ந்திழுக்கப்பட்ட இளைஞர்கள் அடுத்து அடுத்து நடந்த கூட்டங்களில் சோர்வோடு வந்து, இப்போது இயக்கத்துக்கான சட்ட திட்டங்களை எழுதும் கூட்டங்களில் ஓரிரண்டு புதிய இளைஞர்கள் வருகிறார்களே ஒழிய பழைய மாணவர்கள் ஏதோ காரணங்களைச் சொல்லி வராமலிருக்கிறார்கள். முக்கியமாய் ஜி.கே. சாமி வராமலிருக்கிறான். ஜி.கே. சாமியைப் பற்றி புரிந்துகொள்ள முடியவில்லை. திடீரென்று கோபத்தோடு பேசுகிறவன் திடீரென மௌனமாகிறான். பெரும்பாலும் ஒவ்வொரு தமிழனும் உணர்ச்சியால் மட்டும் உந்தப்பட்டவனாய் இருக்கிறான் என்று நினைத்தார் சபாஷ் ராஜ். இடையில் வங்காளத்தில் இருந்து தலைமறைவாக வந்திருக்கும் இருவர் அவ்வப்போது மாணவர்களைச் சந்திக்கிறார்கள். அவர்களைப் போலீஸ் தேடுவதாகப் பத்திரிகைகளில் வரும் செய்தியும், அவர்கள் உயிரைப் பணயம் வைத்திருப்பவர்கள் என்ற தகவலும் மாணவர்களுக்கு ஒரு கவர்ச்சியைக் கொடுத்திருக்கிறது. இந்த எண்ணங்கள் சபாஷ் ராஜிடம் ஏற்பட, தான் ஐ.ஏ.எஸ். பணிக்கு ராஜினாமா கொடுத்ததைத் தனது சில நண்பர்கள் ரத்துசெய்து தன்னை மீண்டும் அப்பணிக்குச் சேர்க்க முயற்சிசெய்வது,

உழைப்பது ஞாபகத்துக்கு வந்தது. தன் மனைவி வேறு நச்சரிக்க ஆரம்பித்துவிட்டாள் என்ற எண்ணமும் வந்தது சபாஷ் ராஜுக்கு.

ஒருநாள் ஐ.ஏ.எஸ். பணியில் போய்ச் சேரும் வாய்ப்பு வந்ததும், பெரிய உற்சாகம் ஏதும் இல்லாமல் சபாஷ் ராஜ் புறப்பட ஆயத்தமானார். யாரிடமும் சொல்லாமல் தன் ஊரைச் சார்ந்த ஒரு சக பேராசிரியரிடம் மட்டும் சொல்லப்போனபோது அவர் இப்படி தமாஷ் செய்தார். அவர் சபாஷ் ராஜின் ஒரு காலத்திய வகுப்புத் தோழர்.

"போய்ச் சேரு. யோசிக்காத. மடையா, உன் கொள்கையெல்லாம் இங்க எடுபடாது. ஒன் பெண்டாட்டி வேணுமின்னா வடை சுடுறதில எக்ஸ்பெர்ட் ஆகியிருக்கலாம்." சபாஷ் தன் நண்பனைக் கை தூக்கி அடிக்கப்போனார் தனது வழக்கமான பொம்மை நடையில். நண்பர் தலையைக் குனிந்துகொண்டு அடிக்காதே அடிக்காதே என்று தமாஷ் செய்தார்.

ஓரிரு மாணவர்கள் மத்தியில் செய்தி பரவியபோது, "அது என்ன கட்சியப்பா? யாரு போய் எப்ப பார்த்தாலும் எழுதிட்டு இருக்கிற கட்சியில சேருவா? நாம வகுப்புல எழுதறது போதாதா?"

ஒரு மாணவன் இப்படிக் கூற இன்னொருவன் முத்தாய்ப்பு வைத்தான்.

"பேராசிரியர் நடத்தும் அரசியல் கட்சியும் காலேஜ் வகுப்புப் போலத்தான் நடக்கும். வேற எப்படி நடக்கும்?"

கடைசியாக சபாஷ் ராஜ் புறப்பட்டபோது யாரும் தன்னுடன் வந்து வழி அனுப்பாததற்கு மகிழ்ந்தார். அவரது மனைவி அவரைத் தொடர்ந்து வந்து என்ன என்பதைப்போல் பார்த்தபோது வழக்கமாய்த் தன் மனைவியிடம் சிரிக்காத அவர் இன்று சிரித்தார்.

பஸ் போகும்போது தான் கடைசியாய்ப் போய்க் கவனித்த அந்தப் பேச்சுப்போட்டி அவருக்கு ஞாபகத்துக்கு வந்தது. அமரனும் ராஜுும் மாறிமாறி நன்றாகத் தாக்கினார்கள். நிறைய மாணவர்கள் கலந்துகொண்டதால் பேச்சின் தரம் தாழ்ந்து இருந்தது.

ராஜ் பேசும்போது, "தனியா பால குடிக்கலாம். தண்ணிய குடிக்க முடியுமா?" என்று சபையோரை ஒவ்வொருவராகக்

கை சுட்டிக்காட்டி நாடகீய பாணியில் மேடையின் ஓரத்துக்கு வந்துவிட்டான். பின்பு சொன்னான். "அதுபோலத்தான் தனியா தமிழ்நாடுன்னாலும் வெறும் தண்ணி குடிக்கிறது போலத்தான்."

உடனே ஒரே கைதட்டல்.

அமரனும் இதே பாணியில் பேசாவிட்டால் தன் பெயர் கெட்டுப்போய்விடும் என்பதை உணர்ந்து,

"சரி. வெயில்ல போறம். மதியம் நாக்கு வறண்டு நாக்கு அண்ணத்தோட ஒட்டுது. என்ன கேட்போம்? தண்ணி, தண்ணின்னு கேட்பமா? பாலயும் டிக்காஷனையும் இன்ன இன்ன விகிதத்தில் கலந்து மிக்ஸ் செய்து குடுன்னு கேப்பமா? அது போலத்தான் தனியா இருந்தா நல்லதுதான். அதனால தனித் தமிழ்நாடுதான் சரி என்ற என் வாதத்தில் என்ன தப்பு இருக்கிறது?" என்று சவால் விட்டான் அமரன். 'இருக்கிறது' என்ற கடைசி சொல்லை மூக்கால் தமாஷ் போல் இழுத்துப் பேசிக் காட்ட, கூட்டத்திலிருந்து அமோக கைத்தட்டல்.

இந்தக் கூட்டத்தில் கடைசி வரிசையில் அமர்ந்திருந்த சபாஷ் ராஜ் யாருக்கும் தெரியாமல் எழுந்து தனது பொம்மை நடையில் மெதுவாகக் கிளம்பிவிட்டதைப் பல மாணவர்கள் கவனிக்கவில்லை. அப்போது அவருக்கு வியர்க்காவிட்டாலும், கைகுட்டையால் முகத்தைத் துடைத்துக் கைக்குட்டையை மூக்கின் முன் வீசி காற்று வரவழைத்தார்.

சபாஷ் ராஜ் இந்த ஊரிலிருந்து புறப்பட இந்த மாதிரியான பட்டிமன்றத்தைக் கேட்க நேர்ந்ததும் காரணம் என்ற கருத்தும் மாணவர்கள் மத்தியில், இருந்தது.

ஒரு நாள் சபாஷ் ராஜேகூட அவர் வீட்டிற்கு அருண் போனபோது சொன்னாராம். "தனித் தமிழ்நாடு பற்றின மிகச் சிறந்த வாதம் அன்று பட்டிமன்றத்தில்தான் கேட்டேன்."

இரவு பூரா ஓடிக்கொண்டிருந்த பஸ்ஸிலிருந்து மறுநாள் காலையில் இருமருங்கும் பார்த்தார் சபாஷ் ராஜ். உயர்ந்த மரங்கள், வயல்கள், ஆங்காங்குச் சிறு சிறு குன்றுகள். மாடுகளை விரட்டி வயல் வேலைகளுக்குக் கலப்பைகளுடன் வரிசையாகச் செல்லும் உழவர்கள். ஆங்காங்கே சலசல என்று ஓடும் நீரோட்டங்கள். இடையே தூரத்தில், ஒளிப்பிழம்பாய், மெதுவாய்

மேலெழும் இளம்சூரியன், எல்லாவற்றையும் பார்த்தார் சபாஷ் ராஜ். அவர் மதுரைக்கருகில் தனது கிராமத்துக்குப் பஸ்ஸில் நெருங்கிக் கொண்டிருந்தார்.

தூங்கி எழுந்த அப்பழுக்கற்ற இளம்பெண்ணான மனைவி தலைமுடி கலைந்திருந்ததைச் சரி செய்துவிட்டுக் கேட்டார்.

"ஏதாவது வருத்தமா இருக்கீங்களா?"

"இல்லவே இல்ல..." என்றார்.

பஸ் சென்றுகொண்டிருந்தபோது வயல் அறுத்துவிட்டிருந்த தண்டுகள் மிக அதிக தூரத்துக்குப் பாய் விரித்ததுபோல் காட்சி தந்தன. பஸ்ஸின் உள்ளே சூரிய ரேகைகள் மரங்களால் தடுக்கப்படாமல் தன் முகத்தில் விழுந்ததைப் பார்த்துப் புன்னகைத்த அவர் தன் மனைவியிடம் சொன்னார்.

"நம்பிக்கை இருக்கு. நேரம் வரல்ல. அவ்வளவுதான்."

அவள் ஏதும் புரியாமல் குழம்பினாள். எதில் நம்பிக்கை இருக்கு? எதுக்கு நேரம் வரல்ல? அரசியல் ஞானம் இல்லாத தன்னால், அவரைக் கேட்டு அவர் சொன்னாலும் புரிந்துகொள்ள முடியாதென்று எண்ணி ஏதும் கேட்காமல் இருந்தாள்.

"யூனிவர்சிட்டி ஃபர்ஸ்ட் வாங்கி இளங்கலையில் வெற்றி பெற்றபோது படிப்பைத் தவிர ஒண்ணும் தெரியாது எனக்கு. ஒரு மூலையில் ரூமு. யாரோடையும் பேசமாட்டேன். நியுஸ் பேப்பர்கூட படிக்காம இருந்தவன் நாலு வருஷத்துக்கு முந்தின சபாஷ் ராஜ். இன்றைக்கு உலக அரசியலே பேசறான்னா, காலம் மாறும்னுதான் அர்த்தம்."

அந்த மனிதரை ஒரு மாதிரி பார்த்துத் தனக்குள் சிரித்துக் கொண்டாள் அவர் மனைவி.

சபாஷ் ராஜ் புறப்படும்போது கடைசியாகத் தனக்கு எஞ்சிய சீடனான அருணை அழைத்துக் கொடுத்த நீல கட்டி அட்டை போட்ட பத்துப் பக்கங்கள் கொண்ட சிறு நூல்களைச் சரியாகக் கயிற்றால் கட்டி ஒரு ஆங்கில நியுஸ் பேப்பரில் சுற்றி, தனது வீட்டில் அவன் பரணில் ஓரமாக அடுக்கி வைத்துக் கொண்டான். தனித் தமிழ்நாடு பற்றிய விவாதங்களும் கட்சியின்

சட்டதிட்டங்களும் என்ற விஷயம் சம்பந்தப்பட்ட அந்தச் சிறு நூல் ஒழுங்கற்ற ஒரு கிராமத்து அச்சகத்தில் அடிக்கப்பட்டது.

• • •

பெண் எம்.எல்.ஏ. காமாட்சி ஃபோன் ஒலிப்பதைக் கேட்டதும் ஏதோ உணர்வில் அப்படியே நின்றாள்.

அவள் கணவன் வான்மீகநாதன் ஓடிப்போய் ஃபோனைத் தூக்கிப் பேசினார்.

மறுபக்கம் கேட்ட குரல் அதிகமும் பழக்கமில்லாததாய் இருந்தாலும் பேசிய விஷயம் பழக்கப்பட்டதாகையால், அந்தக் குரலுக்குரியவர் சொன்ன இடத்துக்குப் போகத் தயாரானார் அவர்.

"நீங்கள் மட்டும் வரவேண்டும். நீங்களே ஓட்டிக்கொண்டு ஜீப்பில் வாருங்கள். எங்கள் தொழில் அப்படிப்பட்டது" என்றது குரல்.

வான்மீகநாதன் தனது பரந்துகிடந்த வீட்டின் முன்பகுதியில் இடதுபுறமாகக் கிடந்த பெரிய சில்க் கவர் அணிந்து விளக்கில் மின்னிக்கொண்டு கிடந்த சோபாவில் அமர்ந்தார்.

பெண் எம்.எல்.ஏ.யின் வீட்டில் தொலைபேசியிருந்தது. அப்புறம் வீட்டின் பின்பக்கம், நீளமாக இளம்பச்சை மற்றும் வெள்ளை நிறத்தில் பெயிண்ட் அடிக்கப்பட்ட உயர்நிலைப் பள்ளியிலும் அதை ஒட்டி மூன்று மாடியில் கட்டப்பட்டிருந்த கான்வன்டிலும் இரு தொலைபேசிகள் இருந்தன. வேறு எங்கும் தொலைபேசி கிடையாது. கான்வென்ட் மிகப் புகழ்பெற்றதாய் விளங்கியது. கான்வென்ட் முன்பு, நான்கு பக்கமும் காம்பவுண்டு கட்டி உயர்த்தப்பட்டு, இரண்டு ராஜபாளையம் நாய்களுடன் பாதுகாப்பாக இருந்தது பெண் எம்.எல்.ஏ. காமாட்சியின் வீடு. ஒருமுறை சீப் மினிஸ்டர் காமாட்சியின் வீட்டுக்கு வந்துசென்றார் என்று புகழ் பரவியிருந்தது அந்த ஏரியாவில்.

தன் வீட்டின் இடது பக்கத்தில் இருந்த காரேஜிலிருந்து ஜீப்பை இன்று வான்மீகநாதனே ஓட்டிச்சென்றார். வழக்கத்துக்கு மாறான இந்தக் காரியமும் வந்த ஃபோனும் ஏனோ காமாட்சியைத் திகிலுக்குள்ளாக்கின.

விஷயம் வேறு ஒன்றுமில்லை. தமிழ்நாடு எங்கும் எல்லோரும் பரவலாய்ப் பேசிக் கொண்டிருக்கும் மிகப் பெரிய இந்தி எதிர்ப்பு அலையை ஒவ்வொரு மாவட்டத்திலும் தடை செய்ய ஆளும்கட்சி கண்டுபிடித்திருந்த ஆட்களில் ஒருவர் காமாட்சி எம்.எல்.ஏ.யின் கணவர் வான்மீகநாதன். இந்த மாவட்டத்துக்குப் பொறுப்பில் இருந்தவர் என்னவோ காமாட்சி எம்.எல்.ஏ.தான். காமாட்சி என்றால் அவளது கணவன்தான் என்று எல்லோருக்கும் தெரியும். அதனால் வான்மீகநாதன் இன்னும் கூடிய பொறுப்புணர்வுடன் செயல்பட முடிவுகட்டினார். தன் வீட்டில் இந்தி எதிர்ப்பின் சாக்கில் தாக்குதல் நடத்தப்படலாம் என்ற உணர்வு அவருக்கும் இருந்ததுபோலவே போலீஸ் தலைமை அலுவலகத்திலிருந்து உளவுத்துறையின் எச்சரிக்கையும் வந்திருந்தது. இதெல்லாம் சேர்ந்து அதி உஷாராக இருக்க முடிவு செய்த வான்மீகநாதன் லைசன்ஸ் இல்லாத ஒரு துப்பாக்கிக்கு ஏற்பாடு செய்திருந்ததின் விளைவே இந்த மர்மமான தொலைபேசியும் அதைத் தொடர்ந்து அவர் தானே ஜீப்பை ஓட்டிச்சென்றதும். இவை காமாட்சி எம்.எல்.ஏ.க்குத் தெரியும். ஆனால் லைசன்ஸ் உள்ள துப்பாக்கிக்குப் பதில் லைசன்ஸ் இல்லாமல் துப்பாக்கி வாங்கும் உள்நோக்கம் அவளுக்கு முழுதாய் புரியவில்லை. இப்போது எதிர்க்கட்சியில் இருப்பவர்கள் செய்யும் அரசியலை இப்படித்தான் எதிர்கொள்ளவேண்டும் என்பதை அவளால் முற்றிலும் ஏற்றுக்கொள்ள முடியவில்லை. என்றாலும் அடுத்த தேர்தல் பெரிய சோதனையாக இருக்கப்போகிறதென்று உண்மையில் நம்பினாள். இதுநாள் வரை தனது சாதிக்காரரர்கள் அந்தத் தொகுதியில் அதிகம் இருப்பதால் தன்னை யாரும் அசைக்கமுடியாது என்று நம்பியிருந்த அவளுக்குத் தான் எங்காவது போகும்போது சிறுவர்கள், இளைஞர்கள் அவளது காதில் விழட்டுமே என்று கூறும் கமெண்டுகள் சாதகமாக இருக்கவில்லை. ஒரு முறை பீடி இழுத்துக்கொண்டு போன ஒரு வயசாளி, எம்.எல்.ஏ. ஜீப்பைக் கடைக்கண்ணால் பார்த்ததும்,

“கடைசி தரமா எம்.எல்.ஏ.யா இருக்கப் போறாங்க. போவட்டும்” என்று கூறியது காமாட்சியின் காதிலேயே விழுந்தது. என்ன செய்ய முடியும்? மக்கள் குரலே மகேசன் குரல் என்று எடுத்துக் கொள்ள வேண்டுமல்லவா அரசியல்வாதிகள்? ஆனால் காமாட்சிக்கு உஷாராக இருக்க வேண்டும் என்று மட்டும் புரிந்தது. அதனால் புரியாத ஒரு பயமும் அவள் மனதில்

அவ்வப்போது இருக்கத்தான் செய்தது. எம்.எல்.ஏ. என்ற சமூக மதிப்பு, அதிகாரிகள் தரும் கௌரவம், ஓரிரு மெடிக்கல் சீட்டுக்கு தன் கணவர் வசூலித்துவிடும் தொகை, இப்படி எத்தனையோ சலுகைகள் இருக்கும்போது தன்னை, சாதா காமாட்சியாக அவளால் கற்பனைபண்ண முடியவில்லை.

வான்மீகநாதனின் ஜீப், போனில் பேசிய குரல் சொன்னதுபோல் சற்று இருள் பரவிய அந்த மரங்களடர்ந்திருந்த பாலத்துக்கு அருகில் இருந்த சிறிய ரோட்டில் இறங்கி, இன்னும் மரங்கள் அதிகம் நின்ற தோட்டம் போன்ற பகுதிக்குள் போய் நின்றது. வெளியிலிருந்து பார்ப்பவர்களுக்கு ஜீப் நிற்பதும் ஜீப்பில் ஆள் இருப்பதும் தெரியாத நேரம் அது. அப்போது உயரமான தாடி வைத்த மாறுகண் பார்வையுள்ள ஒரு நபர் கையில் நீளமான பெட்டி ஒன்றுடன் தோன்றினான். பின்பு விலையை வான்மீகநாதன் தன் விருப்பம்போல் குறைத்துக் கேட்டார். வந்திருந்தவனும் சளைக்கவில்லை. மிக அதிகமான விலையைப் பெற்றுவிடும் நோக்கில் இருந்தான் அவன். கடைசியாக வான்மீகநாதனின் திறமைக்கு அடிபணிந்தான் உயரமான தாடிக்காரன்.

அவன் பிறகு துப்பாக்கியை எப்படி இயக்குவது என்று கொஞ்ச நேரம் ஜீப்பின் பின்பக்கம் ஏறி அமர்ந்து விளக்கிச் சொன்னான். தனக்குத் தெரியும். தன்னிடம் இதுபோல் லைசன்ஸ் உள்ள இன்னொரு துப்பாக்கியிருக்கிறது என்று கூறின வான்மீகநாதன் அவன் கீழே இறங்கியதும் ‘விர்’ என்று ஜீப்பை ஓட்டிக்கொண்டு சென்றபோது இருட்டு இன்னும் கொஞ்சம் அதிகம் அந்தப் பிராந்தியம் எங்கும் ஏறியிருந்தது.

அப்போது இன்னோர் உருவம் அந்தத் தாடிக்காரனைத் தொடர்ந்தது. சற்றுப் பயந்தாலும் பயத்தைக் காட்டிக்கொள்ளாத தாடிக்காரனை நட்போடு அழைத்துச் சென்றது அந்த உருவம்.

பொன்வண்ணன் எதில் திறமையாக இருக்கிறானோ, இல்லையோ ஊரின் ரகசியங்களை அறிய மிகுந்த முயற்சியுடனும், சாதுரியத்துடனும் ஆட்களை ஆங்காங்கு வைத்திருந்தான். இவனைச் சுற்றிக்கொண்டிருக்கும் ஆட்களும் அதிகாரபூர்வமான உளவாளியான நெல்சனும் செய்திகளைக் கொண்டுவருவதற்கு முன்பே தனது பிற நண்பர்களிடமிருந்து செய்தியைப் பெற்றுவிடுவான் பொன்வண்ணன். இந்த முறை

வான்மீகநாதன் பற்றிய செய்தி கொடுத்தது தந்தி ஆபீஸிலிருந்த ஒரு நண்பன்.

ரவிக்குக் கோபமான கோபம். தனது நண்பன் ஜி.கே. சாமி, இன்று தன்னுடன் திரைப்படத்திற்குப் போன வாரமே வாக்குக் கொடுத்ததுபோல் வராமல் வேறு எங்கோ போகிறானே என்று. தற்சமயம் எல்லாம் அடிக்கடி சாமி தன்னை விட்டுவிட்டுத் தனியாய்ப் போய் விடுகிறான் என்று எரிச்சலாக இருந்தது. இந்த மரியா கான்டீன் ஜோசப்புடன் அதிகம் நட்பு ஏற்பட்டுவிட்டதோ சாமிக்கு என்று நினைத்தபோது பொறாமை உணர்வு தலைகாட்டியது ரவியின் மனதில். அய்யே, அசிங்கம். குரங்குபோல நொண்டிக் காலோடு இருக்கிற ஜோசப்புகூட சாமி ஃப்ரண்டாக முடியாது என்று அவனுக்கு ரவியின் மனமே சமாதானம் கூறியது.

அன்று ரவி கேட்டான்.

“சாமி எங்கே போறீங்க? சினிமாவுக்கு என்னைக் கூட்டிக் கொண்டு போவதாகச் சொன்னது பொய்தானே?”

“ரவி தங்கமல்ல. மன்னிச்சிக்க. வேற ஒரு வேல இருக்கு.”

அவன் தலையைத் தன் தோளோடு சாமி அணைத்துக் கொண்டானே ஒழிய எங்கே போகிறான் என்று கூறவில்லை. வழக்கமாய் சாமி எங்கே போகிறான் என்று யாரிடமும் சொல்லாவிட்டாலும் உயிர் நண்பனான தன்னிடம் சொல்லாமல் போகமாட்டான் என்பது ரவியின் எண்ணம்.

கடைசியாக ரவி தனியாக அவனது வயதொத்த ஓரிருவருடன் சினிமாவுக்குக் கிளம்பினான். சிலர், இவன் இவனைவிட சீனியர் மாணவர்களுடன் பழகுவதைப் பற்றி கிண்டல் செய்தாலும், சாமி போன்ற ஒருவனிடம் ரவி அதைச் சொல்லிக்கொடுத்துவிட்டால் கிண்டல் செய்பவர்கள் பாடு பெரும் திண்டாட்டம் ஆகிவிடும் என்று கருதினர். அதனால் ரொம்பவும் ரவியுடன் நெருங்காமலும் அதிகம் தூரத்தில் இல்லாமலும் அவனுடைய வயதொத்த மாணவர்கள் நடந்துகொண்டார்கள். இதனை ரவியும் புரிந்து கொண்டான். அவனுக்கு அழுகை வரும்போல இருந்தது. அத்துடன் சாமியிடம் பெரும் கோபமும் கூடவே எழுந்தது.

பொன்வண்ணனின் மனைவி அவர்கள் வீட்டில் நடமாடும் பொன்வண்ணனின் அடியாட்கள் மூலமோ வேறு யார் மூலமோ ஜி.கே. சாமியை அழைத்துக்கொண்டு தனது வீட்டுக்கு மதியம் வந்துவிடும்படி ஜோசப்புக்குச் செய்தி அனுப்பினாள். எதற்கு மலர்க்கொடி தன்னிடம் இந்த வேலையைக் கொடுக்கிறாள் என்று ஜோசப்புக்கு தர்மசங்கடமாகத்தான் இருந்தது. ஏற்கனவே பொன்வண்ணனின் கூட்டத்தில் அவர்கள் திட்டம் நடக்காதபடி செய்ததற்காய் அவன்மேல் சந்தேகம் இருக்கலாம் என்ற பயமும் இருந்தது. சாமியை எதற்கு அழைக்கிறாள் என்ற கேள்வியும் கூடவே வந்துசேர்ந்து, குழப்பமாய் இருந்த ஜோசப்புக்கு பொன்வண்ணன் ஒரு நாள் தன்னைக் கண்டுபிடித்துவிட்டாலும் அவன் மனைவி மூலம் தப்புவதற்கும் மன்னிப்புக் கேட்பதற்கும் ஒரு வழி அதன்மூலம் பிறக்கலாமே என்ற நப்பாசையும் இருக்கத்தான் செய்தது.

நிறைய தேங்காய் எண்ணெய் தேய்த்து, நிறைய பவுடர் போட்டு மளமளவென்று ஷேவ் செய்து லோஷன் தடவி சிங்காரித்து, மடிப்புக் கலையாத வெள்ளை ஜிப்பாவுடன் அதன் நீளக் கையுடனும் ஆட்டிஆட்டி நடந்து வந்த சாமியைக் கண்டதும் ஜோசப் கிளம்பினான். ஜோசப்பும் சாமியும் ஏதேதோ பேசிக்கொண்டு பஸ் பிடித்து, பொன்வண்ணன் வீட்டுக்கு வரும்போது மணி சரியாக 1.30 ஆகியிருந்ததைப் பொன்வண்ணனின் வீட்டின் முன்னறையில் தொங்கிய நீண்ட பெண்டுலம் ஆடும் க்ளாக் காட்டியது. அழகிய, புதிய, விசாலமான வீடு. வெளியில் இரண்டு கார்கள் நின்றன.

வாசலில் பெல்லடித்ததைக் கேட்டதும் மலர்க்கொடி வந்து பார்த்து அவளே சாமியை வரவேற்றாள். அடக்கமாக சாமியைப் பார்த்துச் சிரித்தாள். சாமி உட்கார்ந்தான். ஓரமாக நொண்டி நொண்டி நின்றுகொண்டிருந்தான் ஜோசப்.

அப்போது வீட்டின் ஓரமாக வளைந்து இறங்கிய படியின் வழியாக வேறு ஒரு ஹாலில் இருந்து வேறு யாருடனோ பேசிக்கொண்டு வெற்றிலை மென்றபடி வெளியே வந்தான் பொன்வண்ணன். சாமியை அந்த வீட்டில் எதிர்பார்க்காதவன் போல் ஒரு கணம் பார்த்தான். இடையில் ஓடி வந்த மலர்க்கொடி,

"ஜி.கே. சாமியைத் தெரியாததுபோலப் போறீங்க. எங்க அக்கா புருஷனுக்குச் சொந்தமாக்கும் சாமி" என்றாள்.

வலிந்து சிரிப்பை வரவழைத்ததுபோல் சாமியைப் பார்த்துத் தலையசைத்தான் பொன்வண்ணன். நீண்ட இரு வர்ணத் துண்டு போட்ட இன்னொருவன் வெற்றிலை போட்டு மென்றபடி புதிதாய் எல்லோரையும் பார்ப்பதுபோல் விநோதமாய்ப் பார்த்தான்.

"என்னடா ஜோசப்பு. வீட்டுக்குள்ளேயே வந்துருக்கே" என்றான் பொன்வண்ணன் கிண்டலாக.

மலர்க்கொடிக்குக் கோபம் வந்தது. கணவனின் கோபத்தை அவள் பொருட்படுத்துபவள் அல்ல என்பது சமீபகாலமாகப் பொன்வண்ணனுக்குத் தெரிந்துதான் இருந்தது. பொடி வைத்துப் பேசி, கணவன் மறைமுகமாகத் தன்னையும் சாமியையும் கண்டிக்கிறானோ என்று சந்தேகப்பட்டாள் அவள். மனதைச் சமாதானப்படுத்திக் கொண்டாள். ஜோசப்பு முன்பு தன் கணவனிடம் கட்சித் தொண்டனாக வேலை செய்தபோது காம்பவுண்டுக்குள் வந்ததில்லை. இப்போது சாமியை அழைத்து வரும் சாக்கில் வீட்டுக்குள் வந்துவிட்டான் என்பதை மட்டுமே பொன்வண்ணனின் குத்தல் பேச்சு குறிக்கிறதோ என்றும் நினைத்தாள்.

தன் மனதில் குழப்பங்கள் புகுவதற்கான நேரம் அதுவல்ல. சாமி கல்லூரி மாணவன்; தன் உறவினர்களுக்குத் தெரிந்தவன். தன் கணவனைப் போன்றவர்களைவிட இவனைப் போன்ற பார்ப்பதற்குக் களையாகவும் உண்மையான தலைவனைப் போலவும் இருப்பவனே தலைவனாக இருக்கவேண்டும் என்று ஏதேதோ நினைவுகள் மனதில் ஓடியது, அவளுக்கு.

ஜோசப்புக்குப் பொன்வண்ணனின் குத்தல் பேச்சு புரிந்தது.

"அக்கா, நான் அப்பொ வாறன்" என்று புறப்பட்டுவிட்டான். எதற்காகப் பொன்வண்ணன் இருந்து தொலைத்தான் அல்லது சாமியுடன் ஒரு நல்ல சாப்பாடு தனக்குமல்லவா மலர்க்கொடி தந்திருப்பாள் என்று நினைத்தான். பின்பு மனசுக்குள் வருத்தம் இருந்தாலும் காட்டிக்கொள்ளாமல் வீட்டிலிருந்து நொண்டியபடி கீழே இறங்கினான் ஜோசப். அப்போது வீட்டுக்குள்ளிருந்து சமையல் வாசனை வந்தது. அவன் வீட்டிலிருந்து வெளியே இறங்கியபோது அங்கு நின்ற இரண்டு கார்களைக் காணவில்லை. பொன்வண்ணனும் அந்த ஆளும் இரு கார்களில் புறப்பட்டிருக்கலாம் என எண்ணினான்.

ஜோசப் போனபின் வேலைக்காரி வந்து, "அம்மா ஆச்சு" என்றதும் மலர்க்கொடி உள்ளே அழைத்து சாமிக்குத் தானே முன் நின்று பரிமாறி அவன் சாப்பாட்டைச் சாப்பிடும் அழகை ரசித்தாள். வேண்டுமென்றே வேலைக்காரியிடம், "தம்பி எங்க தூரத்து உறவு" என்று இரண்டு மூன்று முறை கூறினாள். அவன் வேண்டாம் என்றபோதும்கூட நான்காவது அப்பளத்தையோ, ஐந்தாவதையோ திணித்துச் சாப்பிட வைத்தாள்.

சாப்பாட்டை முடித்ததும் மீண்டும் முன் அறையில் சோபாவில் அமர வைத்து ஊர்க்கதையைப் பேசினாள் மலர்க்கொடி. "ஒரு நாள் தம்பி வாங்க. எங்க அப்பாகிட்ட கூப்பிட்டுட்டுப் போறேன். அரசியல் வட்டாரத்தில் அவருக்குத் தெரியாத ஆட்களே கிடையாது. ஒங்களப்போல பிள்ளைகள் அரசியலுக்கு வரவேண்டும்" என்றாள். மனதில் தன் கணவனை வெறுக்கிறாளோ என்று சாமிக்குப் பட்டது. பின்பு மாலை வரை அமர்ந்து அவனுடன் ஏதேதோ சம்பந்தம் உள்ள விஷயங்களையும் இல்லாத விஷயங்களையும் பேசினாள். மாலை ஆனவுடன் சுடச்சுட வேலைக்ககாரியிடம் சொல்லி பஜ்ஜி செய்யச் சொல்லி அவன் சாப்பிடுவதை மீண்டும் எதிரில் ஒரு நாற்காலியை இழுத்துப்போட்டுக் கண்கொட்டாமல் பார்த்தாள். எதையும் கண்டுகொள்ளாமல் வேலைக்காரி தனது வேலைகளில் ஈடுபட்டிருந்ததை ஜி.கே. சாமி கவனித்தான். பின்பு புறப்படுகிறேன் என்று புறப்பட்ட சாமியிடம், "அன்று ஆஸ்பத்திரியில் பார்த்தவுடன் உங்களச் சாப்பிடக் கூப்பிட நினைத்தேன்" என்று கூறினாள்.

சாமி புறப்பட்டான்.

அன்று ஞாயிற்றுக்கிழமையாதலால் மரியா கான்டீன் விடுமுறை. ஆகையால் ஜோசப் ஏமாற்றத்தைப் பொருட்படுத்தாது ஏதோ ஒரு சினிமாவுக்குப் போனான். பழைய படம். எனவே அதிக கூட்டம் இல்லை. படம் முடிந்ததும் வழக்கமாய்த் தூங்கும் மரியா கான்டீனுக்குப் புறப்பட்டான் ஜோசப். காலை நீட்டிப் படுத்தவன் அசதியில் ரொம்ப நேரம் தூங்கிவிட்டான். காலையில் நாலு மணிக்கே எழுந்து பெருக்கி நீர் தெளித்து, பாய்லரைச் சுத்தம் செய்து பாத்திரங்களைக் கழுவி வைத்துக்கொண்டு ஓரளவு அடுப்பையும் சரி செய்யும்போது சைக்கிள் பெல் கேட்கும். பால்காரன் வந்திருப்பான். இன்று இந்த வரிசைகள் குழம்பப் போகின்றன. எப்படி என்று தெரியாமல் தூங்கிவிட்டான் ஜோசப்.

பால்காரன் சைக்கிள் மணி அடித்த பிறகுதான் சுருட்டிக்கொண்டு எழுந்தவன் ஓடிப்போய்ப் பாலை வாங்கி வைத்துக்கொண்டு கொஞ்சநேரம் ஒரு நாற்காலியில் தலையைப் பிடித்துக்கொண்டு அமர்ந்த பிறகே படபடப்பு அடங்கியது. பின்பு மெதுவாய்ப் போய் வெளியில் இருந்த தண்ணீர் குழாயைத் திறந்து குளிர்ந்த நீரை இரண்டு கைகளாலும் எடுத்து கண்களின் வழி விட்டு முகத்தைக் கழுவியபோது தூக்கம் முற்றாகக் கலைந்தது. அழுக்கான கையில்லாத பனியனைக் கழற்றிச் சுருட்டி, நிறம் போன தன் டிரங்க் பெட்டியில் வைத்து விட்டுக் காலையில் கடைக்குச் செய்யவேண்டிய வேலைகளைச் செய்துவிட்டு வந்து அமர்ந்தபோது கொட்டாவி வந்தது.

அடுத்த இரண்டு நாட்கள் கழிந்தன. தன்னைப் போன்ற ஆதரவற்ற ஏழைகள், இன்றைய பணபலமும் அதிகார பலமும் ஆள் பலமும் உள்ள அரசியல் சுழற்சியில் என்னாவோம் என்று ஜோசப் புரிந்துகொள்ளக் கூடிய ஒரு சம்பவம் நடந்தது.

அன்று மதியம் மணி பதினொன்று இருக்கும். கல்லூரி நடக்கும் சமயமாகையால் யாரும் கான்டீனில் இல்லை.

சுரேந்திரன் பீடியை இழுத்துக்கொண்டு நேரடியாக வீட்டுக்குள் நாய் நுழைவதுபோல் கான்டீனுக்குள் நுழைந்தான். வெறி பிடித்தவன்போல் நடந்துகொண்டான். பிரம்பு நாற்காலிகளைக் காலால் மிதித்துத் தள்ளிய அவன் ஜோசப்பை இடது கையால் இரண்டு முறை நெஞ்சில் குத்தினான். பின்பு தலைமுடியைப் பிடித்து இழுத்து கான்டீன் சமையல் பகுதிக்குள் இருந்து தரதரவென்று வெளியில் தள்ளி, சுவரில் சாய்த்து நிறுத்தி வலது கை முஷ்டியை இறுக்கி வலது புறத்திலிருந்து பலத்தை எல்லாம் சேர்த்து முகத்தில் இரண்டு மூன்று முறை குத்தினான். ‘அண்ணா அண்ணா’ என்று கை எடுத்துக் கும்பிட்டவனைச் சட்டைசெய்ததாகத் தெரியவில்லை சுரேந்திரன்.

தலையை இப்போது பிடித்துச் சுவரில் மோதினான். ஒரு முறை கையால் தடுத்தபோது ஜோசப் பிரம்பு டீபாயின் வழி தரையில் விழுந்தான். உடனே சுரேந்திரன் தன் முரட்டு வார் செருப்புக் காலால் நெஞ்சைக் குறி வைத்துக் காலால் தாக்கினான். ஒன்றும் செய்யமுடியாமல் தலையைக் கையால் மூடியபடி தரையைப் பார்த்துக்கொண்டு விழுந்தபடி கிடந்தான் ஜோசப். ஆங்காங்கு

உடலில் இருந்து இரத்தம் வந்தது. அப்போது சுரேந்திரன் செய்தது வித்தியாசமாக இருந்தது.

தூரத்தில் கான்டீனின் ஒரு நாற்காலியில் போய் அமர்ந்தான்.

பின் ஏதும் நடக்காததுபோல் அமர்ந்து கேலியாய் அழைத்தான். "ஜோசப்பு... ஜோசப்பு..." என்றான்.

ஜோசப் விழுந்து கிடந்த இடத்தில் அழுகுரல் கேட்டது. "என்ன கேட்கிறதுக்கு ஆள் இல்லன்னு தானே கொல்ற..."

மெதுவாய் அழுகையினூடே அவன் சொன்னது கேட்டது.

சற்று நேரம் கழித்து மௌனமாய் இருந்ததைப் பார்த்து இலேசாக கண்களைத் திறந்து சுவரைப் பிடித்தபடி சுரேந்திரன் இருக்கிறானா போய்விட்டானா என்று பார்த்தான் ஜோசப்.

கான்டீன் காலியாய் இருந்தது. சுரேந்திரன் போய்விட்டிருந்தான்.

தானும் ஜி.கே. சாமியும் சேர்ந்து பொதுக்கூட்டத்தில் பொன் வண்ணனின் திட்டம் நிறைவேறாதபடி செய்ததற்காய் பொன்வண்ணன் கொடுத்த தண்டனை இது என உறுதியாகத் தெரிந்தது. கடையில் இன்னொரு சிப்பந்தி வந்தவுடன் ஆஸ்பத்திரிக்குப் போகவேண்டும். அதற்கு முன் சாமிக்குச் செய்தி சொல்லிவிட வேண்டும் என்று கான்டீனுக்கு வெளியில் வந்து காத்துநின்றான். சாமியின் வகுப்பில் படிக்கும் ஒரு 'டே ஸ்காலர்' பையன் சைக்கிளில் வந்து கொண்டிருந்தான். அவனை நிறுத்தி, தன்னை அடித்துப் போட்டுள்ளார்கள் என்று சாமியிடம் சொல் போதும் என்று கூறி மெதுவாய் ஆஸ்பத்திரிக்கு நடக்கலானான் ஜோசப்.

மாலையில் பொன்வண்ணன் வீட்டுக்கு நேரடியாக வந்தான் சாமி. இன்று சற்று வித்தியாசமாக நடந்துகொண்டான். வழக்கமாய் மிகவும் பவ்வியமாக நடந்து கொள்ளும் சாமி இன்று கோபமாக இருந்தான். யாரையும் கவரும் பெரிய முன் அறையில் தங்க நிறம் கொண்ட சுவர்க் கடிகாரம் மணி 4.30 என்று காட்டியது. வேலைக்காரி வந்து கதவைத் திறக்க, முன் அறையில் போய் ஒரு நாற்காலியில் அமர்ந்தான் ஜி.கே. சாமி. வெளியில் பொன்வண்ணன் கார் நின்றிருந்ததைக் கண்டான். எனவே

பொன்வண்ணன் உள்ளேதான் இருக்கிறான் என்று நினைத்துக் கொண்டான்.

"அக்கா..." என்று கூப்பிட்டான். மேல்தளத்திலிருந்து யாரோ எட்டிப் பார்த்தது போலிருந்தது.

மீண்டும், "அக்கா ... மலர்க்கொடி அக்கா."

சற்றுக் குரலை உயர்த்தி அழைத்தான். அவன் அமர்ந்திருந்த இடத்தின் பின்பக்கத்துக் கதவுக்குள்ளிருந்து கையை முந்தியால் துடைத்தபடி வந்த மலர்க்கொடி,

"ஓ... சாமியா? நான் கூப்பிடாமலேயே வந்திருக்கீங்க தம்பி."

"ஏங்கா, வரக்கூடாதா?" என்று சிரித்தான்.

அன்று வந்தபோது உம்மென்று இருந்து சாப்பாட்டைப் போட்டவுடன் சாப்பிடத்தான் வந்தவன்போல் சாப்பிடுவதில் கண்ணாய் இருந்தவன் இன்று சற்று மாறுபட்டவனாய் இருப்பதை மலர்க்கொடி அறிந்தாள்.

"ஓ, தாராளமா வரலாம்."

"சரி, அப்ப என்ன? எப்ப வேண்டுமானாலும் வரலாம்தானே?"

"ஓ... சரி... எப்ப வேணுமானாலும் வாங்க" என்றாள் மலர்க்கொடி. அன்றைய அவளது அதிக ஆபரணமில்லாத தோற்றம்கூட, அவளுக்கு அழகைக் கூட்டினவோ என்றிருந்தது அவள் நின்ற தோற்றம்.

"அண்ணன் இல்லயா?"

மேல்பக்கம் கண்களைக் காட்டினவன் சற்று உரக்க மேலே இருக்கும் பொன்வண்ணன் கேட்கட்டும் என்றிருந்தது அவன் பேசிய முறை.

"இருக்காங்களே, கூப்பிடட்டுமா?" என்று கேட்டவள் வேலைக் காரியை அழைத்து,

"தம்பி வந்துருக்கில்ல. ஏதாவது செய்" என்றாள்.

"அண்ணனுக்கும் ஏதாவது செய்யுங்க" என்றான் சாமி.

“ஏன் அவங்களும் சாப்பிடுவாங்க” என்றாள் மலர்க்கொடியும் சேர்ந்து.

உள்ளே சமையல் அறையில் அப்போது வேலைக்காரி பாத்திரங்களை உருட்டியது முன் அறையில் கேட்டது.

“சீக்கிரமா தாங்க. இன்னைக்கு ரொம்ப பசி.”

சாமி எழுந்து நின்றான். சாமியின் தலை குலைந்திருந்தது.

“இதோ ஆச்சு.”

வேலைக்காரிக்கு ஒரு முறை குரல் கொடுத்தாள் மலர்க்கொடி.

“ஜோசப் விழுந்துட்டான் அக்கா. அதான் ஆஸ்பத்திரியில் கிடக்கான். போய்ப் பாக்கணும்.”

மீண்டும் உரக்கப் பேசினான் சாமி. தன்முன் இருப்பவருக்கு மட்டும் கேட்கட்டும் என்று அவன் பேசவில்லை.

சாமி பேசுவதன் நுட்பங்கள் எதுவும் புரிந்துகொள்ளாத மலர்க்கொடி தன் கூந்தல் சரியாக இல்லையோ என்று திரண்டு காட்சி தரும் தனது இரண்டு கைகளைப் பின்பக்கமாகக் தூக்கிக் கூந்தலை அடிக்கடி சரிசெய்து கொண்டாள்.

மேலிருந்து கீழே பொன்வண்ணன் இறங்கிவருவான் என்று எதிர்பார்த்து பொன்வண்ணன் இருப்பதாக நினைத்த மேல்பகுதியில் அடிக்கடி கண்களை ஓட்டினான் சாமி. ஆனால், பொன்வண்ணன் கீழே இறங்கவில்லை. “போடா நீ என்ன, நேற்று முளச்ச பொடிப்பயல். உன்னைச் சமாளிக்க எனக்குத் தெரியாவிட்டால் நான் ஏன் அரசியல்வாதி என்று சுற்றிக் கொண்டிருக்கிறேன்” என்று நினைத்திருக்க வேண்டும் பொன்வண்ணன்.

“ஏன் விழுந்தான்?”

அப்பழுக்கற்ற விதமாய்க் கேட்டாள் மலர்க்கொடி. மீண்டும் அவள் கை மேலே போனது.

“விழுந்துட்டான். நல்ல அடி. ஆஸ்பத்திரியில் கெடக்கான். பாவம் ஏழை. யாரும் இல்லாதவன். விழுந்துட்டான்.”

முகத்தை இறுக்கமாக வைத்து, தான் அணிந்திருந்த பேண்ட்டின் முன் பக்கத்திலிருந்த இரண்டு பைகளிலும் விரல்களை நுழைத்து, பொன்வண்ணன் இருந்த அறையை நோக்கியே பார்வையை ஓட்டினான் ஜி.கே. சாமி.

"உக்காருங்க தம்பி" என்று கூறியவள் இப்போது பொன்வண்ணன் இருக்கும் அறையை நோக்கி,

"ஏங்க, தம்பி வந்துருக்கில்ல, சாமி" என்றாள் மிகவும் அந்நியோன்னியமாக.

பொன்வண்ணன் இருந்த அறையிலிருந்து எந்த சப்தமும் வரவில்லை. அவன் இருக்கிறானா என்று ஐயப்படும்படியாக நிசப்தம் நிலவியது.

சாமியின் கண்களும் உடனே இறங்கி வரப்போகிறான் என்று மேலேயே பொன்வண்ணனின் வரவை நோக்கி எதிர்பார்த்தன.

அதற்கிடையில் வேலைக்காரி வந்து மலர்க்கொடியை எதற்கோ அழைக்க, மலர்க்கொடி, "ஒரு நிமிடம்" என்று உள்ளே போனாள்.

வேகமாக ஓர் உருவம் இறங்கியது. அப்போது யார் என்று பார்ப்பதற்குள் பொன்வண்ணன் இறங்கிப் போய்விட்டான். சாமி இருந்த இடத்தைக் கடந்து விருட்டென்று முன் வாசலையும் கடந்து கார் நின்ற இடத்தை அடைந்தான். சாமிக்கு ஒரே ஏமாற்றமாக இருந்தது. தலைவரே என்றோ அண்ணே என்றோ அழைத்து நிறுத்தி, ஜோசப் விழுந்துவிட்டான் என்று கூறலாமோ என்ற யோசனையைச் சடுதியில் செயல்படுத்த வேண்டாம் என்று ஓர் எண்ணம் தடுத்தது. பின்புதான் கீழ்தளத்தில் அவனுடைய மனைவியுடன் பேசியது அவனுக்குக் கேட்டிருக்கும் என்று தனக்குள் சமாதானம் செய்துகொண்டு, சாமி தலையை உயர்த்தியபோது மலர்க்கொடி தானே தட்டில் சுடச்சுட பஜ்ஜியும் நீர் இருந்த டம்ளரையும் மேசைமேல் வைத்து உடலிலிருந்து விழுந்த மேல் சேலையைத் தூக்கி மீண்டும் மேலே போட்டபடி, "சாப்பிடுங்க" என்று அவனையே பார்த்தாள் தன் கணவன் போனது தெரியாமல்.

"என்னங்க" என்றாள் மேலே பார்த்து. நிதானமாக சாமி இப்படிச் சொன்னான்.

"எப்பவோ இறங்கிப் போயிட்டாங்களே."

அவன் ஒரு அஸ்திரத்தைப் பிரயோகிப்போமே என்று,

"புருஷன் வாறது போறதுகூட தெரியாதா?" என்றான்.

மலர்க்கொடி ஒரு பெருமூச்சுடன்,

"அது தெரிஞ்சா நான் ஏன் இப்படி இருக்கிறேன்?" என்றாள்.

அவளுக்குக் கணவனிடம் இருந்த அதிருப்தி பற்றி சாமிக்குத் தெரியட்டும் என்பதாக அவள் உடல் அசைவும் முகத்தோற்றமும் அமைந்தன.

அப்போது மகனும் மகளும் பள்ளியிலிருந்து வர, சாமி அவளிடம் விடைபெற்றுப் புறப்படலானான்.

"போங்க. போய் ஒழுங்கா முகம் கழுவி ட்ரெஸ் எல்லாம் மாற்றிக்கொண்டு டிபன் சாப்பிட்டுட்டுப் படிங்க" என்றவள்,

"தம்பி இந்தப் பக்கம் வந்தது ஏதாவது விசேஷமா?" என்று மெதுவாய்க் கேட்டாள்.

"இல்ல. உங்களப் பாத்துவிட்டுப் போகலாம் என்றுதான். இந்தப் பக்கம் வரவேண்டியிருந்தது. அன்றைக்கு சாப்பாடு எல்லாம் போட்டீங்க. இங்க வந்தா இனி உங்களப் பாக்காமப் போக முடியுமா?" என்றான்.

"வந்துட்டு இருங்க."

புறப்பட்டவனுக்கு விடைகொடுத்தாள். ஏனோ பொன்வண்ணன் இருக்கும் அறையை நோட்டம் விட்டபடி, விருட்டென்று நடந்து வாசலைக் கடந்து பெரிய காம்பவுண்டையும் கடந்து போனான். வீட்டுவாசல் வரை வந்து நின்று அவன் போவதைப் பார்த்துக் கொண்டிருந்தாள் மலர்க்கொடி.

அன்று இரவு சாப்பாடு சற்றுப் பிந்தியது மலர்க்கொடிக்கு. ஏனென்றால் பொன்வண்ணன் மிகவும் பிந்தி வந்தான். சிலவேளை குழந்தைகளுடன் சாப்பிட்டு விடுவாள். இன்று பொன்வண்ணனுடன் அவனுக்குப் பரிமாறிவிட்டுச் சாப்பிட்டாள் அவள்.

அவன் ஏதும் பேசவில்லை.

"குழந்தைகள் சாப்பிட்டுத் தூங்கிவிட்டார்கள்."

கணவனிடம் பேசுவதற்கான ஒரு முகாந்திரத்தை உருவாக்கினாள். அவன் பேசாவிட்டால் என்ன அவளாவது பேச்சைத் தொடங்கலாமே. சாமி வந்திருந்தது பிடிக்காமல் தான் அப்போது தன்னிடம்கூட சொல்லாமல் போனானா என்பதைக் கண்டு பிடிக்கும் தந்திரோபாயமும் இந்தச் சாதாரணமான குழந்தைகள் பற்றிய தகவலில் உள்ளடங்கியிருந்தது.

தலையைக் கீழே போட்டு, தனக்கு வேண்டிய காய்கறிகளைத் தனியாக வைத்து மூடிய பாத்திரங்களில் இருந்து போட்டுக் கொண்டான். அவளிடம் எடுத்துப் போடும்படிக் கூறவில்லை. அவனுக்கு அனுசரணையாக அந்தப் பாத்திரங்களை அவனுக்கு அருகில் வைத்துக் கொடுத்து உதவினாள். அவன் முகம் கடுமையாக இருந்தது.

"என்ன பேசாம இருக்கீங்க? போன இடத்தில் ஏதாவது பிரச்சினையா?"

நேரடியாக ஆனால் சகஜமாக அவன் முகத்தைப் பார்த்து காய்கறிகளில் அவனுக்குப் பிடித்தவைகளை அருகில் எடுத்துக் கொடுத்தவாறே கேட்டாள்.

எந்தவித அனுசரணையும் காட்டாமல் தலையைக் கீழே போட்டவன் அப்படியே இருந்து உணவை உண்டு கொண்டிருந்தான்.

"என்ன மனிதரோ? வீட்டுக்கு வாறவங்ககிட்ட ஒரு வார்த்த பேசாம போறதுக்கு என்ன அவசரமோ?"

சாமி வந்திருந்தபோது அவள் அழைத்தும், அவளைப் பொருட்படுத்தாமல் அவள் அங்கு ஒரு நிமிடம் இல்லாதபோது விருட்டென்று அவன் போய்விட்டதைச் சுட்டிப் பேசினாள். ஆனால் குரலை உயர்த்தாமல் மெதுவாய்ச் சொன்னாள்.

ஏதும் பதில் சொல்லமாட்டான் என்றுதான் மெதுவாய்ச் சொன்னாள் அவள்.

“அவரு என்ன பெரிய தலைவரா? அவங்கிட்ட நான் போய் பேசிட்டுப் போறதுக்கு?”

தலை நிமிராமலே சொன்னான். முகம் கறுத்துக் கோபத்தோடு இருக்கிறான் என்று காட்டியது. கோபத்தை மறைத்து சகஜமாக இருப்பவன்போல், கீழ் ஸ்தாயியில் அவள் பேசிய அதே தோரணையில் அவனும் பதில் சொல்லிவிட்டுச் சாப்பிடுவதில் கவனமானான்.

கண்ணாடி டம்ளரில் தண்ணீரை பிளாஸ்டிக் ஜக்கிலிருந்து ஊற்றி தங்க வளையல்களால் அடுக்கப்பட்ட இரண்டு கைகளாலும் பரிமாறினாள். அப்படிப் பரிமாறும்போது தங்க வளையல்கள் ஓசை எழுப்பின. அந்த ஒலி ஒரு காலத்தில் அவன் தேடிக்கொண்டிருந்த இன்பத்தை அள்ளி வழங்கியிருக்கும். சமீப காலங்களில் அல்ல.

ஆனால், அவளை அவன் வெறுத்து வெளிப்படையாக ஒன்றும் செய்துவிடும் தைரியமும் திருமணம் ஆன இத்தனை காலம் வரை அவனுக்கு வந்ததில்லை. திருமணமும் தனது இன்றைய அரசியல் உலகில் உள்ள பங்கும், இனி அவன் ஆகப்போகிற எதிர்கால அரசியல் பொறுப்புகளும் அவளது தந்தையை நம்பியே கட்டப்படப் போகிற மாட மாளிகைகள். எனவே ஓரளவுக்குமேல் அவன் தன் கணவன் தோரணையை மலர்க்கொடியிடம் காட்ட முடியாது. என்றாலும் அவனுக்குள் இருந்த ஆண் என்ற நினைப்பு அவளோடு மல்லுக்கட்ட தயாராக முனைப்புக் காட்டத்தான் செய்யும்.

“என்னங்க இப்படிப் பேசுறீங்க? எங்க வீட்டு ஆட்களை உங்களுக்கு எப்பத்தான் பிடிக்கும்?”

அவன் சாப்பிட்டுவிட்டதால் அவன் தொடாத காய்கறிகளைப் பாத்திரங்களால் மூடிக்கொண்டே சகஜ தோரணையை மாற்றாமலும் குரலைக் கொஞ்சமும் உயர்த்தாமலும் சொன்னாள்.

“சொந்தக்காரனாய் ஆகிவிட்டான் போலிருக்கு” என்றான் அவனும் சகஜமான, குரலைக் கொஞ்சமும் உயர்த்தாத தோரணையில்.

“என்னங்க, ஒங்கள அந்தத் தம்பி ஆஸ்பத்திரியில் வந்து பாக்குறதுன்னா சும்மாவா? உங்க அரசியல் ஆட்கள் லாபத்துக்கு

ஒங்கள வந்து பாத்தாங்க. அந்தத் தம்பி எங்க உறவுக்காரங்க சொல்லி அவங்களுக்கு மதிப்புக் கொடுத்துத் தூரத்து உறவாச்சேன்னு வந்து பாத்திட்டுப் போச்சு."

சாமிக்குக்கூட தெரியாத உறவையும் பந்தத்தையும் மெதுவாய் இடையில் புகுத்தி, அதே நேரத்தில் அவளது உறவு முழுதையும் தெரிந்துகொள்வதில் ஈடுபாடு காட்டாத அவன் அவற்றை மறுக்க முடியாதென்பதையும் உணர்ந்து சாமர்த்தியமாய்ப் பேசிக் கொண்டிருந்தாள் மலர்க்கொடி.

"ஆஸ்பத்திரிக்கு, கூட ஒரு பய வந்தானெ, நொண்டி நொண்டி... அவனும் சொந்தமாட்டு இருக்கணுமே."

குரலை உயர்த்தாமல் குத்தலாய்ச் சொன்னான் பொன்வண்ணன். சட்டையோ பனியனோ இல்லாத மொழுமொழு என்றிருந்த உடலில் வடிந்த வியர்வையைத் துடைத்தபடி.

உள்ளே அவன் புண்பட்டுள்ளான் என்பதைக் காட்டாமல் ஒரு விளையாட்டுக்குத் தயாரானவன்போல் சொன்னான்.

"அவனப்பத்தி நீங்க என்னக் கேட்டா எப்படி? உங்ககூட கூட்டிட்டு அலைஞ்சீங்க. அதனாலதானெ எனக்கு அவனத் தெரியும். உங்ககூட அலையிற நாய்களையும் கழுதைகளையும் மற்றபடி நான் தெரிஞ்சுக்க வேண்டிய தலைவிதி எனக்கில்ல" என்றாள். அவன் பேசியது போலவே பதில் அமையவேண்டும் என்பதைப் புரிந்து சிரமப்பட்டு உருவாக்கிய விடையாய்த் தோன்றக்கூடிய விதமாய் நிதானமாய்ச் சொன்னாள்.

"ம்ம்..."

உறுமிய அவன் விட்டுவிட தயாராக இல்லை என்பது அவன் சோற்றை மெதுவாய்த் தின்ன ஆரம்பித்திருந்தான் என்பதன் மூலம் கண்டுபிடித்த மலர்க்கொடி, தானும் சளைத்தவள் அல்ல என்று காட்ட விரும்பி ஏதாவது சொல்லட்டும், வாங்கிக் கட்டத்தான் போகிறான் என்று மனதுக்குள் வன்மத்துடன் இருந்தாள்.

"நான் என் பின்னால இழுத்துக்கிட்டு அலஞ்சப்போ, நான் வீசும் எலும்பத் தின்னுட்டு அந்தா தெரியிதே காம்பவுண்டு, அங்கேதான் நாய்கள் நிற்கும். அன்றைக்கு நொண்டி ஜோசப்

வந்து நின்றதுபோல் வீட்டுக்குள் வராது நாய்க” என்றான் பொன்வண்ணன்.

“ஆமா, சரிதான். இன்னைக்கு வந்ததே ஒரு நாய். என்னமோ பேரும் சொல்லிச்சு. ஆஸ்பத்திரியில வச்சு அந்த நாய போலீசு பிடிச்சதுன்னு ரொம்ப கவலைப்பட்டீங்களே” என்றாள் நிதானமாய். வியர்வையில் குளித்துக் கொண்டிருந்தவனுக்காக எழும்பிச் சென்று மின்விசிறியின் சுவிச்சைத் திருகி சுழற்சியைக் கூட்டினாள். நீரை முழுவதும் அவன் குடித்திருந்ததால் ஜக்கிலிருந்து இன்னும் ஒரு டம்ளர் விட்டு வைத்தாள்.

அவன் முகத்தில் இப்போது சலனம் ஏற்பட்டது.

“யார் வந்தது?” என்று நேரடியாய்ச் சுருக்கமாய்க் கேட்டான். அவனுக்குள் சூடு ஏறுகிறது என்பதை உணர்ந்தாள் மலர்க்கொடி.

தீர்க்கமாய் அவன் கண்களை ஒரு பார்வை பார்த்தாள். ஒரே நிமிடம்தான். அடுத்ததாக மீண்டும் சகஜமான குரலில் மென்தொனியில் சொன்னாள்.

“உங்க அரசியல உங்களோடு வச்சுக்குங்க. நான் யாரோடயும் எதையும் என்றைக்கும் வச்சுக்க மாட்டேன். வீட்டுக்கு வந்தது ஒற்றைக்கண் சுரேந்திரன்.”

சற்றுநேரம் எப்படி இந்த நாடகத்தை கிளைமாக்ஸ் இல்லாமல் இப்படியே கொண்டு சொல்வது என்று யோசித்தவன்போல் மௌனமாய் இருந்தான். தன்னை நோக்கிக் கத்தப்போகிறான் என்று நினைத்துத் தயாராய் மனதைத் திடப்படுத்திக்கொண்டு ஆனால், தன் மனநிலையை அவன் அறியக் கூடாது என்பது போல் எந்த உணர்வையும் காட்டாமல் மேசையில் இருந்த பாத்திரங்களை அடுக்கி சோற்றுப் பருக்கைகளைச் சேகரித்து அழுக்குப் பாத்திரத்தையும் காலி பாத்திரங்களையும் அடுக்கி வைத்தாள்.

பின்பு அவன் கண்களைப் பார்த்துச் சொன்னாள்.

“உங்களப் பாக்கச் சொன்ன இடத்தில வந்து பாக்கல்லியா ஒற்றைக்கண் சுரேந்திரன்?”

தனக்குத் தெரியாத சில விஷயங்கள் இவளுக்குத் தெரிந்து விட்டிருக்கின்றன என நினைத்து,

"வீணா என் காரியங்களில் தலையிடுறதால எல்லாருக்கும் தொல்லைதான் வந்துசேரும்" என்றான். உணர்ச்சிக்கு இடம் கொடுக்காமல்.

"எங்க அப்பாவும் அரசியலில் இருந்திருக்கிறார். நாங்க சின்ன வயசிலே இருந்தே அரசியல்வாதி குடும்பத்துப் பெண்களாத்தான் வளர்ந்தோம் - நானும் என் தங்கச்சியும்."

"நான் யார்கிட்ட இருந்தும் பாடம் இனிமேல் படிக்கிற வயசிலே இல்லன்னு உனக்குத் தெரியும்."

"மற்றவங்க பாடம் சொல்லிக்குடுக்கக் கூடாது. செயில்ல கம்பி எண்ணினா கஷ்டப்படப்போறது நானும் என் பிள்ளைகளும்."

அவள் கூறும்போது தலையைத் தூக்கிப் பார்த்துவிட்டுக் கை விரல்களால் சோற்றை உருட்டிக்கொண்டே அவன் கேட்டான்.

"சுரேந்திரன் எல்லாம் சொல்லீட்டானா? அல்லது உன்னைத் தேடி வந்தானே புது உறவுக்காரன் அவன் சொன்னானா?"

கோபத்தை முழுதாய்க் கட்டுப்படுத்திக்கொண்டு கேட்டான்.

அவள் பேசாமல் இருந்தாள். பதில் சொல்கிறாளா என்று சற்று நேரம் காத்திருந்து பார்த்தான். அவள் பதில் சொல்வாள் என்று தோன்றவில்லை. "நாளை சுரேந்திரனையே கேட்டாப் போச்சு" என்றான் பொன்வண்ணன். தனக்குத்தானே சொல்வதுபோல சொல்லிவிட்டு எழுந்தான்.

அவள் மனதில் இப்போது வேறோர் எண்ணம் ஓடியது. அவன் சாமியையும் இங்கே இழுக்கிறான். சுரேந்திரன் சாமியை இணைத்து எதனையும் கூறவில்லை. சுரேந்திரனையும் சாமியையும் இணைத்ததின் மூலம் வேறு ஏதோ நடந்திருக்கிறது என்று கணித்தாள். அதனை இவன் வாயால் பெற்றுவிடக் கூடாது. அப்படிப் பெற்றுவிட்டால் இவன் தன் கையில் இருக்க மாட்டான் என்று, ஏனோ இவனைத் தன்னை மீறிப் போகாமல் வைத்துக்கொள்ள வேண்டும் என்ற ஆழ்ந்த கோபம் அவளுக்குள் ஊற்றெடுத்தது. அதனால் உஷாரானாள். சுரேந்திரன், "ஜோசப்பைக் காலி செய்யச் சொல்றாரு. பாவம். நாலு போடு போட்டுத் தொலஞ்சு போவட்டும்னு விட்டுட்டேன் அக்கா" என்று மட்டும் சொல்லிவிட்டுப் போனான் என்பதைப் படுக்கையில் கிடந்து யோசித்தாள்.

அப்போதிலிருந்தே அவள் சந்தேகத்தைத் தூண்டிய இன்னொரு விஷயம் இப்போது அவளுக்கு ஓரளவு தெளிவானது. சாமி வீட்டுக்கு வந்தது சும்மா தன்னைப் பார்ப்பதற்கல்ல. அவன் 'ஜோசப் விழுந்துவிட்டான். ஆஸ்பத்திரியில் கிடக்கிறான்' என்று சொன்னதன் மூலம் தன் கணவனிடம் ஏதோ ஒரு செய்தியை நுட்பமாய் உணர்த்த வந்திருக்கிறான் என்று புரிந்தாலும், முழு நாடகமும் அவளுக்கு இன்னும் தெளிவாகவில்லை. அதனை இதோ படுத்துக்கிடக்கிற மனிதன் என் கணவனாக உணர்ந்திருந்தான் என்றால் தானாகவே கூறியிருக்கலாம். கூறாமல் குளித்துவிட்டுப் படுத்துப் பக்கத்தில் குறட்டை விடுபவன் மீது கோபம் கோபமாக வந்தது அவளுக்கு. இனி ஒருவேளை சுரேந்திரன் தன் கணவனிடம் வேலை செய்ய வேண்டாம் என்று நினைத்திருக்கலாம். அல்லது தன் கணவன் 'ஜோசப்பைத் தீர்த்துக்கட்டு' என்று சொன்ன செய்தியைத் தன்னிடம் சுரேந்திரன் சொல்லத் தேவையில்லை. ஏனென்றால் நான் பொன்வண்ணனிடம் கேட்பேன். உடனே சுரேந்திரனுக்குப் பொன்வண்ணன் தொந்தரவு கொடுப்பான் என்று சுரேந்திரனுக்குத் தெரியாதா என்ன? அப்படியிருந்தும் அவன் கூறியிருக்கிறான் என்று யோசித்தாள். அவள் தனது உடலைத் திருப்பி, மங்கலாக ஜன்னல் வழி உள்ளே புகுந்த ஒளியில் கணவனைப் பார்க்க முயன்றாள்.

தூங்கிக் கொண்டிருக்கிறான் என்று நினைத்தாள். தூங்கி விடுவதுதான் இவனது பலம் என்று நினைத்தாள். பல தடவை கவனித்திருக்கிறாள். எந்தப் பிரச்சினை என்றாலும் வந்து தூங்கிவிடுகிறான். அப்படித் தூங்குவதுதான் தன் தாம்பத்திய வாழ்வைக் குறையுடையதாக்கியுள்ளது என்பது ஒருபுறம் இருக்க, இவனைத் தொடர்ந்து அதுதான் அரசியல்வாதியும் ஆக்கிவிட்டது என்று நினைத்தபோது ஒரு சிரிப்பு அவளுக்குள் தோன்றியது. பலமும் பலகீனமும் ஒரே இடத்திலிருந்து தோன்றுகின்றன என்ற எண்ணம் அவளுக்குத் தோன்றிற்று.

அவன் தூங்கிக் கொண்டிருக்கிறான் என்று அவள் நினைத்தாலும் உண்மையில் அவன் தூங்கவில்லை. மனம் சஞ்சலத்தில் ஆழ்ந்திருந்தது. சிலவேளை இந்த மாதிரியான குழப்பங்களும் தந்திரங்களும் நிறைந்துபோன அரசியல் அவனுக்குப் பிடிக்கவில்லை. ஆனாலும் தானும் நிலைக்கவேண்டும், ஒன்றில் நீந்தி அக்கரை சேர வேண்டும் அல்லது நீரில் இறங்கியிருக்கக் கூடாது என்று யோசிப்பவன் மடையன்

என்று நினைத்துக்கொண்ட பொன்வண்ணனுக்கே பச்சாதாபம் ஏற்பட்டது.

சிறுவனாய் அன்று பரீட்சை எழுதி முதல் மார்க் வாங்கியவன் அந்தப் பெரியவரை அன்போடு நினைத்துக்கொண்டான். அவரது புகைப்படத்தை அந்தப் பள்ளியில் பல இடங்களில் பார்த்திருக்கிறான். அதன் பிறகு அவரைப் பார்க்கும் சந்தர்ப்பம் அவனுக்கு ஏற்படவில்லை. அவனைத் தேர்வு எழுதக்கூடாது என்று கூறிய ஆசிரியர் அவனைப் பார்க்கும்போதெல்லாம் முறைத்துவிட்டுத் தலையைத் திருப்பிக் கொள்வதைச் சில தடவை பார்த்திருக்கிறான். ஆனால் இவனை அன்போடு அரவணைத்து, தேர்வு எழுத வைத்த பெரியவரை அவன் அதற்குப் பிறகு பார்க்கவில்லை. ஒருவேளை அவர் தன் நினைப்பேகூட இல்லாதபடி மாறியிருக்கலாம் என்றுகூட நினைத்துக்கொண்டான் அந்தச் சிறுவன். ஆனால் அந்தப் பள்ளியின் ஹெட்மாஸ்டர் மட்டும் இவனை ஓரிருமுறை அழைத்து எந்தெந்த பாடத்தில் எவ்வளவு மார்க் என்று கேட்பார். இவன் தன் வகுப்பில் தானே முதல் மாணவன் என்பதையோ, அல்லது அந்த ஒரு குறிப்பிட்ட பாடத்தில் வகுப்பில் இரண்டாம் இடம் என்றோ கூறுவான். ‘நல்லா படி, நல்லா வருவே’ என்று முதுகில் தட்டிக் கொடுப்பார். பின்புதான் தெரிந்தது அந்தப் பெரியவர் கேட்பதால்தான் தன்னைப் பற்றி ஸ்கூல் ஹெட்மாஸ்டர் கேட்டுத் தெரிந்துகொள்கிறார் என்பது. கடைசியாக ஸ்கூல் ஃபைனல் தேர்வு எழுதி முடித்துவிட்டு, கடைசி நாள் பிற மாணவர்களோடு தேர்வு முடிந்த சந்தோஷத்தில் புறப்பட்டுக் கொண்டிருந்தபோதுதான், ஹெட்மாஸ்டர் அழைக்கிறார் என்று ஒரு பியுன் வந்து கூறினான்.

பழனி ஓரளவு வளர்ந்திருந்தான். அரும்பு மீசை வந்திருந்தது. கை நீளமான வெள்ளை சட்டையும் வெள்ளை வேஷ்டியும் கட்டியிருக்கிறான். காலில் செருப்புப் போடும் பழக்கம் அந்த ஊரில் ஓரிரு பெரிய வீட்டுப் பிள்ளைகள் தவிர வேறு யாருக்கும் அப்போது ஏற்பட்டதில்லை. பழனிக்கும் செருப்பு இல்லை.

ஹெட்மாஸ்டர், “தம்பி கொஞ்ச நேரம் இப்படி உட்காரு. ஸ்கூல் தாளாளர் வெளி ஊரில இருந்தாரு. நேத்து வந்தாரு. உன்ன பாக்க, சொல்லி விட்ருக்காரு...” என்கிறார்.

இவனுக்குப் பயம் ஏற்படுகிறது. தாளாளர் தன்னைப் பார்ப்பதா? எதற்குத் தன்னைப் பார்க்க விரும்புகிறார்? தான் ஏதாவது தப்புச்செய்துவிட்டோமோ என்று தனக்கே கேட்டுக் கொள்கிறான். ஒருவேளை பரீட்சையில் ஏதாவது தவறாக எழுதிவிட்டோமோ என்று கேள்வி தோன்றுகிறது இவனுக்கு. மனம் பட்பட் என்று அடித்துக்கொள்கிறது. உள்ளே கிடக்கும் பனியனுக்குள் வியர்க்கிறது. பொறுத்துக் கொண்டு இரு கால்களையும் ஒட்டி வைத்துக்கொண்டு ஓரமாக அமர்ந்திருக்கிறான். வயிறு பசிக்கிறது. இந்த மாதிரி பசியெல்லாம் பழக்கமானதுதான் அவனுக்கு. புத்தகக் கட்டையும் பையையும் அமர்ந்திருந்த பெஞ்சின் கீழே மெதுவாகக் குனிந்து வைத்துவிட்டு ஓரமாக மணல்மீது இருந்த ஈரப்பானையின் மூடி மீது வைத்திருக்கும் அலுமினியப் போணியால் நீர் குடித்தான். பின்பு வந்து மீண்டும் ஹெட்மாஸ்டருக்காகக் காத்திருக்கிறான். இவனுக்குப் பழக்கமான ஆசிரியர்களும் ஆசிரியைகளும் வரும்போது புன்முறுவலுடன் எழுந்து நின்று மரியாதை கொடுக்கிறான். மற்றபடி அமர்ந்திருக்கிறான். வழக்கமாய் நீர் குடித்தவுடன் பசி போய்விடும். இன்று மீண்டும் பசிக்கிறது என்று நினைத்தபடி அமர்ந்திருக்கிறான். பல ஆசிரியர்கள், கடைசி வேலை நாளாகையால் மகிழ்ச்சியுடன் காணப்படுகிறார்கள். அவர்கள் கைகளில் பேப்பர் கட்டைத் தூக்கியபடி வருகிறார்கள். சற்று நேரத்தில் ஆசிரியர்கள் வருகை நிற்கிறது. ஓரிரு முறை உள்ளே ஹெட்மாஸ்டர் அறையை எட்டிப் பார்த்துவிட்டு வந்து அமருகிறான். ஹெட்மாஸ்டர் வேலை முடியவில்லை.

அப்போது ஹெட்மாஸ்டர் வருகிறார். ஏதேதோ தனது ஆபிஸில் இருப்பவர்களுக்கு உத்தரவுகள் கொடுக்கிறார். பின்பு இவனருகில் வந்து,

“என்ன தம்பி... வாங்க” என்று அன்போடு இவனை முதுகில் தட்டி அழைக்கிறார். பழனிக்கு ஓரளவு இப்போது பயம் போய்விடுகிறது. இவரிடமே ‘எதற்கு ஸார்’ என்று கேட்டுவிடலாமா என்று யோசிக்கிறான். அப்படிக் கேட்பது நாகரிகம் இல்லையோ என்று சும்மா இருக்கிறான். வெளியில் ஒரு மரத்தின்கீழ் நிற்கும் ஒரு ஜீப்பில் டிரைவர் பக்கம் ஹெட்மாஸ்டர் ஏற, இவனைப் பின்பக்கம் ஏற்றிக்கொண்டு ஜீப் புறப்படுகிறது. சற்று நேரத்தில் ஒரு பெரிய காம்பவுண்டுக்குள் மூன்று வர்ண பார்டர் போட்ட ஒரு வீட்டின் முன் ஜீப் நிற்கிறது.

ஹெட்மாஸ்டர் இறங்குகிறார். இவனும் பின்பக்கமிருந்து இறங்குகிறான்.

"தாளாளர் உன்னைக் கூப்பிட்டிருக்கிறார். மரியாதையா நடந்துக்கோ. உன் படிப்புப் பத்தி அடிக்கடி கேப்பாரு..." என்கிறார் ஹெட் மாஸ்டர்.

உள்ளே போகிறார்கள். ஹெட் மாஸ்டரும் பழனியும்.

உள்ளே இருந்து குள்ளமாக வட்ட கழுத்து ஜிப்பா போட்ட ஒருவர் வருகிறார். பார்த்தது போல் இருக்கிறதே என்று கூர்ந்து பார்க்கிறான் பழனி. படங்களில் இருப்பவர்... ஓ! அன்றைக்குத் தன்னைத் தேர்வு எழுத வைத்தவர் என்ற நினைப்பு வந்தவுடன் மனதுக்குள் நன்றி உணர்வு வர எழுந்து நிற்கிறான். கை கும்பிடுகிறது.

"சரி... கூப்பிட்டிட்டு வந்திட்டேன். நான் கிளம்பறேன் ஐயா. ஒரு வேலை இருக்கிறது."

அவனைப் பார்த்தபடி புறப்பட்டுவிட்டார் ஹெட்மாஸ்டர்.

இவனுக்குப் பசி ரொம்ப அதிகமாகிறது. பசியால் வயிற்றுக்குள் ஏதோ செய்கிறது. தலை சுழல்கிறது. பின்பு கீழே அமரப் போவது மட்டும் அவனுக்குத் தெரிகிறது. வேறு ஒன்றும் தெரியவில்லை.

"அய்யோ பையன் விழுந்துட்டான்..." என்பதற்குள் பலர் ஓடி வருகிறார்கள்.

"என்ன தம்பி, என்னாச்சு?"

தாளாளர் பதறுகிறார்.

சிலர் இவன் முகத்தில் நீர் தெளிக்கிறார்கள். ஒருவர் வீசிக் கொடுக்கிறார்.

இவன் எழுந்து விடுகிறான். இவனைக் கூர்ந்து பார்த்து முதுகில் கைவைத்துக் கேட்கிறார் தாளாளர்.

"என்னாச்சு?" அந்தக் கேள்வியில் கருணையும் பொறுப்புணர்வும் தொனிக்கின்றன.

"பசி..." என்கிறான் வெட்கத்தைவிட்டு அந்தப் பையன், அப்போது தாங்கமுடியாமல் வார்த்தைகள் வெளிவருகின்றன.

"பாத்தீங்களா... ஒரு பையனுக்கு மதியம் பசிக்கும்கிறது நமக்குத் தெரியல்ல. ஆனா ஒருத்தருக்குத் தெரிஞ்சிருந்தது. அவருதான் எங்க அரசியல் தலைவரு..." என்கிறார் தாளாளர்.

அவன் ஒரு மேசையில் அமர்ந்து வயிறு முட்டச் சாப்பிடுகிறான். தாளாளர் தூரத்தில் அமர்ந்து அதைப் பார்த்து ஆனந்திக்கிறார். "சாப்பிடு..." என்று சொல்லிக் கொண்டேயிருக்கிறார். அன்றிலிருந்து அவன் வாழ்க்கை மாறியது.

எப்போது தூங்கினான் என்று தெரியாமல் பொன்வண்ணன் மூச்சு மூச்சு என்று தூங்கிப் போகிறான். பக்கத்தில் கோபத்துடன் இன்னொரு பெண் தூங்குகிறாள் என்ற உணர்வு ஏனோ இல்லை.

அதிகாலையில் எழுந்ததும் மலர்க்கொடி தன் கணவன் எங்கே இருக்கிறான் என்று முதலில் கவனித்துவிட்டு தன்னை அவன் நோட்டம் விடவில்லை என்று அறிந்துகொண்டு தொலைபேசிக்கருகில் போய் அப்பாவை அழைத்தாள். பின்பு ஏதோ ஓரிரு வார்த்தைகள் பேசிவிட்டு, பிறகு பேசுவதாகச் சொல்லி அவசரமாய்த் தொலைபேசியை வைத்துவிட்டு, கணவன் எங்காவது நின்று தன்னை ஒட்டுக் கேட்கிறானா என்று கவனித்துவிட்டு சகஜமானாள். கணவன் குளித்துவிட்டு அப்போது வெளியில் வந்ததால் அவளுக்கு நிம்மதியாக இருந்தது. வீட்டின் உள்ளேதான் இருந்திருக்கிறான் என்பது அவளுக்கு உறுதியாகிவிட்டது.

பின்பு குழந்தைகளுக்கு வேண்டியதைச் செய்து, அவர்களைத் தூக்கத்திலிருந்து எழுப்பிக் குளிக்க வைத்து, உடைகள் அணிவித்து மேசையில் சாப்பாட்டை எடுத்து வைத்தபோது வேலைக்காரி வந்தாள். முறைத்தவளைப் பார்த்து, "பிந்திப் போச்சம்மா" என்று சமாதானம் சொல்லிய வேலைக்காரி தனது வேலைகளைச் செய்ய ஆரம்பித்தாள்.

பொன்வண்ணன் தன் அலுவல் சம்பந்தமாகத் தாள்களை அடுக்கிக்கொண்டு சாப்பாட்டு மேசைக்குப் போய் அமர்ந்த போது, குழந்தைகள் அவனிடமும் தாயிடமும் கூறிவிட்டு வெளியில் வந்து நின்ற ஸ்கூல் வேனில் போய் ஏறிக் கொண்டார்கள். மலர்க்கொடிக்கு, 'தாத்தா கேட்டாங்க. நல்லா

படிப்பீங்களாம்' என்று வாய் வரை வந்தது. 'என்ன மடச்சி நான். இதோ உட்கார்ந்திருக்கும் மனிதன் லேசுபட்டவனா?' என்று மனதுக்குள் நினைத்து அடக்கிக் கொண்டாள். கணவனுக்குக் காலை உணவை வேலைக்காரி கொண்டுவந்து வைத்ததைத் தான் எடுத்துப் பகிர்ந்தாள். கூடவே நியுஸ்பேப்பர்களை முன்பக்க ஸோபாவிலிருந்து கொண்டுவந்து கொடுத்தாள். நேரடியாக அவள் முகத்தைப் பார்க்காவிட்டாலும் வாங்கிக் கொண்டான்.

சுமார் 10 மணி அளவில் வக்கீல் அலுவலகத்துக்குப் புறப்பட தனது கறுப்புக் கோட்டுடன் வெளியில் நிற்கும் காருக்குப் புறப்பட தயாரானபோது, அங்கே வெளிவாசல் கதவருகில் வந்து நின்றவனைப் பார்த்துப் பல்லைக் கடித்தான் பொன்வண்ணன்.

அது ஒற்றைக்கண் சுரேந்திரன். அவனது முகம் உறுதியுடன் இன்று காணப்பட்டது. வழக்கமாகக் காட்டும் விநயம் பொன்வண்ணனைப் பார்த்ததும் இன்று வரவில்லை.

சுரேந்திரன், "அக்கா" என்றான். மடையன் என்னைப் பார்க்க வந்திருப்பதை இன்று போய் எதற்காகக் காட்டிக்கொள்கிறான் என்று நினைத்த மலர்க்கொடி, ஓடி வந்து நிலைமையைச் சரிக்கட்ட முடிவு செய்தாள். தன் தந்தையை நன்றியுடன் நினைவுகூர்ந்தாள். அதற்குள் அவள் தந்தை சுரேந்திரனுக்கும் பொன்வண்ணனுக்கும் மத்தியில் ஏற்படப் போகும் விரோதத்தைத் தவிர்ப்பதற்கு தனக்கு உதவ தன் செல்வாக்கின் மூலம் முன்வந்துள்ளார் என்று அறிந்து கொண்டாள். அப்பாவைத் தாண்டி இந்த மாவட்ட அரசியல் எப்போதும் போய்விடாது என்பது மலர்க்கொடிக்குத் தெரியும். பொன்வண்ணனுக்குக்கூட தெரியாமல் அவனது அரசியலை மறைமுகமாய் இயக்குபவர் அப்பாதானே என்று யோசித்தாள். ஓரிரு முறை தன் கணவனுக்குக் காரியங்களைத் தன் மூலம் தெரிந்துகொண்டு செய்ய வேண்டியதைச் செய்து கொடுத்திருக்கிறார். இப்போது அப்பாவுக்கு வயதாகிவிட்டது. முன்போல் இல்லை. சூழ்நிலையும் மாறிவிட்டது. என்றாலும் தான் கேட்டால் உடனே அக்காரியம் அப்பாவின் காலமெல்லாம் நடக்கும் என்பதை நிரூபிப்பதுபோல், எங்கிருந்தோ சுரேந்திரனை வீட்டில் வந்து நிற்கும்படி வைத்திருக்கிறார். இவனைப் போன்ற படிப்பறிவற்றவன் மீதும் படிப்பறிவுள்ள அரங்கநாதன் போன்ற எதிர்க்கட்சியின் மிகுந்த புத்திசாலி அரசியல்வாதி என்று

கருதப்படுபவர்மீதும் தொடர்பும் நல்லுறவும் கொண்டிருப்பவர் அப்பா.

“வேற ஆள பாக்க வந்திருக்கே போல இருக்கு” என்றான் பொன்வண்ணன்.

ஏதும் பேசாமல் நின்றான் சுரேந்திரன். அவன் தாடை இறுகியது. இடையில் புகுந்து நிலமையைச் சமாளிக்கத் தயாரானாள் மலர்க்கொடி.

“அவங்களுக்கு எல்லாம் தெரியும்.”

கணவனைச் சுட்டினாள் மலர்க்கொடி. அதாவது கணவனும் தானும் ஒத்த முறையில் தான் இந்தப் பிரச்சினையைப் பார்க்கிறோம் என்று காட்டுகிறாள்.

பொன்வண்ணன் ஆச்சரியப்பட்டாலும் அவளை ஏறெடுத்துப் பார்க்கவே செய்தான்.

சுரேந்திரன் பேசினான்.

“இல்லக்கா. அன்னைக்குப் போலீசில் நல்லா அடிவாங்கிக் கொடுத்தான் அந்த வான்மீகநாதன். அவன் சொன்னா செல்வாக்கு இருக்கு. அன்னைக்கு இன்ஸ்பெக்டர் சங்கரலிங்கம் இல்ல. அவர் சொல்லித்தான் இன்ஸ்பெக்டர் இல்லாத நேரத்தில் கான்ஸ்டபிள்கள் - புதுசா வந்திருக்கிறானுவ - போட்டு நிமித்திட்டான். வர்மத்துக்கு மருந்து வாங்கிக் குடிக்கறேன். மருந்துக்குக் காசு கேட்டேன். அண்ணன் தர மாட்டேன்னுட்டாரு. வேண்டாம் அரசியலுன்னு ஒதுங்கிக்கிறேன்.”

தலையைக் கீழே போட்டு, வாரறுந்த செருப்பணிந்த கால் விரல்களால் வாசல் நடையைச் சிராய்த்தபடி சுரத்தில்லாமல் பேசினான். அடியாள் எப்படி இருப்பான் என்பதற்குச் சுரேந்திரன் நல்ல உதாரணம்.

“ஓ... அதுனாலதான்...” ஏதோ பேச வந்த பொன்வண்ணன், தொடராமல் தனது அட்வகேட் கழுத்துப் பட்டியை விரலால் நிமிண்டிவிட்டு மலர்க்கொடியை எரிச்சலுடனும் என்ன நாடகம் பண்ணுகிறாள் என்ற யோசனையுடனும் பார்த்தான். இதெல்லாம் இவள் எதற்காகச் செய்கிறாள் என்றும் நினைத்தான்.

மலர்க்கொடி பேசினாள்.

“ஆமா. அதனாலதான் ஜோசப்ப தீர்த்துக்கட்டி... எதுக்குங்க... வீண் வம்புத்தனம். ரௌடி அரசியல்... கொலை... எங்க குடும்பத்துக்குத் தெரியாத அரசியலா...? பாவம் அந்த நொண்டிப் பய்யன்... நம்ம குடும்பம், குழந்தை குட்டிகள் இருக்கு...” அவளுக்கு லேசாக குரல் கம்மியது. சரியாகிவிட்டாள். தொடர்ந்து சொன்னாள்.

“அதான் சொல்றேன் சுரேந்திரன், இனி இந்த மாதிரி எல்லாம் உனக்கு வேலை இருக்காது. நீ செய்தது சரிதான். ஆமா. அவன் ஜோசப் ஆஸ்பத்திரியில் கிடக்கும்படி என்ன செய்தான்?” என்று அவள் ஒரு கேள்வியை முன்வைக்க இப்போது பொன்வண்ணன் கையை உயர்த்தினான்.

ஏதோ பேசவந்த சுரேந்திரன் பேசவில்லை.

‘சுரேந்திரன் அரசியலை விட்டுப் போகிறேன் என்று சொன்னால் அதன் அர்த்தம் வான்மீகநாதனிடம் போகிறேன் என்பது. இவன்களுக்கு வேற என்ன தொழில் தெரியும்? ஆளும்கட்சியை அல்லது எதிர்க்கட்சியை அண்டி ரௌடித்தனம் செய்து பிழைப்பு நடத்தும் இவனைப் போன்ற ஆட்கள் வேறு எப்படிப் பிழைப்பு நடத்த முடியும்?’ என்று நினைத்தபடியே பொன்வண்ணன் சொன்னான்.

“சரி. தெரியும். அவ - எம்.எல்.ஏ. இருக்கிறாளே. அவ உன்ன கிட்ட சேர்த்துக்குவாளா? வான்மீகநாதன் இன்னைக்கு வச்சுக்குவான். அவனப் பத்தி உனக்குத்தான் தெரியுமே. சரி ஏதோ கோபத்துல சொல்லீட்டேன் அன்றைக்கு...”

பாக்கெட்டிலிருந்த 50 ரூபாய் நோட்டை சுரேந்திரனுக்கு எடுத்துக் கொடுத்தான் பொன்வண்ணன்.

சரி, இவன் விரோதத்தைச் சரி செய்துவிட்டோம் என்று நினைத்த மலர்க்கொடி, எதற்கு ஜோசப்பைத் தீர்த்துக் கட்டும் அளவு தன் கணவன் போனான் என்பதை இப்போதே அறியும் பொருட்டு இப்படிக் கேட்டாள்.

“ஏம்பா, ஜோசப் நல்ல பிள்ளை ஆச்சே.”

“என்னக்கா? அண்ணனை அன்றைக்குப் பொதுக்கூட்டத்தில் தாக்கியது ஆளுங்கட்சிக்காரங்கன்னா நினைக்கிறீங்க? இல்ல. வேற ஆட்கள். ஜோசப் ஒருத்தன். இன்னொருத்தன் யாரு தெரியுமா? ஒரு காலேஜ் ஸ்டூடன்ட். ஏதோ தீவிரவாதி ஆசாமி...” என்று பெயரைச் சொல்லவேண்டுமோ என்னவோ என்று தன் தலைவராக நினைக்கும் பொன்வண்ணனைப் பார்க்க, பொன்வண்ணன் வன்மத்துடன் ‘சொல்லுடா’ என்பதுபோல் முக பாவம் காட்ட சுரேந்திரன் சொன்னான்.

“இ.கே. சாமி.”

இனிஷியலைத் தவறாகச் சொன்னான் சுரேந்திரன். அதைத் திருத்தினான் பொன்வண்ணன்.

“ஜி.கே. சாமின்னு சொல்லுடா.”

பொன்வண்ணன் சுரேந்திரனுடன் அங்கிருந்து புறப்பட்டுவிட அப்போது பார்த்து ஒரு போன் வந்தது. மலர்க்கொடி எடுத்தாள்.

“அம்மா எப்படி இருக்கிற? நான் அரங்கநாதன்.”

“எப்படியிருக்கீங்க மாமா?” என்றாள்.

“நல்லா இருக்கேம்மா நான். உன்னப் பத்திச் சொல்லு. அப்பா சௌக்கியம்தானே?”

“ஆமா மாமா. வீட்டுப்பக்கம் காணோம்.”

“அன்னக்கி உன் புருஷனப் பாத்தேன்ல. அப்புறம் அவன் வந்துட்டான் வீட்டுக்குன்னு தெரியும். போன்கூட பண்ணலயேன்னு பண்றேன். இருக்கானா?”

“இல்லியே மாமா. இப்பதான் போறார்.”

“சரி உன்கிட்டயும் அன்னக்கி அதிகம் பேச முடியல்ல. சொல்லு எல்லாம், எப்படி பிள்ளைகள்?”

“பிள்ளைகள் நல்லாயிருக்காங்க மாமா. அப்பா அரசியல்ல இருந்தப்ப, நீங்கள்ளாம் எதிர்க்கட்சின்னாலும் வருவீங்க, அடிக்கடி.”

“ஆமாம்மா... அப்பொ, அரசியல் வேற. இப்ப வேற. நான் ஓர் ஒத்த பிராமணன். பிராமணாள வெறுக்கிற எதிர்க்கட்சியில இருக்கேன். மதிக்கமாட்டேங்கறா. ஜாதி வெறுப்பில அவ்வளவு நம்பிக்க அன்றிலிருந்து. என் குருநாதர், பாரதியாரப் பத்தி எழுதியிருக்காரே வ. ராமசாமி, அவருதான். என் குருநாதர் வ. ராமசாமி போலவே கல்யாணமும் செய்தேன். ஆனா, என் குருநாதரோட குருநாதர் பாரதியாருக்குத் திராவிட கட்சி மொளவிட அரம்பிச்சது அன்னைக்குப் பிடிக்கல்ல. என் கொள்கை வேற. அந்த மாதிரி கட்சிக்குள்ள இருக்கணும் பிராமணாள்ங்கிறது என்கொள்கை. பிராமணாள் சுதந்திரத்தோட அடங்கிவிடக் கூடாது. புதிய பிராமணன் ஆகணும். நான் சாகிற வர இந்தத் திராவிடக் கட்சியிலதான் இருக்கப்போறன். பொன்வண்ணன் சீக்ரட்டா அவ்வப்பொ கேட்பான் என் ஆலோசனையை... ஒனக்குத் தெரியுமோ என்னவோ, அவனுக்கு என் மேல தனி மதிப்பு.”

அரங்கநாதன் தன் கணவன் பற்றிச் சொன்னது அவளுக்கு நம்ப முடியாததாக இருந்தது. ஜோசப்பைக் கொலை செய்யத் தூண்டிய மனிதனுக்கும் அரங்கநாதனுக்கும் என்ன உறவு இருக்க முடியும் என்று நினைத்தாள்.

“நான் என்ன சொல்லுவன் தெரியுமோ, ஒன் புருஷன் கிட்ட. ஒன் மாமனக் கேளு. அந்த மனிசன்கிட்ட படிச்ச அரசியல்தான் எங்களது என்று.”

“ஆமா மாமா. அப்பொல்லாம் அப்பா ஆக்டிவ்வா இருந்தப்ப நீங்க அடிக்கடி தேசிய அரசியல்ல அப்பா இருந்தாலும் பொருட்படுத்தாம வருவீங்களே” என்றாள் மலர்க்கொடி.

“என்னை என் திராவிட கட்சியில இருக்கிறவா கிண்டல் பண்ணுவா. பிராமணன் அதனால தேசியக் கட்சியில குருவையும், திராவிட கட்சியில தொண்டனையும் வச்சிருக்கான்னு.”

கலகல என்று சிரித்தார் வயதான அரங்கநாதன்.

மலர்க்கொடி அப்போது எல்லாம் அரங்கநாதன் வீட்டுக்குப் போயிருக்கிறாள். வயலில் வேலை செய்யும் மாதிரியான கறுப்பு நிறமான ஒரு மாமி வீட்டுக்குள் இருப்பாள். ஆனா அந்த அம்மா அதிகம் மாமாவிடம் வந்து போகிறவர்களோடு

பழகாமல் இருப்பாள். ஒரு நாள் தன்னைக் கூப்பிட்டு, "இது என் சம்சாரம் வெளியில வரமாட்டேங்கிறா. பிடிச்சிழுத்துண்டு வந்து பேசு' என்றார் அரங்கநாதன் மாமா. பின்னால்தான் தெரிந்தது. அரங்கநாதன் கர்நாடகாவில் கோலாரில் தொழிலாளர் யூனியனில் வேலை செய்து கொண்டிருந்தபோது ஒரு ஹரிஜனைத் திருமணம் புரிந்தார் என்கிற செய்தி. பிறகு, தான் பார்த்த சில வருடங்களில் ஏதோ நோயில் அந்த அம்மாள் மரணமடைந்த செய்தி கேள்விப்பட்டதை நினைத்துக் கொண்டாள் மலர்க்கொடி.

அகம்

இயல் - 13

சந்தோஷம் மிகவும் சோர்வாக அறைக்கு வந்து உடனே தரையில் படுக்கையை விரித்தான். எப்படியோ பாலர் இல்லத்தைக் கண்காணிப்பவர்களைச் சமாளித்து அவ்வப்போது வருவதும் வராததுமாய் இருந்த சந்தோஷத்துக்கு வின்சென்ட் உதவி செய்தான். அதிகமாய்ப் பணம் புரளும் பின்னணியிலிருந்து வராவிட்டாலும் சந்தோஷம் தலையைச் சொறியும்போதெல்லாம் கையில் இருந்த ஒரு ரூபாயையோ இரண்டு ரூபாயையோ கொடுத்துவந்தான் வின்சென்ட். கல்லூரிக்குப் போகிறானோ வேறு எங்குப் போகிறானோ என்றும் வின்சென்டுக்குத் தெரியவில்லை.

சட்டை அழுக்காக இருந்தது. இன்று கல்லூரிக்குப் போயிருக்க மாட்டான் என்று தோன்றியது.

"என்ன சந்தோஷம்? சாப்பாட்டுக்கு வந்தியா?"

"பிந்தி வந்தேன். காலைலயிருந்தே சாப்பாடு இல்ல. ஓடிப்போய் சமையலறையில் சாப்பாடு கேட்டேன். சமையல்காரர்கள் எல்லாம் சாப்பிட ஆரம்பிச்சிட்டாங்க. பானைகள கழுவி வச்சிருந்தாங்க. பிந்திப் போச்சுது. பசிக்குதுன்னு இரக்கப்பட்டுச் சமையல் செய்ற நம்ம ஹாஸ்டல் பாட்டி சாப்பாடு குடுத்தாங்க" என்றான்.

ஏதோ இவனுக்கும் பிரச்சினைகள் என்பதைப் புரிந்த வின்சென்ட், "என்னாச்சு? ஒரு மாதிரி இருக்கே?" என்று கேட்டான். முகத்தைச் சோகமாக வைத்துக்கொண்டு வின்சென்டை ஒரு பார்வை பார்த்தான் சந்தோஷம்.

“ஒன்கிட்ட சொல்லியிருக்கேன் இல்ல. இரகசியமா வச்சிக்க. அந்த ஊர்ப்பிரச்சினைதான். பெரிய, ஜாதிக் கலவரமா ஆகிட்டு வருது. அவ்வப்போ மேல் சாதிக்காரனுக, எங்க ஜாதிக்காரங்க குடிசையை எரிக்கறதும், ஆளுகள அடிக்கிறதும்… போலீஸ் வரை போயாச்சு. என்னையும் தேவையில்லாம இந்தப் பிரச்சினையில இழுக்கிறானுக. போலீஸ் தெரியும்ல. மேல் சாதிக்காரங்க பக்கமா இருக்கு. இப்பொ எங்க சாதிக்காரங்களுக்கு கம்ப்ளெயிண்ட் குடுக்கிற அளவு தைரியம் வந்திருக்கு. ஆனா போலீஸ் நடுநிலையா இல்ல. எங்க கிராமத்தில கடைகள்ள கீழ்சாதிக்குன்னு தனித்தனி கிளாஸ் முதலில் இருக்கல்ல. இப்ப மேல்சாதிக்கார படிச்ச பசங்க, மற்ற ஊர்கள்ல இருக்கு, இங்கேயும் இருக்கணும்னு கொண்டுவராங்க. நான்தான் எங்க கிராமத்தில முதல்ல படிச்சவன். இப்ப வேற சில குடும்பங்களிலயும் படிக்க வைக்கிறாங்க. அதுல மதுரயில படிக்கிற ஒரு பையன் இருக்கிறான். ஆஜானுபாகுவா இருப்பான். இங்க இல்லாத தனி கிளாஸ் பழக்கத்த இந்த ஊர்ல கொண்டுவர்றது தப்புன்னு அந்தக் கடைக்குள்ள போயி கப்புகள எடுத்து வீசியிருக்கான். இதனால் படிச்ச மேல்சாதிக்காரங்களுக்கும் படிச்ச தாழ்த்தப்பட்டவங்களுக்கும் மோதல். அந்தக் கிராமம் நரகமா மாறிட்டு வருது.”

கூறியதை நிறுத்தினான் சந்தோஷம். வழக்கமாக ஜோக்கடித்துக் கொண்டு இருக்கும் அவன் இப்போதெல்லாம் எப்போதாவது வந்திருக்கும்போது ஏதும் பேசாமல், கல்லூரிக்குப் போகாத நாட்களுக்குள்ள பாடங்களின் நோட்ஸை யாரிடமிருந்தாவது வாங்கி இரவு பூரா விழித்திருந்து எழுதுவான். அல்லது மூடிப் படுத்திருப்பான். சரி, ஏதோ பிரச்சினை என்று நினைத்தான் வின்சென்ட். அதிகமாக அவனிடம் பேச்சுக் கொடுத்தாலும் ஏதும் பேசுவதில்லை. எதையும் பேசாதவனிடம் என்ன பேசுவது என்று வின்சென்டும் கண்டுகொள்ளாமல் இருந்தான்.

மறுநாள் காலையில் சந்தோஷம் படுத்திருந்த இடம் காலியாக இருந்தது. சரி நாளைக்கோ நாளை மறுநாளோ அழுக்குச் சட்டையுடன் சோர்வாக வந்து சேர்ந்து இரவு பூரா கல்லூரிப் பாடங்களை எழுதுவான் என்று நினைத்து அப்புறம் தன் பிரச்சினைகளில் மூழ்கியவனாய் சந்தோஷத்தைப் பற்றி முற்றிலும் மறந்துபோனான்.

எதிர்பார்த்ததற்கு மாறாக அன்று இரவு அறையில் காணப்பட்டான் சந்தோஷம்.

"ஒனக்கு ரொம்ப படிக்க வேண்டியிருக்கிறதா?" என்று பீடிகை போட்டான் வின்செண்டிடம்.

"சொல்லு சந்தோஷம். என்ன பிரச்சினை?"

"ஒனக்குத்தான் தெரியுமே, நான் ரொம்ப மாணவர்களோடு பழக மாட்டேன் என்பது."

"என்ன அதுக்கு?"

"ஏன் பழக முடியல்லேன்னா, எங்க சாதி."

"நான் என்னைக்காவது ஒன்ன வித்தியாசமா நடத்திருக்கனா?"

"சொல்லு வின்சென்ட்! எங்க பசங்களுக்குக் காதலிக்கக் கூடாதா? நியாயத்தக் கேக்கேன்..."

நிமிர்ந்து அமர்ந்து கொண்டான் வின்சென்ட்.

"என்ன பிரச்சினை சொல்லு!"

சற்று யோசித்துவிட்டு சந்தோஷம் பேப்பர்களை அவனது மேசைமீது தட்டி அடுக்கி வைத்தான். பேனாவை எடுத்துப் புரட்டிப் புரட்டிப் பார்த்துவிட்டு ஒரு மூலையில் புத்தகங்களோடு ஒட்டியபடி வைத்தான்.

"எப்படி எனக்கும் அந்தப் பெண்ணுக்கும் தொடர்பு வந்ததுன்னு தெரியல்ல. சின்ன வயசிலேயே நானும் அந்தப் பெண்ணும் ஒன்னா படிச்சோம். ஒரே ஸ்கூல்ல, ஒரே வகுப்பில. ஒரு தடவை நாடகம் போட்டாங்க. ஸ்கூல் ஃபைனல் வகுப்பு. நான் ராஜா. அவ ராணி. எப்பவும் நான் வகுப்புல முதலா இருப்பேன் அல்லது அவ இருப்பா. பிரச்சினை. அவ எங்க ஊர்ல இருக்கிற மேல்சாதித் தெருவச் சேர்ந்தவ. வசதியான குடும்பத்த சேர்ந்த பொண்ணு... சரி. அந்த நாடக விஷயத்த சொல்றேன் கேளு. அவ வீட்டில இருந்து நான் ராஜாவா நடிக்கக்கூடாதுன்னு ஆசிரியர்கிட்ட கம்ப்ளெயிண்ட் போச்சு. அந்த டைம்ல இருந்த, அந்த நாடகத்துக்கு ஏற்பாடு செய்த ஆசிரியர் கம்யுனிஸ்டுகாரர். அவரு ஹெட்மாஸ்டர் கிட்ட போயி அந்தப் பையன் ராஜாவா நடிச்சால்தான் நாடகம். மற்றபடி

நாடகம் இல்லன்னு கண்டிஷனா சொல்லிட்டாரு. ஒருவேள அந்தக் கம்யுனிஸ்ட் ஆசிரியரும் எங்க சாதியோ என்னமோ? சரி நாடகம் நடக்கிறதுக்கு முந்தின நாள் அவ அண்ணன் எங்க சேரி பக்கம் சைக்கிள்ள வந்து தூரத்தில் நின்னு, என் அப்பன் பெயரச் சொல்லி அந்த விளக்கில்லாத இருட்டில் நின்னு கூப்பிட்டான். 'அய்யா...'ன்னு இடுப்பில துண்ட கட்டிட்டு எங்க அப்பன் போனாரு. 'நீங்க சொல்லி அனுப்பினா வரமாட்டேனா. என்ன விசயம்'னாரு. அவ அண்ணன், 'நாடகத்தில் நடிக்கும்போ ஒங்க மகன் என் தங்கச்சி மேல தொடப்பிடாது'ன்னு சொல்லிட்டுப் போய்விட்டான்.

எப்பிடித் தொடாம நடிக்கிறதுன்னு நினைச்சிக்கிட்ட நான் ஸ்கூலுக்குப் போனேன். அன்றைக்கு ஃபைனல் ரிகர்சல். கம்யுனிஸ்ட் சார் ஏதோ வேலயா வரல்ல. இன்னொரு பொம்பள டீச்சருகிட்ட பொறுப்ப கொடுத்திருந்தாரு. அங்க நடந்த கூத்த கேளு. என்னோட ராணியா நடிக்கிற பெண்ணோட அண்ணன் அங்க வந்துட்டான்.

சேரிப்பசங்க தான் கிடைச்சாங்களா எங்க சாதி பெண்களோட ராஜாவா நடிக்கிறதுக்குன்னு கத்தினான்.

'தம்பி ஸ்கூல் இது. சாதியில்லன்னு சொல்லிக் கொடுக்கிற எடம். அந்தப் பையன் என்ன சாதின்னு எனக்குத் தெரியாது. நாடகத்துக்குப் பொறுப்பு வகிக்கிற ஆசிரியர் வராததால நான் வந்திருக்கிறேன். ஏதாச்சும் இருந்தா அந்த ஆசிரியரு இருக்கும்போது சொல்லு'ன்னாங்க அந்தப் பொம்பள டீச்சர்.

'அதெல்லாம் எங்களுக்குத் தெரியாது. அவன் எங்க வீட்டுப் பொண்ணு மேல கை வைக்கப்பிடாது. எச்சரிக்கை'ன்னு சொல்லிட்டுப் போய்விட்டான், அந்தப் பெண்ணோட அண்ணன். தைரியமானவங்க போல இருந்தாலும் அந்த டீச்சர் பயந்துட்டாங்க. 'சந்தோஷம் கையை இப்பிடி வை அப்படி வை'ன்னு அவள் தோளில் நான் கை வைப்பதைத் தவிர்த்தாங்க. இப்படி இப்படிப் பல திருத்தங்கள் செய்தாங்க. ஒரு காட்சியில நான் அந்தப் பொண்ணு கையைப் பிடிச்சு சுத்திக்கிட்டு வரணும். அந்தப் பயந்து போன டீச்சர் கையைப் பிடிக்கிறதுக்குப் பதிலா அவ தோளில் போட்டிருக்கிற ஆடையைப் பிடின்னாங்க. சரின்னேன். கடைசியா சரி, நாடகம் நடக்க ஆரம்பித்தது. முன் வரிசையில் வேற அந்தப் பெண்ணோட அண்ணன்.

எனக்கு அவன் கொடுத்துவிட்டுப் போன எச்சரிக்கை ஞாபகம் வந்தது. உள்ளே நின்று கண்ணை உருட்டி முறைக்கிற ஆசிரியருக்கு, அந்தப் பெண் டீச்சர் அவன் வந்துபோனதைச் சொல்லவில்லை போலிருக்கு. கையைப் பிடி என்று சைகை காட்டுகிறார். நாடகம் நடத்திய ஒரு மணி நேரமும் ரொம்பவும் கஷ்டப்பட்டுட்டேன்டா.''

சந்தோஷம் நிறுத்தினான்.

வின்சென்ட்டுக்குச் சிரிக்கவா அழவா என்று புரியவில்லை.

சந்தோஷம் நல்ல மூடில் இருந்தான்.

"கேளு, கையப் புடிக்கிற சீனப்பத்தி. முறைத்துக்கொண்டு ஓரமாய் நிற்கிற ஆசிரியரிடம் ஓடிப் போய், கையைப் புடிச்சா அவ அண்ணன் அடிப்பானாம் சார் என்று சொல்லமுடியவில்லை. அன்று வந்திருந்த பெண் டீச்சர் எல்லாம் சொல்லியிருப்பார். என் சக நடிகையின் அண்ணனின் சாதிவெறி பற்றி என்று நம்பி, நான் கையைப் பிடிப்பதற்குப் பதிலாய் ராணியின் தோளில் போட்டிருந்த சரிகையுடன் பார்ப்பதற்கு அழகாய் பின்னிக்கொண்டிருந்த ஆடையைப் பிடித்தேன். என்ன நடந்ததோ, அந்த ஜரிகை ஆடையோடு அப்பெண்ணின் தலையிலிருந்த கீரிடமும் கீழே படார் என்று விழ, மேடையில் கண்களில் தீப்பொறி பறக்க முறைத்தபடி நின்று கொண்டிருந்த ஆசிரியரைப் பார்க்கிறேன். பாய்ந்து வந்து என்னை விழுங்காத குறையாகப் பார்க்கிறார்.

பேச்சை நிறுத்திவிட்டு மேசையின் இரண்டு பக்கங்களையும் பிடித்துக்கொண்டு நிற்கிற சந்தோஷம், தமாஷ் செய்கிறானா, உள்ளே இருந்து காலம்காலமாக வேகிற வேதனையைப் புதுமுறையில் வெளிப்படுத்துகிறானா என்பது புரியாமல் விழித்தபடி அவனையே பார்த்தபடி அமர்ந்திருக்கிறான் வின்சென்ட் ராஜா.

"இந்த மாதிரி யாரும் உன்கிட்ட பேசனது இல்ல. இல்லியா வின்சென்ட்?''

சந்தோஷம் புதுமாதிரியான மனிதனாய்த் தெரிகிறான். தன்னோடு படிக்கும் பிற மாணவர்களைப்போல் இல்லை, தாழ்த்தப்பட்ட வகுப்பிலிருந்து வரும் இவர்கள். ஓரிருவர் இவர்களுடன்

தோழமையுடன் சேர்ந்து நடக்கும்போது பிற சாதி மாணவர்கள் ரகசியமாய்க் கிண்டல்செய்வது கேட்டிருக்கிறான் வின்செண்ட். தொடர்ந்தான் சந்தோஷம். அவன் முகத்தில் கேலியா அழுகையா என்று பிரித்தறிய முடியாத ஒரு பாவம்.

“நாடகம் முடிந்து அறைக்குள் நான் போனதும் அந்தக் கம்யுனிஸ்ட் ஆசிரியர் என்னை அழைத்து, பயந்தபடி நின்ற அந்தப் பெண்ணின் முன்னிலையில் என்னைப் பிடித்து உலுக்கிக் கொண்டு கேட்டார்.

‘ஏண்டா நாடகத்தைக் கெடுத்த? எத்தனை நாள் கஷ்டப்பட்டு ஒரு நாடகத்துக்காக உயிர விட்டேன்?’ ஆசிரியர் கையை ஓங்கும்போதுதான் அது நடந்தது.

பயந்தபடியே அந்தப் பெண் ஓடி வந்து ஆசிரியர் முன்பு நின்று இரு கைகளையும் கூப்பிச் சொன்னாள். ‘சார் அவன் கீழ்ச்சாதியாம். என்னெத் தொடப்படாதுன்னு எங்க அண்ணன் எச்சரிக்கை செய்து முதல் வரிசையில வந்து உட்காந்துகிட்டு இருந்தான் சார்...’

‘நாடகம் தானெ...’

ஏதோ சொல்ல வாயெடுத்த அந்த ஆசிரியரின் கை கீழே தாழ்ந்தது. அந்தப் பெண்ணின் கண்ணைப் பார்த்தேன். ஓர் உயிர் தெரிஞ்சது... அப்புறம் என்னென்னவோ ஆச்சு வின்செண்ட். நானும் அவளும் இதே ஊரில் படிக்க வந்திருக்கக்கூடாது. என் தொடர்பைத் தெரிஞ்சா இந்தப் பெண்ணை நாளை யாரும் கட்டிக்க மாட்டாங்கன்னு அவங்க சாதியில இருந்த வேற ஒரு ஏழைப் பெண்ணுக்கு நான் காதல் கடிதம் எழுதினதா ஜோடிச்சு, இருண்ட கிராமத்தில், அப்பப்பொ விளக்கு வெளிச்சத்துக்கு, ஏழை ஹரிஜனங்க குடிசைகளயும் அவங்களோட நாத்தம் பிடிச்ச பாய்களையும், துணிமணிகளையும் எரிச்சிக்கிட்டிருக்காங்க... பெரிய சாதிக்காரங்க” என்று சாதாரணமாக ஹாஸ்யம், சோகம், காதல், வீரம் என்று எல்லா காவிய ரசங்களும் கொண்ட ஒரு குட்டிக்கதையைச் சொல்லிவிட்டு, “தூங்குவோம் வின்செண்ட்...” என்றான் சந்தோஷம். இதுவரை தனக்குத் தெரிந்த சந்தோஷம், பொறுப்பில்லாமல் வகுப்புக்கு வராமல் பின்பக்க ஹாஸ்டல்வழி தந்திரமாய் வந்து, ஹாஸ்டல் பொறுப்பைக் கவனிக்கும் அந்த வயதானவரை ஏமாற்றி சாப்பாட்டை முடிந்த அளவு இழக்காமல் இருக்கும் சந்தோஷம். திடீரென்று அந்தச் சந்தோஷம் வேறொரு

மனிதனாய் மாறித் தோற்றம் தந்ததும் அதிர்ந்துபோனான் வின்செண்ட்.

சந்தோஷத்தின்மீது பெரிய ஒரு மதிப்பும், சொல்லமுடியாத பாசமும் ஏற்பட்டது. எவ்வளவு அசாதாரணமான இளைஞன் இவன் என்று பட்டது. ஏதோ ஒன்று இவன்பால் தன்னை ஈர்க்கிறதென்று எண்ணிய வின்செண்ட் தன் மனதைத் திறந்து பேச நினைத்தான்.

“சந்தோஷம்...” என்றான் வின்செண்ட். “முன்பு ஒரு தடவ ஒன் காதல பத்தி பொய் சொன்ன. உன் காதலால்தான் பிரச்சனைன்னு உண்மையை இன்று சொல்ற.” சந்தோஷத்திற்கு வின்செண்டின் பேச்சு புதிய முறையில் கேட்டதுபோல் வியப்போடு வின்செண்டைப் பார்த்தான்.

“கேளு சந்தோஷம். என் உண்மைக் கதயயும் கேளு. உன் சாதிக் கதய எவ்வளவு தூரம் என் மேல நம்பிக்க வச்சிருந்தா சொல்லுவ. நானும் எனக்குப் பின்னால இருக்கிற கதய ஒன்கிட்ட சொல்லியிருக்கணும்னு தோணுது. நான் யாருகிட்டயும் இதுவர சொன்னது கிடையாது. சொல்லக்கூடாதுண்ணு இல்லெ. எப்படிச் சொல்வதுன்னு தெரியாததால தான் சொன்னதில்ல. ஏன்னா என் உணர்வுகள் எல்லாம் யாராலயும் புரிஞ்சிக்க முடியும்னு தோணினதில்ல...” என்று சந்தோஷத்தைப் பார்த்து இப்படிக் கேட்டான்.

“சந்தோஷம், ஒனக்கு அம்மா இருக்காங்களா?”

“ஆமா... அவ குடுத்த பிறப்புத்தான் என் சாதிய தீர்மானிச்சது. பிறப்பில இருந்து தப்ப முடியாது...” இப்படிக் கூறி வின்செண்டைப் பார்த்த சந்தோஷம், மீண்டும் தனது மேசைமீது கிடந்த பேனாவை எடுத்து வலது கை பெருவிரலுக்கும் ஆட்காட்டி விரலுக்கும் நடுவில் பிடித்து மூடியபடி எழுதுவதுபோல் எதையோ கிறுக்கும் பாவனையில் அங்குமிங்கும் அசைத்தபடி இருந்தான்.

அப்போது ஏதோ சொல்ல வருகிறான் என்று உணரும்விதமாக மௌனம் வின்செண்ட் முகத்திலும் கைகளின் அசைவிலும் கண்களிலும் தெரிந்ததை உணர்ந்த சந்தோஷம், அவன் என்ன சொல்ல வருகிறான் என்று எதிர்பார்த்துக் காத்திருந்தான்.

அப்படி இருப்பது அவனது உள்ளே தற்சமயம் வியாபிக்கும் உணர்வுக்குக்கூட பொருத்தமானதாக இருந்தது.

“தனியா ராத்திரிகள்ள திடீரென்று எழும்புவேன். யாரையோ அழைக்கணும்போல ஒரு வெறி வரும். எல்லா இடத்திலயும் பாப்பேன். நான் அழைக்க இத்தனை காலமா நினைச்ச அந்தச் சொல் மறந்துபோச்சுன்னு அப்பொதான் ஞாபகம் வரும்... போய் ஒறங்கிடுவேன். மறுநாள் காலைல சகஜமாயிருவேன்...

இப்படி அப்பப்பொ எழும்புவேன். தூங்கிக்கிட்டிருந்தாலும் எழும்புவேன். முழிச்சிக்கிட்டிருந்தாலும் எழும்புவேன்... தேடீட்டு இருக்கேன்... ரொம்ப தனியா நடந்துகிட்டு இருப்பேன்... என்னெ கையைப் புடிச்சு சின்ன வயதில எல்லா இடத்துக்கும் ‘ராஜா ராஜா’ன்னு அன்பா அழைச்ச அந்த நபர் என்ன திடீரென்று ஒரு நாள் விழா ஒன்றின்போது, நான் கலர் கலரான பலூன்களையும், வர்ண விளக்குகளையும் விதம்விதமான தின்பண்டங்களையும் பார்த்துக்கொண்டு நின்றபோது மெதுவா கைப்பிடியை நழுவ விட்டுவிட்டு மறைஞ்சு போயிட்டாங்க... கொஞ்சம் அஜாக்கிரதையா இருந்துட்டேன்போல இருக்கு. அன்றிலிருந்து நான் எந்த நஷ்டத்தையும் எதிர்பார்த்துக்கொண்டே வாழணும்னு எனக்குள்ள ஒரு உறுதியை ஏற்படுத்திக்கிட்டேன்... ஒங்களுக்கு ஒரு வீடு இருக்கு. இல்லையா? அந்த வீட்டில காலையில் போனாலும் சாயந்திரம்போனாலும் உங்களுக்கு ஆளுங்க இருக்காங்க. ஒங்களுக்கு வீடு இருந்தாலும் ஒரு துக்கம் பிறப்போட சேர்ந்தது. எனக்கு... ஆனா... தெரியல்ல. இது என்ன துக்கம்னு... எனக்கும் ஓர் துக்கம்.”

நிறுத்திய வின்சென்ட் திடீரென்று பார்வை நின்றுவிட்டதுபோல பேந்தபேந்த முழித்துக்கொண்டே சந்தோஷத்தின் முகத்திலிருந்து பார்வையை எடுக்காமல் பார்த்துக் கொண்டேயிருந்தான்.

சந்தோஷத்திற்கு வின்சென்ட் ஒரு விநோத உணர்வில் கிடந்து வாழ்பவன்போல் தெரிந்தான்.

“ஏதோ சொல்ல வர்ற... முடியமாட்டேங்குது... நிறுத்தற... அப்படீன்னு எனக்குத் தோணுது. சொல்ல விரும்பாவிட்டால் வேண்டாம்...” என்றான் சந்தோஷம்.

“தப்பா எடுத்துக்கிட்டெ. மன்னிச்சுக்க... நான் ரொம்பவும் சொல்லிட்டேன்னு எனக்குத் தோணுது. உனக்குத் தோணுது நான் மறைக்கிறேன்னு. நான் இப்படிஇப்படி எல்லாத்தயும் சொல்லீட்டேன்னு தோணும்போ, கேட்கிறவங்க நான் மறைக்கிறேம்பாங்க. அப்புறம் வியர்த்தம்ங்கிற ஓர் உணர்வு வந்துரும் என்கிட்ட... அதனால் எந்தப் பேச்சும் வியர்த்தமா எனக்குத் தோன்ற ஆரம்பித்துவிடும். தமாஷ் போல இருக்கு இல்லையா சந்தோஷம்? உன் கத எனக்குள்ள காலம் காலமா மறைஞ்சு கிடந்த என் உளறல வெளியே கொண்டாந்துருக்கு. ஏதோ ஒரு விடுதலை உணர்வு கிடைச்சிருக்கு... ரொம்ப நாளா முடியாது இருந்த ஒரு மனோநிலைல கிடந்து தவிச்சேன். இனி முடியும்னு எனக்கு ஒரு நம்பிக்க இப்பொ வந்திருக்கு. அதுக்கு உங் கத எனக்கு உதவியிருக்கு. சரி... காலத்த வீணடிக்கிறேன். லைட்டை அணைக்கட்டுமா?”

எழுந்தான் வின்சென்ட்.

சந்தோஷம் வின்சென்டைப் பார்த்துச் சிரித்தான். உன்னை எனக்குத் தெரியுமே என்பது போல் இருந்தது அந்தச் சிரிப்பு.

சற்று நேரத்தில் பரவிய ஒரு பெரும் இருளில் இருவரும் தூங்க ஆரம்பித்துவிட்டார்கள். வின்சென்டுக்கு ஒரு கனவு வந்தது. இருளில் நீர் பாய்வதும் வின்சென்ட் எதிர்நீச்சலடிப்பது போலவும் கனவு வந்தது.

• • •

கிருபாநிதியை வீட்டிலிருந்து அழைக்கிறார்கள் என்று ஓர் ஆள் மூலம் செய்தி கிடைக்க எதற்குத் தன்னை அழைக்கிறார்கள் என்று சிந்தித்தபடி அவன் ஊருக்குப் புறப்பட்டான். ஊருக்குச் செல்லும் முன் வின்சென்டை அழைத்து, “ஏனோ என்னை ஊருக்கு அழைக்கிறார்கள், போய் வருகிறேன்” என்றான்.

உடனே வின்சென்ட் கேட்டான், “எப்போது போகிற?”

“மாலை, ஏன்?”

“உன் அறைக்கு வந்துவிடுகிறேன்” என்றான் வின்சென்ட். தோளில் ஒரு நீல வர்ணத்திலான ரெக்ஸின் பேக்குடன் அறையில் தயாராய் நின்ற கிருபாநிதியை மாலை 4.15 க்கு வின்சென்ட்

சந்தித்தான். பின்பு நண்பர்கள் இருவரும் பேசிக்கொண்டே பக்கத்து பஸ் ஸ்டாண்ட் வரை நடந்தார்கள்.

“எதுக்கா இருக்கும்டா?”

“தெரியல்ல வின்செண்ட்.”

“ஒன் லவ் விவகாரம் பற்றி யாராவது சொல்வதற்கு வாய்ப்பு உண்டா?” நண்பன் என்ற முறையில் முன்கூட்டியே சில விஷயங்களை யோசிப்பது நல்லது என்பது வின்செண்டின் ஆலோசனைக்கிரமம். பெரும்பாலும் கிருபாநிதி அப்படி அல்ல. ஒன்று சம்பவித்த பிறகு அதனை எப்படி எதிர்கொள்வது என்று சிந்திக்கிற மூளை அமைப்பு அவனுடையது.

சிரித்தான் கிருபாநிதி. முன்புபோல் கோமாளி வேலைகள், நகைச்சுவை போன்றன அவ்வளவாக இல்லாவிட்டாலும் பிறவிக் குணத்தை மாற்றமுடியாது என்பதுபோல் தமாஷ் செய்ய ஆரம்பித்தான். வெட்டு ஒன்று துண்டு இரண்டாகப் பேசுவது அவன் வழக்கம். தன் தலை முடியில் ஒன்றைப் பிடித்துத் தூக்கிக் காட்டிக்கொண்டு அதனைப் பிடுங்குவதுபோல் பாவனை செய்தபடி, “அம்மாகிட்ட நீங்க யாரும் வேண்டாம். என் பங்கைக் குடுங்கன்னு சொல்வேன்” என்று, அவனுக்கு ஹெலனுடனான எதிர்கால வாழ்க்கைதான் முக்கியம் என்பதுபோல் சொன்னான். அவனது குடும்பத்தை உதறிவிட்டு அவர்களிடம் தனது சொத்தைக் கேட்டுப் பிரித்துவிட்டுத் தான் தனியா அவளைத் திருமணம் செய்துகொண்டு வாழ்வதாய் அர்த்தப்படுத்துகிறான் என்பதை நன்கு உணர்ந்தான் வின்செண்ட். கிருபாநிதி யோசித்துத் தீர்வு காணவேண்டிய சில பிரச்சினைகள் இருக்கின்றன என்பதை அவனுக்குச் சுட்டிக்காட்டுவது தனது கடமை என்றும் அவன் நினைத்தான்.

தலையைத் தொங்கப் போட்டபடி நண்பன் சொல்வதையும் நடித்துக் காட்டுவதையும் பார்த்துக்கொண்டு அவனுடன் நடந்து வந்துகொண்டிருந்த வின்செண்ட் யோசித்தபடி கீழ் ஸ்தாயியில் சொன்னான்.

“சொல்றது ஈஸி, செய்றது கஷ்டம்.”

தன் நண்பனான வின்சென்ட் எதைச் சுட்டிப் பேசுகிறான் என்பதை ஊகித்தாலும் புரியாதவன்போல் அவன் முகத்தைப் பார்த்தான் கிருபாநிதி.

“பெத்து வளத்த அம்மா அப்பாவை விட்டு வர்றது கஷ்டம்.”

“போடா போ. ஹெலனுக்காக எதையும் செய்வண்டா நான். ஒனக்கு என்னப் பத்தி தெரியாது. யாரையும் ‘தூ’ன்னு வீச முடியும்.”

வீறாப்புப் பேசினான் கிருபாநிதி.

“எனக்கு உன்னப் பத்தித் தெரியும் அதனாலதான்” என்றான் வின்சென்ட்.

“நம்பினவள கைவிட்டு விடுவேன்னு நினைக்கிறியா? சொல்லு. வெளிப்படையா சொல்லு. ஒளிக்காம சொல்லு. அப்பிடி நினைக்கிறியா?”

“இல்லை” என்பது போல் தலையை ஆட்டினான் வின்சென்ட். பின்பு சொன்னான்.

“பிரச்சினை வேற. ஹெலன் நல்ல பொண்ணு. அவ ஒரு புரொட்டஸ்டான்ட் மதத்த சார்ந்தவ. இரண்டாவது, அவ என்ன சாதி...” என்று முடிக்கும் முன் கோபப்பட்டான் கிருபாநிதி.

“இந்த சாதியெல்லாம் நம்புறயா? அதக் கொண்டுவராத. மடையன் போலப் பேச வந்துட்ட நீயும்.”

“டேய் அப்படி இல்ல. நாள இதெல்லாம் பிரச்சினையா வரப்பிடாது. ஒன் ஆசை நல்லபடியா நிறைவேறணும்கிற எண்ணத்தில் சொல்றண்டா. ஏன் என் மேல கோபப்படற?”

மிரட்சியுடன் வின்செண்டைப் பார்த்தான் கிருபாநிதி. “நீ எதையும் முன்கூட்டி யோசிக்கிறவன் இல்ல” என்றான் வின்சென்ட். உடனே கிருபாநிதி இப்படிச் சொன்னான்.

“நீ தேவைக்கதிகமா முன்கூட்டி யோசிக்கிறதால நீயே பிரச்சனகள கௌப்புவ போல இருக்கு. அவகிட்ட போய் நீ என்ன சாதின்னு கேட்டுட்டு நிக்காத. ஒடனே அவளும் என்ன இனி பாக்காதன்னு சொல்லீரப்பிடாது. நான் ஒடஞ்சு போயிருவண்டா.”

குழந்தை அழுவதுபோல முகத்தை வைத்தான் கிருபாநிதி.

"ஓ, அப்படி சாதி பத்தின பிரச்சினைய ஒன் அம்மாவோ, அண்ணனோ, அப்பாவோ கேட்காம இருந்தா எனக்கு ஒண்ணும் இல்ல..." என்ற வின்சென்ட் மௌனமாக நடந்து வந்து கொண்டிருந்த கிருபாநிதியின் சிறு குழந்தைபோன்ற பக்குவமற்ற முகத்தைப் பார்த்துப் பரிதாபப்பட்டான். அப்போது அமைதியாகச் சொன்னான் கிருபாநிதி.

"நீ எதையும் முன்கூட்டியே அதிகம் சிந்தித்து ஒரு பிரச்சினைக்கு வரக்கூடிய தடை விடைகள யோசிக்கிறதால பாரு, ஒனக்குக் காந்திமதியோட காதலயே புரிஞ்சிக்க முடியல்ல. அவ உன்ன விரும்பல்லேங்கிற சந்தேகம் அடிக்கடி."

"என் பிரச்சினைய எடுக்காத, இப்ப. ஒவ்வொண்ணா பேசி முடிப்போம். நான் சொல்லட்டா கிருபா."

அவன் தோளில் கைவைத்தான் வின்சென்ட். பின்பு கூறினான்,

"இப்பொ, வீட்டுக்கு அவங்க கூப்பிட்டிருக்கிறதுகூட இந்த உன் காதல் விஷயமா பேசறதுக்குத்தானோ என்னவோன்னு பயப்படற நீ. குழந்தைகள்தான் பயப்படும். நீ வளர்ந்துவிட்ட. உடல் வளர்ந்திருக்கு. காதல் செய்யற அளவு மனது வளர்ந்திருக்கு. பயப்படாம யோசிச்சுப் பாரு."

கிருபாநிதி அமைதியாக எதுவும் பேசாமல் வந்ததால் வின்சென்டே தொடர்ந்தான்.

"சரிடா. அவ மதம் வேற. அது பொருட்டல்லங்கறாங்கன்னு வச்சுக்க. அப்புறம் அவ எந்த சாதின்னு கேட்பாங்களா, கேக்க மாட்டாங்களா?"

முதல் முறையாக எதார்த்த உலகத்துக்கு வந்தது போல் பதில் சொன்னான் கிருபாநிதி.

"டேய் வின்சென்ட். எனக்கு நீயே என்ன சாதின்னு தெரியாதடா" என்று வேறு விஷயத்துக்குத் தாவப்போனான் கிருபாநிதி.

"அது வேற. இப்ப ஒன் பிரச்சினைய முடிப்பம்."

"சரி. கேப்பாங்க."

“அப்ப என்ன சொல்லப்போற? தெரியாதுன்னா?”

“அப்பொ அவகிட்ட ஒன் ஆலோசனைப்படி நேரா போறன். நீ என்ன சாதின்னு கேட்கவா?”

மீண்டும் கோபப்பட்டு நண்பனின் கையைத் தன் தோளில் இருந்து எடுத்துவிட்டான் கிருபாநிதி.

சற்று நேரம் இருவரும் எதுவும் பேசவில்லை. தன் நண்பனின் பக்குவப்படாத மனநிலை படும் அவஸ்தையையும் பயத்தையும் அறிந்த வின்சென்ட், ‘இதுதான் தருணம். அவன் நோய்க்குக் கசப்பான மருந்து கொடுத்து அவனைக் காப்பாற்றுவது என் கடமை’ என்று நினைத்துப் பேச்சைத் தொடர்ந்தான்.

“நல்லா கோபப்படு. என் மேலதான. உனக்கு உரிமை இருக்கு, கோபப்பட. ஆனா நான் பேச வேண்டியத பேசாம விடப் போறதில்ல. ஏன்னா, ஒன் சந்தோஷம் எனக்கு முக்கியம். என் கத எப்படிப் போகும்னு எனக்குத் தெரியாது...”

ஓர் இடைவெளி கொடுத்தான் வின்சென்ட். அப்போது மிருதுவாகத் தன் நண்பனின் தோளைத் தொட்டான் கிருபாநிதி. உடனே வின்சென்ட் சொன்னான்.

“ம்... இன்னும் ஒரு பக்கத்த பத்தித்தான் பேசறேன். இன்னொரு பக்கம் இருக்கு. ஹெலன் குடும்பம். அவ அப்பா அம்மா எப்படிப்பட்டவங்க? சாதி பாப்பாங்களா? மதம் பாப்பாங்களா, ஒன்ன பிடிக்குமா, ஒண்ணும் தெரியாது ஒனக்கு... ஓ... கடவுளே... கல்லூரியில படிச்சாலும் நமக்கு நம் குடும்பம், சமூகம், நம் சொந்தக் காதல், திருமணம் நம் குழந்தைகள் என்கிற நாளையுள்ள நம்ம லைஃப் பற்றியேகூட தெரியாத படிப்பு... பாத்தியா, இந்தப் படிப்பு ஒரு வேலைக்கு உதவலாம். ஆனா நம்மச் சுத்தின ஆசாரங்கள், சாதிகள்? அதனால வரப்போற பிரச்சினைகள் இதப் பத்தின அறிவைத் தரல்ல.”

இப்போது கிருபாநிதியின் முகம் இருண்டது வின்சென்டுக்குத் தெளிவாகத் தெரிந்தது. மௌனமானான் கிருபாநிதி. பின்பு சட்டென்று கேட்டான்.

“இதப்பத்தி எல்லாம் எங்க வீட்டுல கேட்டா நான் என்னடா சொல்ல...?”

உடனே பதில் வந்தது வின்சென்டிடம் இருந்து, "என்னெக் கேட்டா?"

அவன் முகத்தை மிகுந்த கவலையுடன் பார்த்தான் கிருபாநிதி.

"நீ காதல்ங்கிறது சினிமா பாக்கிறது போலன்னு நினைச்சிருக்கிற. எதுவும் யோசிக்காம அதிலயிருந்து கிடைக்கிற போதையை மட்டும் அனுபவிக்க ஆசை, இந்தப் போதை கொஞ்ச நாள்ல போயிடும். அப்புறம் நிஜத்த சந்திக்க வேண்டியிருக்கும்ங்கிறதுகூட யோசிக்கத் தெரியாத குழந்தை" என்றான் வின்சென்ட்.

"என்னடா பண்றது?" என்றான் கிருபாநிதி. தோளில் கிடந்த அதிகம் பளுவில்லாத பையை வேறு ஒரு தோளுக்கு இப்போது மாற்றியபடியே, மிகுந்த ஆலோசனை கொண்டவனாகக் கேட்டான்.

"வின்சென்ட் நீ என்ன நெனக்கிற? இப்படிச் செய்தா என்ன?"

தன் நண்பன் ஏதோ சொல்லவருகிறான் என்பதுபோல் அவன் முகத்தைப் பார்த்தான் வின்சென்ட்.

"இந்தத் தடவை எங்க வீட்டுக்குப் போகாமல் தப்பித்துக் கொண்டு... சற்று நிதானமா இன்னொரு முறை போய்ப் பார்த்துக் கொள்வது. ஏதோ ஒரு காரணத்தை வீட்டினருக்குச் சொல்லி அனுப்பிவிடுவது. என்னடா சொல்ற?"

கிருபாநிதி வின்சென்டின் முகத்துக்கருகே வந்து குனிந்து கேட்டான்.

"சரியா படல்ல அது" என்றான் உடனடியாக, வின்சென்ட்.

"ஏன்" என்றான் கிருபாநிதி.

"நீ தள்ளிப்போட விரும்புற. நேரடியா பிரச்சன வந்தாலும் எதிர்கொள்ளலாம்ங்கிற தைரியசாலியா இல்ல நீ" வின்சென்டின் இந்தக் கூற்று கிருபாநிதியை உடனடியாக உற்சாகமிழக்க வைத்தாலும், வின்சென்ட் தனது ஊர்ப் பயணத்தைத் தவிர்ப்பதை ஆதரிக்கவில்லை என்றறிந்தான் கிருபாநிதி.

கிருபாநிதியின் கால்கள் ஊருக்குப் போக பஸ் ஸ்டாண்டை நோக்கி நிதானமாக முன்னேறின.

• • •

அன்றும் அந்தப் பரிச்சயமான கையெழுத்தில் ஒரு கடிதம் பாலர் இல்லத்தின் லெட்டர் போர்டில் ஸ்பிரிங் கம்பிகளுக்கிடையில் செருகப்பட்டிருந்தது. உடனே புரிந்துகொண்டான் வின்சென்ட். எடுத்து அவசரமாகப் பிரித்துப் படித்தபடியே அறையை நோக்கிக் கடந்தான்.

'அன்புள்ள மிஸ்டர் வின்சென்ட் ராஜா' என்று அழைத்துத் தொடங்கியிருந்த கடிதம். ஊர் போய் வந்த தகவலைக் கூறி, 'உங்களிடம் ஊர் செய்திகளைச் சொல்ல விரும்புகிறேன். வர இயலுமா?' என்றிருந்தது. நல்ல காலமாக மறுநாள் ஏதோ ஒரு பொது விடுமுறையாதலால் மதியத்துக்குமேல் முழுவதும் விடுதியிலிருந்து வெளியில் இருக்கும் சுதந்திரம் வின்சென்ட் ஹாஸ்டலில் கொடுத்திருந்தார்கள். அந்த அரை நாளை முழுதும் காந்திமதியுடன் கழிக்கலாம். அதன்மூலம் அவள் மனசின் போக்கைப் புரிந்துகொள்ளலாம் என்று யோசித்து, அவளை அவள் விடுதியில் சந்தித்தான் வின்சென்ட். ஹெலன் ஊருக்குத் தாய் தந்தையரைப் பார்க்கப் போய்விட்டிருந்ததால் தனியாய் காந்திமதியும் வின்சென்டும் முதன்முறையாக விடுதிக்கு அருகிலிருந்து பெரிய பார்க்குக்குள் சேர்ந்தபடி நடந்துசென்றனர். மிகவும் வெயில் இருந்த அன்று பார்க் நல்லபடி பராமரிக்கப் பட்டிருந்த காரணத்தால் மிகவும் குளிர்ச்சியாக இருந்தது. சில மரங்களின் இலைகள் முற்றாக உதிர்ந்திருந்ததால் அந்த இடங்களில் வெயில் பார்க்கிற்கு வெளியே அடித்ததுபோல் அடித்துக் கொண்டிருந்தது. என்றாலும் சில பெரிய மரங்களுக்குக் கீழே அதிகமான நிழல் இருந்தது. ஏற்கனவே ஆங்காங்கே நிழல் இருந்த பெரிய மரங்களின் அடியில் இருந்த புல் மெத்தைகளில் இளம் மற்றும் வயதான ஓரிருவர் ஆணும் பெண்ணுமாகக் காணப்பட்டனர். பெரும்பாலும் ஆண்களும் பெண்களும் சேர்ந்து நடப்பதையோ பேசுவதையோ சந்தேகக்கண் கொண்டுபார்க்கும் அந்த ஊரில், ஓரிருவர் ஆணும் பெண்ணுமாய் அமர்ந்து பேசுவதே அபூர்வ காட்சிதான்.

காந்திமதியின் அக்கா விசயமாக வின்சென்ட்தான் முதலில் பேச்சை ஆரம்பித்தான். குளித்து, நெற்றியில் வெள்ளை விபூதியிட்டு ஒளி பொருந்திய கண்களுடன் மிகவும் வசீகரமாகக் காணப்பட்டாள் காந்திமதி.

"சாரி. நாங்க யாராவது உங்ககூட வந்திருக்கணும். அட்லீஸ்ட் ஹெலனையாவது அனுப்பியிருக்கணும்" என்றான் வின்சென்ட்.

“எதுக்கு... அவளுக்குத் தொந்தரவு? நான் ரொம்ப தைரியமாக இருந்தேன். எங்க வீட்டில எல்லோரும் ரொம்பவும் ஆடிப்போனாங்க. ஒருவேளை நான் அக்காவோட ரொம்ப ஒட்டாம வாழ்ந்ததாலேயோ என்னவோ, என்ன மத்தவங்க அளவு பாதிக்கல்ல. நான் ஹாஸ்டல்களிலேயே ரொம்பவும் காலத்த கழிச்சவ, பாருங்க. இன்னொன்று, அப்பாவுக்கும் அம்மாவுக்கும் ஒரு குற்ற உணர்ச்சியும் இருந்திருக்கு. அப்பா விரும்பாத கலியாணத்த தான் ஊக்கப்படுத்தியதாலதான், பின்னாடி விசாலாட்சி வெறுப்புற்றுக் கணவனோட சண்டை போட்டுத் தற்கொலை செய்திருக்கலாம்னு அம்மா நெனச்சாங்க. அம்மா இப்படி நினைச்சு உள்ள வேதனப்பட்டுட்டிருந்தப்போ, அப்பா அவர மன்னிக்காததாலதான் அக்கா வெறுப்படஞ்சு இப்படிச் செய்திட்டதா மனசுக்குள்ள நினைக்கிறாரோன்னு எனக்கு ஒரு சந்தேகம். ஆனால் வெளியில அத்தான் - அக்கா புருஷன் மேல கேஸ் போடப் போறன். அவன்தான் கொடுமை செய்து அக்காவைத் தற்கொலைக்குத் தள்ளிட்டான்னு கத்துறாரு. அப்பாவுக்குள்ள ஏதோ குமைச்சல் - குழப்பம் இருக்கு போல இருக்கு...” என்று புல் தரையிலிருந்து பச்சைப்பசேல் என்று வளர்ந்திருந்த ஒரு நீண்ட புல்லைக் கையை நீட்டிப் பட்டென்று பறித்து வாயில் வைத்துக் கடித்து இழுத்தபடி யோசனையில் ஆழ்ந்தாள் காந்திமதி.

இன்று எப்படியாவது தனக்கு எந்த ஸ்தானம் கொடுத்து இவள் கடிதம் எழுதுகிறாள் - நட்பு செலுத்துகிறாள் என்று பேசிவிட வேண்டும் என்று ஒரு தீர்மானமாய் வந்தவன், காந்திமதி தன் அப்பாவையும் ஊரில் நடந்த சம்பவங்களையும் கூறுவதைப் பார்த்தபோது லேசாய் அவநம்பிக்கை அடைய ஆரம்பித்தான். அதே சந்தர்ப்பத்தில் அவளது குடும்பம் பற்றி அவள் சொல்லும் விஷயங்கள் காந்திமதியின் உள்ளே ஒளித்தபடி இருக்கும் இன்னொரு நபரை அவனுக்கு அடையாளம் காட்டியதால் குதூகலத்துடன் இன்னொரு முகத்தை அவன் முன் அமர்ந்திருக்கும் அந்தச் சிறு பெண்ணின் முகத்தின்வழி பார்த்துக்கொண்டிருந்தான். அப்போது அவனுக்குக் கோயம்புத்தூரிலிருந்து ரயில் பயணம் செய்தது ஞாபகத்துக்கு வந்தது. அப்பயணத்தின் கடைசியில் பக்கத்தில் அமர்ந்திருந்த பாட்டி காந்திமதியின் முகத்தை நோக்கி தெய்வக்களை தெரிகிறது என்று கூறிவிட்டுப் போனதை ஞாபகப்படுத்திக் கொண்டான் வின்சென்ட்.

தெய்வம் என்பது ஒரு முகத்துக்குள் இன்னொரு முகத்தைக் கொண்டிருப்பதோ என்னவோ என்று யோசித்தான். அவளது அக்காவை வின்சென்ட் பார்த்திருக்காவிட்டாலும் அவளை இன்னொரு காந்திமதி என்று உடனே கற்பனை செய்துகொண்டு ஒருவேளை அவளைத் திருமணம் செய்தவன் அவள் முகத்தில் இன்னொரு முகத்தைப் பார்த்திருக்கலாம். அந்த முகம் யாராக இருந்திருக்கும்? அவளது அப்பாவாக இருந்திருக்கலாம். இப்படியாக யோசனை மேலும் மேலும் வளர்ந்தபோது ஆயாசமாகவும் பயமாகவும் இருந்தது வின்சென்டுக்கு. தன் முகத்தின் மூலம் இவள் தன் மனதில் ஓடும் எண்ணங்களைக் கண்டுகொள்கிறாளோ என்று உஷாரானான்.

"என்ன யோசனை? கேட்கிறீங்களா?"

அவன் கவனத்தை அடுத்து தான் பேசப்போகிற விஷயத்தின் பக்கமாய்த் திருப்ப முயன்றாள் காந்திமதி. அப்போது தூரத்தில் பார்க்குக்குள் நுழைந்த இரு ஆடவர்களை அவள் மேலும் மேலும் பார்த்தாள். இப்படி இவள் எல்லோரையும் பார்த்துப் பயப்படுவதையும் வின்சென்ட் கவனித்திருக்கிறான். ஏதும் சொல்லாமல் அவள் முகத்தைப் பார்த்தான். ஒருக்களித்து அமர்ந்து இரு கால்களைப் புல்தரையில் சாய்வாய்ப் படுக்கப்போட்டு வலது கையை ஊன்றி, உடலையும் ஓரளவு வலது பக்கமாய் சாய்த்தபடி வின்சென்ட் அமர்ந்திருந்தான்.

"அப்பா ஏன் குமைகிறார். குழம்புகிறார்னு பார்த்தா, அக்காவைச் சின்ன வயசிலிருந்தே மிகவும் நேசிச்சது" என்று புல்லைத் தொடர்ந்து கடித்துக்கொண்டிருந்தாள். அவள் கண்களின் கருவிழியைச் சுற்றி வெள்ளை வட்டம் மிகுந்த தெளிவாகவும் உயிரோட்டம் கொண்டதாகவும் அங்கும் இங்கும் அவள் பேச்சுக்குத் தக்கபடி சுழன்றபடியே இருந்தது.

சட்டென்று வின்சென்டைப் பார்த்து ரகசியமாய்க் குரலைத் தாழ்த்தி இப்படிக் கேட்டாள்.

"வின்சென்ட், அன்பா இருக்கிறது தப்பா?"

வின்சென்ட் பதில் சொல்லாமல் அவளைப் பார்த்தான். அவன் பார்வை மூலம் அன்பாக இருக்கிறது எப்படித் தப்பாகும் என்று பதில் சொன்னதாய் நினைத்தாள். அவள் தொடர்ந்தாள். ஒரு சிரிப்புச் சிரித்துவிட்டுச் சொன்னாள்.

“பாத்தீங்களா, எல்லாரும் நல்லவங்க. அப்பா, அம்மா, அக்கா, அத்தான்... இவங்களுக்குள்ள கோபதாபம் இருந்தாலும் ஒருத்தர் இன்னொருத்தர அழிக்கணும்னு நினைக்க மாட்டாங்க. ஆனா என்ன நடந்திருக்கு?”

அவள் கண்களில் கண்ணீர் முட்டியது.

“சீ... இங்க பாருங்க, காந்தி” என்று வாத்சல்யத்தோடு, ஆனால் தன் குரலில் அவள் அனுமதிக்காத உரிமை தென்படக்கூடாது, தான் அப்படி நடந்துகொள்வது அவள் தனக்குத் தரும் இடத்தைப் பாழ்படுத்துவதாகும் என்று எச்சரிக்கையோடு இவன் கூறினான். இவள் எதற்காக அழுகிறாள்? ஒருவேளை தனக்காகவே அழுகிறாளோ? அதாவது தன் வரலாறும் தன் அக்காவின் வரலாற்றோடுதானே பின்னிப் பிணைந்திருக்கும்? தன் இரத்தம்தான் அவளுக்குள்ளும் ஓடியது இவளுக்குத் தெரியாதா? அதனால் அழுகிறாளா? இதே அப்பாதான் இவளையும் ஓடி ஓடி வந்து பார்க்கிறார்! மூலையில் நிற்கும் வாழை மரத்தில் பழம் வந்தால் தன் மகளுக்குப் பிடிக்கும் அது என்று கொண்டுவந்து உச்சிமோந்து கொடுத்துவிட்டுப் போகிறார். இப்படி எல்லாம் தனக்குத் தெரிந்த ஓரிரு தகவல்கள் மூலம் யோசித்தபோது வின்சென்டுக்கு, இவள் தன் அக்காவிற்காக அழவில்லை, இவளுக்காகவே இவள் அழுகிறாள் என்று பட்டது. அப்போது இவள்மீது தனக்கிருக்கும் உரிமைகள் கொஞ்சம் கொஞ்சமாய் குறைந்துவருவது தெளிவாகிக்கொண்டே வந்தது.

“ஸாரி...” என்று பட்டென்று பட்டாம்பூச்சி போன்ற - கண்ணீரால் இன்னும் அதிகம் கவர்ச்சி அடைந்த கண்களைப் ‘பட் பட்’ என அடித்துக்கொண்டு லேசாய் சிரித்தாள். கண்ணீராலும் உணர்ச்சிவசப்பட்டதாலும் குரல் லேசாய்ப் பிசிறியிருந்தது.

“உங்களை அழைத்துச் சொல்லவேண்டும் என்று ஏனோ தோணிச்சு” என்றபோது, தான் நினைப்பது போலன்றி இவள் தன்னிடம் நெருங்க வருகிறாளோ என்று சந்தேகமும் இவனுக்கு எழாமல் இல்லை. அதே நேரம் அதற்காக உன்னைக் காதலிக்கிறேன் என்று அசட்டுப் பிசட்டாய் நினைத்துவிடாதே மடையா என்ற வாசகம் சேர்ந்தே வராதென்று எப்படி நினைப்பது என்றும், இரு பக்கமுமாய் எதிரும் புதிருமாய் நினைத்துக் கொண்டவனைப் பார்த்து வெளிப்படையாய்ப் பெருமூச்சு விட்டாள் அவள்.

“என்ன பெருமூச்சு?” என்றான், அவனும் வெளிப்படையாய். இந்தமாதிரி சந்தர்ப்பங்களிலாவது அவள் மனதை வெளிப்படுத்தும் ஏதோ ஒரு சமிக்ஞை கிடைக்காதா என்கிற நப்பாசைதான்.

மற்ற சந்தர்ப்பங்களைப்போலவே இப்போதும் அவள் பேச்சு வேறு விஷயத்தையே தொட்டுச் சென்றது.

“எனக்கு எங்க அத்தானைச் சந்திக்கணும்னு தோணுது வின்சென்ட். ஆமா ஒரு நாள் சந்திக்கணும்” என்று அமைதியானாள்.

இவளது சிந்தனை போகும் முறை வின்சென்ட்டுக்குப் புரியமுடியாததாக இருந்தது. ஒரு வேளை இவள் தனது அக்காவின் மரணத்தைப் பற்றிய எல்லா மர்மங்களையும் தெரிந்து கொள்வதன் மூலம் தன்னையும் புரிந்துகொள்ள விரும்புகிறாளோ? அதோடு தன் மீது தன் அப்பா காட்டும் அன்பைப் பற்றியும் அறிய ஆசைப்படுகிறாளோ? என்றெல்லாம் இவன் யோசனை போனதைப் பார்த்து, எனக்கு ஏன் இப்படி எல்லாம் சிந்தனை போகிறது என்று தன் மீது ஆச்சரியம் ஏற்பட்டது. அல்லது தான் இவள் மீது வைத்திருக்கிற காதலால்தான் இவள் பேச்சு ஒவ்வொன்றுக்கும் பின்னால் ஒரு காரணத்தைக் கற்பிக்கிறதா என்றும் சந்தேகப்பட்டான் வின்சென்ட்.

“இரகசியமாக வச்சுக்குங்க. சாகிறதற்குச் சில நாட்கள் முந்தி அக்கா வந்தாளாம். வீட்டுல யாரும் இல்லாதப்ப... அம்மா மட்டும் இருந்தாங்களாம். ஓடிப் போய்க் கட்டிப்புடிச்சு... மகளே மகளே எப்படியிருக்கிறண்ணு கண்ணீர் விட்டாங்களாம். ஆனா என்ன சொன்னாளாம் தெரியுமா எங்க அக்கா? மெதுவான குரலில், ‘அப்பாவைப் பாக்கணும் அம்மா’ என்றாளாம். அம்மா சொன்னாங்களாம், ‘அவரு ஒரு நாள்கூட ஒன்னப் பத்தி இந்த வீட்டில பேசலயே. அவரு ஒன்னப் பாப்பாரா?’ என்று அம்மா கேட்டதும், கொஞ்ச நேரம் அப்படியே பாத்துக்கிட்டே நின்ன அக்கா போயிட்டாளாம்.”

நிறுத்தி ஒரு புல்லைக் கடித்துத் துப்பிமுடித்ததும் பக்கத்துப் புல்லைக் கடிப்பது, அதற்கடுத்து அதற்கடுத்த புல் என்று தனக்குத் தெரியாமலே புல் பறித்தபடியே பேசினாள். அந்தளவு தன்னை மறந்த உலகில் அமர்ந்து யோசனையின் சுழியில் விழுந்து தன்

குடும்பத்தில் நடந்த துக்கமான சம்பவத்தின் வழியை மீண்டும் புனர்சிருஷ்டி செய்து பார்த்துக் கொண்டிருந்தாள் காந்திமதி.

அப்போது ஏதோ ஒரு கோணத்தின் வழி மட்டும் இவள் யோசிக்கிறாளோ என்று சந்தேகம் வந்ததால் வின்செண்ட் தனக்கு ஏற்பட்ட எண்ணத்தை இப்படித் தெரிவித்தான்.

“மன்னிக்கணும். நீங்க ஒரு பக்கமா மட்டும் சிந்திக்கிறீங்களோன்னு எனக்கொரு சந்தேகம். அந்த மாதிரி உங்க அக்கா வந்து உங்க அப்பாவைத் தேடியதுகூட உங்க அத்தான் கொடுமைப்படுத்துவதைச் சொல்றதுக்காகக்கூட இருக்குமே. உங்க அப்பாகிட்ட உங்க அத்தான் மோசமாக ஏமாற்றிவிட்டார். அப்பா மீண்டும் ஏத்துக்குங்கண்ணு கேட்கிறதுக்காகக்கூட இருக்குமே.”

உடனே அவனிடம் தானும் அப்படித்தான் முதலில் நினைத்திருந்ததாகவும், அக்காவும் அத்தானும் வேலை பார்த்த ஸ்கூலின் தலைமையாசிரியர் அப்பாவிடம் வந்து அத்தான் நல்லவர் என்று கூறிய விவரத்தையும் சொன்னாள்.

அதற்கும் வின்செண்ட், “தலைமையாசிரியர் உங்கள் அத்தானுக்கு வேண்டியவராக இருக்கலாம்” என்று கூறியபோது குரலைத் தாழ்த்தி, “அம்மாகூட அத்தான் நல்லவர் என்றே அபிப்ராயம் கொண்டிருக்கிறார்” என்ற தகவலையும் கூறி கடைசியில் இப்படிச் சொன்னாள்.

“எதற்கும் நீங்கள் சொல்வதுபோல் எல்லாம் விசாரித்துத் தெரிந்துகொள்ளத்தான் வேண்டும். நானே ஒரு முடிவு எடுத்து அப்பா மீது பழியைப் போடக்கூடாது. அது மகா பாவம். அப்பா என்மீது உயிரையே வைத்திருக்கிறார். அவரைத் தவறான ஒரு மனிதராகச் சித்தரிப்பது எனக்கு ஒருவேளை சுதந்திரம் பெறத் தேவையானதாக இருக்கலாம். ஆனால் அந்தப் பழி அவரைத் தன்னைத்தானே அழித்துவிடும். ஏற்கனவே எங்க அம்மா அந்த வேலையைச் செய்ய ஆரம்பித்திருப்பார்.”

பின்பு வின்சென்டைப் பார்த்தாள்.

வின்சென்ட் அவளது அப்பா பற்றிய குழப்பத்திலிருந்து மாறி இப்போது அவளது அம்மா பற்றியும் குழப்பமடைய ஆரம்பித்தான். இவளது அம்மாவுக்கும் அப்பாவுக்கும் உள்ள

உறவு எத்தகையதாக இருக்குமோ என்று அவனது யோசனை சென்றது.

“நான் உங்க அம்மாவையும் பார்த்ததில்ல. அப்பாவையும் பார்த்ததில்ல.”

அவளது முகத்தில் முக்கியமாய், சூரிய ஒளியில் மின்னிய மூக்கைப் பார்த்துக் கூறினான்.

தரையையே பார்த்தபடி சற்றுநேரம் இருந்தவள் அப்போதுதான் வின்சென்ட் சொன்னதைக் கேட்டவள்போல் பதில் சொன்னாள். பதிலில் ஓர் அசட்டைத் தொனி தென்பட்டது.

“பார்த்து என்ன கண்டுபிடிப்பீங்க? முகத்தில எழுதியா ஒட்டீட்டுத் திரிவாங்க? அவங்க அவங்க குணங்கள் இப்படிப் பட்டதுண்ணு. வாழும்போதுதான் குணம் உள்ளேயிருந்து வந்து வெளிப்படுது. ஆதி மனுஷனுக்குள்ளேயிருந்த காட்டுமிராண்டிக் குணம்தானே நமக்குள்ளயும் கொஞ்சமாவது மிச்சம் இருந்து வெளிப்படும். இல்லையா வின்சென்ட்?”

கடைசி வாக்கியத்தை லேசான நகையுடன் கேட்டுவிட்டு, முகத்தை சீரியஸாக்கி மீண்டும் தரையையும் தூரத்தில் பார்வை போகும் குறியில்லாத பெரும்வெளியையும் பார்த்தாள்.

“உங்க அப்பா அம்மாவைப் பார்த்து அவங்களுக்குள்ள என்ன இருக்கு என்று துப்பறிவதற்கா பார்க்கணும்ங்கிறேன்?” லேசான கோபத் தொனியில் கேட்டான் வின்சென்ட்.

“ஸாரி. நான் அவங்கள இப்படிப் பார்க்க ஆரம்பிச்சிருக்கேன். நீங்களும் அப்படிப் பாக்கணுமா என்ன?”

தன் மனதுக்குள் எதிர்கால மாமன், மாமியாக அவளது தந்தையையும் தாயையும் பார்க்க இவள் ஒப்புவாளா அல்லது இவளது பிரச்சினைதான் என்ன என்ற வினா இவனுக்குள் கோபமாக வெளிப்பட்டது. தான் எதற்காக இவள் அழைத்தவுடன் இந்த இடத்தில் வந்து இவளோடு நேரத்தைக் கடத்திக் கொண்டிருக்கிறேன் என்றும் கேட்டுக்கொண்டான். தனக்கு சந்தோஷமாக இருக்கிறது, இவளுடன் இருப்பதற்கும் பேசுவதற்கும். ஒவ்வொரு ஜீவராசியும் வாழும் காலத்தில் அதிகம் சந்தோஷப்படத்தான் விரும்பும் என்பது உண்மையென்றால், நான் வாழ்வதன் கடமையைச் செய்கிறேன்.

இதில் ஏதும் தப்பில்லை என்று நினைத்துக்கொண்டான். இப்படியெல்லாம் யோசித்தாலும் எதிர்காலத்தில் ஒரு நாள் இருவரும் பிரிவதற்காக என்றால் எதற்காகச் சந்திக்க வேண்டும், பழகவேண்டும் என்றும் அவனுக்குத் தோன்றாமல் இல்லை.

“நான் அக்காவோட புருஷன, என் அத்தான சந்திக்கிறதப் பத்தி என்ன நினைக்கிறீங்க?” என்று திடீரென்று கேட்டாள், அவனது கண்களைக் கூர்மையாய்ப் பார்த்தபடி. அவளது வாய் இதழில் இருந்த ஒரு புல், வீசிய காற்றில் ஆடியபடி இருந்தது.

தயங்கித் தயங்கிச் சொன்னான். தான் சொல்லலாமா வேண்டாமா என்று ஒரு யோசனையும் கூடவே வந்தது. என்றாலும் சொல்லும் உணர்வு அவனை உந்த, சொற்கள் வெளிப்பட்டன.

“அப்பா அம்மாவுக்கு உள்ளே என்ன இருக்குன்னு தெரியாதவங்களுக்கு யாரோ பெத்துத் தனக்குக் கொஞ்சமும் பரிச்சயமில்லாத, தன் அக்காளுடன் மட்டும் கொஞ்ச காலம் வாழ்ந்த ஒருத்தரிடம் உள்ளே என்ன இருக்குன்னு கண்டுபிடிக்க முடியுமா, காந்தி?” என்றான். காந்தி என்று கடைசியாய் சொன்ன முறையில் ஏதோ தன்னையும் தன் வார்த்தைகளையும் மீறிய ஒரு வாத்ஸல்யம் வெளிப்பட்டுவிட்டதோ என்ற ஐயமும் கூடவே வந்ததால் அந்த வாத்ஸல்யம் இந்தப் பெண்ணைத் தொடுகிறதா என்று கூர்ந்து, முகத்தினுள் வியாபிக்கும் உணர்வலைகளைப் பரிசீலித்தான். ஏதும் இவனுக்குக் கண்டுபிடிக்க முடியவில்லை.

ஓர் உணர்வற்ற சிரிப்பு அவளிடமிருந்து வெளிப்பட்டது. “ஆமா... சரிதான். ஆனா எல்லாரும் உள்ளே எப்படி இருப்பாங்கன்னு இன்னொருத்தருக்குத் தெரியாத விதமாவா வாழ்வாங்க? இந்த ஹெலன பாருங்க. அவளுக்கு உள்ளேயும் வெளியேயும் ஒண்ணுதான். கிருபாநிதிகூட அப்படித்தான். உங்க ஃபிரண்ட்” என்றாள்.

ஹெலன் மற்றும் கிருபாநிதி பற்றிய பிரஸ்தாபம் வந்ததும் வின்செண்ட் சிரித்துவிட்டான்.

“ஆமா, கிருபாநிதிக்கும் ஹெலனுக்கும் நாள ஏதாவது பிரச்சினை வருமான்னுகூட தெரியாதபடி இருக்கிறாங்க இல்லியா?” என்றான் சிரித்துக்கொண்டே வின்செண்ட்.

அவளும் சிரித்துவிட்டுச் சொன்னாள்.

“நாளய பத்தி நாம எதுக்கு யோசிக்கணும் என்கிறது அவங்க கொள்கை. நம்ம கையில இல்லாதத பத்தி எதுக்கு யோசிக்கணும்னு சொல்வா ஹெலன். அதனாலதான் சிம்பிளா, எப்பவும் சிரிச்சிக்கிட்டு இருக்கிறா. என்ன பாருங்க. எப்பவும் எதையோ யோசிக்கிறேன். சங்கடப்படுகிறேன்.”

கொஞ்சம் அவளைக் குஷிப்படுத்துவோம் என்று இப்படிக் கூறினான். “அதனாலதான் உங்க கவிதைக்குப் பரிசு கிடைத்தது. யோசிக்கிறதால தான் எழுதுறீங்க.”

“படற கஷ்டத்துக்குக் கூலி இல்லயா” என்று சிரித்தாள் அவளும். அவள் முகம் லேசானவுடன் மீண்டும் பழைய கவர்ச்சி தென்பட்டது. மீண்டும் பேசிக்கொண்டு வந்ததைத் தொடர்ந்தாள்.

“நான் எதிர்காலத்த பத்தியில்லயே யோசிக்கிறது. பழையதயும் நமக்குள்ள இருக்கிற ஆதிவாசி மனிதனையும் பத்தியில்ல பேசறேன்.”

“எதிர்காலத்த பத்தி தெரிஞ்சுக்க, பழைய காலத்துக்குப் போறீங்க போல இருக்கு?” என்றான் அவன்.

“ஓ... சரிதான். ஹெலனைக் கேட்டா சொல்வா, இரண்டும் நம்ம கைல இல்லாததுண்ணு.”

மனம்விட்டுச் சிரித்துவிட்டு அரைத்தாவணியோடு தரையோடு ஒட்டி இருந்த கால்களோடு இறுக்கிக் கிடந்த பாவாடையை விரல்களால் தள்ளி லேசாக இறுக்கம் தளர்த்திவிட்டுக் கால்களை மாற்றி உட்கார்ந்தாள். அப்போது அவளது சிலம்பு அணிந்த கால் பகுதி அவன் பார்வையில் பட்டது.

“என்னென்னவோ பேசறோம்” என்றான். அவள் பதில் சொல்லாமல் அவனை மௌனமாகப் பார்த்து உதடுகளைச் சுருக்கிக் கடித்துவிட்டு இயல்பானாள்.

• • •

அன்று ஊருக்குப் போன கிருபாநிதி வந்துசேர்ந்தான். மிகவும் குஷியாகக் காணப்பட்டான். அவன் வீட்டில் இருந்து அம்மா சாப்பிடுவதற்காகக் கொடுத்து அனுப்பிய பொருட்களைத் தன் அறையில் கொண்டுபோய் வைத்துவிட்டு நேராக வின்சென்ட் ராஜாவின் ஹாஸ்டலுக்கு வந்து சேர்ந்தான்.

"என்னடா கிருபா... முகத்தில ஒரே குஷி?"

"அப்படி ஒன்னும் இல்லையே" என்று மழுப்பினான் கிருபாநிதி.

"சொல்லு, சொல்லுடா. என்ன பேசினாங்க?"

"அவங்க கூப்பிட்டது வேற விஷயமடா. இத பேசறதுக்கில்ல. ஏதோ எங்க சொத்து விஷயமா ஒரு பத்திரத்தில் கையெழுத்துப் போடக் கூப்பிட்டாங்க. எங்க அண்ணன் ஏதோ சொந்த பிசினஸ் ஆரம்பிக்க அது தேவைன்னு கூப்பிட்டாங்க."

"ஒன் அண்ணன் எப்படி?"

"ஓ, கெடக்கிறான் மடையன்" என்றான் கிருபாநிதி தமாஷாக.

"அம்மா."

"ஓ, அம்மா ஒன்னப் பத்தி கேட்டாங்க. கேட்டதா சொல்லச் சொன்னாங்க. ஏதோ ஒனக்கும் சேர்த்துக் கட்டிக்கொடுத்தாங்க, நீ சாப்பிட; மறந்து வைத்துவிட்டேன்" என்று மகிழ்ச்சி கொப்பளிக்கப் பேசினான்.

"சரி, அங்கே சாப்பிட என்ன கொடுத்தனுப்பினாங்க?" என்று பெண்கள் ஹாஸ்டல் இருக்கும் திசையைச் சுட்டி கண்களை ஓட்டிக் காட்டினான் வின்சென்ட் ராஜா.

"ஆஹா..." என்று சந்தோஷத்துடன் குதித்தான் கிருபாநிதி. "ஒண்ணும் கொடுக்கல்ல. நான் எனக்குக் கொடுத்ததைக் கொடுத்தால் போச்சு. அல்லது ஒனக்கு ஒரு பார்சல் அம்மா கொடுத்திருக்கிறாங்க இல்ல. அத கொடுத்தால் போச்சு" என்று நடனமாடிக் காட்டினான் கிருபாநிதி.

"அங்கேயும் ஊருக்குப் போனாப்ல இருக்கு?" என்று வின்சென்ட், ஹெலன் ஊருக்குப் போயிருக்கலாம் என்று கூறினான்.

"அப்படியா? பாரு. போய் ஒதைக்கிறன். என்கிட்ட சொல்லல்ல. ஒனக்கு எப்படித் தெரியும்?"

"தெரியும்" என்று மட்டும் கூறித் தன் நண்பன் படும் ஆனந்தத்தைத் தானும் அனுபவித்து மகிழ்ந்தான் வின்சென்ட்.

பின்பு விளையாட்டாகக் கேட்டான் - கிருபாநிதி போட்டிருந்த புதிய சட்டையைச் சுட்டிக் காட்டி,

"யார் எடுத்துத் தந்தது?" என்று.

"யாரு, அம்மாதான்?" என்று சிரிப்புக் குமிழியிட கிருபாநிதி கூறியபோது, ஏனோ ஒரு துக்க ரேகை அம்மா என்ற சப்தத்தைக் கேட்டதும் வின்சென்டின் மனதில் ஓடியது. எதையும் காட்டிக் கொள்ளாமல் பேசுவது அவன் இயல்பு.

"ஆமடா, அம்மா ஒம்மேல வச்சுருக்கக்கூடிய பாசத்த பாருடா. ஒழுங்காப் படிச்சு, அம்மா சொல்லக்கூடிய ஒரு பெண்ணெ கல்யாணம் செய்து ஒழுங்கா இருந்தா என்ன?" என்று நையாண்டி செய்த வின்சென்டை அடிக்க வந்த கிருபாநிதி, தன் நண்பனின் கையைப் பிடித்து அழைத்துத் தரையைப் பார்த்துக் குனிந்து நடந்தபடி சொன்னான்.

"லேசா எங்க அண்ணிகிட்ட சொன்னேன், மறைமுகமா. அண்ணிதான் எனக்கு எல்லாம் - புரிஞ்சுக்குவாங்க. எங்க குடும்பத்தில காலேஜ் போனவங்க அண்ணி மட்டும். மற்றவங்க படிக்கல்ல. அண்ணன் பத்தாம் வகுப்போட நிறுத்தி பிசினஸ்ல இருக்கான்."

"யாருடா அந்தப் பொண்ணு. பாக்க அழகா இருப்பாளா?" என்று சந்தோஷப்பட்டாங்க. கடைசியா நான் சொன்னதைக் கேட்டுக் கோபப்படல்ல. "அண்ணி! அவ கிறிஸ்தவப் பொண்ணு. பூர்வீகம் மெட்ராஸ். அவ அப்பா தாழையூத்துல வேலையில இருக்கிறார்னு சொன்னேன். அதுக்கென்ன தம்பி, நம்ம நாட்டுக் கிறிஸ்தவங்க எல்லாம் இரண்டு மூன்று தலைமுறைக்கு முன்புவரை இந்துக்கள்தானேன்னு சொன்னாங்க. அண்ணி என்ன தம்பின்னுதான் கூப்பிடுவாங்க. ஆமா அவ என்ன சாதியின்னாங்க?"

கிருபாநிதி நிறுத்தியதும்,

"தெரியாதுன்னு சொல்லியிருப்ப" என்று நண்பனைப் பரிகாசம் செய்தான் வின்சென்ட். ஹாஸ்டல் பக்கத்தில் அங்கும் இங்கும் ஒரு மரத்தின் கீழே நடந்தபடியே பேசினார்கள்.

"ஆமடா" என்றான் கிருபாநிதி.

“அதுக்கு என்ன சொன்னாங்க?”

“தம்பி ஒன் ஆசையை நிறைவேற்றவேண்டியது என் பொறுப்பு. ஒரு நா அங்க அம்மாவோட வர்றேன்னாங்க அண்ணி. அவள பாக்கணுமாம். அண்ணிக்கு ஒரே குஷி.”

“அய்யோ அம்மாவோடெயா?”

பயந்தான் வின்செண்ட்.

“அண்ணி ரொம்ப சாதுரியமா அம்மாவைச் சமாளிச்சுக்குவாங்க.”

நம்பிக்கை தெரிவித்தான் கிருபாநிதி.

“அண்ணி ஒரு கண்டிஷன் போட்டாங்க. டிகிரி முடிச்ச பெறவு தான் எல்லாம். நீ ஒழுங்கா படிச்சு டிகிரி முடி. நானா ஒன் ஆசையை நிறைவேத்தி வைக்கிறன்னு சொன்னாங்க.”

“ஆமா. படிப்புப் பாரு. முக்கியம்.”

மின்னும் கிருபாநிதியின் கண்களைப் பார்த்து சந்தோஷம் கொண்டான் வின்செண்ட்.

“இனி நல்லா படிக்கணும்பா” என்றான் கிருபாநிதி.

“ஆமா, ஆனா ஒன்ன எங்கே படிக்கவிடப் போறாங்க. ஏதோ கலவரங்கள் நடக்கிறதாமே. கலவரம் ஆரம்பிச்சா கல்லூரி, பரீட்சை எல்லாம் தொந்தரவு ஆகுமாமே” என்றான் வின்செண்ட்.

இவனது அண்ணிக்கு ஹெலன் எந்த சாதி என்ற கேள்விவராமல் இருந்திருக்காது. இப்பொழுதுள்ள மாணவர்கள் சாதி இல்லை என்றெல்லாம் பேசுவதால் அதைக் கேட்பது சரியல்ல என்று அவர் இவனிடம் மிகவும் முக்கியமான அந்தப் பிரச்சினையைத் தொடாமல் இருந்திருக்கலாம். ஆனால் அதை அவர்கள் தெரிந்துகொள்ளத்தான் இங்கு வருவதாகக் கூறியிருக்கிறார்கள் என்ற உண்மை நிலவரத்தை அப்போது வின்செண்ட் உணர்ந்தான். கிருபாநிதியிடம் அதனைச் சொல்லி விவாதிக்க வின்செண்ட் விரும்பவில்லை. அவன் தற்காலிக சந்தோஷத்தில் திளைக்கட்டுமே என்று நினைத்தான்.

என்ன நினைத்தானோ அன்றே ஹெலனைப் பார்க்கவேண்டும், அதுவும் கிருபாநிதிக்குத் தெரியாமல் என்று எண்ணி கிருபாநிதி

போன பின்பு பெண்கள் ஹாஸ்டலுக்குப் போனான் வின்சென்ட். அங்கே காந்திமதியையும் அழைத்துக்கொண்டு ஹெலனை வரவழைத்து ஹாஸ்டல் கெஸ்ட் ரூமில் மூவரும் அமர்ந்து பேசலானார்கள்.

"நீங்க ஊருக்குப் போயிருந்தீங்களோ?"

வின்சென்ட் கேட்டான்.

"அப்பா வீட்டில தங்க விடல்ல. பாடம் கெட்டுப் போகும்னு அப்பா விரட்டினாரு."

சிரித்தாள் ஹெலன். பூ மொட்டுபோல் அழகாக முகத்தில் குழி விழுந்தது.

"அதான் நேற்றே வந்து இன்று கல்லூரிக்குப் போய்விட்டு வந்திருக்கிறாள்" என்று குறுக்கிட்டாள் காந்திமதி. உடனே ஹெலன் வின்சென்டிடம் அவள் இயல்புப்படி, "ஆமா, ரகசியமா நீங்க ரெண்டு பேரும் மட்டும் சந்திக்கலாமா? அம்மா என்ன சொன்னாங்க? ஊரில நடந்தது எல்லாம் உங்ககூட மட்டும்தான் பேசுவாங்களாம்" என்று பார்க்கில் வின்சென்டும் காந்திமதியும், காந்திமதியின் குடும்ப விஷயங்களைப் பேசியதைச் சுட்டிக்காட்டி, கிண்டல் செய்தாள்.

"ஒன்னைக் கூப்பிட ஒன் ரூமுக்கு வந்தோம். நீ இருக்கல்ல."

பதில் சொன்னாள் காந்திமதி.

"சும்மா சொன்னேன்."

ஹெலன் சிரித்தபடி கூறினாள். தோழியை வருத்தப்படுத்தும் நோக்கமில்லை என்று சிரித்தாள்.

"ஒங்க ஊரில் என்ன விசேஷம்? அப்பா, அம்மா எப்படி இருக்கிறாங்க?"

ஹெலன் மூலம் அவள் குடும்பம் போன்ற தகவல்கள் யாதேனும் கிடைக்குமா என்று வலைவீச ஆரம்பித்தான் வின்சென்ட்.

"தாழையூத்துப் பக்கம்தானே. எப்பொ நினைச்சாலும் போவேன் வருவேன். எங்க அம்மா என்னடி சொல்லாம கொள்ளாம வந்து நிக்கிறம்பாங்க. அப்பா அதுவும் இல்ல. அவரு வேல, ஃபைலு.

அவ்வளவுதான் போய் அப்பா என்பேன். நான் ஹாஸ்டல்ல நின்று படிக்கேன்ற நினெப்பே இருக்காது அப்பாவுக்கு. இப்படி எங்க குடும்பம்.”

“மெட்ராஸ்காரங்க இப்படித்தான் போலிருக்கு” என்றாள் காந்திமதி.

“பின்ன என்ன? ஒன்னபோல நாளெ வர்றது, நேற்று நடந்தது எல்லாம் நெனச்சு நெனச்சு மண்டைய போட்டு ஒடச்சு, நம்மள சித்திரவதை செய்து என்ன பிரயோஜனம் சொல்லு? நாளையும் நம்ம கைல இல்ல. நேற்றும் நம்ம கைல இல்ல. இன்று மட்டும்தான் நமக்கிருக்கு. பிரச்சினை இல்லாம சிம்பிளா வாழ்வோம். இதுதான் என் கொள்கை” என்று கலகலவென்று சிரித்துத் தலையை ஓர் ஆட்டு ஆட்டி, ஒரு காலை இன்னொரு கால்மீது தூக்கிப் போட்டு, அப்படிப் போட்ட காலின் பாதத்தை மட்டும் ஆட்டிக்கொண்டிருந்தான்.

உடனே பேச்சை மாற்றி, “அன்று உன் அப்பா அம்மா வந்திருந்தப்போ இங்கதான உட்கார்ந்து பேசினோம்? எனக்கு அது ஞாபகம் வருது” என்று அருகில் இருந்த காந்திமதியின் மடியில் அன்பாய்த் தன் கைகளைப் போட்டாள் ஹெலன்.

“அப்பொ ஒங்களுக்கு எந்தப் பிரச்சினையும் வராது. எதுக்கும் கவலயும் படறதும் இல்ல.”

ஏதேனும் ஆழமான விஷயம். கையில் வந்து சிக்குமா என்ற நோக்கத்தோடு ஒரு கேள்வியைப் போட்டு வைத்தான் வின்சென்ட்.

“நான் யார்கிட்டயும் என்னைப் பற்றிப் பேசறதும் இல்ல. கவலப்படறதும் இல்ல. வரும்போது பாத்துக்கிறது. வர்ற கவல நாம விரும்பல்லங்கிறதால வராம இருக்குமா, வின்சென்ட் சொல்லுங்க.”

மீண்டும் கைகொட்டிச் சிரித்தபோது அவளது கன்னங்களில் குழி விழுந்தது. அப்போது அழகாக இருந்தது. எந்தக் கட்டுப்பாடும் மனச்சிக்கல்களும் இல்லாத பெண்போல. அவள் பேசியது வின்சென்டுக்கு மிகவும் கவர்ச்சியாக இருந்தது.

அவளைப் பார்த்துக் காந்திமதி ஆச்சரியத்தோடு கேட்டாள், “எப்படீடி ஒனக்கு இந்தக் குணம் வந்தது? சிட்டில பிறந்த

எல்லாருமா இப்படி இருக்கிறாங்க? எத்தனயோ பேர் என்னைப் போல அழுமூஞ்சிகள் இருக்கிறாங்களே."

காந்திமதியின் கைவிரல்களைப் பிடித்தபடி,

"இது என் குணம்."

மிடுக்காகச் சொல்லிக்கொண்டு முகத்தைச் சரித்துப் பார்த்தாள் ஹெலன். அப்போது அவள் காதில் அழகாக தொங்கும் சிறு கூண்டுபோன்ற கம்மல் மின்னியது.

"எப்பவும் இப்படித்தான் இருப்பீங்களா?" என்று கேட்டான் வின்செண்ட்.

"எப்பவும் இப்படித்தான் இருப்பேன்னு எப்படிச் சொல்ல முடியும்?"

ஏதாவது ஒரு கேள்வி மூலமாக கிருபாநிதியைச் சம்பாஷணைக்குள் இழுத்து, இவளது அபிப்பிராயத்தைக் கேட்டுத் தெரிந்துகொள்ள வேண்டும் என்று இவனிடமிருந்து கேள்விகள் எந்த நிச்சயமுமில்லாமல் வந்தன. அவள் இப்படித் தத்துவவாதிபோல் பேசினால் எப்படி என்று நினைத்தவன் ஹெலனின் முகத்தைப் பார்த்தபடி,

"ஆமா, என் ஃப்ரண்ட் கிருபாநிதி பத்தி, எங்கே அந்த ஆசாமின்னுகூட கேட்க மாட்டேங்கிறீங்க."

பாதி ஹாஸ்யத்தோடு நேரடியாகப் பேச்சுக்கு வந்தான்.

"ஆமா... எங்க ஒங்க ஃப்ரண்ட்?"

அதே ஹாஸ்யத் தொனியில் சிரித்துக்கொண்டு கேட்டாள் ஹெலன்.

"ஊருக்குப் போயிருந்தான். வந்திருக்கிறான்" என்றான் வின்செண்ட். இதற்குமேல் பேச்சை எப்படி வளர்த்துவது என்று புரியாமல் தடுமாறினான். தன்னைப் பற்றியே ஒரு பெண்ணுடன் பேச முடியாதவன், தன் நண்பனைப் பற்றிப் பேசிவிடுவானா என்றிருந்தது வின்செண்டின் உரையாடல். மீண்டும் காந்திமதியின் முகத்தைப் பரிதாபகரமாகப் பார்த்தான் வின்செண்ட்.

“ஓ அப்படியா?” என்ற ஹெலனின் பதிலில் என்ன கண்டுபிடிக்க முடியும்? உன்னை அவன் விரும்புகிறான் என்று நான் எப்படி வெளிப்படையாகச் சொல்லமுடியும். அவன் அல்லவா அப்படிச் சொல்வதற்குப் பொறுப்பெடுக்க வேண்டும் என்றும் நினைத்த வின்சென்ட் நேரடியாகப் பேசக்கூடாது என்று நினைத்தான். இவன் என்ன பேச வருகிறான் என்பதை உணர்ந்தவள் போல் காந்திமதி அமர்ந்திருந்தாள். இதுபோல் தனக்கும் எதிரில் அமர்ந்திருக்கும் இவனுக்கும் மத்தியில் வந்து யாரேனும் பேசினால் தனது பதிலும் இவனது பதிலும் ஏதாக இருக்கும் என்று யோசிக்க ஆரம்பித்தாள். அதனாலோ என்னவோ காந்திமதியின் முகத்தில் உற்சாகமில்லாமல் காணப்பட்டது.

“வேற என்ன விஷயம்? அடுத்த தடவை வரும்போது ஒங்க ஃப்ரண்ட கூட்டிட்டு வாங்க.” என்றாள் ஹெலன், சர்வ சாதாரணமாகத் தொடர்ந்து கைகொட்டிச் சிரித்துக்கொண்டு.

“பட். அப்பொ ஹாஸ்டல்லயிருந்து வெளியில போனப்போ எல்லாம் வந்துநின்னது போல தாடி மீசை அழுக்குச் சட்டையோட வரக்கூடாதுன்னு சொல்லுங்க.”

மிகவும் எளிதாகவும், எந்த சங்கோஜமும் இல்லாமலும் சொன்னாள் ஹெலன். கிருபாநிதி தன்னைக் காதலிக்கிறான் என்று உணர்ந்த ஒரு பெண்ணிடமிருந்து இப்படிப்பட்ட பேச்சு வர முடியுமா என்று யோசித்தவனுக்கு ஒன்றும் புரியவில்லை.

பெண்கள் ஹாஸ்டல் வரை வந்து வழியனுப்பிய ஹெலன் தொடர்ந்து தமாஷ் பேசிச் சிரித்துக்கொண்டே இருந்தாள். அவள் தமாஷ் தன்னையும் தொத்தியது போல காந்திமதியும் இப்போது இப்படிச் சொன்னாள்:

“ஊருக்குப் போனா வெறும் கையோடயா கிருபா வந்தாங்கன்னு நான் கேட்டன்னு சொல்லுங்க. இவ இல்ல, நான்...”

‘ஆமா’ என்றாள் ஹெலன் தொடர்ந்து.

“ஏன் கிருபா கொண்டு வந்தா நல்லா சாப்பிடுவேனே. ஸ்வீட்டா இருந்தா இன்னும் நல்லா சாப்பிடுவேனே” என்று மீண்டும் கலகலவென்று சிரித்தாள் ஹெலன்.

சூரியன் மேற்கு வானில் முழுதும் மறைந்தாலும் அழகான சிவப்புக் கிரணங்களை வானம் வாரி இறைத்திருந்தது. ஹெலன்

சிரிக்கிறாள். அந்தச் சிரிப்பு தன்னைப் பரிகாசம் செய்வதுபோல் என்று திடீரென்று நினைக்க ஆரம்பித்த வின்சென்ட் மனம் கவலையில் தோய ஆரம்பித்தது. காந்திமதியின் முகத்தைப் பார்த்தான். சற்றுநேரத்தில் கவிந்த இருளில் ஏதும் தெரியவில்லை. நேரம் இருட்ட ஆரம்பித்தபோது ஹாஸ்டல் மெயின் வாசலில் விடைபெற்று, தனது விடுதிக்குத் திரும்பினான் வின்சென்ட். கிருபாநிதிக்காகப் போனேனா, எனக்காகப் போனேனா என்று யோசித்துக் குழம்பினான் அவன்.

• • •

ஊரில் ஒரே வதந்திகளாக இருந்தன. ரேடியோ, பத்திரிகை செய்திகளை நம்பமுடியாதபடி நிகழ்ச்சிகள் நடந்தன. கல்லூரிகள் அதிகாரப்பூர்வமாக அடைத்தனவா அடைக்கவில்லையா என்று தெரியவில்லை. எங்கும் களேபரங்கள் நடந்தன. கார்கள் தீவைத்துக் கொளுத்தப்பட்டுக் கொண்டிருந்தன. பஸ்களும் ரயில்களும் ஓடவில்லை. கடைகள் உடைக்கப்பட்டுக் கொண்டிருந்தன. எல்லா ரயில்வே ஸ்டேஷன்களிலும் கலவரங்கள் அதிகம் நடந்தன. போஸ்ட் ஆபிஸ்கள், மத்திய அரசாங்க அலுவலகங்கள், ரயில்கள் என்று குறிவைக்கப்பட்டன. உள்ளூரிலும் அரசியல் எதிரிகள், அவர்கள் கடைகள், நிறுவனங்கள், பத்திரிகைகள், ஆளும் கட்சி எம்.எல்.ஏ.க்களின் உடமைகள் என்று குறிவைக்கப்பட்டன.

இந்தி எதிர்ப்புப் போராட்டம் எங்கும் தன் உக்கிர ஆகிருதியைக் காட்டிய சூழல். பிற ஹாஸ்டல் மாணவ மாணவிகள் போல் முன்கூட்டியே தப்பிக்கத் திட்டமிடாததால் மாட்டிக்கொண்டு பிந்திப் பயணப்பட்ட மாணவ மாணவிகளில் வின்சென்டும் காந்திமதியும் இருவர். ஒரு சிறு கைப்பையுடன் காந்திமதி இந்தக் களேபரத்தில் மாட்டிக்கொண்டாள். வின்சென்ட் அவளைப் பாதுகாப்பாக, அவள் ஊருக்குச் சேர்ப்பிக்க வேண்டியவனாக இருந்தான். நிறைய பேர் ஒரு வேனில் எதிர்க்கட்சியின் கொடியைக் கட்டியபடி தப்பிக்கலாம் என்று பயணம் செய்தபோது, வின்சென்டும் வேன்காரன் கேட்ட உயர்ந்த கட்டணத்தைக் கொடுத்து, காந்திமதியுடன் பயணம் செய்யவேண்டியது வந்தது. பத்துப் பேர் இருக்கவேண்டிய வேனில் சுமார் முப்பது பேரை ஏற்றியிருந்தான் வேன்காரன். உள்ளே இருந்தவர்களில் குழந்தைகள், வயதானவர்கள், பெண்கள் அடக்கம். இவ்வளவு மும்முரமாகவும் வன்முறையும்

கோபமும் கொண்டதாகவும் எதிர்ப்பு நடைபெறும் என்று இந்தப் பகுதி மக்கள் நினைக்காத அளவுக்கு மூர்க்கத்துடன் எதிர்ப்பு நடைபெறும் ஊராக தமிழகத்தில் இந்தப் பகுதி மாறியிருந்தது. சுவர்களில் இந்தி அரக்கி ஒழிக என்று எழுதப்பட்டு அரக்கியின் படம் வரையப்பட்டிருந்தது. எங்கும் கறுப்புக் கொடிகள். பயந்து மாலையில் பயணம் செய்தாலும் சிறுசிறு பள்ளிகளில் இருந்துகூட கறுப்புக் கொடியுடன் ஊர்வலங்கள் போய்க்கொண்டிருந்தன. ஆச்சரியம் என்ன என்றால் பள்ளி, கல்லூரிபோல ஊரினர்கூட சிறுசிறு ஊர்வலங்கள் நடத்தினார்கள்.

வின்சென்ட் எவ்வளவுதான் காந்திமதியின் உடலில் ஒட்டக்கூடாது என்று பிரயத்தனப்பட்டாலும் நடக்கவில்லை. வேன் தூக்கித்தூக்கி ஒருவரை இன்னொருவரின் மீது வீசியதுபோல் போய்க்கொண்டிருந்தது.

அவளின் நிலமையும் அப்படித்தான். எவ்வளவுதான் தள்ளி நின்றாலும் வின்செண்டின்மீது போய் விழுவாள். சற்று நேரத்திற்குப் பிறகு இந்த வேனின் உலுக்கலை ரொம்பவும் பொருட்படுத்த வேண்டியதில்லை என்பதுபோல் ஒருவர் உடலை இன்னொருவர் ஸ்பரிசிப்பது சகஜமாக ஆனது. இருவரும் பேசிக்கொண்டே பிரயாணமானார்கள். அவனுக்கு அன்று ஒரு நாள் பார்க்கில் அமர்ந்து பேசியபோது அவளது கால்களைப் பார்த்த ஞாபகம் ஏனோ வந்தது. அன்று பார்க்கில் ஒருவரை ஒருவர் தொடாத தூரத்தில் அமர்ந்து பேசிய விஷயம் இன்று வேனின் உபயத்தால் ஒருவர் மீது ஒருவர் விழுந்தபடி தொடர்ந்து பேசிக்கொண்டு பயணமானார்கள்.

“அம்மாவின் குணம் ரொம்ப சாதுவானது. ஆனா ஒண்ணு எனக்குப் பிடிபடல்ல வின்சென்ட்...”

அவனது நெஞ்சில்போய் விழுந்தவள், “ஸாரி” என்று சொல்லிக் கொண்டு வேறு வழியில்லாததால் அவன் தோளில் ஒட்டி நின்றபடி சொன்னாள்.

“அம்மாவுடைய மனசில அப்பா பத்திய அபிப்ராயம் என்ன? அம்மா கிராம முன்சீப் ஒருத்தருடைய மக. எங்க தாத்தாவ நான் சின்ன வயசில பாத்திருக்கேன். அப்பா எங்க தாத்தாவுக்குத் தெரிந்த ஒரு குடும்பத்த சேர்ந்தவரோட மகனாம். எங்க அப்பாவோட குடும்பம் அவ்வளவு வசதியான குடும்பம் என்று சொல்லமுடியாது. அப்பாவோட அண்ணனும் அக்காவும்

இருக்கிறாங்க போல இருக்கு. நான் பார்த்ததுகூட கெடயாது. எப்படி எங்க அப்பா பக்கத்துக் குடும்பம் எங்களிடமிருந்து தூரமானதுன்னு தெரியாது. எப்போதாவது அப்பா மட்டும் எங்ககிட்ட சொல்வாரு 'ஒங்க பெரியப்பாவ பார்க்கப் போறன். ஒங்க பெரியம்மாவப் பார்க்கப் போறன்னு.' சின்ன வயசில இருந்தே எங்கள அப்பா கூப்பிட்டது கெடயாது. ஆகையால எங்க அப்பாவோட குடும்பத்துக்கும் எங்களுக்கும் எந்த சம்பந்தமும் கெடயாதுங்கிறது சகஜம்கிறதுபோல நாங்க வளர்த்தப்பட்டோம்..." என்று சொல்லும்போது வேன் இரண்டு முறை குலுங்க காந்திமதி வின்சென்ட் தோளில் தன் கைகளால் மீண்டும் மீண்டும் விழுந்து தொங்கினாள்.

"கிராம முன்சீப்பான எங்க தாத்தாவுக்கும் வேறு மக்கள் இல்ல. ஆகையால் எங்களுக்கு உறவினர்கள் இல்லாமல் போனது. இதனால ஒரு தீவுபோல நாங்க எல்லாம் சின்ன வயசில ஊர்ல வளர்ந்தோம். அதனால பள்ளிக்கூடம் விட்டதும் அப்பாவும் வீட்டுக்கு வந்துருவாரு. குழந்தைகளும் வீட்டிலிருப்போம். மாலையில் நாங்க முழுக் குடும்பமும் ஒண்ணா உக்காந்து காப்பி குடிப்போம். அம்மா எங்களுக்கு வடையோ, முறுக்கோ அல்லது வேறு ஏதாவது பலகாரமோ ஒவ்வொரு நாளும் செய்து சூடு சூடாக குடுப்பாங்க. இதை நாங்க எல்லாரும் ரசிச்சோம்."

அப்போது சடாரென்று வேன் நின்றது. வேன் ஓட்டிய டிரைவர் கிளீனரிடம், "டேய் அங்கெ பாரு. கலவரம் நடக்குது. இந்த ரோடு வேண்டாம்" என்று கூறி கிளீனர் 'ரைட் ரைட்' என்று சொல்ல வேனை ரிவர்ஸ் எடுத்தார். காந்திமதியும் வின்சென்டும் திறந்திருந்த 'வின்டோ' கண்ணாடி வழி வெளியே பார்த்தார்கள்.

"ஓ... கலவரம் பெரிசா நடக்குது. எரிக்கிறாங்க" என்றாள் காந்திமதி.

வின்சென்டும் பார்த்துவிட்டு ஆமோதித்தான். "நல்ல காலம் தூரத்திலிருந்தே டிரைவர் பார்த்துவிட்டார். அல்லது நாமும் ஆபத்தில் போய் மாட்டியிருப்போம்" என்றான் அவன்.

"கலவரத்தினர் பெரும்பாலும் இளைஞர்களாகவும் மாணவர்களாகவும் இருக்கிறதால, நம்ம புத்தகங்கள பார்த்ததும் தொந்தரவு செய்ய மாட்டாங்க" என்றாள் காந்திமதி.

“ஏன் இது ஆளும் கட்சி ஆட்களா இருந்தா, புத்தகத்த பார்த்ததும், நாம மாணவங்க, எதிர்க்கட்சியைத்தான் ஆதரிப்போம்னு தாக்கலாமே” என்றான் வின்சென்ட்.

அதற்குள் வேன் ரிவர்ஸ் எடுத்து வேறு ஒரு சிறு ரோட்டில் திரும்பியது. பின்பு டிரைவர் ஓர் ஓரமாக இருந்த பெட்டிக் கடை பக்கத்தில் வேனை நிறுத்தி கடைக்காரரிடம் அந்த ரோட்டில் நேராகப் போகமுடியுமா? ஏதேனும் கலாட்டா நடக்கிறதா? என்று விசாரித்தார். ஏதும் இல்லை என்பது தெரிந்த பிறகு டிரைவர் வேனை வேகமாக ஓட்டினார். அது மிகச் சில வீடுகள் இருந்த ஒரு சிறிய ஊர். ஓரிரு கறுப்புக் கொடிகள் சில மின்சாரக் கம்பங்களில் கட்டப்பட்டிருந்தன. வேறு எந்தத் தடங்கலும் இருக்கும் என்பதற்கு அந்த ஊரில் எந்த அடையாளமும் இருக்கவில்லை. எனவே, இனி அமைதியாகப் போகலாம் என்று எல்லோரும் நினைத்தனர்.

நேரமும் மாலையானது. டிரைவரிடம் எல்லோரும், “அய்யா கவனமாகப் போங்கள். வேனில் குழந்தைகளும் உள்ளன. தூரத்திலே கலவரம் நடக்கும் அடையாளம் தெரிந்தால் திரும்பி வேறு ரூட்டில் போங்கள்” என்று வேண்டுகோள் விடுத்தபடி பயணம் செய்தனர்.

“என்னய்யா, நான் செய்யட்டும்? எவ்வளவு உஷாராகப் போகமுடியுமோ அவ்வளவு கவனமாகப் போறேன். இனி இருட்டுது. ஒன்றும் சொல்லமுடியாது. எவனோ ஒளிஞ்சிருந்து ஒரு கல்ல விட்டாலும் போச்சு. நான் வேன் சொந்தக்காரருக்குப் பதில் சொல்லி ஆகணும். இவ்வளவு கலவரம் நடக்கும்னு தெரிஞ்சா ஓனர் அனுப்பிச்சிருந்திருக்க மாட்டாரு. ஏதோ அவசரச் சரக்கு கொண்டுவந்து கொடுத்துவிட்டுத் திரும்பிக் கொண்டிருக்கிறேன். திரும்பிப் போகும்போது உங்களை ஏற்றிக்கொண்டு போறேன்” என்றார் டிரைவர்.

அப்போது தூரத்தில் விளக்கும் கடைகளும் தெரிந்தன. ஜனங்கள் கூட்டம் கூட்டமாக நின்று மாலையில் வந்திருந்த பத்திரிகைகளின் சிறப்புச் செய்திகளைப் படித்த வண்ணமிருந்தனர். பல பத்திரிகைகள் உணர்ச்சிகரமாக செய்திகளை வெளியிட்டிருந்தன என்பது கடைகளில் தொங்கிய பத்திரிகை விளம்பரங்களில் தெரிந்தது. மீண்டும் ஓரமாக வேனை நிறுத்தி ஒரு கடைக்காரரிடம் விசாரித்தார் டிரைவர். கடைக்காரர்

ஓர் ஊரைக் கூறி அந்த இடம் வரை கலவரம் இல்லை. அதன் பிறகு ஏதும் சொல்லமுடியாது, இருட்டில் வேனில் போவது ஆபத்து என்றார். சரி என்று அந்த ஊர் வரை போவதென்று எல்லோரும் முடிவுசெய்ய டிரைவர் ஓட்டலானார்.

பின்பு அந்தக் கடைக்காரர் குறிப்பிட்ட அந்த ஊர் வந்தது. சற்றுப் பெரிய ஊர். விளக்குகளும் கடைகளும் அதிகம் தென்பட்டன. பல கடைகள் மூடப்பட்டிருந்தன. அதிகம் ஜன நடமாட்டம் இருக்கவில்லை. பலவிதமான கறுப்புக் கொடிகளும் எதிர்க்கட்சிக் கொடிகளும் தென்பட்டன. அப்போது போலீஸ் வேன் ஒன்று வர ஆட்கள் நிற்காமல் கலைந்துசென்றனர். போலீஸ் வேன் ஒலிபெருக்கி மூலம் தடை உத்தரவு அந்த ஊரில் பிரகடனம் செய்யப்பட்டிருப்பதை அறிவித்து, ஐந்து பேருக்குமேல் நிற்கக்கூடாது எனக் கூறியது. வேன் டிரைவர் வேனை நிறுத்திவிட்டுப் போலீஸ் வேன் பக்கம் போய் மேலும் போகமுடியுமா என்று விசாரித்துவிட்டு வந்தார்.

“அய்யா எல்லாரும் எறங்கவேண்டியதுதான். இங்க எல்லாம் கலவரமாம். ராத்திரி கலவரம் அதிகமாகுமாம். ரோடு எல்லாம் பிளாக் பண்ணிட்டாங்களாம். பஸ்ஸெல்லாம் எரிக்கிறாங்களாம். இந்தப் பக்கத்தில் எங்காவது தங்கி நாளை காலையில் புறப்படுவதுதான் நல்லது என்று போலீஸ்காரங்க சொல்றாங்க. அவங்களுக்கு ஒயர்லெஸ் செய்தி வருதுங்களாம்.”

வேனை ஓரமாக நிறுத்திவிட்டு டிரைவர் போன் பேச எங்கே போன் இருக்கிறதென்று தேடிப் புறப்பட்டார்.

ஆட்கள் எல்லாம் இறங்கி அவர்கள் அவர்கள் வசதிப்படி ஏற்பாடுகளைச் செய்ய ஆரம்பித்தனர். சிலர் மறுநாள் புறப்படலாம் என லாட்ஜில் தங்குவதற்குப் புறப்பட்டனர். சிலர் பக்கத்தில் தெரிந்த பஸ் ஸ்டாண்டுக்குப் புறப்பட்டனர். காந்திமதியும் வின்சென்டும் பக்கத்து பஸ் ஸ்டாண்டு பக்கம் இருந்த இட்லிக் கடையில் சென்று இட்லி சாப்பிட்டுவிட்டு நடக்க ஆரம்பித்தனர். கொஞ்ச தூரத்தில் யாரோ ஒருவர் சைக்கிளில்,

“அந்தப் பக்கம் போகாதீங்க” என்று கூறிவிட்டு வேகமாகப் போய் மறைந்தார். காந்திமதிக்குப் பயம் ஏற்பட்டது. பீதியோடு வின்சென்டைப் பார்த்தாள்.

இருள் சூழ ஆரம்பித்த நிலையில் தூரத்தில் கண் ஓட்டிப் பார்த்தபோது ஒரு ரோட் டிரான்ஸ்போர்ட் பஸ் எரிக்கப்பட்டு நின்றது. டயர்கள் மற்றும் சீட் மிகவும் கறுப்பாக இருந்தன. பஸ் முழுவதும் நிறம் மாறி இருந்தது. நடந்து அடுத்த ஊர் போனால் அங்குக் கலவரம் இல்லை என்றால் பஸ் பிடிக்கலாம் என்ற இவர்கள் கணிப்பும் பொய்யானவுடன், வின்சென்டும் காந்திமதியும் மீண்டும் திரும்பி பஸ் ஸ்டாண்டுக்கு வந்தனர். இருவரும் தனிமையில் இப்படி யாருக்கும் தென்படாமல் நடப்பதை விரும்பினர் என்றுதான் கூற வேண்டும்.

பஸ் ஸ்டாண்டில் ஓரமாக ஓரிடத்தில் தினசரி பேப்பரைப் போட்டு வரிசையாகப் படுத்துக் கிடந்தனர். அந்தப் பக்கம் போய் அமர்ந்தனர் வின்சென்டும் காந்திமதியும். இருவர் கையிலும் சிறுசிறு கைப் பைகளே இருந்ததால் வைத்துக்கொள்வது சிரமமாக இருக்கவில்லை.

அப்போது வேனில் சொல்லிக்கொண்டு வந்ததைத் தொடர்ந்தாள் காந்திமதி. அவர்கள் காதுகளில் தூரத்தில் ஏதோ கலவரம் நடக்கும் ஒலிகளும் போலீஸ் வேன்கள் ஏதோ அடிக்கடி ஒலிபெருக்கியால் கூறுவதும் கேட்டது. திடீரென்று ஒரு கூட்டம் ஆட்கள் தொபுதொபு என்று ஓட பஸ் ஸ்டாண்ட் ஜனங்கள் மத்தியிலும் பீதி பரவ ஆரம்பித்தது. சிலர் பஸ் ஸ்டாண்டில் இருப்பதும் ஆபத்து என்றார்கள்.

அப்போது வின்செண்ட், “எல்லா இடமும் ஆபத்தா தெரியுது. பஸ் ஸ்டாண்டில்கூட போலீஸ் நுழைந்துவிடலாம். எதற்கும் அதோ தெரிகிறதே வீட்டுத் திண்ணை அங்கே போய் அமர்வோம் என்று காந்திமதியிடம் கூற இருவரும் அங்குப் போனார்கள். தூரத்தில் ஒரு தெரு விளக்கு மட்டும் இலேசான வெளிச்சம் காட்டியது. மற்றபடி இருட்டு இவர்களை மறைத்தது. இருவரையும் சுற்றி ஒரு இரகசியம் உருவானது.

காந்திமதிக்குக் கூச்சம் இருந்தாலும் வின்சென்டோடு ஒரு வாழ்க்கை தனக்குக் கிடைத்தால் எவ்வளவு சந்தோஷமாக இருக்கும் என்பது புரிந்தது. அவனோடு எந்த ஆபத்தான இடத்துக்கும் தன்னால் போகமுடியும் என்று தோன்றியது. எனவே தான் யாரிடமும் கூறாத தன் குடும்பம் பற்றிய கதைகளை எல்லாம் அவனிடம் மனம்திறந்து கூறினாள். கூறக்கூற சந்தோஷம் கூடியது. இந்தத் தகவல்களைக் கூற வேண்டியவன்

அவன் மட்டுமே என்பதுபோல் மனதில் ஒரு சுதந்திரமும் இதுவரை தனக்குக் கிடைக்காத சந்தோஷமும் சொல்லச்சொல்ல அவளுக்குக் கிடைத்தது.

"அப்படி இருக்கும்போது நடுவில் எங்க குடும்பத்தில ஒரு பெரிய சண்டை. ஒரு நாள் நடந்ததை நான் என்றும் மறக்கவே முடியாது. காலையில் இருந்தே அம்மா சாப்பிடல்ல. எனக்கு அப்போது சுமார் பத்து வயது இருக்கலாம். அண்ணன்கூட அப்பொ சின்னவன். அப்பா பள்ளிக்கூடத்திலிருந்து வந்ததும் அம்மா சண்டை போட ஆரம்பித்தார். அன்று யாருக்கும் பலகாரம் இல்லை. காபியும் இல்லை.

'கொழந்தைகளுக்குப் பலகாரம் கொடு' என்று அப்பாவின் குரலுக்குக் காத்திருந்தது போல அம்மா இருந்தார். இப்படி அப்பா சொன்னதும் அம்மா சொன்னதைக் கேட்டு அப்பா அதிர்ச்சியடைந்திருக்கணும்."

அப்போது மிக அருகில் அவன் உடம்பில் தொட்டுச் சாய்ந்து இருப்பதுபோல் இருந்தாள் காந்திமதி. இப்படி ஓர் இன்பம் என்றைக்கும் இனி கிடைக்குமா என்று அந்த இரு இளைய தேகங்களுக்கும் வாய் இருந்திருந்தால் ஒரு மௌனமான பாஷையைத் தங்களுக்குள் பேசியிருக்கும்.

"அப்படி என்ன சொன்னாங்க ஒங்க அம்மா?"

வின்சென்டுக்குப் பதில் சொன்னாள்.

"யாரோ ஒருத்தி இருக்காளாமே பூனாவில். பூனாவில. அவகிட்ட கேட்க வேண்டியதுதான. அந்தக் காலத்தில மிலிட்டரியில இருந்தப்ப தொடர்பாமெ. ஒரு பெண் கொழந்தகூட இருக்காமெ" என்றாள் அம்மா.

"என் வயசில அம்மா சொன்னதன் முழு அர்த்தம் புரியவில்லை. என்றாலும் அப்பாவுக்கு ஏற்கனவே ஒரு மனைவியும் ஒரு பெண் குழந்தையும் அப்பா முன்பு மிலிட்டரியில் வேலையில் இருந்தபோது இருந்த ஒரு செய்தி இது என்பது நன்றாகப் புரிந்தது. அம்மா அழுததால் அது அம்மா வரவேற்பதற்குரிய செய்தி அல்ல என்பதும் புரிந்தது."

"அப்பா கொஞ்சமும் அதிர்ச்சியடையாமல் சொன்னார். 'யாரோ பொய்க் கதை சொல்லி ஒன் மனச கெடுத்திருக்காங்கன்னு

சொல்லியிருக்கேன். பலதடவை இந்த மாதிரி ஆயாச்சு. நீ இந்தப் பொய்ய விடல்லேன்னா இனி நான் நீ சொல்றது சரிதான்னு தான் சொல்ல வேண்டி வரும். நம் குழந்தைகள் வளர்ந்தாச்சு' என்று சொன்னார். அம்மா நெஞ்சில் போட்டு அடித்துக் கொண்டார். அப்பொ, ஒரு சம்பவம் நடந்தது. அம்மாகிட்ட போய் அடிக்காதீங்கம்மான்னு சொல்லி அம்மா கண்ணீர தொடச்சது யாரு தெரியுமா? எங்க அண்ணன் மட்டும்தான். என் அக்காவும் நானும் அம்மா பக்கம் சேரல்ல. அப்பா பக்கம்தான் சேர்ந்து அப்பாகிட்டயே அவர பிடித்தபடி இருந்தோம். அதைப் பார்த்த அம்மா, குடும்பத்த கெடுக்கிற மனுஷன்கிட்ட ஏண்டி இருக்கிறீங்க, வாங்கன்னு வந்து இழுக்க என் அக்கா அம்மாவை அடித்துவிட்டு நீ போ என்று கூற நானும் அப்பாவை இன்னும் கெட்டியாகப் பிடிக்க, அம்மாவுக்கு வெறி கூடி இன்னும் அதிகமாக நெஞ்சில் அடித்துக்கொண்டு கத்திக்கொண்டிருந்தார். இதுபோல அம்மாவுக்குக் கோபம் வரும்போதெல்லாம் பூனா என்ற ஊரும் அங்கு இருக்கும் அப்பாவின் கூத்தியும் அப்பாவின் இன்னொரு மகளும் பற்றிய பிரஸ்தாபம் எங்கள் வீட்டில் அடிபடும். பிற்காலங்களில் அப்பா ஏதும் பதில் பேசாமல் அமைதியாக இருப்பதை வழக்கமாக்கிக் கொண்டார் என்று நினைக்கிறேன். அதன்பிறகு நான் வெளியூரில் தங்கிப் படிக்க ஆரம்பித்ததால் எனக்கு அதிகம் தெரியாது."

அந்த வீட்டுத் திண்ணையின் மூலையில் இந்தக் கதையைக் காந்திமதியின் வாயிலிருந்து கேட்பதற்கோ அல்லது தனக்கு அருகில் தலையைத் தன் தோளில் சாய்த்தபடி இருக்கிறாள் என்பதற்காகவோ அப்படியே அசையாமல் இருந்து கொண்டிருந்தான் வின்செண்ட். இந்த மாதிரி சந்தர்ப்பத்தில்கூட அவளிடம் தனது மனதை வெளிப்படுத்த முடியாத ஓர் உளவியல் கொண்டவனாக இருந்த வின்செண்ட்டுக்கு, இப்படியான முடிவு தெரியாத அவளுடைய உறவேகூட போதும் என்று இருந்திருக்க வேண்டும்.

அப்போது தூரத்தில் நட்சத்திரங்கள் மின்னிய நிர்மலமான நீலவானமும் போலீஸ் வேன்களும் ஆட்கள் ஓடுவதும் தெரிந்தன. கலவரங்களும் ஆள் கூச்சலும் தொடர்ந்து கேட்டுக் கொண்டிருந்தன. அவ்வப்போது போலீஸ், இங்கிருந்து பார்த்தால் தூரத்தில் எரிந்த பஸ் ஸ்டாண்டில் வந்து,

"கூட்டம் போடாதீங்க" என்று கூறிவிட்டுப் போய்க் கொண்டிருந்தார்கள். அடிக்கடி 'ஒழிக, ஒழிக' என்று கத்திக் கொண்டிருக்கும் ஆட்களைப் பிடித்துக்கொண்டு போகும் கூண்டு போலீஸ் வேன்கள் இவர்கள் இருந்த வீட்டுக்குப் பின் பக்கத்துச் சாலையில் போய்க்கொண்டிருந்தன.

காலை வெளுக்க ஆரம்பிக்கும் முன் காந்திமதி கொஞ்சம் தூங்கியிருக்கவேண்டும். அவனும் அப்படியே இருந்து தூங்கியிருக்கவேண்டும். அவள் தூங்கும்போது தன் தோளிலேயே தலை வைத்திருந்தாளா என்று நினைத்துப் பார்த்தான். அவனுக்கு விழிப்பு வந்ததும் அவளும் எழுந்துவிட்டாள். நெட்டி முறித்தாள். முகத்தைக் கழுவியபின் சீப்பால் தலை சீவிவிட்டு இருவரும் பஸ் ஸ்டாண்டுக்கு வெளியில் புறப்பட்டனர்.

பின்பு சற்றுத் தூரம் இப்படியே போய் இருவரும் சுமார் இரண்டு மைல்கள் நடந்தபிறகு கலவரச் சூழல் இல்லாதிருந்த ஓர் ஊரை அடைந்தனர். அங்கிருந்து காந்திமதி எப்படியாவது தன்னூருக்குப் போய்விட முடியும் என்று நம்பிக்கை தெரிவித்ததால், வின்சென்ட் தன்னூர் பக்கம் செல்லும் ஒரு லாரியைப் பிடித்துப் புறப்பட்டான். வெளியில் நடந்துகொண்டிருந்த கலவரங்கள் அவனுக்குள் மெதுவாய் ஒரு பெரும் தீயைக் கிளப்ப ஆரம்பித்தன. தான் புறப்பட்டுப் போய் தன் ஊரை அடையும்போது இருள் தன்னை வரவேற்கும் என்ற நினைப்பு வந்தது. அப்போது கலவரம் நினைவிலிருந்து அகன்றது. இருள் மட்டுமே நினைவில் அகலாமல் நின்றது.

புறம்

இயல் - 14

ஜனங்களுக்குச் சூரியனின் உக்கிரம் தாங்கமுடியவில்லை. மரணங்களின் செய்திகள் இந்த ஆண்டும், பல காலமாய் வந்துகொண்டிருப்பதுபோல் வந்தன. காற்றில் ஈரப்பசை குறைந்து மூச்சுவிட முடியாதபடி வெயில் தணலாய் மாறியது. விலங்குகள் நீரிருக்கும் இடமெங்கும் தேடிப் புறப்பட்டன. நகரம் தடுமாறியது. மெதுவாய் வீசும் காற்றும்கூட ஒரு பெரும் அனலை அள்ளிக் கொட்டிவிட்டுப் போகும் நெருப்புக் காற்றாய் மாறுமோ என்று சந்தேகத்தைத் தரும் விதமான காலம் அது. உண்மையில் காலத்தின் பயங்கரத்தை அவ்வப்போது அனல் அடித்துத் தெரிவிக்கிறதோ என்றும் இருந்தது. மொத்தத்தில் பயமும் பீதியும் நெருப்பின் வடிவில் கிளைத்துப் பரவி வருகின்றனவோ என்ற உணர்வு பரவியது. ஆட்கள் கண்களை மெதுவாய் இமை முழுவதும் விரிக்காமல் பறக்கும் ஆவி நிறைந்த வெயிலைப் பார்க்கத் திறந்தனர். நகரில் சாவுச் செய்திகள் பெரும் ரகசியங்கள் பரவும் வேகத்தில் பரவின. தனிப்பட்ட பயங்கரங்கள்போல அச்செய்திகள் முதலில் மூத்தவர்களிடமிருந்து தொடங்கின. பாட்டிமாரும் தாத்தாமாரும் தத்தம் பிள்ளைகளிடம் வெயில் பற்றி விசாரித்ததின் மூலம் இந்தப் பீதியின் விதைகள் தூவப்படலாயின. படித்தவர்களை அதிகம் கொண்டிருந்த அந்த ஊரில் பொதுவாய் வெயில் பற்றி பத்திரிகைகள் ஏனோ பெரும் செய்திகளைப் பரிமாறவில்லை. உடலில் மூடப்படும் ஆடைகள் குறைய ஆரம்பித்தன. ஆண்கள் இடையில் மட்டும் முடிந்த அளவு குறைந்த ஆடையை வைத்து நிழல்கள் வழி வாழப் பழகிக்கொண்டனர். போலீஸ் வன்முறைக்கு ஆளான கம்யுனிஸ்ட் சுப்பிரமணியத்திற்கு

இத்தகைய காலத்தில் ஒரு நாள் நடந்த கொடுமையை நகரத்தில் அதிகம் பேர் கண்டுகொள்ளவில்லை.

மீண்டும் எங்கெங்கோ சுற்றிவிட்டு, போலீஸ் கையில் அகப்படாமல் பத்திரமாகத் தன்னுடைய புரட்சிகர அரசியலை இளைஞர்கள் மத்தியில் பரப்பிக்கொண்டு அலைந்து கொண்டிருந்த காம்ரேட் சட்டர்ஜி, சுப்பிரமணியம் பற்றிக் கவலைப்பட்டார். எந்தக் காரணம் கொண்டும் கம்யுனிஸ்ட் சுப்பிரமணியத்தை இனி தான் பார்ப்பதில்லை என்று முடிவில் இருந்த சட்டர்ஜி தன்னால் வயதான அந்த மனிதருக்குத் தொந்தரவு வந்ததைக் கொஞ்சமும் விரும்பவில்லை.

அதே நேரம் கம்யுனிஸ்ட் சுப்பிரமணியம் விடுதலையாகிப் படுத்த படுக்கையாக ஆகிவிட்டார்.

அன்று இக்னேஷியஸ் ஹாஸ்டலிலிருந்து அமரன் சுப்பிரமணியத்தைப் பார்க்க வந்திருந்தான்.

“மன்னிக்கணும். செயில்ல இருக்கும்போதே ஒங்கள வந்து பாத்திருக்கணும் ஐயா.”

அமரன் குரல் தழுதழுத்தது. அவனது கட்டியான வளையங்கள் தெரியும் கண்ணாடி வழியாக கண்களில் ஒட்டிய கண்ணீர் தெரிந்தது.

“சீ… என்ன தம்பீ?”

மெதுவாக, கஷ்டப்பட்டு எழுந்து உலர்ந்த மெல்லிய கைகளால் அமரனின் கைகளைப் பிடித்தார் சுப்பிரமணியம். அமரன் உணர்ச்சி வசப்பட்டிருந்தான்.

அதனைப் பார்த்த சுப்பிரமணியம் சொன்னார்.

“அரசியலில் உணர்ச்சி வசப்படக்கூடாது. மக்களுக்கு நல்லது செய்துகிட்டே இருக்கணும். ஒரு நா அவங்க புரிஞ்சுக்கிடுவாங்க. என்ன சொல்லிதிய?” என்று அவருடைய வட்டாரத் தமிழில் கேட்டார்.

“என்னத்த சொல்ல? தமிழ் மக்கள் புரிஞ்சிக்கிடுவாங்களா அய்யா?”

“ஆமா. கண்டிப்பா புரிஞ்சிக்கிடுவாங்க” என்றார் சுப்பிரமணியம்.

"ஒங்கள அந்தப் போலீஸ்காரனுவ - அதுவும் நீங்க ஒரு சுதந்திரப் போராட்டத் தியாகி. எத்தனை விவசாயப் போராட்டத்த பாத்திருப்பீங்க? நீங்க ஜெயிலுக்குப் போனது எத்தனை தடவைன்னு யாருக்காவது எண்ண முடியுமா? ஒங்களுக்காவது தெரியுமா, எத்தனை தடவைன்னு?"

"அது எதுக்கு?"

இருமலுக்கு இடையே பற்கள் இல்லாத வாயைத் திறந்து 'ஆ' என்று சுப்பிரமணியம் சிரித்தபோது அமரன் அவரையே தீர்க்கமாகப் பார்த்தான்.

"எனக்கு - என் வயசில போய் சித்ரவதை செய்திருக்கியத பாருங்க."

தனது வேஷ்டியை நீக்கிப் பின்பக்கத்தைக் காட்டினார் சுப்பிரமணியம்.

அமரன், "வேண்டாம் வேண்டாம்" என்று வலது கையை நீட்டி உள்ளங்கையை விரித்து வெறுப்புடன் சொன்னான். எங்கே பார்த்துவிடுவாமோ என்ற பயம் பீடித்திருந்தது அமரனை.

"இதுக்கெல்லாம் பதில்தான் காம்ரேட் சட்டர்ஜி."

குரல் தழுதழுக்க அமரன் சொன்னபோது வாய் துடித்தது. அவனது பெரிய உதடு தொங்கியது. அமரனின் வாயிலிருந்து இப்படி வந்தது.

"சரித்திரம் பதில் சொல்லும் ஐயா."

"எனக்கு எது வருத்தம் தெரியுமில்லியா? இதெல்லாம் இல்ல. இதுபோல எவ்வளவு பாத்திருக்கேன். கம்யுனிஸ்ட் கட்சியைத் தடை செய்திருந்தாங்க. எஸ்.ஏ. முருகானந்தமும் நானும் தலைமறைவா எங்கெங்கோ சுத்தியிருக்கோம். ஒரு தடவை என்னைப் பிடிச்சப்பொ சித்திரவதை செய்து கேட்டாங்க முருகானந்தம் எங்கேன்னு, சொன்னனா? ஆனா எனக்கு என்ன வருத்தம்னா..."

உணர்ச்சிவசப்படக்கூடாது என்ற கொள்கையை உடைய சுப்பிரமணியமே உணர்ச்சியின் பிடியில் இருந்ததைப் பார்த்த

ஆடிப்பாவைபோல | 259

அமரன், சுப்பிரமணியம் சொல்லப்போகிற வார்த்தைகளை உன்னிப்பாகக் கேட்க அவரது முகத்தைப் பார்த்தான்.

மும்முரமாக வெளியில் வெயில் அடித்து ஓய்ந்திருந்த மாலைவேளையில், சட்டையில்லாத எலும்பு தள்ளிய மார்புடன் கட்டிலின் தலைமாட்டில் எழுந்து சாய்ந்து உட்காரப் பிரயத்தனப்பட்ட சுப்பிரமணியத்துக்கு எழுந்து வந்து கைகளைப் பிடித்து உதவினான் அமரன்.

"என் தாய்வீடு போல இத்தன வருஷம் இருந்த கட்சி என்னைத் தற்காலிகமாக வெளியேத்தினது... தெரியுமில்லியா? பேப்பருல படிச்சிருப்பியள..."

கேட்டுவிட்டுப் பக்பக் என்று பற்களில்லாத வாயால் சிரித்துக் கொண்டிருந்தார் சுப்பிரமணியம்.

"இடையில இந்தி எதிர்ப்பு மும்முரமா நடக்கும்போல இருக்கு. சனங்கள பாதி முட்டாளாக்குறானுவ. பாதி உண்மையிருக்கு" என்றார் தொடர்ந்து சுப்பிரமணியம்.

"ஓங்க கட்சி..."

ஏதோ பேச ஆரம்பித்த அமரனைப் பார்த்துக் கைகாட்டி நிறுத்தச் சொன்னார் சுப்பிரமணியம்.

"பேசப்படாது ... அதப்பத்தி. சனங்களோட இருக்கிற கட்சின்னு பேரு. சனங்களோட உணர்வு எங்கே தெரிஞ்சிருக்கு...? நான் வெளியில சொன்னா இப்பொ தற்காலிகமாக வெளியேத்தினதை நிரந்தரமாக்கீருவானுவ."

தொடர்ந்து பொக்கை வாயால் சிரித்துக்கொண்டிருந்த சுப்பிரமணியத்திடம், "ஓடம்ப பாத்துக்குங்க... உங்கள பாக்கணும்னு தோணிச்சு. நான் பத்துப்பான தேய்ச்சு என்ன படிக்க வச்ச ஒரு தாயோட மகன்... ரொம்ப சாதாரணமானவன். நான் எங்கெ இருந்தாலும் என் மனசுல உங்களப்போல உள்ளவங்கதான் இருப்பாங்க, வாறேன் அய்யா..." என்று புறப்படும்போது மெதுவாக அழைத்தார் சுப்பிரமணியம். பின் குரலைத் தாழ்த்திக் கேட்டார்.

"தெரியுமா, ஏதாவது? சட்டர்ஜி இங்கதானெ சுத்துயாராம்?"

இல்லை என்பதுபோல் தலையை ஆட்டிய அமரனைப் பார்த்து, "சரி. சும்மா கேட்டேன். போய்ட்டு வாங்க" என்றார் சுப்பிரமணியம்.

அருகில் சென்ற அமரன், "அய்யா சொல்லுங்க. ஒரு சனசமூகம் இந்தி மூலம் எங்க மேல ஏகாபத்திய ஆட்சி செய்ய வாய்ப்பு வரும்னு பயப்படும்போது அத பூர்ஷ்வா போராட்டம்னு சொல்லி ஒதுக்கமுடியுமா? சொல்லுங்க. தமிழனல்லாதவனுக்குத் தமிழன புரிஞ்சிக்க முடியாது." என்றான்.

'சரிதான். எனக்கு உடன்பாடு இல்லை. அந்த விஷயத்தில்... விவாதிக்கலாம். நாமெ... சரி புறப்பட்டிட்டிருக்கிய. நான் எழுந்து வந்து அனுப்ப முடியல்ல. போலீஸ்காரங்க புண்ணியம்..."

"அய்யோ அதெல்லாம் வேண்டாம். நான் சின்ன பையன்" என்றான் அமரன்.

"யாரு சொன்னா? நாளைக்கு ஒரு பெரிய தலைவரா வரப் போறீங்களா இல்லையா? பாப்பம்."

மீண்டும் தனது பொக்கை வாயால் சிரித்துக்கொண்டிருந்தார் சுப்பிரமணியம். வீட்டில் யாரும் இல்லாத நேரமாக இருந்ததால் அமரனே வெளிக்கதவை அடைத்துவிட்டு மெதுவாக வீட்டிலிருந்து இறங்கியபோது மாலை வானம் நிறம் மாறி ஓரளவு இருள் சூழ ஆரம்பித்திருந்தது. கரண்ட் கம்பத்தின் கீழே நின்று சுப்பிரமணியத்தின் வீட்டையே கவனித்துக்கொண்டிருந்த ஒருவன், அமரன் பார்த்ததும் வேறு எங்கோ பார்ப்பதுபோல் பீடியைக் கொளுத்திக்கொண்டு ஓர் இழுப்பு இழுத்தான்.

அமரன் தனக்குள் சிரித்துக்கொண்டு இக்னேஷியஸ் ஹாஸ்டலுக்கு நேராக நடக்க ஆரம்பித்தான். ஹாஸ்டலுக்கு ரோட்டைக் கடக்கும்போது மரக்கிளைகளுக்கு இடையில் பரவும் இருளில் சிவப்பும் மஞ்சளும் சேர்ந்த வானம் தென்பட மனம் சஞ்சலம் கொண்டது. அவன் அவ்வவ்போது எழுதும் கவிதை ஆர்வம் மனதில் துளிர்த்ததை உணர்ந்தான். அத்துடன் அவனுக்கு ஏனோ தாயின் ஞாபகம் வந்தது.

• • •

எந்தக் குறிப்பிட்ட திட்டப்படியும் இந்தி எதிர்ப்புக் களேபரங்கள் நடக்காமல், மக்கள் மனதில் பெரும் பீதியுடன் பயத்தையும் அவை எழுப்பியிருந்தன. மக்கள் அதனால் அது பற்றியே பேசிக்கொண்டிருந்தார்கள். உலகமெங்கும் ஒரு பூகம்பம் ஒரே நேரத்தில் வந்திருந்தால் எப்படியிருக்கும்? அதுபோல் தமிழகத்து மக்கள் கருதினார்கள்.

எதிர்கால அரசியல்வாதியாகத் தன்னை வளர்த்துக் கொள்ளும் அக்கறையில் பாதி வாழ்வையும் அமைத்த பொன்வண்ணன் இந்த முக்கியமான போராட்டத்தில் கைது செய்யப்படவில்லையென்றால் அவனது அரசியல் வாழ்வு அஸ்தமிக்கும் ஆபத்து இருந்தது! இவனைத் தொலைத்துக் கட்டவேண்டும் என்ற வெறி அந்த ஊரில் தற்போதைய எம்.எல்.ஏ. ஆன காமாட்சியின் கணவனுக்கு மட்டும்தான் இருந்தது. எனவே அவர் முனைந்து செயல்பட ஆரம்பித்தார். காமாட்சி மாலையில் தூங்கி எழுந்து கணவனுக்குக் காபியும் வடையும் தயார் செய்யும் வேலைக்காரி வராததால், தானே தயார் செய்துகொண்டு இருந்த சந்தர்ப்பத்தில் வான்மீகநாதனின் மூளை பலமாக வேலை செய்தது. போலீஸ் ஹெட் குவார்ட்டர்சில் இருந்த தனது நண்பர்களான உயர் போலீஸ் அதிகாரிகளையும் சாதாரண கிளார்க்குகளையும் தொடர்பு கொள்ள ஆரம்பித்தார். சாதாரண கிளார்க்குகள் மூலம், உயர் அதிகாரிகளுக்கு முடியாத காரியங்களைச் செய்வித்திருக்கிறார் வான்மீகநாதன். பலருக்கும் தனது ஃபோன் மூலம் மீண்டும் மீண்டும் தொடர்புகொண்டார் வான்மீகநாதன்.

நவீன மாதிரி அரசியல் காமாட்சிக்குத் தெரியாது என்பது வான்மீகநாதன் கருத்து. அதுவும் புதிய பணக்காரரர்களான எதிர்க்கட்சி அரசியல்வாதிகள் இளைஞர்களாகவும் படித்தவர்களாகவும் இருக்கிறார்கள். ஆளும் கட்சிக்காரரர்கள் படிக்காத, பரம்பரை ஜமீன்தாரர்களாகவோ, பணம் படைத்தவர்களாகவோ இருக்கிறார்கள். நீதி, நியாயம் என்று பார்க்கிறவர்கள் இவர்கள். அந்த விஷயத்தில் தான் புதிய எதிர்க்கட்சிக்காரரர்களின் போக்குகளை அப்படியே கடைப்பிடிக்காவிடில், தன் மனைவி எம்.எல்.ஏ.யாக இந்தத் தேர்தலில் வரமுடியாது என்று எப்படியோ ஊகித்தார் வான்மீகநாதன். எனவே இந்தி எதிர்ப்பை நாசம் செய்ய பகிர்ந்தளிக்கப்பட்டுள்ள பணத்தைத் தன் விருப்பப்படி செலவுசெய்தார் அவர். அதில் ஒன்று ஒரு லைசன்ஸ் இல்லாத

துப்பாக்கி வாங்குவது. அது கை கூடிவிட்டது. அதைச் செயல்படுத்தும் முறையை அவரது மூளை யோசித்து யோசித்துப் பார்த்தது. இன்னொன்று, வரும் தேர்தலில் பெரிய சவாலாக இருக்கப் போகிற பொன்வண்ணனை அரசியல்ரீதியாகத் தகர்த்துவிட அவனது கட்சியில் உள்ள வேறு சில அதிருப்தியாளர்களையும் பயன்படுத்திக் கொள்வது. இந்த இரண்டாவது செயலை இப்போது செயல்படுத்த முனைந்து கொண்டிருந்தார்.

“ஆமா, அவரை அவர் வீட்டில் வைத்து காலை நான்கு மணிக்குக் கைது செய்கிறோம்” என்றது ஃபோன் குரல்.

“கண்டிப்பாகவா?”

“ஆமா.”

“ரெக்கார்ட்... அப்படித்தான் சொல்கிறது. எதற்கும் டி.ஜி.பி.-ஐ ஒரு தடவை கேட்டுக் கொள்ளுங்கள்.”

“சரிப்பா... ரொம்ப உபகாரம்.”

ஃபோனை வைத்தார் வான்மீகநாதன். அப்போது அருகில் பறக்கும் ஆவியுடன் கப்பில் காபியுடன் வான்மீகநாதனுக்கு மிகவும் பிடித்த பருப்பு வடையையும் கொண்டுவந்து தனது பெருத்த வயிற்றுடன் அருகில் வந்த எம்.எல்.ஏ. காமாட்சி, ‘யாரு ஃபோனில?’ என்று கேட்டபடி அமர்ந்தார்.

சிந்தனை பலமாக இருந்ததால் மணக்கும் வடை மூக்கில் போன அளவு காமாட்சியின் கேள்வி மூளையில் போகவில்லை வான்மீகநாதனுக்கு. அதனால் அவர் பதில் சொல்வது பிந்தியது. அவரது ஆலோசனை தனது எதிரியைக் கவிழ்த்துவதில் இருந்தது.

“நாளை மறுநா இந்தி எதிர்ப்பு...” என்றார் வான்மீகநாதன்.

“அதுக்கென்ன, மேல இருந்து கொடுத்திருக்கிற பணத்தைக் கிளைகளுக்கெல்லாம் குடுத்தாச்சில்ல. யாரு என்ன குறை சொல்ல முடியும்?’

சூடான காபியை ஓர் இழுப்பு இழுத்தார் காமாட்சி.

“அதல்ல... ஒன் அரசியல் அது. கெட்ட பெயர் வரப்படாதுங் கிறது. என் அரசியல் வேற...” என்றார்.

“கெட்ட பெயரு வரணுங்கிறதா?”

அசெம்பிளியில் இந்த மாதிரி சில வேளை கேட்டுப் பத்திரிகையில் பெயர் வர வைக்கும் தந்திரத்தைக் கணவனிடம் பிரயோகித்தார் காமாட்சி. அவரே சிரித்துக்கொண்டார்.

“இல்ல, பொறுத்திருந்து பாரு...”

பதில் கூறியவர் மனதுக்குள், ‘இந்த ராஸ்கல என்ன செய்கிறேன் பாரு’ என்று பொன்வண்ணனை நினைத்துக் கறுவிக்கொண்டார். பின்பு நிதானமாகி காபியைக் குடித்துவிட்டு வடையை ருசித்துச் சாப்பிட்டு முடித்தார். ‘இன்னொரு வடை?’ என்று கேட்ட மனைவியிடம் ‘வேண்டாம்’ என்று தலையாட்டிவிட்டு அவர் போய்விட்டார். பின்பு போலீஸ் மேலதிகாரி ஒருவரது வீட்டுத் தொலைபேசியை வாங்கி அவருக்கு முயற்சி செய்தார். அவர் இன்னும் வீட்டுக்கு வரவில்லை. எப்போது வருவார் என்று தெரியாது. பக்கத்துக் கிராமத்தில் எதிர்க்கட்சிக்காரங்க ஆளும்கட்சி அனுதாபியைக் குத்திவிட்டார்களாம் என்ற செய்தி வந்தது.

“சரி, இந்தப் போலீஸ் அதிகாரிகள் எல்லோரும் இப்படித்தான். இனி எங்கேயும் கிடைக்க மாட்டாங்க.”

உரக்கச் சொல்லிக்கொண்டபோது பக்கத்தில் தன் மனைவி இல்லாததைக் கண்டு ‘யாரிடம் இப்படிப் பேசுகிறேன்?’ என்று தன்னிடமே கேட்டுக் கொண்டார். நாளை மறுநாள் அவன் கைது. இன்றே எல்லாம் சரியாகச் செய்யவேண்டும். நாளை கடைசி நேரத்தில் நம் திட்டத்தை நடத்த முடியாமலும் போய்விடலாம் என்ற முன்ஜாக்கிரதை உணர்வு தொலைபேசியை மீண்டும் சுழற்றச் செய்தது. அவரது அடியாளான ஒரு கட்சித் தொண்டனுக்கு, தொலைபேசியில் தான் இந்த இடத்தில் வருவதாகவும், அவன் அங்கே தன்னுடன் வர வேண்டும் என்றும் செய்தி அனுப்பினார். பின்பு ஆடை அணிந்துவிட்டு ஜீப்பை எடுக்க டிரைவரை அழைத்தார் வான்மீகநாதன்.

“எங்கேங்க? கவனமா...! நிலமை மோசம்ங்கிறாங்க. பெரிதாக எதிர்ப்பு இருக்குமாம். போலீஸ் புரொட்டக்சன் மறக்காம கேட்டிருங்க” என்றாள் எம்.எல்.ஏ. காமாட்சி.

"சரி... சரி..." என்று கூறியவருக்கு ஒரு பெரிய கெட்ட வார்த்தை வாயில் வந்தது. ஆனால் வான்மீகநாதன் யாருக்காவது பயந்தார் என்றால் அவர் ஒருவர். அவர் மலர்க்கொடியின் அப்பா.

மாணவர் தலைவர்கள் என்று கருதிக் கொண்டவர்கள், பேச்சாற்றல் உள்ள மாணவர்கள், மற்றும் ஊர்களில் எதிர்க்கட்சிகளுடன் தொடர்பு உள்ள மாணவர்கள் கல்லூரிக்கு வெளியில் உள்ள இந்தி எதிர்ப்பு அணிகளுடன் சேர்ந்து செயல்பட்டனர். அரங்கநாதன் சில மாணவர் தலைவர்களை அழைத்து அந்தந்தக் கல்லூரிகளில் எதிர்ப்பு எப்படி அமைய வேண்டும் என்பதை விளக்கினார். அடிக்கடி சுதந்திரப் போராட்டத்துக்கு மாணவர்களைக் காந்தி அழைத்ததை நினைவுபடுத்தினார். அந்த மரபின் தொடர்ச்சிதான் இந்தப் போராட்டத்தில் மாணவர்கள் பங்கெடுத்துக் கொள்வதும் என்று கூறினார். எந்தக் காரணத்தைக் கொண்டும் வன்முறை கூடாது என்று கூறினார். அந்தக் கூட்டத்தில் ஜி.கே. சாமியும் அமரனும் கலந்துகொண்டார்கள். வன்முறை கூடாது என்பதில் ஜி.கே. சாமிக்கு ஒப்புதல் இல்லாவிட்டாலும் வயதானவராகக் காணப்பட்ட அரங்கநாதனை எதிர்த்துப் பேச அவன் துணியவில்லை. மேலும் பல விஷயங்களை அரங்கநாதன் பேசினார்.

முக்கியமாக ஏகாதிபத்தியம் என்ற சொல்லை எல்லோரும் பயன்படுத்த வேண்டும் என்றார். வளர்ந்து வரும் தலைமுறை எத்தனை மொழிகளை வேண்டுமானாலும் படிக்கலாம். இந்தியையும் ஒரு மொழி என்ற முறையில் படிக்கலாம். படிக்கவேண்டும். ஆனால் அரசியல் காரணத்துக்கான திணிப்பு கூடாது. சமீபத்தில் உருவான இந்தியாவின் இன்றைய பூகோள அமைப்புக்காக ஆயிரக்கணக்கான ஆண்டுகளாக தனிப்பண்பாட்டுடன் இருந்த ஒரு மக்கள் கூட்டம் அடிமையாகத் தேவையில்லை என்ற தத்துவப்பார்வையை இந்தப் போராட்டத்தில் மாணவர்கள் எல்லோரும் பிரச்சாரம் செய்யவேண்டும் என்றார்.

அரங்கநாதன் பேச்சைச் சில மாணவர்கள் சட்டை செய்ததாகத் தெரியவில்லை. அதன் காரணம் அவர்கள் மத்தியில் ரகசியமாகக் கிசுகிசுக்கப்பட்டது. ஒரு காரணம் அவர் பிராமணர் என்பது, இன்னொரு காரணம் வேறு சிலரின் மூலம் வெளிப்பட்டது.

அதாவது அவர் ஒரு தீண்டத்தகாதவரைத் திருமணம் செய்திருக்கிறார் என்பது.

இந்தக் கூட்டத்திற்கு வந்திருந்த ஜி.கே. சாமி மலர்க்கொடியின் வீட்டுக்கு வந்திருந்தான். அப்போது மலர்க்கொடியும் குழந்தைகளும் வேலைக்காரியும் மட்டும் இருந்தார்கள். பொன்வண்ணன் பொறுப்பில் பல காரியங்களைக் கட்சி விட்டிருந்ததால் அவன் அலுவலகத்துக்குப் போகாமல் கட்சி ஆட்களோடு அலைந்தான். என்றாலும் மதியம் வந்து உணவு உண்டுவிட்டுச் சென்றான். ஓரளவு அவனுக்கும் மலர்க்கொடிக்கும் மத்தியில் உள்ள மனஸ்தாபம் குறைந்திருந்தாலும் அவன் முழுவதுமாக இயல்பாக ஏனோ அவளிடம் நடந்து கொள்ளவில்லை என்றுதான் கூறவேண்டும்.

அன்று சாமி வந்ததும் மலர்க்கொடி கோபமாகக் கேட்டாள், "ஆமா, சாமியை நான் நல்ல பையன்னுல நெனச்சன்?"

"என்ன அக்கா, நேரா பேசுங்க!" என்று பதில் கொடுத்தான் சாமி.

அவனும் கோபமாகப் பேசினான். கூட்டத்துக்குப் போய் வந்ததால் சோர்வாகக் காணப்பட்டான்.

"நீங்க அன்றைக்கு வந்து என் புருஷனோட மறைமுகமாக ஜோசப்பை அடிக்க அவர் காரணமாயிருந்தார் என்கிறத காட்டிய முறை எனக்குப் புரியல்ல."

"இப்பொ புரிஞ்சிருக்கா அக்கா?" என்று கேட்டான்.

"சுரேந்திரன் சொன்னதால புரிஞ்சுது" என்றாள் அவள்.

"இப்பவாவது புரிஞ்சுதே, அது போதும். ஜோசப் ஒரு ஏழை. அவன ஏன் இப்படி அடிக்கணும்?"

சாமியின் கோபம் இன்னும் குறையவில்லை. உடனே அவள் தன் குரலைத் தாழ்த்திப் பேச ஆரம்பித்தாள்.

"என்ன ரொம்ப கோபமாக இருக்கீங்க?"

அந்தக் குரலில் ஒரு பெண் தன்மை இழையோடியது. அவள் பின் ஏதும் பேசவில்லை. அப்போது வேலைக்காரி காபி கொண்டுவந்து வைக்க அவள் அதை எடுத்து அவன்

முன்னிலையில் வைத்து அன்புடன், "கோபம் அப்புறம், காபி குடிங்க" என்று உரிமை தொனிக்கும் குரலில் சொன்னாள்.

அவன் கோபம் அப்படியும் அடங்கியதாகத் தெரியவில்லை.

மேசையைப் பார்த்து முறைத்துக்கொண்டு காபியை எடுக்காமல் அமர்ந்திருந்தான்.

"சரி, எதற்காகக் கூட்டத்தில் கலாட்டா செய்யப் போனீங்க? ஜோசப்பையும் கேட்காம விடப் போறதில்ல நான். அவன் வந்துவிட்டானா?"

அனுசரணையாகக் குரலைத் தாழ்த்தி கனிவோடு அவனுடைய முகத்தைப் புன்னகையுடன் பார்த்தாள். ஒரு பெண்ணிடம் இருக்கும் அஸ்திரங்களைப் பயன்படுத்தும்போது ஒரு முரட்டு இளைஞன் அதிக நேரம் முரடனாக இருக்கமுடியாது.

இப்போது ஜி.கே. சாமியும் இறங்கிவந்தான்.

"என்னக்கா இது? அண்ணன் மோசடி அரசியல் நடத்துறாங்க. எங்களுக்குத் தெரிஞ்சு போச்சு. சொந்த ஆட்களையே வச்சு கல் வீச வச்சு, பத்திரிகைகளுக்கும் மக்களுக்கும் ஆளும் கட்சிக்காரங்கதான் கல் வீசினாங்கன்னு பொய் பரப்பறதுக்குத் திட்டம் போட்டாங்க. ஜோசப்புக்கு அண்ணனோட ஆட்கள் யாரோ சொல்லியிருக்காங்க. எனக்குப் பொறுக்கல்ல... அதான்" என்றான்.

அப்போது மலர்க்கொடி இடை மறித்தாள்.

"ஏன் உங்களுக்கு வான்மீகநாதன் ஆட்களோட தொடர்பு இருக்கா?"

அவளையும் மீறிய முரட்டுத் தொனி வெளிப்பட்டது.

"இல்ல. நியாயம்னு ஒண்ணு இருக்கில்ல அக்கா? அரசியல்ல நியாயம் இல்லியா?"

சாமியின் குரல் கம்மியது.

"வான்மீகநாதன் கூட்டமும் இத செய்வாங்க. தெரியுமா?"

கேட்டபோது நல்ல பையன் இப்படிப் பேசும்போது அவன் உணர்வுகளைப் பாராட்ட வேண்டுமே ஒழிய, இப்படித் தான் பேசுகிறேனே என்று அவளிடமே அவளுக்குள் வெறுப்பு ஏற்பட்டாலும் எதிரில் இருக்கும் இந்த இளைஞனின் அந்தரங்க மனசைக் கண்டுபிடிக்கும் மூர்க்கம் அவளுக்குள் புகுந்தது.

“அதுக்காக...? நாமளும் செய்யணுமா...? நல்லா இருக்கே நியாயம்.”

அவன் இப்படிக் கூறியபோது மலர்க்கொடி அப்பழுக்கற்ற ஒரு கல்லூரி இளைஞனின் நிர்மலமான மனதைக் கண்டாள். அவளுக்கு அது ரொம்ப நாள் நீடிக்காது என்பதும் தெரிந்தே இருந்தது.

தன் தந்தையின் அரசியல் முறைகள் ஞாபகத்துக்கு வந்தன.

அப்போது மலர்க்கொடியின் மூலமாக இன்னோர் உண்மையைக் கண்டுபிடிக்கும் ஆர்வம் சாமிக்கு ஏற்பட்டது.

“சரி அக்கா. நானும் ஜோசப்பும்தான் அன்றைக்கு ஒங்க புருஷனோட கூட்டத்தில் கலாட்டா செய்தோம்ங்கிற தகவல் தந்தது யாரு?”

ஏதோ உள்நோக்கத்தோடு கேட்கிறான் என்பது புரியாமல் தனக்குத் தெரிந்ததைச் சொல்வோமே என்ற எண்ணத்தில் ஒற்றைக்கண் சுரேந்திரன் சொன்ன தகவல்களைச் சொன்னாள். என்ன இருந்தாலும் இந்தச் சிறுவயது இளைஞர்கள் தன் கணவனை ஆஸ்பிட்டலுக்கு அனுப்பிவிட்டார்களே என்று எண்ணினாள்.

ஒற்றைக்கண் சுரேந்திரனிடம் நெல்சன், “தெரியுமே உங்களுக்குத் தம்பி, உங்க கல்லூரியில படிக்கிற இவங்களுடைய கட்சி உளவாளி - அவன் சொன்னானாம்” என்றாள். இப்போதும் சாமிக்கு, தனக்கும் ஜோசப்புக்கும் மட்டும் தெரிந்த இந்த உண்மை எப்படி நெல்சனுக்குப் போகமுடியும் என்று சந்தேகம் வந்தது. மனசுக்குள் இதைக் கண்டுபிடித்துவிட வேண்டும் என்று சொல்லிக்கொண்டான். எப்படி இந்த விஷயம் நெல்சனுக்கு வந்திருக்கும் என்று தீவிரமாக யோசனையில் ஆழ்ந்தது சாமியின் மனம்.

அப்போது மலர்க்கொடி மெதுவாக ஆனால் சர்வசாதாரணமாகச் சொல்வதுபோல் கேட்டாள்.

"ஆமா, தம்பி இந்த மாதிரி ஒரு நியாயமான அரசியல் நம்மிடம் இல்லங்கிறத யாரு ஒங்களுக்குப் போதிக்கிறா?"

ஏதோ அல்லது யாரோ இந்த இளைஞர்களுக்குப் பின்னணியாய் இருக்கவேண்டும் என்று யூகித்துக் கேட்டாள் மலர்க்கொடி.

"ஓரளவு இந்த மாதிரி சிந்திக்கிறதுக்கு எங்கள பழக்கியவர் ஒரு புதிய பேராசிரியர். பெயரு சபாஷ் ராஜ். திடீரென்று ஏனோ ஊரைவிட்டுப் புறப்பட்டுப் போய்விட்டார் கொஞ்ச நாளைக்கு முன்பு" என்றான் சாமி.

"இப்பொ ஒங்க கல்லூரியில இல்லயா?" என்று கேட்டாள் மலர்க்கொடி.

"இல்ல" என்றான் சாமி. அவன் கவனம் முழுவதும் தனக்கும் ஜோசப்புக்கும் மத்தியில் மட்டும் தெரிந்த ஒரு ரகசியம் எப்படி நெல்சனுக்குப் போயிற்று என்ற கேள்வியைச் சுற்றியே வந்தது. அப்படி அந்த ரகசியம் போனதால்தான் ஜோசப் தாக்கப்பட்டான் என்று நினைத்தபோது அவன் கோபம் மும்மடங்காயிற்று.

பின்பு மலர்க்கொடியிடம் விடைபெற்றுக்கொண்டு தனது விடுதிக்குப் புறப்பட்டான்.

யார் தனக்கும் ஜோசப்புக்கும் மட்டும் தெரிந்த இந்த உண்மையை நெல்சனுக்குச் சொன்னது என்ற கேள்வி இவனைப் போட்டு வாட்ட ஆரம்பிக்க, எதற்கும் ஜோசப் யாரிடமாவது சொன்னானோ என்று கேட்டுவிடுவோம் என்று நினைத்து ஆஸ்பத்திரியிலிருந்து டிஸ்சார்ஜ் ஆகி வந்துள்ள ஜோசப்பைப் பார்க்க மரியா கான்டீனுக்குச் சென்றான்.

அங்கு ஜோசப் கேட்டான், "யாரிடம் சொல்லி நான் இதுபோல் வாங்கிக் கட்டவேண்டும் சாமி? சொல். நான் யாரிடமாவது சொல்வேனா? ஆமா, அந்த ரவியிடம் ஏதாவது நீ சொன்னாயா? சரி, ஏன் அவன் இப்போது உன்னுடன் வருவதில்லை?"

அப்போது ஒரு கணம் அப்படியே இருந்த சாமிக்குக் கோபம் இன்னும் அதிகமாகத் தலைக்கேற, அங்கிருந்து புறப்பட்டு வேகவேகமாக ஹாஸ்டலை நோக்கி நடந்தான்.

தன் அறைக்குப் போகாமல் நேராக இளம் மாணவர்கள் அறைகள் ஒதுக்கப்பட்ட கட்டிடத்துக்குப் போய், இன்னும் ஸ்டடி டைம் ஆரம்பிக்காததால் மாணவர்கள் ஆங்காங்கு நின்றிருந்ததைப் பார்த்தபடி நேராக ரவியின் அறைக்குச் சென்றான். ரவியை அறைக்கு வெளியில் இருந்து அழைத்தான். ரவி தலையைக் கீழே போட்டு அப்படியே அமர்ந்திருந்தான். வரவில்லை. சாமி வந்ததைக்கூட கண்டுகொள்ளாமல் திமிராய் வேறு பக்கம் பார்த்தபடி இருந்தான். கோபத்தில் என்ன செய்கிறோம் என்பதுகூட தெரியாமல் அறைக்குள் சென்று அறைக்கதவை மூடிவிட்டுப் 'பளார்' என்று ரவியின் கன்னத்தில் அறைந்தான் சாமி.

"எதுக்குடா ஒனக்கு மட்டும் நான் சொல்லியிருந்த ரகசியத்த நெல்சனிடம் சொன்ன? பயித்தியம் முத்திப்போச்சு உனக்கு. என்னோட ஃப்ரண்ட்தான் இப்பவும் நீ... நெனவுல வச்சுக்க... அந்த ரகசியத்த காப்பாத்துவ என்று உன்கிட்ட சொன்னேன். நெல்சன்மூலமா பொன்வண்ணனுக்குப் போய், ஏழை, அந்த ஜோசப்பை அவன் ஆட்கள் அடித்து நொறுக்கிவிட்டாங்க. எல்லாத்துக்கும் நீதான் காரணம்."

ஒரு கணம் அதிர்ச்சியில் என்ன செய்வதென்று தெரியாமல் விழித்த ரவி, தன் செயல் விபரீதத்தை உண்டுபண்ணியிருப்பதை அறிந்து குற்ற உணர்வும் அவமானமும் அடைந்தான். அடுத்த கணம் ஓவென்று அழுதான்.

"நீங்க என்ன விட்டுட்டு அந்தப் பொன்வண்ணன் பெண்டாட்டி கிட்டெ ஃப்ரண்டானத என்னால பொறுத்துக்க முடியல்ல. உங்ககிட்ட வராமல் ஒவ்வொரு நாளும் அழுதுட்டு இருந்தேன். பொறாமைல அப்பிடிச் செய்துட்டேன்..." ஓவென்று அழுதான். தலைமுடியை இரண்டு கைகளாலும் பிய்த்து இழுத்தான். காலால் தரையைப் போட்டு உதைத்துக் கொண்டான் ரவி.

"சீ... இப்படியா செய்வாங்க...? மடயன்... மடயன்..."

எட்டிக் கைகளைப் பிடிக்க வந்த ரவியைப் பார்த்து ஒதுக்கிவிட்டு வேகமாக நடந்து தன்னைப் போன்ற சீனியர் மாணவர்கள் தங்கும் கட்டிடத்தை நோக்கி நடந்தான் சாமி.

மாணவர்கள் எங்கும் இந்தி எதிர்ப்பைப் பற்றியே பேசிக்கொண்டிருந்தார்கள். பலருடைய கைகளிலும்

பலவிதமான பத்திரிகைகள் இருந்தன. ஹாஸ்டல் நூலகத்தில் நிறைய மாணவர்கள் குவிந்திருந்ததால் உள்ளே அமர்ந்து படிக்கமுடியாமல் பல மாணவர்கள் நூலக அறையின் வெளியில் நின்று ஒரு தினத்தாளின் பல்வேறு தாள்களைப் பிரித்து ஒவ்வொருவராக வைத்துப் படித்துக்கொண்டு நின்றிருந்தார்கள். வெளியூர் மாணவர்கள் சிலர் வந்து அவ்வப்போது ரகசியமாக அறைகளிலும் மரங்களுக்கடியிலும் ஹாஸ்டல் மாணவர்களை அழைத்து, தமிழ் மொழிக்கும் பண்பாட்டுக்கும் நேரப்போகிற ஆபத்தைப் பற்றி உணர்ச்சிகரமாகச் சொற்பொழிவுகள் ஆற்றினார்கள். எல்லாவற்றிற்கும் மேலாக மதுரையில் இரண்டு கல்லூரி மாணவர்கள் அரசியல் சட்டத்தைத் தீவைத்துக் கொளுத்துவது சிகரமாக அமையப்போகிறது என்று பத்திரிகைகள் கூறின.

சாமி, ரவியை அறைந்துவிட்டு அறைக்குப் போனதும் அங்குக் காத்திருந்த இந்தி எதிர்ப்பு உணர்வு கொண்ட மாணவர்கள் அவனை ஆக்கிரமிக்க, அவனது ரவி மீதான கோபம் மறைந்து அடுத்த நாள் செய்யவேண்டிய கடமைகள் நினைவுக்கு வந்தன.

மாலையில் சுமார் ஆறு மணி இருக்கும்போது மலர்க்கொடிக்கு அவள் தந்தையிடமிருந்து ஒரு தொலைபேசி வந்தது. முகத்தைக் கழுவிக்கொண்டிருந்தவள் ஓடி வந்து டவலை கழுத்தில் சுற்றிப் போட்டுக்கொண்டே தொலைபேசி செய்தியைக் கேட்டாள். முதலில் மகிழ்ந்தாள், தன் தந்தை கூறிய தகவலைக் கேட்டு.

"என்ன, அவரைக் கைது செய்யாவிட்டால் நல்லதுதானே அப்பா?" என்றாள்.

"என்னம்மா அரசியல் குடும்பத்தில பிறந்த உனக்கே விஷயம் புரிய மாட்டேங்குது. இது பொன்வண்ணன் எதிரிகள் செய்யும் விஷமம். புரியலியா உனக்கு? அடுத்த தேர்தலை மனதில் வைத்து யாரோ செய்யும் விஷமம். எல்லாரையும் இந்தி எதிர்ப்புக்குக் கைது செய்யும்போது இவனை மட்டும் கைது செய்யாவிட்டால் இவன்மீது மக்களுக்கு மதிப்பு ஏற்படாது. அதனால் முதலில் கைது செய்வதாக இருந்த பட்டியலைத் திருத்தியிருக்கிறாங்க. என்னை ஒன் புருஷன் ஏனோ இப்பொ வெறுக்கிறான். பரவாயில்ல. ஆனால் இத ஒனக்குச் சொல்லவேண்டியது என் கடமை."

"அப்பா, இப்பொ என்ன பண்றது?"

“கவலைப்படாத. நான் இருக்கிற வரை எல்லாம் கவனிச்சுக்குவன்.”

“பாருங்கப்பா இந்த அரசியல் கூத்த. சொந்தப் புருஷனயே கைதுசெய்ய உங்ககிட்ட கேட்கவேண்டிய நிலம.”

“அதெல்லாம் பாத்தா நடக்குமா? நீ நிம்மதியா இரு.”

மலர்க்கொடிக்கு எல்லாம் ஆச்சரியமாக இருந்தன. குழப்பமாகவும் பயமாகவும்கூட இருந்தது. ஏதாவது தன் கணவனுக்கு நடந்துவிடுமோ என்று பயந்தாள். அப்பாவை அழைத்துக் கைது செய்யாவிட்டால் போகிறது விட்டுவிடுங்கள். அவர் என்னோடும் என் குழந்தைகளோடும் இருக்கிறார் என்பது போதும் என்று சொல்லலாமா என்று எழுந்தாள். மீண்டும் தங்க நிறத்தில் இடதுபுறமும் வலதுபுறமுமாக அசைந்தபடி இருந்த சுவர் கடிகாரத்தைப் பார்த்தபடி நாற்காலியில் அமர்ந்து குழப்பமுற்றாள். இதுபோல் சில வேளை தனது தாய் தன் தந்தையைப் பற்றிக் கவலைப்பட்டபடி இருந்தது அவளுக்கு நினைவு வர, இதெல்லாம் சகஜமாக எடுத்துக்கொள்ளும் மனநிலை தனக்கு வரவேண்டும் என்று சொல்லிக்கொண்டாள். பொதுவாக மனஉறுதி படைத்தவள் என்று தந்தையால் பாராட்டப்படும் மலர்க்கொடி மீண்டும் தைரியமாக இருந்தாள். அப்போது தன் கணவன் செய்யும் அரசியல் நாடகங்கள் இப்படிப்பட்டவைதானோ என்ற எண்ணமும் கூடவே மனதில் தோன்றின. யாருக்கும் தொந்தரவு செய்யவில்லை. தன் புகழைப் பத்திரிகைகள் மூலம் கூட்டுவதற்காக தன் ஆட்கள் மூலமே கூட்டத்தைக் கலைக்கவும் கல்லெறியவும் ஏற்பாடு செய்திருக்கிறான். அதை இந்த ஜோசப்பும் சாமியும் ஏன் குழப்ப வேண்டும்? என்று யோசனை வந்து ஒற்றைக்கண் சுரேந்திரன் கூறிய விஷயத்தை நினைத்தபோது மீண்டும் தடுமாறியது. இந்த நாடகத்தைத் தாண்டி கொலை செய்ய ஆளை அனுப்பும் அளவுக்குத் தன் கணவனிடம் ஏதோ ஒன்று புகுந்திருக்கிறது. அதைத் தடுக்க வேண்டும். அரசியலில் நாடகங்கள் நடத்துவது தவிர்க்க இயலாதது போலிருக்கிறது. தன் தந்தையின் காலத்தில் அதுகூட தேவையிருக்கவில்லை. இன்று அரசியலின் குணம் மாறியிருக்கிறது. பத்திரிகைகளும் ரேடியோவும் முக்கியப் பாத்திரம் வகிக்கின்றன, அரசியலில் சினிமாகூட இப்போது எதிர்க்கட்சியின் முக்கிய பிரச்சார சாதனம் ஆகிக்கொண்டு வருவதை எல்லோரும் கூறுவதைக் கேட்டிருக்கிறாள் அவள்.

இந்த மாதிரி நினைத்துக்கொண்டு இருந்தபோது மணி இரவு பத்தரை ஆக, தனது கணவனின் கார் வர அதில் கட்சி ஆட்களுடன் கணவன் பொன்வண்ணன் மகிழ்ச்சியாக வந்து இறங்கினான்.

எல்லோருக்கும் காபி போட்டுக் கொடுத்தாள். பெரிய மாவட்டத் தலைவர்களும் கட்சியின் பொறுப்பாளர்களும் இருந்தார்கள். எல்லோரும் போனபின் தன் கணவனின் கையை ஆதரவுடன் பிடித்தவள், அவனுக்குத் தானே உணவு பரிமாறியபோது தன் தந்தை சொன்ன விஷயத்தைச் சொல்ல வேண்டுமோ வேண்டாமோ என்று தடுமாறினாள். தன் தந்தையின் அனுபவத்திலும், பெரிய இடங்களில் உள்ள தொடர்பிலும் தன் கணவனை எதிர்கால அரசியலில் ஒரு முக்கியஸ்தனாக மாற்றும் நோக்கத்திலும் அவர் கொண்டுள்ள நம்பிக்கையை அறிந்தவளாகையால், இப்போது ஏதும் சொல்லி அவனைக் குழப்பக்கூடாது என்று தீர்மானித்தாள். தானும் ஒரு அரசியல் குடும்பத்தில் பிறந்திருக்கும்போது பக்குவப்பட்டவளாக நடந்துகொள்ள வேண்டும் என்று நினைத்தாள்.

“மலர்க்கொடி! காலையில் நாலு மணிக்கு நான் கைதாவேன். தெரியுமில்லியா?”

தமாஷ் செய்தான் பொன்வண்ணன்.

அவன் கரங்களில் தன் கரத்தை வைத்து அழுத்தியவளை அணைத்துக்கொண்டான். தன் தந்தையைப் பற்றிக் கூறி, அவன் தனது சுய முயற்சியில் அரசியலில் ஒரு பெயரைச் சம்பாதித்துக் கொண்டிருக்கிறான் என்ற அவனது சுய கௌரவம் சார்ந்த எண்ணத்தைப் பாழடிக்க விரும்பாத இவள் மனதில் இந்த மனிதன் எப்படி ஜோசப்பைத் தீர்த்துக்கட்டு என்று ஒற்றைக்கண் சுரேந்திரனிடம் கூற முடிந்தது என்று யோசித்தபோது அவளுக்கு ஒன்றுமே விளங்கவில்லை. என்ன இருந்தாலும் ஏழை ஒருவனைக் கொலை செய்வதில் எந்த அரசியலும் அடங்கி இருக்க முடியாது என்று நினைத்துக்கொண்டாள். ஆனாலும் தன் கணவனல்லவா இவன் என்ற நினைப்பு வந்ததும் அவன் மீது பாசம் பொத்துக்கொண்டு வரும் மனதை எண்ணினாள். கால்மாட்டில் மூடாமல் படுத்து மூச்மூச்சென்று நித்திரையில் ஆழ்ந்திருப்பவனை எழுப்பாமல் ஒரு துணியை எடுத்து வந்து காலையில் கைதாகப் போகிறான் என்ற பதைப்புடன் மூடினாள்.

சுழலும் மின்விசிறியைச் சற்றுக் கூட்டிவிட்டுத் தானும் படுத்துக் கொண்டாள்.

• • •

விடுதி மாணவர்கள் உணவு உண்டு போனபிறகு சாமிநாத பட்டர் இருட்டுக்குள் மெதுவாக அடி எடுத்து வைத்தார். யாரும் தன்னைக் கவனிக்கவில்லை என்பதை உறுதி செய்து கொண்ட பிறகு, ஒரு பெரிய பீப்பாய் மறைவில் சமையல் அறை மூலையில் அமர்ந்திருந்த அழகிய பெண் முகம் கொண்ட இளைஞனை அணுகி தான் கொண்டுவந்த உணவைக் கொடுத்தார். அவன் சாப்பிடுவதையே பார்த்தபடி தூரத்தில் நின்றுகொண்டார்.

"ஒன் நெனப்பிலேயே இந்தப் பிள்ளைகளுக்குச் சாப்பாடு போடுன்னு ஞான்."

கூறும்போது பட்டரின் கண்கள் குளமாயின.

"நான் சொன்னா நீ எங்கே கேட்ப! அப்பவே கேட்காம ஓடிப் போனவன்தானே. இப்பொ எங்கே கேட்கப் போற? ஆனா எனக்குப் பயமா இருக்குமடா ஒன் பாதையைப் பாத்தா. அந்தப் பெங்காளி ஆளு யாரு? நான் ஒரு தடவை பாக்கக் கூடாதா?"

பரிதவித்தபடி மகனைப் பார்த்துக் கேட்டார்.

"அச்சன் ஒந்நினும் பேடிக்கண்டா..."

முதலில் மலையாளத்தில் பேச்சைத் தொடர்ந்தவன் தந்தையைப் பார்த்துச் சொன்னான்.

"என் வாழ்வு இனி இந்த மாதிரியான ஒரு தத்துவத்துக்குத்தான். ஊர் ஊரா உங்களை எல்லாம் விட்டுவிட்டுச் சுற்றும்போது காம்ரேட் சட்டர்ஜி பற்றிக் கேள்விப்பட்டேன். ரொம்ப படிச்சவரு. பெரிய ஸைன்டிஸ்ட் அப்பா அவரு. அந்தக் காலத்தில் கல்கத்தாவில் உள்ள சேவியர்ஸ் காலேஜில் கெமிஸ்டிரி புரொபஸர் சோமன் சட்டர்ஜின்னா தெரியாதவங்களே கிடையாது. ஒரு நாள் எல்லாத்தயும் விட்டுட்டு இதுபோல இளைஞர்களைச் சந்திச்சு ஒரு புதிய தத்துவத்தைப் பரப்பி இந்தியாவில் ஏழைகளுக்கு ஒரு புதுவாழ்வு கொடுப்பதுதான் இனி என் கடமைன்னு புறப்பட்டுட்டாரு. இருபது வருஷமா

இதுதான் அவரு வாழ்க்கை. அவரப் பத்திக் கேள்விப்பட்டப்பொ முதல்ல சந்திக்கப் போனேன்.”

“நீ கல்கத்தாவரை போனீயா வெங்கட்ராமா?” மகன் கூறுவதைக் கவனமாகக் கேட்ட பட்டர் அவன் சொல்லட்டும் என்று அமைதியானார்.

“ஆமா. மொதல்ல இரண்டு மூன்று வருடம் கல்லூரியில சேர்ந்து படிச்சேன். பிறகு அந்தப் படிப்பால ஒரு பிரயோஜனமும் இல்லன்னு இந்தா பாரு.”

தன் கையில் இருந்த ரிவால்வரை எடுத்துக் காட்டினான்.

“இதுதான் என் வேலை. காம்ரேட் சட்டர்ஜியுடைய மெய்க் காப்பாளன்.”

“என்னடா வெங்கட்ராமா, பயமாயிருக்கே.”

“பிராமணப் பையன் கையில இது வந்துட்டுதேன்னு பார்க்கிறீங்களா?” என்று சிரித்த மகனுடைய முகத்தில், தன் மனைவியின் சாயல் தெரிவதைக் கண்ட பட்டருக்கு என்னென்னவோ நினைவுகள் வந்தன.

“போதும், நான் சொன்னா இவ்வளவு வளர்ந்த நீ கேட்கவா போற. அந்த வயசில - ஒனக்குப் பிறந்த தினம் அக்டோபர், அப்பொ சரியா பதினெட்டு வயசாயிருந்தது - எங்களை விட்டுப் போன. பத்து வருஷம் எங்கெங்கேயோ இருந்துவிட்டு வந்து நிக்கிற வளர்ந்து. இப்பொ கேட்கவா போற? கல்யாணம் காட்சி ஏதாவது ஆச்சா?”

“எங்க இயக்கத்தில அதுக்கெல்லாம் எங்கெப்பா நேரம்?”

சாப்பாட்டில் கவனமாக இருந்தான் வெங்கட்ராமன். கத்திரிக்காய் குழம்பை இன்னும் கொஞ்சம் கரண்டியில் எடுத்துச் சூடாக இருந்த சோற்றில் விட்டுக் கொடுத்தார் பட்டர். அவர் போட்ட கத்திரிக்காய் துண்டைச் சுவைத்தபடி,

“நல்ல ருசியா இருக்கு அச்சா.”

நாக்கால் சப்புக்கொட்டி சிரித்தான் மகன். இடையில் பொலபொல என வடிந்த கண்களைத் துடைத்தார் பட்டர். அவன் கேட்டான்,

“அப்பா, இந்த மாதிரிதான் காலத்தை ஓட்டுறீங்களா?”

“ஆமாடா. ஒரு நிம்மதி இருக்கு. ஒன்ன நினைச்சுக்கிட்டு இந்தப் பிள்ளைகளுக்கு முடிஞ்ச அளவு நல்லா சமைச்சுப் போடுறேன். சொன்னா கேட்க மாட்டேங்கிறாங்க எங்கூட வேல செய்கிற பையன்கள். கவனமில்லாமல் அரிசியை நன்றாக கழுவாமல், அரிக்காமல் போட்டு விடுகிறார்கள். தலையைச் சரியா கோதிக்கிட்டு வாருங்கள் என்று சொன்னாலும் கேட்க மாட்டேன்கிறாங்க. முடிகிடக்குது சோற்றில. ஒரு பையன் பீடித் துண்டைக்கூட சோற்றில் இருந்து எடுத்துக் காட்டினான். கத்திரிக்கா சாம்பாரிலும் முடிகெடக்கிறது. சொன்னா கேட்டாதானே. வேகாத அரிசிய எறக்கி, வெந்த சோத்தோட சேர்த்துக் கொட்டிவிடுகிறார்கள். அந்தப் பிள்ளைகள் பாவம். என்ன என்னமோ இவனுக பண்ணிவிடுகிறாங்க. நான் நின்னு பாத்துக்கிடுதேன். கொஞ்சம் சமையல் அறைக்கு வெளியில் போனாலும் போச்சு. ஏதோ குழறுபடி ஆயிடுது. சாப்பாடுடா, நூற்றுக்கணக்கான குழந்தைகளோட தாய் தகப்பன் என் கையில ஒப்படைச்சிட்டுப் போயிருக்கிறாங்கடான்னு சொன்னாலும்கூட வேல செய்கிறவங்க கேட்கிறதில்ல. பதறிப் போய்ச் சொல்வேன். கொஞ்சம் ஏதோ ஒண்ணு ஆயிட்டுதுண்ணா என் பிள்ளை ஒன் ஞாபகம் தாண்ட, அப்பொல்லாம் வரும். இப்பொ சரியா போயிட்டேன். நீ ஒரு மகன், சொல்லக் கேட்காம ஏதோ ஒரு கோபத்தில் போயிட்டே. இப்பொ, எனக்கு ஆயிரக்கணக்கான மகன்கள் இந்த ஹாஸ்டல்ல. என் காலம் பூரா உன்ன நினைச்சுக்கிட்டு இப்படியே இந்தப் பிள்ளைகளுக்குச் சோறு சமைச்சுப் போட்டுக்கிட்டே காலத்தக் கடத்தீருவேன்.”

“அப்பொ அச்சனும் மோனும் சமூகத் தொண்டுலதான் இருக்கிறோம்.”

மலையாளத்திலும் தமிழிலும் கலந்துசொன்ன வெங்கட்ராமன் ஒரு முளகாயை எடுத்து நறுக்கென்று கடித்துவிட்டுத் தந்தையைப் பார்த்துச் சிரித்தான்.

பட்டருக்கு ஞாபகம் வந்துவிட்டது.

“இப்பமும் முளகாய் எடுத்து நறுக்கின்னு கடித்துக்கடித்து ரசிச்சுச் சாப்பிடுற பழக்கம் இருக்கா?” என்று கேட்டார் பட்டர். இவன் அப்படிச் சாப்பிடும்போது பட்டரும் இப்போது உயிரோடில்லாத அவர் மனைவியும் அவன் முகத்தைப் பார்ப்பார்கள்.

எந்தவித உணர்வும் காட்டாமல் உறைப்பை சகஜமாக கருதி சாப்பிடுவான் மகன். அப்படியே இப்போதும் முளகாயை எடுத்துச் சாப்பிடுவதைப் பார்த்த பட்டர், "எடுத்துக்கொண்டு வரட்டா" என்று அதிகம் மிளகாய் கொண்டு வரப் புறப்பட்டார். "அதொண்ணும் வேண்டாம்" என்றான் வெங்கட்ராமன்.

"அந்த ஒன் தலைவரு...! என்ன பேரு சொன்ன?"

"காம்ரேட் சட்டர்ஜி."

"ஆங்... சர்தார்ஜி..."

"சர்தார்ஜி இல்ல அச்சா, நோக்கு... பற... சட்டர்ஜி."

"சட்டர்ஜி..."

"ஆங், கரெக்ட்."

குழந்தைபோல் குதூகலப்பட்டான் வெங்கட்ராமன். அவ்வப்போது மலையாளத்தில் தந்தையுடன் பேசும்போது சின்ன வயசில் தன் அம்மாவை ஸ்பர்சித்ததுபோல் உடல் குதூகலப்பட்டதை அறிந்தவன் மலையாளமும் மறந்து போய்விட ஆரம்பித்ததற்காய் கவலை கொண்டான்.

"மலையாளம்கூட மறக்க ஆரம்பிச்சுட்டேன். இந்தி பிரதேசங்களில் இந்தி, ஒரிசாவில் ஒரியா பேச வேண்டும். பெங்காளி நல்லா பேசுவேன் அச்சா."

தந்தையைப் பார்த்துத் தன் பழக்கவழக்கங்களில் உள்ள மாற்றம், தனக்குத் தெரிந்துள்ள மொழிகள் என்றெல்லாம் சொன்னான் வெங்கட்ராமன்.

சற்று நேரம் அமைதியாக இருந்த பட்டர், அவன் சாப்பிடுவதைக் கூட பார்த்து ஆனந்திக்காமல் தரையைப் பார்த்தபடி இருந்தார். வாழை இலையில் அருகில் இருந்த மரக்கறி கூட்டை எல்லாம் சேர்த்துச் சோற்றோடு தனது சற்று முரட்டுத்தனம் ஏறியிருக்கும் விரல்களால் பிசைந்து வாயில் போட்டான் வெங்கட்ராமன். அப்போது அவன் கழுத்துப் பகுதியில் குத்துவது போல் முனை கூடி வெளியில் தள்ளியிருந்த தொண்டை சங்கு மேலும் கீழும் ஏறி இறங்கியது.

ஆடிப்பாவைபோல | 277

எதையும் பார்க்காமல் தரையைப் பார்த்தபடி இருந்த பட்டரைக் கவனித்த மகன் சாப்பிட்டதும்,

"எந்தா அச்சோ?"

மிருதுவாக அவனது மலையாளத்தை ரசித்துக்கொண்டு கூப்பிட, தலைதூக்கிப் பார்த்த பட்டரின் கண்களில் இருந்து பொலபொல என மீண்டும் உதிர்ந்தது கண்ணீர்.

அவன் கோபித்தான்.

"எந்து இது?"

"அம்மையிட நினைப்பு வந்துச்சு... சரி."

மகன் கவனமாகத் துப்பாக்கியைத் தோளில் கிடந்த பையில் திணித்தபடி எழுந்தான். சிரித்தார் பட்டர்.

"நாள மோனுக்குக் கொஞ்சம் பாயசம் செய்வேன். இதுபோல வந்து சாப்பிட்டுப் போவணும். முடிஞ்சா சட்டர்ஜியை விளிக்காமோ?" பெரிய படிப்பாளி, பேராசிரியராக இருந்தவர் தன் சாப்பாட்டை ஒளிந்தபடி சாப்பிட வருவாரோ என்னவோ என்ற சந்தேகமும் பட்டருக்கு ஏற்பட்டது.

"ஓ" என்று சந்தோஷமாக சிரித்தபடி வெங்கட்ராமன் அசைந்தபோது அவனுக்கு விக்கல் எடுத்தது. செம்பில் நீர் கொடுத்தார் பட்டர். நீரைக் குடித்தான் பட்டரின் மகன்.

"அவரையும் நாள கூப்பிட்டுப் பார்க்கிறேன்" என்று கூறியவன் பட்டரைப் பார்த்தபடி புன்னகையுடன் இருளில் வந்ததுபோலவே மறைய அவனது காலடிகள் சருகில் 'சரசர' என்று ஒலிப்பதைத் தன் மனதில் கேட்டபடி பட்டர் நின்றுகொண்டிருந்தார். அவர் அழுக்கு வேட்டியின் ஒரு முந்தியைத் தூக்கியபடி நின்றார். நாளை வருபவனுக்கு ஸ்பெஷலாக சின்ன அடுப்பில் பாயசம் செய்வதில் பட்டர் மனம் லயித்தது.

• • •

ஒரு பெரிய ஊர்வலம் ஊரின் முக்கிய வீதிகளில் புறப்பட்டது. பஸ் ஸ்டாண்டை அடைந்து மெயின் ரோடு வழி போவது என்று முதலில் தீர்மானிக்கப்பட்டிருந்தது. எப்படியோ திசைமாறிப் போக ஆரம்பித்தது. ஊர்வலத்தின் முன்பகுதியில் முதலில்

மாணவர்களே இருந்தனர். இடை இடையே வேறு யார் யாரோ வந்துசேர்ந்தனர். தாம் மாணவர்கள் என்றும் இன்ன இன்ன கல்லூரியின் தமிழ்ச் சங்கத் தலைவர் என்றும் கூறினார்கள். பலவும் பொய்யாக இருந்தன. கட்சிக்காரர்கள் இந்தமாதிரி செய்திருக்கலாம் என்று வதந்திகள் உலவின. ஒரு முரட்டுக் கரம் ஊர்வலத்தை நடத்தி முன்சென்ற ஜி.கே. சாமியை ஒதுக்கியபோது, அக்கரத்தை இன்னொரு முரட்டுக் கரம் தடுத்தது. இந்த இந்தக் கரங்கள் யார் யாருடையவை என்பது அந்த ஊர்வலத்தில் பங்கெடுத்த ஆயிரக்கணக்கான இளைஞர்களுக்கும், சிறுவர் சிறுமிகளுக்கும் தெரியாது. அந்த இளைஞர்களும் இளம்பெண்களும் தங்கள் சமூகமான மாணவர் சமூகத்தைச் சார்ந்தவர்களே இந்த ஊர்வலத்தைத் தீர்மானித்து இறுதி வரை நடத்திச் செல்வதாகக் கருதினார்கள். இடையில் மைக் பொருத்திய சில ஜீப்புகள் வந்து சேர்ந்துகொண்டன. எந்தெந்த அரசியல் கட்சிகளின், எந்தெந்த ஊர்ப் பணக்காரர்களின், பணத்தில் இந்த ஜீப்புகள் வந்தன என்பது சாதாரண மாணவர்களுக்கும் மாணவிகளுக்கும் கொஞ்சமும் தெரியாது.

ஜி.கே. சாமிக்கு இன்னும் ஊர்வலத்தின் முகப்புப் பகுதியில் நடந்துசெல்வதற்கு வாய்ப்பு இருந்தது. ஊர்வலம் தொடங்கும்போது பல இடங்களில் இருந்தும் மாணவர்களை அழைத்து வந்த மாணவர் தலைவர்களை இப்போது சாமி பார்க்கமுடியவில்லை.

ஊர்வலம் திடீரென்று மெயின் ரோட்டிலிருந்து ஒரு பெண்கள் பள்ளியை நடத்திய கான்வென்ட் இருந்த ரோட்டில் திரும்பியது. இப்படித் திரும்ப யார் காரணம் என்று தெரியாமல் இருந்தது. சாமிக்கு ஊர்வலம் மெயின் ரோட்டில் போகிறதென்பது மட்டும் தெரியும். ஏன் திரும்புகிறதென்று தெரியாது. அதைத் தடுக்கும் அதிகாரம் தனக்கு இல்லை என்பதுபோல் மட்டும் உணர்ந்தான். தன் நண்பர்கள் யாராவது இருக்கிறார்களா என்று சுற்றும்முற்றும் பார்த்தவனுக்குத் தன்னுடன் வருபவர்கள் யார் என்று புரியவில்லை. அப்படிப் போய் மீண்டும் மெயின் ரோட்டுக்கு வந்துவிடும் என்று கூறினார்கள். வேறு சிலர் எம்.எல்.ஏ. வீட்டுக்கு ஊர்வலம் போகிறதென்று கூறினார்கள்.

முந்திய நாள் நடந்த சம்பவங்கள் வான்மீகநாதனை நிலைகுலையச் செய்துவிட்டன. எல்லா உயர் போலீஸ் அதிகாரிகளையும் தொடர்புகொண்டார் அவர். சிலர்

கிடைக்கவில்லை. கிடைத்தவர்கள் தங்களுக்குத் தெரியாது, ஒன்றும் செய்யமுடியாது என்பதுபோன்று பதில் சொன்னார்கள். தன் கணவன் என்ன செய்கிறான் என்பது பெண் எம்.எல்.ஏ. காமாட்சிக்குப் புரியவில்லை. தன் கணவன் கட்டளைப்படி ஓரிரு தொண்டர்கள் வீட்டில் அந்நேரம் இருந்தனர்.

"போச்சு... போச்சு. என் திட்டமெல்லாம் போச்சு. பயந்ததுபோல நடந்துபோச்சு. பொன்வண்ணனுடைய மாமன் களத்தில் இறங்கிட்டாரு..." என்றான் வான்மீகநாதன்.

காமாட்சிக்கும் கட்சித் தொண்டர்களுக்கும் ஒன்றும் புரியவில்லை. அவர்களுக்கு ஒன்றும் புரியாது என்று கருதி அவர்களுக்கு விளக்கும் உத்தேசத்தில் இல்லை வான்மீகநாதன்.

அப்போது ஒருவன் ஓடிவந்து, "ஊர்வலம் அவர்கள் வீட்டைக் குறிவைத்து வருகிறதென்றும் ஊர்வலத்தை நடத்திவருபவர்கள் மாணவர்கள் அல்ல. பெயருக்கு ஒரே ஒருவனை ஊர்வலத்தின் முன் பகுதியில் வைத்திருக்கிறார்கள். அவன் பெயர் சாமி" என்றான்.

"போட்டுத் தள்ளீரலாமா?"

ஒரு துப்பாக்கியைக் கையில் எடுத்தார் வான்மீகநாதன். அந்தத் துப்பாக்கி சில நாட்களுக்கு முன்பு தான் கொண்டுவந்த லைசன்ஸ் இல்லாத துப்பாக்கி.

"இந்தா, பிடி இத..."

லைசன்ஸ் இல்லாத அந்தத் துப்பாக்கியைத்தான் சமீபத்தில் தன் பக்கத்துக்குக் கொண்டு வந்த நெல்சனிடம் கொடுத்தார் வான்மீகநாதன்.

"இங்கே ஊர்வலம் வரும்னு தெரியும்" என்ற வான்மீகநாதன் திரும்பிப் பார்த்தபோது, காமாட்சி எம்.எல்.ஏ. ஓர் அறைக்குள் போய்க் கதவைப் பூட்டிக்கொண்டு சாமி படத்துக்கு முன்பு அமர்ந்தாள். 'தெய்வமே, தெய்வமே' என்று கண்ணை மூடியபடி இருந்தாள்.

"சுடத் தெரியுமில்லியா" என்று கேட்ட வான்மீகநாதனுக்கு நெல்சன்,

“இப்படித்தான?”

ஆட்காட்டி விரலை குதிரை மீது வைத்துக் காட்டினான்.

“ஏதும் வம்பில மாட்டிவிடுவீங்களா?”

பயந்தபடி கேட்டான் நெல்சன். “பயப்படாதடா” தைரியம் கொடுத்தார் வான்மீகநாதன். அப்போது ஊர்வலம் வீட்டுக்கு முன்பு வந்துவிட்டிருந்தது.

யார் யார் ஊர்வலத்தில் முன்பக்கம் ஆக்கிரமித்திருப்பது என்று ஊரில் உள்ள ஒவ்வொரு அடியாளாகப் பெயர்களைச் சொன்னார்கள் வான்மீகநாதனின் ஆட்கள். வான்மீகநாதனுக்கு அப்போதுதான் புரிந்தது, தனது பல நாள் பகைவர்கள் ஒன்று சேர்ந்திருக்கிறார்கள் என்று. லைசன்ஸ் கேட்டுக் கிடைக்காதவன், கான்ட்ராக்டில் கோட்டைவிட்டவன், மோசடி வழக்கில் தனது உதவியைக் கேட்டு வந்து வெறுங்கையுடன் திரும்பியவன், இப்படி யார் யாரோ தனக்கு எதிரணி அமைத்திருப்பது புரிந்தது. வெறும் பொன்வண்ணனோ, அவனுடைய மாமனோ மட்டும் அனுப்பிய ஆட்கள் மட்டுமல்ல என்பது புரிந்தபோது, தன் நிலமை சற்று பலகீனமுற்றிருந்ததை உணர்ந்தான் வான்மீகநாதன். என்றாலும் தன் திட்டங்களை முற்றிலும் நம்பிய வான்மீகநாதன் வீட்டில் அடைத்திருந்த கண்ணாடி வழியாக ஊர்வலத்தை ரகசியமாய் தனது மாடியிலிருந்து நிதானமாய்ப் பார்த்தார். வாசலில் இருந்த இரண்டு மூன்று போலீஸ்காரர்களையும் கவனித்தார். தன் கூடவே லைசன்ஸ் இல்லாத துப்பாக்கியுடன் நெல்சன் தொடர்ந்து வந்து கொண்டிருப்பதைக் கவனித்தபடி வெறிபிடித்த மிருகம்போல இருந்தார் வான்மீகநாதன்.

அதற்குள் ஊர்வலம் இன்னும் பல மடங்கு பெருகிவிட்டது.

“டௌன் டௌன்...” “காமாட்சி எம்.எல்.ஏ...” “டௌன் டௌன்” “இந்தி...” “டௌன் டௌன் வான்மீகநாதன்...”

முழக்கங்கள் எழுந்தன. சில இளைஞர்கள் வான்மீகநாதன் வீட்டுக் காம்பவுண்டில் ஏறி அமர்ந்தனர். வீட்டுக் காவலுக்கு நின்றிருந்த போலீஸ்காரர்கள் சாந்தமாக ஊர்வலத்தினரிடம், “கூடாதீர்கள், போய்விடுங்கள்” என்று வேண்டுகோள் விடுத்தபடி நின்றனர்.

அப்போது அது நடந்தது.

ஒரு குண்டு ஊர்வலத்தில் ஓரமாக, சைக்கிளில் போய்க் கொண்டிருந்த ஒரு பள்ளி மாணவன் மீது பாய்ந்தது. உடனே ஊர்வலம் கலைந்து ஓட ஆரம்பித்தது. முதலில் யார் எங்கிருந்து சுட்டது என்று யாருக்கும் புரியவில்லை. ஊர்வலத்தில் ஒரே களேபரம். காவல் செய்த போலீஸ்காரர்களுக்கு ஒன்றும் புரியவில்லை. தங்கள் கையில் துப்பாக்கி இல்லையே என்றும் அமைதியாகத்தானே ஊர்வலத்தினர் இருந்தனர் என்றும் நினைத்து மாறி மாறிப் பார்த்துக் கொண்டனர் போலீஸ்காரர்கள்.

காமாட்சி துப்பாக்கி வைத்திருந்த நெல்சனைப் பிடரியில் பிடித்துக் கீழே தள்ளினாள். “நீ எங்கே இங்கே...” என்று தனது மனைவியைத் திரும்பிப் பார்த்தபோது பூஜை அறையில் இருந்தவள் துப்பாக்கி சப்தம் கேட்டு மாடிக்கு வந்திருந்தது புரிந்தது.

வான்மீகநாதனுக்கு வியர்த்துக்கொட்டியது. துப்பாக்கியைக் கீழே போட்ட நெல்சன், “ஓங்க மேல சத்தியமா நான் சுடல்ல” என்று காமாட்சி கால்களில் சாஷ்டாங்கமாக விழுந்தான்.

“ஓ... அப்படியா, நீதான் சுட்ட என்றல்லவா நினைத்தேன்.”

வான்மீகநாதனுக்கு உடனே சட்டென்று புரிந்துவிட்டது. தனது எதிரிகள் வெற்றி பெற்றுவிட்டார்கள் என்று புரிந்துவிட்டதும் ஒரு நாற்காலியில் போய் அமைதியாக அமர்ந்தார். அவரை விசித்திரமாகப் பார்த்தாள் காமாட்சி. “அவன் சுடல்ல” என்றார் வான்மீகநாதன். காமாட்சி தலையை இரண்டு கைகளாலும் பிடித்தபடி அமர்ந்தாள்.

“ஜெயிச்சுட்டானுக.”

கால்மேல் கால்போட்ட வான்மீகநாதன் கைவிரல்களால் காலைத் தட்ட ஆரம்பித்தார். வெளியில் ஊர்வலம் முற்றிலும் கரைந்துவிட்டிருந்தது. போலீஸ் வேன்கள் ஒன்றன்பின் ஒன்றாக வர ஆரம்பித்தன. எல்லா போலீஸ் உயர் அதிகாரிகளும் வந்தனர். அதற்குள் பத்திரிகைகளில், “பெண் எம்.எல்.ஏ. வீட்டிலிருந்து துப்பாக்கிச் சூடு. சைக்கிளில் போன பள்ளி மாணவன் குண்டடி பட்டு ஆஸ்பத்திரியில்” என்று செய்திகள் அச்சாக ஆரம்பித்தன.

போலீஸ் ஆபிஸர்களிடம் காமாட்சி, “நாங்க யாரும் சுடல்லே” என்று கூறியதை யாரும் நம்பத் தயாராக இல்லை. “சரி.

ஓர் ஏற்பாடு செய்வோம். உள்துறை அமைச்சரிடம் வையர் லெஸ்ஸில் பேசியாச்சு. உங்களோட இப்ப பேசுவாரு" என்று கூற அமைச்சரிடம் இருந்து செய்தி வந்தது. "பயப்படாதீங்க, பாதுகாப்புக்காக போலீஸ் சுட்டதா ஏற்பாடு பண்ணீருவாங்க... கட்சி பேருல்லா சம்பந்தப்பட்டிருக்கு" என்றார் அமைச்சர். காமாட்சி, "கடவுள்போல வந்து காப்பாத்துனீங்க... என்றைக்கும் மறக்க மாட்டேன்..." என்று நா தழுதழுக்க கூறினார். பின்பு காமாட்சி வீட்டில் போஞ்சு குடித்துவிட்டு போலீஸ் அதிகாரிகள் புறப்பட்டனர்.

வான்மீகநாதன் அதே நாற்காலியில் போய் அமர்ந்து காலை கை விரல்களால் தட்டிக்கொண்டு கூறினார்.

"ஆஸ்பத்திரி ரிப்போர்ட் வந்துவிடும். யார் சுட்டது என்று தெரிந்துவிடும்."

சற்று நேரத்தில் வான்மீகநாதனின் ஆட்கள் ஆஸ்பத்திரியிலிருந்து போன் செய்தனர்.

"என்ன" என்றார் வான்மீகநாதன் ஃபோனில்.

"அச்சடையாளமாக நம்ம லைசன்ஸ் இல்லாத துப்பாக்கியோடது தான் குண்டு."

ஒரு தடவைகூட சுடாத வான்மீகநாதனின் லைசன்ஸ் இல்லாத துப்பாக்கியை அவர் ஏறெடுத்துப் பார்த்தபடி சிரித்தார்.

தன் ஆட்களிடம் சொன்னார். "புரியுதா? இதே மாதிரியில் இன்னொரு லைசன்ஸ் இல்லாத துப்பாக்கி நம்ம எதிரிகள் கையில் இருக்கிறது. யாரோ நமக்குத் தெரியாம நம்ம வீட்டுப் பக்கத்திலிருந்து சுட்டிருக்கான் புரியுதா?"

"ரொம்ப தெறமசாலிங்கடா, நீங்க."

இவ்வார்த்தைகள் அவர் வாயிலிருந்து வெளிப்பட்டன. தன் எதிரிகள் தன்னைவிட திறமையாகச் செயல்பட்டுவிட்டார்கள் என்று தெரிந்துகொண்டார்.

எம்.எல்.ஏ. காமாட்சி வீட்டிலிருந்து துப்பாக்கிச் சூடு என்று தமிழ்நாடு முழுவதும் செய்தி பரவி இந்தி எதிர்ப்புப் போர் இன்னும் வேகம் பெற்றது.

பொன்வண்ணன் கைது ஆகக்கூடாதுன்னு நினைச்சேன். அவனைக் கைது செய்துவிட்டார்கள். அதிலும் தோல்வி. என் லைசன்ஸ் இல்லாத துப்பாக்கிய பயன்படுத்தி பொன்வண்ணன் ஆள்மேல பழியைப் போட நினைச்சேன். அதிலும் தோல்வி என்று நினைத்தார் வான்மீகநாதன்.

கையெடுத்துக் கும்பிட்டபடி நெல்சன் நின்று கொண்டிருந்தான்.

"இனி என்னோடயே இருந்திரு நெல்சன். இல்லாட்டி நீதான் சுட்டதா ஒரு ரிப்போர்ட் போதும். காலம் பூரா உள்ள கெடப்ப... என்ன சொல்ற...?"

"அய்யா...?"

நிலைதடுமாறினான் நெல்சன் என்ற மாணவர்களுக்கிடையே உளவு பார்க்க அனுப்பப்பட்ட பொன்வண்ணனின் அரசியல் உளவாளி. வேறு வழி இல்லாததால் இனி வான்மீகநாதனின் உளவாளி ஆகிவிடுவான் வெகுசீக்கிரம்.

இந்தி எதிர்ப்பு ஊர்வலம் தாரை தப்பட்டைகளுடன் வேறு வேறு இடங்களில் உற்பத்தியானது. எம்.எல்.ஏ. காமாட்சி வீட்டு முன்பு இந்தி எதிர்ப்பு ஊர்வலத்தினர்மீது துப்பாக்கிச்சூடு நடந்தது என்ற செய்தி காட்டுத் தீ போல பரவியதும் பொதுமக்களும் ஊர்வலங்களில் கலந்து கொண்டனர். தற்காலிகமாக எம்.எல்.ஏ. வீட்டு முன்பு கலைந்த ஊர்வலத்தினர் வேறு தெருவில் மீண்டும் அதிக ஆக்ரோஷத்துடன் முன்னேறினர். இவ்வாறு அந்த ஊரே ஊர்வலமானது என்று கூறும்படி பல்வேறு பெரிய ஊர்வலங்களும் சிறிய ஊர்வலங்களும் ஒன்றாக ஊரின் பொதுச் சந்தையில் சேர்ந்தன. பல கட்சிகளையும் சேர்ந்த தலைவர்களும் தமிழ் அறிஞர்களும் இறுதியாக அந்த ஊர்வலம் முடியும் இடத்தில் பேசுவதாக இருந்தது. அமரனை யாராவது பேச அழைக்கலாம் என்று அமரன் வந்து காத்துக்கொண்டிருந்தான். ஆனால் மக்களின் தன்னிச்சையான எழுச்சிக்குப் பின்னால்கூட சில சக்தி வாய்ந்த கைகள் செயல்படும். அந்தக் கைகள் சாதியாலோ, மதத்தாலோ, உறவாலோ, ஊர்சார்ந்த பிணைப்பாலோ, அல்லது வேறு காரணங்களாலோ தீர்மானிக்கப்படும். இறுதியாக அமரனுக்குப் பேச வாய்ப்புக் கிடைக்கவில்லை.

மாணவர் தலைவர் ஜி.கே. சாமி பேசுவார் என்றபோது ஒரே கரகோஷமாக மைதானம் அதிர்ந்தது. ஒரு துண்டை இடது தோளில் மேலிருந்து கீழ்வரை தொங்கவிட்ட சாமி மேடை ஏறி தனது பேச்சு வன்மையைக் காட்டினான். அமரன் ஒருவேளை மேடை ஏறி இருந்தால், சாமியை விட கூடுதல் கைதட்டல் வாங்கியிருப்பான். அப்படி ஒரு காரணம் இருந்ததாலோ என்னவோ அமரன் மேடைக்கருகில் நின்றாலும் யாரும் மேடைமீது அவனை அழைக்கவில்லை. சாமி தன் கைகளை வானத்தை நோக்கி ஆவேசமாக நீட்டிப் பேசியபோது கூட்டம் அவன் கைகளையே பார்த்து உணர்ச்சிவயப்பட்டது. சாமியின் பலம் பொருந்திய தொண்டையிலிருந்து தமிழ் மொழி கடல்மடை திறந்த வெள்ளம்போல் பீறிட்டது. அவனது இளம் இரத்தம் டெல்லி வரை போய் பகைவர்களை அடிபணிய வைக்கும் சக்திபடைத்தது என்பது, அவன் பேசிவிட்டு வேர்க்க விறுவிறுக்க மேடையைவிட்டு இறங்கியபோது தெரிந்தது. ஓர் எதிர்கால தமிழ்நாட்டுத் தலைவன் இதோ உருவாகிறான் என்றிருந்தது அவன் பேச்சும் பாணியும். அந்நேரம் அமரன் கண்களில் நீர் திரையிட மெதுவாக கூட்டத்திற்கிடையில் நழுவினான். அவன் எதிர்காலம் இருண்டதுபோல் நினைத்தான். இப்படியே ஒன்றுமில்லாமல் ஆகிவிடக்கூடாது என்ற திடசங்கற்பம் எடுத்தான்.

அரங்கநாதன் கைது செய்யப்படாத தலைவர்களில் ஒருவராக இருந்ததாலும் வயதில் மூத்தவராக இருந்ததாலும் அவரையும் பேச அழைத்தார்கள். இளம் பேச்சாளர்கள் அளவு உணர்ச்சியைக் கிளப்பமுடியவில்லை அவருக்கு. இந்திய அரசியல் சட்டம், அதில் பல்வேறு ஷரத்துகளின் முக்கியத்துவம் என்று பேசினார். மொழிகளுக்கு இருக்கும் உரிமை, ஃபெடரலிசம் என்பது என்ன என்றெல்லாம் கூட்டத்துக்குப் பிடிக்காத விஷயங்களைப் பேசினார்.

மேடையைவிட்டு இறங்கிய சாமியை இன்னும் பலர் பாராட்டினார்கள். பலர் கை குலுக்கினார்கள். அதற்குச் சாமி ‘தாங்க்ஸ்’ என்றோ, ‘நன்றி’ என்றோ கூறிக்கொண்டே வந்தான். அவனை நொண்டி ஜோசப் கட்டிப்பிடித்தான். “அசத்திட்டீங்க தலைவரே” என்ற நொண்டி ஜோசப்பின் பாராட்டு ஏனோ சாமியின் மனதில் அதிக நேரம் ரீங்காரமிட்டுக்கொண்டு இருந்தது.

இந்தக் கூட்டம் நடந்த மைதானம் மறுநாள் வாழைநார் துண்டுகளாலும், அறுந்த செருப்புகளாலும் ஆட்களின் கால்சுவடு பதிவுகளாலும் நிறைந்திருந்தது. முந்திய நாள் நடந்த மாபெரும் எதிர்ப்புக் கூட்டத்தின் நிழல் மட்டும் அந்த வெறிச்சோடிக் காணப்பட்ட மைதானத்தில் நின்றது. மீண்டும் சந்தை கூடும்போது அந்த நிழல் அங்கிருந்து அகன்றுவிடும். அதுவரை ஒரு ஜனக்கூட்டம் எங்கோ இருந்து அவர்களை ஆளும் இன்னொரு மொழி பேசும் கூட்டத்தினருக்குத் தெரிவித்த எதிர்ப்பு உணர்வு ஒரு பெரும் அலையாய் அந்தப் பிராந்தியத்தை ஆக்கிரமிக்கும். மனிதர்களின் ஏகோபித்த உள்வேகத்திலிருந்து எழுந்த எதிர்ப்புக்கு எப்போதும் ஒரு அதீத சக்தி இருக்கிறது என்பதுபோல் ஓர் அமானுஷ்ய தோற்றம் கொண்டிருந்தது அந்த யாருமற்ற மைதானம். யாருமற்ற என்று சொல்வதுகூட தவறு. அதோ மைதானத்தின் மூலையில் இரண்டு சேவல்கள் தரையில் எதையோ வேகம் வேகமாகக் கொத்தவில்லையா? குறுக்காக ஓர் அணில் மைதானத்தில் ஆங்காங்கு நிற்கும் ஓரிரண்டு தூண்களுக்கு நடுவில் ஓடவில்லையா? அதுபோல் மைதானம் கிடக்கும் பகுதியின் வடக்கே ஓரமாய் ஒட்டிப் போகும் ரோட்டில் வழக்கம்போல் பஸ்கள் போய்க்கொண்டிருக்கின்றன. காளை வண்டிகளும் மெதுவாய் போய்க்கொண்டிருக்கின்றன. ஆட்களும்கூட அந்த ரோட்டில் இந்த மைதானத்தை அவ்வப்போது திரும்பிப் பார்த்தபடி நடக்கிறார்கள். ஓ! அந்த மைதானத்துக்கும் பஸ் போகும் ரோட்டுக்கும் நடுவில் நிற்கும் கம்பத்தில் அது என்ன? ஆட்கள் ஏன் வெறுப்போடு முகத்தைத் திருப்புகிறார்கள்? அது ஓர் அகோரமான காட்சி. டயர்கள் எரிந்திருந்தன. தரையில் ஆங்காங்கே கரி படிந்திருந்தது. ஓரிரு இடங்களில் இரத்தம் கட்டிக் கிடந்தது. ஒரு சைக்கிள் எரிந்து கிடந்தது. ஆளுங்கட்சி கொடிக் கம்பமும் அவர்களின் கொடியும் எரிக்கப்பட்டிருந்தது தெரிந்தது. இந்த மாதிரியான நேரங்களில் கலவர அடையாளங்கள் யாரும் பார்க்கக் கூடியதுதான். ஆனால் இந்தக் காட்சி?

ஒரு கம்பத்தில் இரண்டு நாய்களை எரித்துக் கட்டித் தொங்கவிட்டிருந்தார்கள். நாய்களின் முகம் முழுதும் எரிந்து பற்கள் வெளியே தள்ளியபடி அந்த நாய்கள் வாயை விரித்துச் சிரித்த தோற்றத்தில் காட்சி தந்தன. ஒரு நாயின் விலா எலும்பு வெளியே தள்ள எலும்பைப் போர்த்திய தோல் எரிந்து வழுவழுப்பாகி, ரப்பர் போல் காட்சித் தர, அந்தத் தோல்

வெடித்த இடம் வழி குடல் வெளிப்பட்டிருந்தது. அந்தக் குடல் எரிந்து கறுப்பாகிக் கரிக்கட்டையைப் போல் தரையில் உரசும்படி காற்றில் ஆடிக்கொண்டிருந்தது. குடல் தரையில் ஒட்டி உராய்ந்த முனையில் ஈரம் இருந்ததால் எறும்பு மொய்த்தபடி இருந்தது. நாய்களின் காதுகளும் சுடப்பட்ட இளம் மஞ்சள் பிளாஸ்டிக் போல இருந்தன. நாய்களின் வால்கள் எரிந்து கம்புபோல் குத்திட்டு நின்றன. அந்தப் பகுதி தரையில் முழுதும் மூத்திரம் பெய்யப்பட்டிருந்த அடையாளம் தெளிவாய்த் தெரிந்தது. மனிதரின் மூத்திரமா மிருகங்களின் மூத்திரமா என்று தெளிவுபடுத்த முடியாத கோர அடையாளம். ஆட்கள் மெதுவாய்ப் பார்வையைத் தவிர்த்து அந்த இடத்திலிருந்து ஏதும் பேசாமல் அகன்றனர்.

இப்படித் தமிழ்நாடு முழுதும் அல்லோல கல்லோலப்பட்டு இந்தி எதிர்ப்புப் போர் முடிந்து மக்கள் தங்கள் தங்கள் சகஜ வாழ்க்கையை மீண்டும் தொடங்கினார்கள். கட்சி அலுவலகங்களும் அங்குச் செல்லும் இளைஞர்களும் இந்தி எதிர்ப்புப் போர் சூட்டிலிருந்து இன்னும் விடுபடவில்லை. ஏனென்றால் தலைவர்கள் முழுதாய் இன்னும் சிறைகளிலிருந்து விடுபடவில்லை. ஒவ்வொரு பகுதியிலும் தலைவர்கள் ஏதோ ஒரு குறிப்பிட்ட கிரமப்படி விடுதலை செய்யப்பட்டார்கள். அந்தந்தப் பகுதியின் சட்டம் ஒழுங்கு நிலவரப்படி விடுதலை செய்யப்படுகிறார்கள் என்று அரசாங்கத்தின் தரப்பில் பதில் கொடுக்கப்பட்டது. ஒருசில மாவட்டங்களில் ஒரு மாதத்தில் தலைவர்களும் விடுதலையாகி விட்டார்கள். வேறு சில மாவட்டங்களில் இன்னும் அதிக நாள் சிறையிலிருந்து விடுவிக்கப்படவில்லை. எனவே மக்கள் மத்தியில் எதிர்ப்பு மனநிலையும் சகஜ மனநிலையும் மாறிமாறி எழுந்தன. முற்றிலுமான சகஜ நிலை மீண்டும் திரும்ப ஓரிரு மாதங்கள் ஆகலாம் என்றிருந்தது சூழ்நிலை.

அகம்

இயல் - 15

கலவரங்கள் முடிந்து அன்று மீண்டும் கல்லூரி திறந்தபோது வின்சென்ட் கிளம்பி பாலர் இல்லத்துக்கு எல்லா மாணவர்களையும் போல் வந்துசேர்ந்தான். பின்பு அவன் கல்லூரிக்குப் போய் வந்து, அன்று மாலையே பெண்கள் ஹாஸ்டலில் காந்திமதியைப் பார்ப்பதற்குக் காத்திருந்தபோது கிடைத்த விடை அவனுக்குப் புரிந்துகொள்ள முடியாமல் இருந்தது. காந்திமதி ஹாஸ்டலுக்கு வரவில்லை. ஹெலன்தான் அந்தச் செய்தியைத் தந்தாள். 'ஒரு வேளை மறுநாள் வரலாம்' என்று கூறிக்கொண்ட வின்சென்ட் புறப்பட்டான். கிருபாநிதி முதல் நாள் கல்லூரிக்கு வராவிட்டாலும் மறுநாள் வந்து வின்சென்டைச் சந்தித்து, பெண்கள் விடுதிக்கு அழைத்தபோது வின்சென்டுக்கு ஏனோ அந்த ஹாஸ்டலுக்குப் போக விருப்பமில்லை. ஏன் அப்படிச் சொல்கிறான் என்று அவனுக்குத் தன் மனநிலையைப் புரிந்துகொள்ள முடியவில்லை. அதற்கடுத்த நாள் கிருபாநிதி மாலையில் வேப்பமர நிழலில் தன் அறைக்குப் போகும்முன் வின்சென்டைச் சந்தித்தான். வழக்கமான ஜோக்குகளும் குதூகலமும் கிருபாநிதியை வந்தடைந்திருந்தாலும் அவனுக்குள் ஒரு சோகம் வின்சென்ட் பற்றி ஏற்பட்டது. அடுத்த நாளும் காந்திமதி ஹாஸ்டலுக்கு வரவில்லை என்று ஹெலன் சொல்லியனுப்பியிருந்தாலும் வின்சென்ட் சகஜம் என்பதுபோல் உணர ஆரம்பித்ததை அவனுக்கே புரிந்துகொள்ள முடியவில்லை. ஏதோ ஒருவித சூன்யத்தின் ஆழம் தன்னைத் தாக்குவதுபோல் உணர்ந்த வின்சென்ட், அதே நேரத்தில் ஓர் எதிர் ஆற்றல் தனக்குள் காலம் காலமாய் இழப்புகளைத் தாங்கி வரும் பக்குவமாய் இருந்து வந்திருப்பதை உணர்ந்தான். அதனால் தன்

உணர்வுகளை இன்னொரு மூன்றாம் மனிதன்போல எட்டி நின்று காண்பவனாய் உருவாக்கிக்கொள்வது சாத்தியமாயிற்று.

கிருபாநிதி தனது குடும்பத்தினர் அந்த வார இறுதியில் வருவதாகவும் தன் அண்ணி ரகசியமாய், 'அந்தப் பெண்ணைச் சந்திக்கணும்' என்று கூறியதையும் வின்சென்டிடம் கூறியபோது வின்சென்டுக்குத் தனது சோகத்தைவிட கிருபாநிதியின் மனது சந்தோஷப்பட்டால் தனக்கு அது போதும் என்று பட்டது.

மிகுந்த குதூகலத்துடன், "அப்படியாடா?" என்று கேட்டான். கிருபாநிதி அடக்கத்துடன் சொன்னான்.

"ஹெலனைப் பார்த்தா எங்க குடும்பத்தில் உள்ளவர்களுக்குப் பிடிக்கும். ஆனா எப்படி அவகிட்ட நடந்துக்குவாங்களோன்னு பயமா இருக்கு."

"நான் எதுக்கு இருக்கேன் ஒன் பிரண்டுன்னு சொல்லிக் கொண்டு...? அதுக்காகப் போய் கவலப்படறான் பாரு."

தன் நண்பனின் தோளைப் பற்றினான் ஆதரவாய் வின்சென்ட்.

அந்தத் தொடுதலின் மூலம் ஒரு வாத்ஸல்யமும் அதன்கூடவே ஒரு சோகமும் கிருபாநிதியின் மனதில் தோன்றியிருக்க வேண்டும். இப்படிச் சொன்னான்.

"காந்தி இப்பொ இங்கே இருந்திருந்தா எவ்வளவு சந்தோஷமா இருந்திருக்கும்? நாம ஹெலன்கிட்ட சொல்லவேண்டியத பக்குவமா காந்திமதியே சொல்லியிருப்பா இல்லயா?"

தன் நண்பனின் முகத்தை ஆராய்ந்தான் கிருபாநிதி.

கிருபாநிதியின் மனதில் தனது விதி பற்றிய கவலை தோன்றக்கூடாது என்பதில் கவனமாக இருந்தான் வின்சென்ட். அதனால் தன் முகத்தில் எந்த உணர்வும் தோன்றாதபடி சந்தோஷமாய் இருப்பதுபோல் காட்டிக்கொள்வதற்காக இப்படிக் கேட்டான்.

"பரவாயில்ல, எங்கே படிப்பை விட்டுவிட்டா காந்தி போய்விட முடியும்? குடும்பத்தில் ஏதோ பிரச்சினை இருக்கும். அக்கா தற்கொலை செய்துவிட்டாள் என்றால் அந்தக் குடும்பத்தில் எவ்வளவு பிரச்சினைகள் இருந்திருக்கும்?

காந்தி நம்மிடம் சொல்லியிருக்கமாட்டா. தாங்க முடியாத மன அவஸ்தைதானே தற்கொலைக்குக் காரணம். அப்பொ... அந்தக் குடும்பத்தின் அதிர்ச்சியும் அதனால விளையக்கூடிய கடுமையான பாதிப்புகளும் லேசுபட்டதாகவா இருக்கும்? காந்தி நம்மிடம் இந்த விஷயங்களை ஒளித்து வைத்திருப்பா... சரி இந்த விஷயத்தே இத்தோட விட்டுட்டு உன் விஷயத்துக்கு வருவோம்... ஆமாடா... அண்ணி ஏதாவது வேற பேசினாங்களா? குடும்பத்தில வேற என்ன மாதிரி எண்ணங்கள் இருக்குங்கிறத கண்டுபிடிச்சியா? உதாரணமா உன் அண்ணன் பிரச்சனை பண்றவரு என்று முன்பு என்னிடம் சொல்லி இருக்கிறே... அப்பா, பிறகு அம்மா என்ன நினைக்கிறாங்க?"

"அப்பா பொதுவா அம்மா என்ன சொல்றாங்களோ அத ஒத்துக்குவாரு. அம்மா ஏனோ என்கிட்ட ஏதும் காட்டிக்கல்ல... பாட்டிக்கு இந்த விஷயம் போயிருக்காது. இல்லாட்டி என்னைக் கூப்பிட்டு நெத்தியில ஒரு முத்தம் குடுத்து விஷயங்கள ரகசியமா சொல்லிவிடும்..." என்றான்.

"அப்பொ... இது உன் அண்ணி யோசனையாக இருக்கலாம். மற்றவர்களுக்கு இந்தத் திட்டத்தில் என்ன பங்கோ?"

கிருபாநிதியின் குடும்பம் பற்றி அதிகம் தெரியாத வின்செண்ட் தன் எண்ணத்தை முன்வைத்தான்.

அதற்குக் கிருபாநிதி பக்கத்து வேப்ப மரத்தில் காற்றில் ஆடியபடியே தன்னருகில் இறங்கி வந்து, ஒரு கிளையிலிருந்து இலையைப் பறித்து அதன் நுனியைத் தன் உதடுகளை ஒதுக்கிப் பற்களால் மட்டும் கடித்தபடி இப்படிச் சொன்னான்.

"எங்க வீட்டுல, அண்ணிக்கு ரொம்ப மதிப்பு. அவங்க என்ன சொன்னாலும் அத யாரும் ஒதுக்கமாட்டாங்க. அண்ணி எனக்குச் சார்பா நெனெச்சிட்டாங்கன்னா போதும், வின்செண்ட்."

வின்செண்ட் தனக்காக எவ்வளவு அக்கறை காட்டி யோசிக்கிறான் என்று அவன் கண்களைக் கூர்ந்து பார்த்து, பின்பு திடீரென்று வின்செண்டிடம் இப்படிக் கேட்டான்.

"ஆமா, வின்செண்ட், காந்திமதியின் ஊருக்குப் போய் வந்தா என்ன? நான் போய் விசாரித்துவிட்டு வந்து ஏன் காலேஜுக்கு வரலேன்னு கண்டுபிடிக்கிறேன். வீட்டில் ஏன் கல்லூரிக்கு

அனுப்பவில்லை? அல்லது இவளே ஏதாவது முடிவு எடுத்து அப்படி இருக்காளான்னு பாத்திட்டு வந்திர்றேன்...”

தன்னைப் பற்றி அன்பும் அக்கறையும் காட்டும் நண்பனுக்குத் தான் ஏதாவது செய்ய வேண்டும் என்ற உண்மையான அக்கறையில் சொன்னான். அவனது தொனியும் வார்த்தைகளும் முகமும் மனதின் உண்மையான நோக்கத்தை வெளிப்படுத்தும்விதமாக அமைந்திருந்தன. இந்த நோக்கம் மிகவும் ஆழமாக வின்சென்டிடம் போய்ச்சேர்ந்திருக்க வேண்டும். கிருபாநிதியின் தோளில் இருந்த வின்சென்டின் கை கிருபாநிதியின் முதுகை இரண்டு முறை இலேசாக அன்புடன் தட்டியது.

“கிருபா! எனக்கும் மொதல்ல அப்படித்தான் பட்டது. ஆனா யோசித்தபோது வேண்டாம்னு முடிவு எடுத்தேன். வர்றதா இருந்தா காந்திமதி இந்த வாரத்திலே வருவா. வேறே ஏதாவதாக இருந்தால் நீயோ நானோ அவளைத் தேடிப் போவதால அவ வந்துடப் போறதில்லே.”

வின்சென்டின் இதழ்களிலிருந்து உறுதிதொனிக்க வெளிப்பட்டன வார்த்தைகள்.

அந்த உறுதி கிருபாநிதியின் ஆலோசனையை நிராகரித்ததை அறிந்து அவன் மௌனமானான். ஒருமுறை தீர்க்கமாகக் கண்களைக் கூர்ந்து வின்சென்டை நோக்கினான். பின்புதான் கடித்துக் கொண்டிருந்த வேப்பிலையை மீண்டும் கடித்து இரண்டடி எடுத்து வைத்தான். ஓரமாய் அமைப்பாக ஒரே உயரத்தில் வெட்டியிருந்த கல்லூரிக்கு முன்பக்கத்து மலர்த் தோட்டத்தின் குரோட்டன்ஸ்களின் ஓரத்தில் துப்பிவிட்டு, வாயிதழ்களையும் துடைத்துவிட்டு வந்து வின்சென்ட் முன்பு நின்றான்.

அந்த வாரத்தின் இறுதியில் எதிர்பார்த்தபடி கிருபாநிதியின் அண்ணியும் அம்மாவும் ஓரிரு குழந்தைகளும் மட்டும் அவர்களின் காரில் கிருபாநிதியைப் பார்க்க வந்தனர்.

அவர்கள் நேராக கிருபாநிதியிடம் போகாமல் அவனது உற்ற நண்பன் என்று கருதப்படும் வின்சென்டிடம் வந்தார்கள். அன்று ஞாயிறு ஆதலால் மாணவர்கள் பாலர் இல்லத்தில் விளையாடிக் கொண்டிருந்தார்கள். ஒரு பியுன் வந்து வின்சென்டிடம், “யாரோ

வந்திருக்காங்க, கேட் பக்கத்தில ஒங்கள பாக்க" என்று கூறினான். வின்செண்ட் போய்ப் பார்த்தபோது அவர்களை அன்றைக்கு அவன் எதிர்பார்க்காததால் ஓரளவு ஆச்சர்யம் அடைந்தான். பின்பு அவர்களை, "சரி வாருங்கள் அமர்ந்து பேசுவோம்" என்று பாலர் இல்லத்தில் மாணவர்களின் குடும்பத்தினர் வந்தால் அமர்ந்து பேசுவதற்கென்று ஒதுக்கப்பட்ட அறைக்கு அழைத்தான்.

கார், கேட் அருகில் நிழலில் நின்றது. கிருபாநிதியின் தாய் சொன்னாள்.

"நாங்க இங்கேயே இருக்கோம் தம்பி, இவ ஒன்கிட்ட கொஞ்சம் பேசணும்ங்கிறா... அதனால நீங்க இரண்டும் பேரும் பேசீட்டு வாங்க... நானும் குழந்தைகளும் இங்கே இருக்கோம். டிரைவரு இருக்கார்ல. எங்கள பாத்துக்குவாரு..."

"நீங்க..." என்று தயங்கினான் வின்செண்ட்.

"பரவாயில்ல வின்செண்ட் வா... மாமி இங்கேயே குழந்தைகளோட விளையாடீட்டு இருக்கட்டும். குழந்தைகளா, அப்பாடா வாலுக... அங்க வந்தா தூள் பண்ணீரும். இங்கேயே அதுகள வச்சிகிட்டு இருக்கட்டும்... வா வா போவோம்."

தனது பட்டுச் சீலையின் முந்தியை எடுத்து தோளை இழுத்துப் போர்த்திக்கொண்டு வின்செண்டுடன் ஹாஸ்டலைநோக்கி நடந்தாள் கிருபாநிதியின் அண்ணி. பலவித விளையாட்டுகள் விளையாடியபடி நின்றிருந்த மாணவர்கள், தூரத்தில் யாரோ ஒரு பெண்மணியுடன் வின்செண்ட் நடப்பதைப் பார்த்துவிட்டுத் தங்கள்தங்கள் விளையாட்டுகளில் மீண்டும் கவனமாயினர். இப்படி எல்லோரும் திரும்பிப் பார்ப்பது வெறும் ஆண்களை மட்டும் கொண்ட அந்த ஹாஸ்டலில் வாடிக்கை. இதனால் பெண்கள் பொதுவாய் ஹாஸ்டலுக்குள்ளே வராமல் கேட் பக்கத்தில் நின்று மாணவர்களுடன் பேசிவிட்டுப் போய்விடுவதைக் காணலாம் அங்கு. கிருபாநிதியின் அண்ணியும் படித்தவளாகையால் இன்று அந்த வழக்கத்தை மீறி ஹாஸ்டல் கெஸ்ட் அறைக்குப் போய்ப் பேசுவதற்காக வின்செண்ட் அழைத்தவுடன் போனாள்.

"தம்பி எப்படி இருக்கிற? வீட்டில எல்லாரும் சுகந்தானே?"

இப்படித் தொடங்கிய கிருபாவின் அண்ணியின் முகத்தில் இலேசாக கவலை படர்ந்ததைக் கண்டான் வின்செண்ட். அவளே தொடர்ந்தாள்.

"இந்தத் தடவை ஒங்க லீவு சமயத்தில கிருபா தம்பி வீட்டுக்கு வந்த சமயம் ரொம்ப கலாட்டா நடந்தது தம்பி..."

வின்செண்ட் ஆச்சரியம் அடைந்து கிருபாவின் அண்ணி சொல்லப் போவதை கவனமாகக் கேட்க ஆயத்தமானான்.

ஏற்கனவே கெஸ்ட் அறையில் வேறு ஒரு தாயும் தந்தையும் இருந்ததால் இன்னொரு மூலையில் கிருபாவின் அண்ணியும் வின்சென்டும் அமர்ந்தனர். மெதுவாகப் பேசலாயினர்.

"கிருபாகிட்ட சொல்லாத வின்சென்ட்... திரும்பவும் வீட்டுக்கு வந்து சண்டை ஆரம்பிப்பான்..."

இப்படிக் கூறிய அப்பெண்மணி வின்சென்டின் முகத்தைப் பார்க்க...

"நான் சொல்ல மாட்டேன். நீங்க சொல்லுங்க" என்றான் வின்செண்ட்.

வாயிதழ்களை ஒருமுறை நனைத்ததுபோல் உள்ளிழுத்துத் துப்பலை விழுங்கிவிட்டுச் சொல்ல ஆரம்பித்தாள் கிருபாவின் அண்ணி.

"கிருபாநிதி படிச்சு ஒரு நல்ல நிலைல வரணும்ங்கிற கவலை எங்களுக்கு. இந்த லீவுக்கு முன்பு ஒருமுறை வந்திருந்தான். அப்பொ நான் பிறகு பார்த்துக் கொள்ளலாம் என்று நினைத்து உற்சாகமா ஏதோ பேசி அனுப்பிவைத்தேன். நான் சரின்னு சொல்லிட்டேன்னு நினைத்திருந்தான் போல இருக்கு. இந்தத் தடவ அந்த நினைப்புல அந்தப் பெண்ணத்தான் கட்டிக்குவென் என்று பேச ஆரம்பித்தான்... வின்சென்ட்... அந்தப் பெண் எந்தச் சாதி எந்த மதம் ஒண்ணும் எங்களுக்குத் தெரியாது. பிறகு பேசிப் பார்த்தப்பொ அவனுக்கும் ஒண்ணும் தெரியாதுன்னு நாங்க புரிஞ்சிக்கிட்டோம். அவன் படிப்புக் கெடக்கூடாதுன்னு கவலை எனக்கு. அவன் அம்மா தங்கமான குணம். எல்லார் வீட்டிலயும் மாமியாரைப் பத்தித் தப்பாகப் பேசுவாங்க. என் மாமின்னு சொல்றதைவிட அம்மான்னுதான் சொல்லணும். அவங்க கிருபா பத்தி கவலைப்பட ஆரம்பிச்சிருக்காங்க..."

நிறுத்தினாள் கிருபாநிதியின் அண்ணி. அவள் முகத்தில் சீரியஸான ஒரு தோரணையும் கவலையும் சேர்ந்து தென்பட்டன.

வின்சென்ட்டுக்கு எல்லாம் புதியதாகப் பட்டன. தன்னிடம் பொய் சொல்லமாட்டானே கிருபாநிதி. வீட்டில் எல்லோரும் ஒத்துக்கொண்டதுபோல் பேசினானே என்று எண்ணியவன், தொடர்ந்து பேசிய கிருபாநிதியின் அண்ணியின் வார்த்தைகளைக் கவனமாகக் கேட்டான்.

“அவன் அண்ணனை முதலிலேயே அவனுக்குப் பிடிக்காது. இரண்டு பேரும் ஓரிடத்தில் சேர்ந்து இருக்கமாட்டாங்க. இருந்தா சண்டைதான். ஒரு நாள் பெரிய சண்டையே வேறு ஒரு விஷயத்துக்கு நடந்தது. அதனாலெ அவர் இந்த விஷயத்துக்கு வரவேண்டாம்னு நான்தான் தடுத்தேன். ஒரு நாள் நானும் மாமியும் மட்டும் வீட்டில் இருந்தோம். கிருபாவும் இருந்தான். அவன் அம்மா, ‘அந்தப் பெண்ணைப் பத்தி ஒனக்கு ஏதாவது தெரியுமா? எந்த ஊரு?’ என்று மட்டும் கேட்டாங்க. அவன் பெரிய சண்டைக்கே வந்துட்டான். ‘என்ன ஊர் கோத்திரம் சாதின்னு பாத்துத்தான் ஒரு பெண்ணை விரும்பணுமா? எந்தச் சாதியானாலும் எனக்கு விருப்பம்னா கட்டி வக்கனும். ஒங்களுக்கு விருப்பம் இல்லேண்ணா, என்னை யாரும் தடுக்கமுடியாது. நானும் மேஜர், இப்பொ வயசானவன்தான். கூட்டிக்கிட்டு வந்து நிப்பேன். நீங்களா வந்து ஏற்பாடு பண்ணி ஒத்துக்கிறீங்களா? இல்லை, நானே முடிவு பண்றதான்னுதான்...’ என்ற மாதிரி பேச ஆரம்பித்துவிட்டான்... அவன் பாட்டிக்குக்கூட ஒன்றும் தெரியாது... அவன் படிப்பைப் பற்றித்தான் கவலை எனக்கு. அவன் அம்மா கவலைப்பட்டுக்கிட்டே அடிக்கடி ஏதேதோ பேசறாங்க என்கிட்ட. அதான் அவனுக்கு வேற மனக்குழப்பம் ஏதும் வரக்கூடாது. படிப்பிலிருந்து கவனம் மாறக்கூடாது என்று நினைச்சு நான் மனசுக்குள்ள பாவம் ஆசைப்படறான் சரியா வந்தா அவன் ஆசைப்படியே நடத்தி வைக்கிற முடிவில் இருக்கேன் வின்சென்ட். அவன் அம்மாவின் கவலையோ, உண்மையா அவங்க குடும்பத்தில வரக்கூடிய பிரச்சினையோ அவனுக்குத் தெரியக்கூடாதுன்னு எல்லாம் மறைச்சு, டிகிரி முடி, நானே எல்லாம் வந்து உன் ஆசையை நிறைவேத்திறன்னு சொல்லியிருக்கேன். கிறிஸ்டியன் பொண்ணுன்னு சொன்னான், வின்சென்ட். அதுகூட பிரச்சினையாயிருக்காது. என்ன சாதியோ தெரியல்லியே. இந்தக் காலத்தில இப்படியா இருப்பீங்க? உண்மையா ஒவ்வொரு

குடும்பத்திலயும் அது ஒரு பெரிய பிரச்சினை இல்லையா, வின்சென்ட். என்ன நினைக்கிற தம்பி?"

பேச்சை நிறுத்தி மீண்டும் தொடர்ந்து பக்கத்தில் இருந்த குடும்பம் இவர்களைத் திரும்பிப் பார்த்ததால், குரலைத் தாழ்த்தி வின்சென்டிடம் இப்படிச் சொன்னாள்.

"நான், எந்தப் பிரச்சினையும் இல்ல கிருபா... எல்லாரையும் ஒத்துக்க வைக்கிறேன்ங்கிறது போலச் சொல்லி அனுப்பியிருக்கிறேன்... குஷில இருக்கிறான் கிருபா... ஆனா எனக்கு மனசுக்குள்ள பயமாகவும் இருக்கு. இவன் அண்ணன், என் புருஷன் முரட்டு ஆள்... ஒனக்கு என்னாச்சு? அவன் எப்படிப் போனா என்ன? அப்பாவோ, அம்மாவோ பாத்துக்க மாட்டாங்களா? இது நாள ஒரு பிரச்சனையாக வந்தா எல்லாரும் ஒன்னதான் குற்றம் சொல்வாங்கன்னு பேசீருவாரு... அதுதான் பயம். ஆனா அவன் அம்மா, என் மாமிக்குத் தெரியும். நான் தப்பா எதுவும் செய்யமாட்டேன்னு... ஆனாலும் அந்தப் பொண்ணு எந்தச் சாதின்னு தெரியாம கல்யாணத்துக்குச் சம்மதிச்சிருவாங்களா யாராவது? அதும் விலையும் நிலையுமா இருக்கிற குடும்பம். பெரிய பிசினஸ் வேற இருக்கு... வின்சென்ட் அதான் ஒன்ன பாக்கிறதுக்குத்தான் வந்தோம். அப்படியே எதுக்கும் கிருபாகிட்டயும் சொல்லியிருக்கிறதால அந்தப் பெண்ணை சும்மா முகத்த பாத்துட்டுப் போகலாம்னு நினைக்கிறேன் வின்சென்ட்... நீ என்ன நினைக்கிறே?"

கிருபாநிதியின் அண்ணி பேச்சை நிறுத்தினாள்.

"நீங்க சொன்னதை நம்பி ஒரு பிரச்சனையும் இல்லங்கிறதுபோல குஷியா இருக்கிறான்" என்று கூறிச் சிரித்தான் வின்சென்ட். பின்பு முகத்தைச் சீரியஸாக வைத்து இப்படிச் சொன்னான்.

"நீங்க இவ்வளவும் சொன்ன பிறகுதான் அவன் மனதில் எந்தக் குழப்பமும் ஏற்படாமல் படிப்பை முடிக்கட்டும்னு நீங்க சொல்லியிருக்கீங்கறது தெரியுது. இந்த மாதிரி தற்சமயத்துக்குப் பிரச்சினை வராமல் இருக்கட்டும் என்று சொல்லி அனுப்பியிருக்கிறத அவன் நம்பி அண்ணி பிரச்சினையே இல்லன்னு சொன்னாங்கன்னு நெனக்கிறான். என்ன பண்றது...?"

தனது வலது முஷ்டியை இடது உள்ளங்கையில் வைத்து அழுத்திக்கொண்டு இருந்தான்.

கவலையுடன் வின்சென்டைப் பார்த்தாள் கிருபாநிதியின் அண்ணி. பின்பு கேட்கலாமோ கூடாதோ என்று தயங்கியபடி கேட்டாள்.

"வின்சென்ட், ஒனக்காவது தெரியுமா அந்தப் பெண் எந்தச் சாதி?"

வின்சென்ட் ஏதும் சொல்லாமல் புன்முறுவல் காட்டி அண்ணியை ஏறெடுத்துப் பார்த்தான். அவனிடம் அவள் இப்படிக் கேட்டாள்:

"இப்பொ எல்லாரும் சாதி இல்லன்னு பேசறாங்க. மேடைல மட்டும் பேசறாங்க. அப்படிப் பேசறவங்ககூட சொந்தப் பிள்ளைகளுக்குச் சாதி பாத்துத்தான கல்யாணம் செய்றாங்க?"

"நீங்க சொல்றதில தப்பில்ல..."

அவசரம் அவசரமாகச் சொல்லி தான் அவர்களைத் தவறாக நினைக்கவில்லை என்பதை உறுதிப்படுத்தினான் வின்சென்ட்.

"உண்மையில் இந்த விடுமுறைக்கு முன்பு அவன் உங்க வீட்டுக்கு வர்றதுக்கே காரணம் நான்தான். இந்தப் பிரச்சினையை அவன்கிட்ட நான் எடுத்துச்சொல்லி உங்களிடம் பேசிவிட்டு வரட்டும் என்று நினைத்துத்தான் அனுப்பிவைத்தேன்" என்றான் வின்சென்ட்.

கிருபாவின் அண்ணி முகத்தில் நன்றி உணர்வு தென்பட்டது.

"ரொம்ப தேங்க்ஸ் வின்சென்ட். ஆனா அவன் படிப்புக் கெடக்கூடாது. இது ஒரு பிரச்சினை இல்லன்னு அவன் நினைக்கும்படி லேசா சொல்லி அனுப்பினது நான்தான். இல்லாட்டி, ஒனக்குத் தெரியுமோ என்னவோ வின்சென்ட் அவன் ரொம்ப ஃபீல் பண்ற பையன். சின்ன வயசில் இருந்தே எனக்குத் தெரியும். பக்குவமா அவன கையாளணும்னு நினைச்சுத்தான் அப்படி நான் பேசி அனுப்பினேன்" என்றாள் அவள்.

அப்போது, நடந்த சில சம்பவங்கள் கிருபாவின் அண்ணிக்குத் தெரிந்திருக்கட்டும் என்று சொல்ல ஆரம்பித்தான் வின்சென்ட்.

"நீங்க சொல்றது உண்மைதான். ஹாஸ்டலில் இருந்து வெளியே இவன் போனவுடன் அப்செட் ஆகிவிட்டான். ஓரிரு நாட்கள் தாடி மீசையுடன் டெய்லி ஹெலன் ஹாஸ்டல்ல போய் நின்றுகொண்டு இருந்திருக்கிறான். ஹெலன் இதுதான் அவ

பெயர்...” என்று கிருபாவின் அண்ணியின் முகத்தை ஏறெடுத்துப் பார்த்து அவளுக்குத் தெரியுமோ என்னவோ என்ற தோரணையில் பேச்சை நிறுத்த, அவள் தலையை ஆட்டி, தெரியும் என்று பாவனை காட்ட இவன் தொடர்ந்தான்.

“ஹெலன் தான் நல்ல வார்த்தை சொல்லி... அதன் பிறகு சரியா குளித்து, தலைசீவி, நல்ல துணி எல்லாம் போட ஆரம்பித்திருக்கிறான். அவ நல்ல பெண்...”

இந்தத் தகவலை வியப்போடு கேட்ட கிருபாவின் அண்ணி,

“அப்படியா, அப்படியா...?” என்று கூறியபடி கேட்டதைப் பார்த்தபோது அந்தப் பெண் மீது அவளுக்கு மனசுக்குள் ஓர் அன்பும் பாசமும் ஏற்கனவே ஏற்பட்டிருப்பது வின்செண்ட்டுக்குப் புரிந்தது.

“அப்படியா, எங்க கிருபாவை அந்தப் பெண் அப்படியா சொல்லித் திருத்தினாள்... உண்மையா வின்சென்ட்... இது உண்மையா வின்சென்ட்...?”

கிருபாவின் அண்ணியின் மனதில் ஏதோ யோசனைகள் தோன்றியிருக்க வேண்டும். கண்களில் லேசாகக் கண்ணீர் அரும்பியது.

“பாரு வின்சென்ட்... அந்தப் பெண்ணுக்கும் எங்க கிருபா மேல அக்கறையும் அன்பும் இருந்ததாலதான் அவன புத்தி சொல்லி நல்லபடியா மாற்றணும்னு தோணியிருக்கு... பாத்தியா, இவன் ரொம்ப உணர்ச்சிவசப்பட்டவன். ஜோக்கெல்லாம் அடிச்சுக்கிட்டேயிருப்பான். ஆனா சட்டென்று அழவும் செய்வான். சண்டையும் போடுவான்... அப்படிப்பட்ட குழந்தை எங்க கிருபா...” என்று உணர்ச்சிமயமாகிக் குரல் கம்மியதைச் சரி செய்வதற்குத் தொண்டையைக் கனைத்துக் கொண்டாள்.

சற்று நேரம் வின்சென்டும் கிருபாவின் அண்ணியும் பேசாமல் இருந்தார்கள். பின்பு அண்ணி இப்படித் தனக்குத்தான் சொல்வதுபோல் மிருதுவான தொனியில் சொன்னாள்.

“தெய்வமே! இந்த இரண்டு பிள்ளைகளையும் சேர்த்து வைக்க ஒரு வழிகாட்டு...” இப்படிக் கூறியவள் வின்சென்ட் முகத்தை இரண்டு மூன்று முறை பார்த்தபடி தயங்கினாள். ஏதோ சொல்லத் தயங்குகிறாள் என்பதை உணர்ந்த வின்சென்ட்,

அவளே தன் மனத் தடையைத் தாண்டி வந்து தானும் உரிமை எடுத்துப் பேசத்தக்க ஒருவன் என்று உணர்த்தும்படி அமைதியாக இருந்தான். பின்பு சற்று நேரத் தயக்கத்துக்குப் பிறகு திடீரென்று இப்படிக் கேட்டாள்.

“வின்செண்ட், அவ சர்டிபிகேட்டைப் பாக்க முடியாதா?”

ஹெலன் சாதியை அறிவதற்காக, அண்ணி ஓர் உபாயமாக அவள் சர்டிபிகேட்டைப் பார்ப்பதற்கு யாராவது உதவி செய்ய மாட்டார்களா என்று துணை தேடுகிறார் என்று உணர்ந்த வின்செண்டுக்கு மனதில் ஏதோ ஒரு குற்ற உணர்வு தென்பட்டாலும்,

“என்னால் முடியாவிட்டாலும் அதுதான் வழிபோல் இருக்கிறது” என்று கூறியபோது அண்ணியின் முகம் நிம்மதியடைந்ததை வின்செண்ட் உணர்ந்தான்.

இனியும் இந்த ஹாஸ்டலில் அமர்ந்து பேசிக்கொண்டிருக்கத் தேவையில்லை என்பது போல் எழுந்தாள் அண்ணி. அவளோடு சேர்ந்து எழுந்த வின்செண்டும் கார் வரை வந்து மாலையில் கிருபாநிதியின் அறைக்கு வருவதாகக் கூறினான். கிருபாவின் அம்மா எவ்வளவோ தங்களோடும் கிருபாவோடும் மதியம் ஏதாவது ஒரு ஹோட்டலில் சாப்பிடலாம் என்று வற்புறுத்தியும் வின்செண்ட் ஒத்துக்கொள்ளாமல் மாலையில் தன்னை எதிர்பார்க்கக் கூறிவிட்டு தன் இல்லத்துக்குப் புறப்பட்டான்.

அப்போது தாங்கமுடியாத, ஓர் அழுகை அவனை ஆக்கிரமித்தது. தன் அறைக்கு நேரே வந்து அறை நண்பனான சந்தோஷமாவது இருந்திருந்தால் நன்றாக இருந்திருக்கும் என்று நினைத்தான் வின்செண்ட். மனம் நிம்மதியில்லாமலானது.

மாலையில் கூறியிருந்ததுபோல கிருபாநிதியின் அறைக்குச் சென்றான் வின்செண்ட். கிருபாநிதியின் அறை ஊரின் மெயின் பஜாரில் இருந்ததால் ஏற்கனவே காரை பக்கத்துச் சந்தில் ஓரமாக நிறுத்திவிட்டு எல்லோரும் கிருபாநிதியின் அறையில் அமர்ந்து பேசிக் கொண்டிருந்தார்கள். கிருபாநிதியின் தாய் கொண்டுவந்திருந்த பலகாரத்தை வின்செண்ட் போனவுடன் அவனுக்கும் கொடுத்து எல்லோரும் சாப்பிட்டார்கள். கலகலப்பாகப் பேசிக் கொண்டிருந்தார்கள். கிருபாநிதியின் அண்ணியும் எந்தவித சங்கடமோ, வருத்தமோ வெளியில்

தெரியாதபடி கிருபாநிதியுடனும் பிறருடனும் கலகலப்பாகப் பேசிக்கொண்டிருந்தாள்.

"ஆங்... வின்செண்ட் வந்தாச்சு... கிளம்பவேண்டியதுதான்" என்றான் கிருபாநிதி. கிருபாநிதி ஒரு செயரில் அமர்ந்திருக்க அவன் மடியில் அவன் அண்ணனின் ஒரு குழந்தை அமர்ந்திருந்தது. தரையில் விரித்திருந்த கிருபாநிதியின் மெத்தையில் அவனது தாயும் அண்ணியும் அமர்ந்து சுவரில் சாய்ந்தபடி உட்கார்ந்திருந்தார்கள்.

"கிருபா... இருப்பா... அந்தப் பிள்ளைக்கும் முறுக்கும் அதிரசமும் குடு... சாப்பிடட்டும்" என்றார் கிருபாநிதியின் தாய்.

"அவசரத்த பாரு..."

கிருபாவைப் பார்த்து நமுட்டுச் சிரிப்புச் சிரித்தாள் அவன் அண்ணி.

"அவசரம்தான்..."

அண்ணியைப் பார்த்துத் திரும்பிச் சிரித்தான் கிருபா. இருவரையும் திரும்பித்திரும்பி என்ன பேசிக் கொள்கிறார்கள் என்பதுபோல் பார்த்தார் கிருபாவின் தாய்.

தாய் பார்த்ததும் ஏதும் தெரியாததுபோல் முகத்தை வைத்து அண்ணியிடம் தாயைக் கண்ணால் காட்டினான் கிருபா. அண்ணி வாயில் கைவைத்து ரகசியமாய் பேசாதே என்ற அர்த்தத்தில் சைகை காட்ட, கிருபாவின் தாய்,

"ஒண்ணும் புரியமாட்டேங்கு... வின்செண்ட் ஒனக்காவது புரியுதா?" என்று அவர் கொண்டுவந்திருந்த சிறிய டின்னைத் திறந்து தாள்களுக்கிடையிலிருந்து வின்செண்டுக்கு அதிரசமும் முறுக்கும் எடுத்துக் கொடுத்தார்.

"போதும் போதும்... இவன் அதிரசம்னா ஒன்னுவிடாம சாப்பிட்டு விடுவான்..."

கிண்டல் செய்தான் கிருபா.

"ஆங், புரியுது... புரியுது" என்றாள் அண்ணி மைத்துனனைப் பார்த்து.

“அண்ணி... என்ன புரியுது?” என்று சிரித்தபடி கேட்டான் கிருபாநிதி.

“சொல்லமாட்டேன் போடா. புரியுது. அவ்வளவுதான் சொல்வேன். டுயுப் லைட்... வின்சென்ட்டுக்குக் குடுத்துத் தீத்துராதீங்கன்னு சொல்றான். யாருக்குக் குடுக்கப் போறானோ ஆண்டவனுக்குத்தான் தெரியும்...”

அண்ணி குறும்பு சிரிப்புச் சிரித்து வானத்தைப் பார்த்தாள்.

“ஓ... அங்கே கை வைக்கிறீங்களா...”

அம்மா இருக்கிறார்கள் என்று சுட்டிக்காட்டுவதுபோல் கண்களால் சைகை காட்டினான் கிருபாநிதி. வாயைக் கோணியபடி அண்ணி சிறுபெண்போல் குறும்புடன், ‘இருந்தால் என்ன’ என்பதுபோல் சைகையில் கேட்டாள்.

எவ்வளவு சந்தோஷமாக இருக்கிறார்கள் ஒரே குடும்பமாக? ஹெலன்கூட இந்தக் குடும்பத்தில் சேர்ந்து ஒருத்தியாகிவிடும் குணம் கொண்டவள்தான். அவளும் இவர்களின் ஜாதியைச் சேர்ந்தவளாக இருந்துவிட்டால் எவ்வளவு நன்றாக இருக்கும். ஒருவேளை அப்படியும் இருக்கலாம். சர்ட்டிபிகட்டைப் பார்ப்பதற்கு ஏற்பாடு செய்யமுடியுமா என்று பார்க்கவேண்டும் என நினைத்துக்கொண்டான் வின்சென்ட். தன் கவலைகளும் தன் வாழ்வும் இப்போது மறந்திருந்தது வின்சென்டுக்கு. கிருபாவும் அவன் அண்ணியும் ஏதேதோ பேசிச் சிரித்துக் கொண்டார்கள். இடை இடையே குழந்தைகள் கிருபாவின் கழுத்தைப் பிடித்துத் தொங்கிக் கொண்டிருந்தன.

“ஏய் இறங்குங்க கழுதைகளா? மத்தியானச் சாப்பாடு முழுவதும் வெளியே வந்துவிடப் போகிறது” என்று ஜோக்கடித்தான் கிருபாநிதி.

“ஆமா, என்ன சாப்பிடுறியோ? சாப்பிடாம ஏன்தான் கெடக்கிறானோ? பாரு வின்சென்ட். ஹாஸ்டல்லயிருந்து வந்து ஒழுங்கா சாப்பிடாம இருக்கான் போலிருக்கு... மெலிஞ்சு எலும்பும் தோலுமா இருக்கான்” என்றார் அம்மா.

உடனே ஒரு குழந்தை கிருபாவின் சட்டைக்காலரை இழுத்து, “எங்கே எலும்பு தெரியுது? பாக்கணும்” என்று கிருபாவிடம் தொந்தரவு செய்தது.

‘ஆமா, ஏன் நீ சாப்பிட வரல்லே வின்செண்ட்? அண்ணி கம்ப்ளெய்ண்ட் சொன்னாங்க... ம்... ராஜா எங்ககூட எப்படி வருவார்?”

கிண்டல் செய்த கிருபாநிதிக்கு வின்செண்ட் பதில் சொன்னான்.

“போடா போ. அம்மாவே சொல்லீட்டாங்க. பட்டினி கெடக்கிறன்னு... நான் இல்லத்துல இருக்கேன். ராஜாபோல வேள தவறாம சாப்பிடுறேன். நீ பட்டினி கெடக்கிறதால சாப்பாடு வாங்கித் தந்து ஒரு நாளாவது நல்லா சாப்பிடட்டும்னு நினைக்கிறாங்க... இல்லையா அம்மா?”

கிருபாவின் அம்மாவைப் பார்த்தான் வின்செண்ட்.

“அவனெ பாரு சாப்பிடறவன் போலயா தெரியறான்?” என்று ஆமோதித்தார்கள் அண்ணியும் அம்மாவும். பின்பு ‘நேரம் ஆகிறது’ என்று எழுந்தாள் அண்ணி.

“கிளம்புவோம்...” என்று அவர்கள் கிளம்ப, கிருபாநிதியும் எழுந்தான்.

உடனே அம்மா, “நீ எங்கே கெளம்பற?” என்று கிருபாவைக் கேட்டபடி அவனுடைய அண்ணியைப் பார்க்க அவன் அண்ணி,

“ஆமா நீ எங்கே கெளம்பற? வேண்டாம். வின்செண்ட் எங்ககூட வறான். போதும்” என்றாள் கிருபாவுடன் சிரித்துக்கொண்டு.

“நான் வரவேண்டாமா?” என்று ஆச்சரியம் அடைந்தவன்போல அபிநயித்தான். உடனே ஒரு குழந்தை, “சித்தப்பா வரணும்” என்று கூக்குரலிட அவன் அண்ணி அந்தக் குழந்தையைத் தூக்கி இடுப்பில் வைத்தாள். அது தொடர்ந்து கிருபாநிதியை நோக்கி இரு கரங்களையும் நீட்டி, “சித்தப்பா சித்தப்பா” என்று கூச்சலிட்டுக்கொண்டே இருந்தது. உடனே கிருபாநிதி குத்தலும் தமாஷுமாகத் தென்படட்டும் என்று இப்படிச் சொன்னான்.

“பாரு, மருமகளப் பாக்க தனியாத்தான் போவணுமாம்” இப்படிக் கூறி கிருபா தன் அம்மாவை நோக்கித் தலையை அசைத்தான். தனக்குள் முனகிக்கொண்டு அவன் அறையிலிருந்து கீழே இறங்கினார் அம்மா.

“நாம ஆசைப்படறதுபோல எல்லாம் நடந்தா நல்லதுதான” அம்மாவின் இந்தக் கூற்று சீரியஸான ஒரு வம்பாக மாறாதபடி அண்ணி இடையில் புகுந்து ஹாஸ்யத் தொனியில் சொன்னாள்.

“ஆங். இந்த ஊரிலதான இருக்கே. நாங்க தூரத்தில இருந்து வந்துருக்கோம். ஒனக்காகத்தானே எல்லாம் செய்றோம்...”

அறை வாசலில் வந்து பார்த்துக்கொண்டு நின்ற கிருபாவைப் பார்த்து முகத்தையும் கையையும் அசைத்து, “சும்மா இரு... நான் பார்த்துக் கொள்கிறேன்” என்று காண்பித்துவிட்டு கிளம்பினான் வின்சென்ட். அம்மா ஏதோ முனகிக்கொண்டே இருந்தார். வின்சென்ட் அவர்களோடு ஹெலன் இருந்த ஹாஸ்டலுக்குப் புறப்பட்டபோது ஏதேதோ உணர்வுகளுக்கு ஆளானான். அவனுக்குக் காந்திமதியின் நினைப்பு வந்தது.

ஹெலனைப் பார்த்தபோது கிருபாநிதியின் அண்ணிக்கும் அம்மாவுக்கும் அவள் சரளமான பழக்கம் பிடித்திருந்தது. அதிக நேரம் பேசாமல் சற்று நேரத்தில் கிருபாவின் அண்ணியும் அம்மாவும் கிளம்பிவிட, தன் ஹாஸ்டலுக்கு வந்தான் வின்சென்ட். காந்திமதியின் எண்ணம் வர மிகவும் குழம்பியிருந்தான். சில வேளை உணர்வு மேலெழுந்து தன்னை விழுங்கிவிடுமோ என்று பயந்தாலும், விடுதிக்குச் சென்று தன் அறையில் அறைத்தோழன் சந்தோஷம் இன்றும் வரவில்லை என்று எண்ணிக்கொண்டு அவனது புத்தகங்கள் இருந்த அலமாரியைப் பார்த்தபடி சட்டை மாற்றினான். தன் துணிகளை ஹாங்கரில் தொங்கவிட்டுக் கொண்டு வேறொரு உடையுடன் மாலை டிபனுக்காகப் புறப்பட்டான். பச்சை வாழைப்பழமும் ஒரு தேனீரும் குடிக்கும் எண்ணத்தில் டிபன் கொடுக்கும் சமையல் நடக்கும் பகுதிக்குச் சென்றான். அங்கு ஏற்கனவே மாணவர்கள் வந்துவிட்டபடியால் ஒரே கூட்டமாக இருந்ததால் ஓர் ஓரத்தில் சிமெண்ட் படியில் தூணுக்கருகில் போய் அமர்ந்தான். யார்யாரோ வந்து குசலம் விசாரித்துக்கொண்டு போய்க் கொண்டிருந்தார்கள். இவன் அப்படியே அமர்ந்தவன் அமர்ந்துகொண்டேயிருந்தான். சற்றுநேரத்தில் பிந்திப் போனதுபோல் உணர்ந்தவன் திடீரென்று எழுந்தபோது எல்லோரும் போய் தனித்து விடப்பட்டவன்போல் பயந்து எழுந்து மீதியிருந்த எதையோ சாப்பிட்டு, சூடாறியிருந்த தேனீரையும் குடித்துவிட்டு அறைக்குத் திரும்பிவந்தான். அறையில் வசிக்கும் சந்தோஷம் இன்றாவது வந்திருந்தால்

தனக்கு உதவியாக இருந்திருக்கும். ஏதேதோ அவனிடம் பேச வேண்டும் என்பதுபோல் உணர்ந்த வின்செண்ட் ராஜா, அவனின் சார்த்தி நிறுத்தப்பட்ட புத்தகங்கள் கொண்ட அலமாரியையும் சட்டையையும் துணிகளையும் அவன் சட்டை தொங்கப் போடும் வெற்று ஹாங்கரையும் பார்த்தான். வழக்கமாக சந்தோஷத்துக்காகப் பரிதாபப்படும் இவன் இன்று தனக்காக அவன் வேண்டும் என்று நினைத்தான்.

பக்கத்தில் அறையில் இருக்கும் யாரோ ஒரு நண்பன் வந்து எட்டிப் பார்த்து இருட்டிலும் விளக்கு ஸ்விட்ச் போடாமல் அசையாமல் அமர்ந்திருக்கும் வின்சென்டைப் பார்த்து, “என்னாச்சு?” என்று கேட்டுவிட்டுத் தன் அறைக்குப் போனான். வின்செண்ட் சிரிக்கவேண்டும் என்று மனம் கட்டளை இட்டதை அறிந்தான்.

அன்று தன் மனது தன் கட்டுப்பாட்டில் இல்லை என்பதை அறிந்து விரைவில் படுக்கையை விரித்துத் தூங்கிப் போனான். இதுபோல் அந்த வாரம் பூரா செய்தான். கிருபாநிதி ஒவ்வொரு நாளும் கல்லூரியில் இவனைச் சந்தித்தான். சகஜமாய் அவனிடம் பேசி நடித்து அவனை அனுப்பிவிடுவது இவனுக்கு அதிகம் சிரமமாக இருக்கவில்லை. இந்து கல்லூரி காம்பஸில் நின்ற புளியமரம், வேப்பமரம், கொன்றைமரம் எல்லாவற்றோடும் காற்று மோதும்போது எதையோ உணர்ந்தவன்போல் பார்த்தபடி நடக்க ஆரம்பித்தான். நடக்கும்போது முகம் தரையில் கீழே மிக அதிகமாய் போய், பாதாளத்தில் பார்த்தபடி போகிறதோவென்று உணர்ந்து தலையை மேலே இழுத்து வைத்துக்கொள்ள வேண்டும் என்று மனதுக்குக் கட்டளை இட்டான்.

அறையில் மௌனம் தன் ஒருவனை இன்னும் அதிகம் அதிகமாய்ப் பாதித்துவிடுமோ என்று அறையை நோட்டம் விட்டபடியே அமர்ந்திருக்கும் வின்சென்டுக்கு, அன்று ஒரு செய்தியுடன் ஒருவன் வந்தான்.

கறுப்பாக, குள்ளமாய் வேஷ்டி மடித்துக் கட்டி முகத்து மயிர் கொஞ்சமும் வளராத ஒருவன். காலில் செருப்பு ஏதும் இல்லை. முடி சுருண்டு செம்பட்டையாய் இருந்தது. படிக்காதவன் போல் இருந்தான். கால் பெருவிரல் நகம் பாறைபோல் உடைந்த தோற்றம் கொண்டிருந்தது. கை விரல்கள் நகம் மஞ்சள் படிந்திருந்தது. நகத்தின் முனை ஓரங்களில் கறுப்பு அழுக்குத்

தெளிவாகத் தெரிந்தது. கைமயிர் கறுப்பாக இல்லை. சிவப்பு கலந்த கருமை நிறம்.

'சந்தோஷம் அறை இதா?' என்று முரட்டுத்தனமாய்க் கேட்டபோது, வின்சென்ட் அவனை முதலில் சந்தோஷம் என்றே நினைத்தான். வின்செண்ட் தன் உள்உலகின் ஆழத்தில் பார்வையின்றி சஞ்சரித்த நேரமாக அது இருந்ததால் தெளிவு அவனுக்கு இல்லை.

கதவைத் திறந்தபோது அந்தப் பையன் உள்ளே வந்தான். வின்சென்ட் சந்தோஷம் இருக்கும் நாற்காலியைச் சுட்டிக்காட்டினான். அப்போதுதான் வின்செண்ட்டுக்கு இவன் சந்தோஷம் இல்லை என்று மனதில் செய்தி சென்று சேர்ந்தது.

"பெட்டி எங்கே?" என்று கேட்டான் வந்தவன். இப்போது மிகத் தெளிவாக வின்செண்டுக்குப் புரிந்தது. சந்தோஷத்தின் துணிமணிகள் இருக்கும் பழைய சாயம்போன சின்ன தகர டிரங்க் பெட்டியை இவன் எடுக்க வந்திருக்கிறான்.

வந்தவன் மெதுவாக சந்தோஷத்தின் சாயம்போன தகரத்தால் ஆன டிரங்க் பெட்டியைத் தலையில் எடுத்து வைத்துவிட்டு வின்செண்டைப் பார்த்தான். பின்பு மடமட என்று அந்த டிரங்க் பெட்டியில் போடப்பட்டிருந்த விலை குறைந்த ஈயத்தின் வெண்மை மங்கிய ஒரு சிறிய பூட்டு ஆடக் கிளம்பிவிட்டான்.

வின்செண்ட் வந்தவன் சொன்ன வார்த்தைகளை மெதுவாக எழுத்துக் கூட்டிச் சேர்க்க முயன்று முதலில் தோற்றான். எழுத்துகளுக்கு இதுவரை இருந்து வந்த ஒழுங்கு ஏன் சிதைந்து போனது என்று எண்ணும்படி இருந்தது. அவைகளுக்குச் சக்தியும் இல்லாமலாகிப் போனது ஏன் என்று நினைத்தான். ஒழுங்கும் இல்லை. ஒன்று வரும்போது இன்னொன்று வரமாட்டேனென்கிறது. அல்லது எல்லாம் வந்தாலும் சோகைபிடித்ததுபோல், உள்ளீடு இற்றுப் போன வெறும் பொக்கையான கூடுபோல், அர்த்தம் அற்றவைபோல் நிற்கின்றன. வந்தவன் நிதானமாய் தனது மடித்துக் கட்டிய வேட்டியைக் கவனமாய் இடது கையால் பிடித்தபடி, வலது கையால் வியர்வையாலும் அழுக்காலும் மஞ்சள் படிந்த கமுக்கூடு பகுதி தெரியும் சட்டையைப் பாதி கை வரை முறுக்கி மடித்த தோற்றமுமாய் பெட்டியைப் பிடித்தபடி போய்க் கொண்டிருக்கிறான். வின்செண்டுக்குக் கண்கள் மங்குகின்றன.

எழுந்து நிற்கிறான். கறுப்புப் பெயிண்ட் அடித்துப் பலம் கொண்ட பழையகால அறைக் கதவை இடது கையால் பிடித்தபடி, அதன் வாசலில் இரண்டு பாதங்களையும் வைத்து என்ன செய்கிறோம் எங்கே நிற்கிறோம் என்று பார்க்க முயன்றும் தோற்றுப் போய்க்கொண்டிருப்பது மட்டும் தெரியும்படி நிற்கிறான். ஆனால் ஒரே ஒரு காட்சி மட்டும் எப்போதும் தெரிகிறது. தன் அறைத்தோழனைப்போல் தோற்றம் கொண்ட ஒரு பையன் மடித்துக் கட்டிய வேட்டியுடன் அரை கை வரை முறுக்கி ஏற்றிய சட்டை போட்டபடி வலது கையை உயர்த்தி சந்தோஷத்தின் சாயம் போன தகரத்தால் ஆன பெட்டி...

அவன் சொல்கிறான்.

"சந்தோஷம் செத்துப் போனான். சந்தோஷத்தை மண்ணெண்ணெய் ஊற்றி எரித்துக் கொன்றுவிட்டார்கள்."

புறம்

இயல் - 16

வெயில் அதிகமாகி வெப்பம் பரவி மனிதர்களும் விலங்குகளும் மடிந்த இன்னொரு நாள். பொன்வண்ணன் விடுதலைக்குத் தக்க ஏற்பாடுகளை மாவட்ட எதிர்க்கட்சித் தலைவர்களும் அவனுடைய ஆதரவாளர்களும் செய்திருந்தனர். மெயின் ரோட்டில் நீண்ட காம்பவுண்டுடன் கூடிய சிறையிலிருந்து காலையில் பத்து மணிக்கு விடுதலை செய்யப்படுவான். முடிந்த அளவு அதிகமான ஆட்களைத் திரட்டுவதற்கான ஏற்பாடுகள் செய்யப்பட்டிருந்தன. பக்கத்து ஊர்களுக்கு எல்லாம் கட்சி அனுதாபிகளும் கார், லாரி, டிரக் வைத்திருப்பவர்களும் எனப் பார்க்க வேண்டியவர்களைப் பார்த்து, கார்களும் லாரிகளும் டிரக்குகளும் ஏற்பாடு செய்யப்பட்டிருந்தன. சில லாரி சொந்தக்காரர்கள் இப்போதிருக்கும் ஆட்சியையும் எம்.எல்.ஏ.க்கள், மந்திரிகளையும் பகைத்துக்கொள்ள விரும்பாததால் வெளிப்படையாக அவர்களின் லாரிகளை அனுப்ப ஒத்துக் கொள்ளவில்லை. எனவே பணம்கொடுக்க முன்வந்தார்கள். எப்படியும் விரைவில் தேர்தல் வருவது உறுதி என்றும் பொன்வண்ணன் எம்.எல்.ஏ. ஆகிவிட்டால் ஓர் அமைச்சர் ஆகிவிடுவான் என்றும் விஷயம் தெரிந்த வட்டாரத்தில் பேச்சுகள் அடிபட்டன. அவனது மாமாவுக்கு ஆளும் கட்சியிலும் எல்லா எதிர்க்கட்சியிலும் வேண்டியவர்கள் இருக்கிறார்கள் என்பதால் இவனது அரசியல் எதிர்காலம் பிரகாசமாக இருக்கப்போகிறது என்பது பலரது கணிப்பு.

எப்படியும் எதிர்பார்த்ததைவிட அதிக கூட்டம் சிறைக்கு முன்பு கூடியிருந்தது.

பொன்வண்ணன் ஜரிகை போட்ட இரண்டு வர்ணக் கரையுள்ள சில்க் வேட்டி கட்டி சந்தன நிறத்தில் சில்க் சட்டையும் போட்டிருந்தான். நாடக ஒப்பனைக் கலைஞர்கள் பக்கத்து ஊரிலிருந்து வரவழைக்கப்பட்டு அவனது முகம் ஒப்பனை செய்யப்பட்டது. கன்னங்களில் நாடகக் கலைஞர்கள்போல சிவப்பு நிறமும் முகம் எல்லாம் வியர்வையில் உதிராதபடியான பவுடரும் பூசப்பட்டு உதட்டில் லேசாக ஒரு சாயம் பூசப்பட்டது. கண் புருவங்களில் புள்ளி புள்ளியாக ஒட்டினார்கள். தலையைச் சீவி மார்பில் குறுக்காக மாராப்புப்போல் ஜரிகை பார்டர் போட்ட விலைகூடிய ஒரு துண்டு கிடந்தது. ஒரே ஒரு சந்தன மாலை மட்டும் கையில் வைத்திருந்தான். அவனைச் சுற்றி சந்தனமும் ஸென்டுமாக தெளிக்கப்பட்டது. முஸ்லிம் ஆதரவாளர்கள் நிறைய பாட்டில் அத்தர், வெளிநாட்டு ஸென்ட் என்று கொண்டுவந்து கொடுத்தார்கள். பின்பு ரோட்டோரத்தில் நின்ற ரதம்போல் செய்யப்பட்ட தேர் இழுத்துவரப்பட்டது. குதிரை பூட்டப்பட்டு பொன்வண்ணனை அதில் ஏறி நிற்கவைத்தார்கள். நிறைய வர்ண விளக்குகள் ஒளிவிட்டன. இந்தத் தேரின் எலட்ரிக் ஒயர் கனெக்சன் பின்பக்கம் ஒரு டிரக்கில் இருந்த என்ஜினுடன் இணைக்கப்பட்டது.

கும்பிட்டபடி நின்றுகொண்டிருந்த பொன்வண்ணனுக்கு அடிக்கடி வியர்த்துக் கொண்டிருந்தது. என்றாலும் இன்றைய விடுதலை விழாவின் அரசியல் கதாநாயகனாகையால் எதையும் காட்டிக்கொள்ளாது நின்று கைகூப்பிக் கொண்டிருந்தான். இவனது தேருக்கு முன்பு ஒரு ஜீப்பில் சாமி உரத்த குரலில் கட்சி சார்ந்த வாக்கியங்களையும், தமிழ்மொழி பற்றிய புலவர்களின் புகழ் மொழியையும் இணைத்த கதம்பமான மொழிநடையில் பிரச்சாரம் செய்து பொன்வண்ணன் பற்றிக் கூறிக்கொண்டு வந்தான். சாமியை இந்த விழாவில் பங்கெடுக்க வைக்க மலர்க்கொடி தனது உத்திகளை எல்லாம் பயன்படுத்த வேண்டியதிருந்தது.

நூற்றுக்கணக்கான சைக்கிள்கள், பதினான்கு லாரிகள், இருபத்திரண்டு டிரக்குகள், சுமார் பத்தாயிரம் ஆட்கள் இந்த விடுதலை விழாவில் பங்கெடுத்தனர் என்று பின்பு தகவல் கிடைத்தபோது, மறுநாள் அதிக நேரம் தூங்கிவிட்டு சோம்பல் முறித்தபடி மலர்க்கொடி கொடுத்த காபியைக் குடித்த பொன்வண்ணன் திருப்திப்பட்டுக் கொண்டான்.

ஜி.கே. சாமி ஊர்வலம் முடிந்து பொன்வண்ணன் வீட்டிலேயே ஒரு நாள் தங்கினான். மலர்க்கொடி அவனது பொதுக்கூட்ட உரையைத் தன் அப்பா மிகவும் சிலாகித்தார் என்றும் அப்பா அவனைப் பார்க்க அழைத்தார் என்றும் கூற, மலர்க்கொடியுடன் சாமி, அவள் அடிக்கடி கூறும் அவளது அப்பாவைப் பார்க்கக் கிளம்பினான். அப்போது அவர்களுடன் முந்திய நாள் கட்சியின் தடபுடல் வரவேற்புடன் விடுதலையான பொன்வண்ணன் தூங்கி ஓய்வு எடுத்துக்கொண்டு வந்துசேர்ந்தான். அவனும் இவர்களுடன், 'மாமாவைப் பார்த்து அதிக நாட்களாகிவிட்டன' என்று புறப்பட்டான்.

எல்லோரும் காரில் புறப்பட்டனர். சாமியுடன் முன்பெல்லாம் சரியாகப் பேசாத பொன்வண்ணன் இன்று நல்ல உறவு காட்டிப் பேசினான். அப்படிப் பேசியபோது பொன்வண்ணன்மீது தாக்குதல் தொடுத்து அவனை ஆஸ்பத்திரியில் படுக்கும்படி வைத்தது தான் செய்த தவறு என்று நினைத்துக் குற்ற உணர்வால் கூனிக்குறுகி அமர்ந்திருந்தான் சாமி.

கார் பெரிய ஒரு பங்களாவின் முன்பு சென்றது. இளம் ரோஸ் வர்ணமும் வெள்ளையுமாக வர்ணம்பூசப்பட்ட பெரிய வீடு. காம்பவுண்டுக்குள் சுற்றிலும் அழகிய தோட்டம் போடப்பட்டிருந்தது. ஓர் ஆள் நீர் வார்த்துக்கொண்டிருந்தான். அந்தத் தோட்டக்காரன் மலர்க்கொடியைப் பார்த்ததும், "வாங்கம்மா எப்படி இருக்கிறிங்க" என்று உபசரித்து, பொன்வண்ணனையும் வரவேற்று உள்ளே கூட்டிக்கொண்டு போனான். மலர்க்கொடி, "அப்பா" என்று அழைத்துக்கொண்டு உள்ளே போனாள். பொன்வண்ணன் வெளி வராந்தாவில் சாமியுடன் அமர்ந்து பேசிக்கொண்டு இருந்தான்.

மலர்க்கொடி தன் அப்பாவை ஒரு வீல்செயரில் வைத்து அழைத்துக்கொண்டு வந்ததைக் கண்டதும், சாமிக்கு அவளது தந்தை ஒரு நோயாளியாக இருந்தாலும் ஏன் அடிக்கடி அப்பா அப்பா என்று பேசிக்கொண்டிருந்தாள் என விளங்கவில்லை.

"எப்படி இருக்கீங்க மாப்பிள்ள பழனி?"

பேசக் கஷ்டப்பட்டார் அந்தப் பெரியவர், ஒல்லியான முகம் ஒட்டிப் போய் இருந்தாலும் தெளிவாக ஷேவ் செய்யப்பட்டிருந்தது. மூக்கிலிருந்த வெள்ளை முடிகள் வெளியே தெரிந்தன.

"அதிகம் பேசாதீங்க அப்பா. கஷ்டப்படாதீங்க" என்றாள் மலர்க்கொடி. அவரை அருகில் நின்று தடவிக்கொடுத்தாள்.

தலைமுடி வெண்மையாகி கால்கள் ஆடிக்கொண்டிருந்த அவருக்கு வெள்ளை ஜிப்பா, கால்களில் ஒரு தூய வெள்ளை நிற பைஜாமா.

இவரையா மலர்க்கொடி ஒரு பெரும் அரசியல்வாதிபோல் கூறினாள் என்று சாமி எழுந்து சந்தேகத்துடன் வணங்கினான்.

"யாரு?" என்றார் மலர்க்கொடியின் அப்பா. அவர் வாய் ஒரு பக்கம் அதற்குள் கோணிக் கொண்டது.

பொன்வண்ணன் எழுந்து பதில் சொன்னான்.

"இது ஜி.கே. சாமி! அன்று இந்தி எதிர்ப்புக் கூட்டத்தில் பேசிய தம்பி."

வயதானவரின் கண்களில் ஓர் ஒளி. உட்கார் என்பதுபோல் நாற்காலியைக் காட்டினார் கண்களால்.

"கேள்விப்பட்டேன்" என்று மட்டும் கூறினார்.

"பழனி, என்மேல் கோபம் இல்லையா?"

பெரியவர் கேட்டதும் பழனி என்ற பொன்வண்ணன் தலை குனிந்தான். அவன் தன் தவறுக்கு வருந்துகிறான் என்பது போலிருந்தது அவனது செயல்.

சாமி இப்போது பொன்வண்ணனின் இயற்பெயர் பழனி என்று அறிந்துகொண்டான்.

"பழனி நான் நடத்தின பள்ளியில் படிச்ச பையன். பல ஸ்கூல்கள் நடத்தினேன். தர்மலிங்கம் என் பெயர்" என்று பெரியவர் மிகவும் கஷ்டப்பட்டுக் கூறியதும், மரியாதை தெரிவிக்கும் முறையில் சாமி எழுந்து கைகட்டி நின்றான்.

"அய்யாதானா அக்காவோட அப்பா? முன்னாள் எம்.பி. தர்மலிங்கம்ங்கிறது தெரியும். நீங்கதான் அக்காவோட அப்பாங்கிறது தெரியாது."

வியப்புடன் கூறினான் சாமி. அடுத்த வியப்பு, தர்மலிங்கம் அவனுடைய அப்பாவின் பெயரைச் சொன்னது.

“விருத்தாசலம் மகனா நீ? அந்த ஏரியா ஓட்டு எல்லாம் ஒங்கப்பா கவனிச்சுக்குவாரு” என்றார் திணறியபடி தர்மலிங்கம்.

பெரியவர் லேசாக சிரிக்க முயன்றார். இருமல் வந்தது. கண்கள் இருண்டன.

“அப்பா, பேசாம இருங்க.”

மலர்க்கொடி கண்டித்தாள் அப்பாவை.

“நான் எல்லாம் அப்பாவுக்குச் சொல்லியிருக்கேன்.” சாமியையும் தன் கணவனையும் பார்த்தாள் மலர்க்கொடி.

ஒரு கிளாஸில் ஏதோ கலக்கிப் பாலுடன் சேர்த்துக் கொடுத்தாள் மலர்க்கொடி பெரியவருக்கு. சற்று நேரத்தில் அவருக்குத் தெளிவு வந்துவிட்டது.

“எங்க கால அரசியல், அப்பொ வேற. இப்பொ எல்லாம் மாறிப் போச்சு. நான் டெல்லி போனப்பதான் நேரு போனவுடன் அரசியலும் மாறிப் போய்விடும்னு நெனச்சன். வட இந்தியாவில் கொள்ளைக்காரனும் ராஜாக்களும் எம்.பி.யா வந்து பக்கத்தில பக்கத்தில உக்கார ஆரம்பிச்சாங்க. எல்லாம் டெல்லியில உற்பத்தியாக ஆரம்பிச்சிட்டுது. இந்தி எதிர்ப்பு எந்தளவு நம்ம மக்களுக்குப் பிரயோஜனமாகும்னு எனக்குத் தெரியல்ல” என்று கூறி தனது மருமகனான பழனி என்ற பொன்வண்ணனையும் சாமியையும் மாறி மாறி கண்களை மட்டும் திருப்பிப் பார்த்துச் சொன்னார்.

“இப்பவும் நான் ஆளும் கட்சிக்காரன்தான். மாநிலத்தில் நடக்கும் திராவிட அரசியல் புரியல்ல. ஆனா மக்கள் இங்க வேறவிதமா போறாங்கபோல இருக்கு. பிரமிப்பாவும் இருக்கு. ஒடம்புக்கு முடியாது. ஆனாலும் நல்ல பேரு சம்பாதிச்சிருந்ததால எந்த மந்திரியும் இப்பவும் நான் சொல்றது கேட்காம இருக்கமாட்டான்.” மகள் கிளாஸில் கொடுத்ததைக் குடித்துவிட்டு மீண்டும் பேசினார்.

“என் ஸ்கூல்ல அன்னைக்கு பரீட்சை எழுதவிடாம பழனியை ஓர் ஆசிரியர் வெளியே விரட்டப் பாத்தாரு. நான் பழனியை -

இவன் சின்னப் பையன் - பாதுகாத்துப் படிக்க வச்சன். பிறகு குடும்பத்தில் ஒருத்தன் ஆயிட்டான். அவன் அரசியல் வேற. எங்காளுகளே அவனுக்கு வில்லனா வரப் பாக்கிறானுக. அவனைக் காப்பாத்தவேண்டியது என் கடமை. பழனிக்கு, என்ன இருந்தாலும் நான் ஆளுங்கட்சிக்காரன்தான் என்கிற சந்தேகம்...'' மீண்டும் சிரித்தார். முகம் கோணலாகிக் கொண்டது. சற்றுநேரம் தலைகுனிந்து இருந்தார். மலர்க்கொடி முதுகிலும் நெற்றியிலும் தடவிக்கொடுத்து வீல் செயரைத் திருப்பினாள். "ஒங்ககிட்ட பேச ஆசைப்படறார், சாமி'' என்று சாமியைப் பார்த்துக் கூறினாள்.

அப்போது யாரோ காம்பவுண்டு கேட்டைத் திறந்து உள்ளேவருவது தெரிந்தது. அரங்கநாதன்.

உடம்புக்கு முடியாமல் இருந்தாலும் தர்மலிங்கம் மனதில் தன் நண்பரைச் சந்திக்கும் மகிழ்ச்சி தெரிந்தது. அரங்கநாதன் வந்து பொன்வண்ணன் முதுகைத் தட்டிவிட்டு, பெரியவரின் அருகில் அவரது கைகளைப் பிடித்தபடி அமர்ந்தார். அப்படி அமர்ந்ததிலிருந்து பெரியவரின் அத்தியந்த நண்பராக அவர் இருப்பார் என்று கருதும்படி இருந்தது.

"ஏன் சிரிக்கிறீங்க? தெரிஞ்சிருக்குமே. உங்களுக்கு இந்த ஊர் அரசியல் முன்கூட்டியே தெரிஞ்சு போயிருக்கும்.''

சிரித்த அரங்கநாதன் பெரியவரின் முகத்தில் தோன்றும் உணர்வைக் கவனிக்க அவரது முகத்தையே பார்த்தபடி இருந்தார். பின்பு சொன்னார்.

"இந்த ஆரியனை விரட்டீட்டாங்க. திராவிடக் கட்சிக்குப் பிராமணன் வேண்டாமாம். கட்சித் தேர்தலில் மாவட்டச் செயலாளராக நேற்று வேற ஒருத்தரு வந்திட்டாரு. ஊரின் பெரிய பிஸினஸ்மேன். தேர்தல் வந்தால் இப்போதைய எதிர்க்கட்சி ஆளும் கட்சியா வந்திடுமாம். ஆருடம். ஆகையால் இனி இப்பொ உள்ள எதிர்க்கட்சிக்குத்தான் மௌஸாம்.''

சூத்திரத் தமிழில் சொன்னார் பிராமணரான அரங்கநாதன்.

தலையாட்டினார் தர்மலிங்கம். நடப்பதைப் பார்த்து ரசிப்பதுபோல் பாவனை அவர் கண்களில் தெரிந்தது.

பின்பு பொன்வண்ணன் கட்சித் தேர்தலில் என்ன நடந்தது என்று தர்மலிங்கத்துக்கு விளக்க ஆரம்பித்தான். கேட்ட

பெரியவர் இப்படிச் சொன்னார். அப்போது அவரது இடதுகை தொங்கியபடியே ஆடிக்கொண்டிருந்தது. "தமிழ்நாட்டுப் பிராமணர்கள் எல்லாம் காங்கிரஸிலும் கம்யுனிஸ்ட் கட்சியிலும் போய்க்கொண்டிருந்தபோது இன்னும் கொஞ்சம்பேர் ஸ்வதந்திரா கட்சிக்குள் போனார்கள். தத்துவப் பிடிப்பாலும் ஒருவித திராவிட பைத்தியத்தாலும் இவரு - அரங்கநாதன் - திராவிடக் கட்சியிலதான் இருப்பேன்னு இங்கே வந்தாரு. அப்பொவே சொல்வாரு. நான் வ.ரா.வின் சிஷ்யன்னு. சரி. அப்பொ ஒரே ஒரு பிராமணனையும் திராவிடம் வெளியேற்றிவிட்டது. தூய்மைவாதம் எங்கேயும் நல்லதுக்கில்ல..." உள்கோபத்தோட யாருக்கோ சொல்வதுபோல தூரத்தில் வீட்டு வாசல் வழியே தெரிந்த தெளிவான நீலவானத்தைப் பார்த்தபடியே சொன்னார் பெரியவர் தர்மலிங்கம்.

அவரது வாயிலிருந்து வடிந்த எச்சிலை மலர்க்கொடி தனது சாரியால் துடைக்க எல்லோரும் மௌனமானார்கள்.

பொன்வண்ணனுக்கு அரங்கநாதன் எதற்காக ஒரு பிராமணராய் திராவிடக் கட்சியில் இருக்கிறார் என்று பல வேளைகளில் புரியவில்லை. தன்னைப் பொறுத்தவரையில் அவர் அன்போடு வைத்துக் கொள்பவர் என்பதால் எந்த வெறுப்பும் இல்லை. அரங்கநாதன் வீட்டுக்குச் சிலவேளைகளில் போனபோது அவரது மனைவி என்று வீட்டுக்குள்ளே இருந்த அம்மா ஏனோ உடனே உள்ளே போய்விடுவதை மட்டும் பார்த்தும் புரிந்துகொள்ள முடிந்ததில்லை. மற்றபடி ஏதோ தத்துவம் கித்துவம் என்று அவர் பேசுகிறார். பெரிய இந்தியாவைவிட சின்ன சின்ன இந்தியாக்களைப் பலப்படுத்தும் மாநில சுயாட்சி போன்ற அரங்கநாதனின் கருத்துகளோ, இந்தியாவைச் சாதிகளின் அடிப்படையில் வளர்ச்சிக்கு வரையறுக்கும் ஒரு புதிய தத்துவமாய் திராவிடத் தத்துவத்தைக் கருதும் அரங்கநாதனின் வாதங்களோ கொஞ்சமும் அவனுக்குப் புரிந்ததில்லை.

"அய்யா, நான் ஒங்ககிட்ட சொல்லீட்டுப் போகலாம்னு வந்தேன். வரட்டுமா, வர்றேம்மா..."

பெரியவரைப் பார்த்து எழுந்தவர் இதுவரை எதுவும் பேசாமல் ஓரமாய் அமர்ந்து எல்லாவற்றையும் கவனித்துக்கொண்டு அமர்ந்திருந்த வேட்டிகட்டிய இளைஞனை அப்போதுதான் கவனித்தார். எழுந்து நின்று திரும்பியவர்,

“இந்தத் தம்பிதானே அன்றைக்கு இந்தி எதிர்ப்புக் கூட்டத்தில் பேசியது...?” என்று சாமியைச் சுட்டிக்கேட்டபடி பொன்வண்ணனைப் பார்த்தார்.

“ஆமா. தெரியாதா? அதே சாமிதான் இது.”

பொன்வண்ணன் கூற, அரங்கநாதன் ஓடிப்போய்க் கட்டிப் பிடித்தார். மலர்க்கொடி முகத்தில் சந்தோஷம்.

“நாக்கில சரஸ்வதி நடனம் ஆடுறா... இப்பொ உள்ள தலைமுறைக்குப் பேசக் கத்துக்குடுத்திட்டானுக நம்ம திராவிடத் தலைமுறையினர்...”

கூறியபடி பெரியவரைப் பார்த்தபடியே விருட்டென்று புறப்பட்டுச் சென்றுவிட்டார் அரங்கநாதன்.

அப்போது பொன்வண்ணன் பெரியவரையும் மலர்க் கொடியையும் பார்த்து, சாமிகிட்ட ஏதோ சொல்லணும்னு சொன்னீங்களே என்று தனது மாமனாரையும் மலர்க் கொடியையும் புன்சிரிப்போடு பார்க்க, மலர்க்கொடியும் சிரித்தபடி தனது அப்பாவான தர்மலிங்கத்தைப் பார்த்தாள். “ஆமா சொல்லு” என்று மலர்க்கொடியிடம் ஏதோ ஒன்றைக் கூற அவர் தூண்டுகிறார் என்று புரிந்துகொண்ட சாமி ‘அது என்னவாக இருக்கும்?’ என்று யோசிக்கத் தொடங்கும் முன்பு, மலர்க்கொடி சொன்னாள்.

“சாமி! நீங்களும் நொண்டி ஜோசப்பும் சேர்ந்து தாக்கினீர்கள் இவரை என்று நினைச்சீங்களே, அந்தப் பொதுக்கூட்டத்தில் பின்பக்கமிருந்து. அது நீங்க அல்ல. நீங்க தாக்கி டுயுப் லைட்டுகளை ஒடச்சதாவும் ஒடனே இருட்டானதாகவும் நினைச்சீங்க...” அவள் பொன்வண்ணனைப் பார்க்க அவன் தொடர்ந்தான்.

“ஆனா ஆளும் கட்சிக்காரன் வான்மீகநாதனின் ஆட்கள் எலக்ட்ரிசிட்டி டிப்பார்ட்மெண்டுகாரங்க உதவியோட முதல்ல மேடை கரெண்ட் கட் பண்ணிட்டு, தாக்குதல் நடத்தினார்கள் என்மீது. ஜோசப் எறிந்த ஒன்றிரண்டு வாழைநார் மட்டையால்தான் எல்லாம் நடந்தது என்று நீங்களும் ஜோசப்பும் நினைச்சீங்க...” என்று சிரித்தபடி கூறினான் பொன்வண்ணன்.

ஜோசப்புக்குக் குறி தப்பாம எறியமுடியாது. என்கிட்ட இருந்தவன்தான அவன்...”

சாமிக்கு எலக்ட்ரிசிட்டி லாம்ப் போஸ்டில் அவன் வீசிய கல் பல்பில் படாததால் தான் எறிந்து உடைத்தது ஞாபகம் வந்தது. ஆச்சரியமும் அதிர்ச்சியும் அடைந்த சாமி, “அப்பொ ஏன் ஜோசப்பைத் தாக்க ஆள் அனுப்பினீங்க?” என்று கேட்டான்.

“எனக்கே ஜெயில்ல இருந்து வந்த பிறகு, நேற்றுத்தானே எல்லாம் தெரியும்” என்றான் பொன்வண்ணன். எல்லோரும் சிரித்தார்கள்.

“அப்பொ உண்மை தெரியாம ஜோசப்பைத் தாக்கியது நீங்க தான்.”

சாமியிடம் மன்னிப்புக் கேட்பதுபோல மலர்க்கொடி சொன்னாள்.

“சாமி, அத மறந்துடணும் இனி.”

பின்பு சாமி எல்லோரிடமும் விடைபெற்று தனது ஹாஸ்டல் விடுமுறையில் மாணவர்கள் இருக்கமாட்டார்கள், ஓரிரண்டு வேலைக்காரர்களாவது இருப்பார்கள், பார்க்கலாம் என்ற எண்ணத்தோடு அங்குப் புறப்பட்டான். சாமி போனபின் தந்தையிடம் மலர்க்கொடி சென்னையில் படித்துக் கொண்டிருக்கும் தன் தங்கையை சாமிக்குக் கொடுத்தால் என்ன என்று பேச ஆரம்பித்தாள்.

இக்னேஷியஸ் ஹாஸ்டலில் ஒரே ஒரு கேட் கீப்பர் மட்டும் ஓரமாக ஒரு மரஸ்டூலில் அமர்ந்து தூங்கிக்கொண்டிருந்தான். பக்கத்து மரநிழலில் இன்னொரு ஹாஸ்டல் பியுன் படுத்துத் தூங்கிக்கொண்டிருந்தான். சாமியைப் பார்த்ததும் தூங்கிக் கொண்டிருந்த கேட்கீப்பர் விழித்து கேட்டைத் திறந்துவிட்டான்.

“ஐயா, யாரும் இல்லயே” என்றான் அவன் மரியாதையாக.

“ஏன் எனக்குத் தெரியாதா?” என்று மிடுக்காகக் கேட்ட சாமி தடதட என்று நடந்து, ஹாஸ்டலின் நடு நடைபாதை வழியாகப் பின்பக்கம் ரோட்டோடு ஒட்டியிருந்த காம்பவுண்டுக்கருகில் அமைந்திருந்த சமையல் கட்டிடம் பக்கம் எட்டிப்பார்த்தபோது சில சமையல்காரர்கள் அமர்ந்திருந்தனர். அவர்களைப் பார்த்து ஏதோ பேசிக்கொண்டு நின்றான்.

இந்தி எதிர்ப்புச் சொற்பொழிவுக்குப் பிறகு அவன் ஹீரோ ஆகியிருந்தது அவர்களிடம் பேசும்போது தெரிந்தது. "சும்மாதான் வந்தேன். ஒங்கள எல்லாம் பாக்கவேண்டாமா? சோறு போடறவங்க இல்லியா?" என்றான்.

அப்போது மூலையில் அமர்ந்து எதையோ நறுக்கிக் கொண்டிருந்த ஒரு வயதான சமையல்காரர் சொன்னார்.

"சோறு போடற முக்கியமான ஆளப்பத்திக் கேக்கலியே தம்பி?"

"யார?" என்றான் சாமி.

"ஓ, தெரியாதா தம்பிக்கு!"

இன்னோர் இளம் சமையல்காரன் கழுவிக்கொண்டிருந்த பாத்திரத்தை விட்டுவிட்டு, கிழிந்த ஒரு தாளை - சட்டைப் பையில் மடித்து வைத்திருந்ததைக் கொண்டுவந்து பிரித்துக் காண்பித்தான்.

இந்தி எதிர்ப்பைப் பயன்படுத்தி ஊரில் குண்டு வைத்துப் பாலத்தைத் தகர்க்கமுயன்ற இரு தீவிரவாதிகள் போலீஸால் சுட்டுக் கொலை என்றிருந்தது. அது கசங்கிய மஞ்சள் ஏறிய நியுஸ் பேப்பர் தாள் துண்டு.

"யாரு?" என்று சீரியஸாகக் கேட்டபடி அவசரமாகச் செய்தியைப் படித்தான் சாமி. சந்தேகமில்லாமல் காம்ரேட் சட்டர்ஜி மற்றும் வெங்கட்ராமன். இருவர் படமும் அச்சாகியிருந்தது.

பேப்பர் கொடுத்த பையன் சொன்னான். நீங்கள்ளாம் லீவில் போயிருந்தபோது நடந்ததாம். பேப்பரில் அப்போது வந்த செய்தி. அந்த வெங்கட்ராமன் யாரு தெரியுமா? நம்ம ஹெட்குக், பட்டரு - சாமிநாத பட்டரு, அவரோட மகனாம். எல்லார்கிட்டயும் சொல்வாரே. தன் மகன் சண்டை போட்டுவிட்டு ஊரைவிட்டுப் போய்விட்டான் என்று, அந்தப் பையனாம். இங்ககூட ரகசியமாக வந்து அவர் கையால இரண்டு மூன்று முறை சாப்பிட்டத நம்ம சமையல்காரங்க பாத்திருக்காங்களாம்.

சாமிக்குத் தலை சுழன்றது.

"செய்தியைப் படித்ததும் இரண்டு நாள் பட்டர காணல்லே. மூன்றாம் நாள் இராத்திரியே வந்து யாருக்கும் தெரியாம, ஓர் இரும்புப் பெட்டி - அவருடையது இங்கு இருந்தது - அத எடுத்து ஹாஸ்டல் வார்டனிடம் போய், 'என் மகன் பல நாளா காணாமப் போனவன் வந்திருக்கிறான். ஊருக்குப் போறேன்'னு அழுதபடி சொன்னாராம். 'ஏன் அழுறீங்க?'ன்னு வார்டன் கேட்டாராம். சந்தோஷத்தாலன்னு சொல்லி இருக்கிறார்..."

சாமிக்கு ஒன்றும் புரியவில்ல. அவனுக்குத் தன்னை எல்லோரும் தீவிரவாத இயக்கத்தின் உறுப்பினர் என்று கூறுவதற்குக் காரணமான சம்பவம் நினைவில் வந்தது. பெங்காளியான சட்டர்ஜியும் மலையாளி பையனான வெங்கட்ராமனும் அன்று தன்னைச் சந்தித்ததும் ஞாபகத்தில் வந்தது. அன்று ஒரே மழையானதால் தாங்கள் இருவரும் ஹாஸ்டலில் தங்க வேண்டும், வெளி ஊர்க்காரர்கள் என்று அறிமுகம் செய்தார்கள். சரி பார்க்க பரிதாபமாக இருக்கிறார்களே என்று இக்னேஷியஸ் ஹாஸ்டல் அதிகாரப்பூர்வமாக திறக்காத அன்றைய தினம் இரவு இருவரையும் தன் அறையில் தூங்கச் சம்மதித்தான் சாமி. நடு இரவில் யாரோ டார்ச் லைட் அடித்துக்கொண்டு இவர்கள் படுத்திருந்த அறை பக்கம் நடந்த சப்தம் கேட்க, இருட்டில் மின்சார லைட்டைப் போடாமல் சாமி எழுந்துபார்த்தால் இரண்டு மூன்று போலீஸ்காரர்கள். நல்லகாலம் போலீஸ்காரர்கள் இவர்கள் படுத்திருந்த அறையைத் தாண்டி எங்கெங்கோ போய்த் தேடிவிட்டு சலிப்பு ஏற்பட்டுப் புறப்பட்டுப் போய்விட்டார்கள். அந்தச் செய்தி பரவியதால் சாமியை ரகசிய இயக்கத் தொடர்புடையவன் என்று எல்லோரும் பேசுவது இயல்பாகிவிட்டிருந்தது.

எதிர்கால அரசியல்வாதியாகப் போகிறான் என்று எல்லோரும் ஏகமனதாகப் பேச ஆரம்பித்த சாமி ஸ்தம்பித்து நின்றான் என்று கதை தொடர்கிறது.

* * *

அரங்கநாதன் நேராக தன்னுடைய வீட்டுக்குச் செல்லாமல் தன் ஒன்றுவிட்ட தங்கையான பங்கஜத்தின் வீட்டுக்குச் சென்றார். வீணை அல்லது கச்சேரி என்றிருக்கும் வீடு. கோனார் தெரு என்று அழைக்கப்பட்டுக் கொண்டிருந்த தெருவில் ஊரின் பொது ஸ்டேடியத்துக்கு எதிர்ப்புறத்தில் வரிசையாக இருந்த வீடுகளில்

பச்சை நிறத்தில் அந்த வீடு காணப்பட்டது. இரண்டு மாடிகள் உள்ள வீடு. மேல் மாடிக்குமேல் கூரையானது ஓடுகளால் அமைந்திருந்தது.

அரங்கநாதன் போனபோது தங்கை பங்கஜம் மட்டுமே வீட்டில் இருந்தாள்.

“வாங்க, அண்ணா...”

பங்கஜம் வரவேற்றாள். அவள் மடிசார் கட்டி டால் அடிக்கும் மூக்குத்தியும் கம்மலும் அணிந்திருந்தாள். அரங்கநாதன் வீட்டின் திறந்த வரவேற்பறையில் இடதுபுறமாக இருந்த மேசையின் முன்பு காணப்பட்ட இரண்டு நாற்காலிகளில் ஒன்றில் போய் அமரும் முன்பு அதை இழுத்துத் திருப்பினார். பின்பு வாசல் நடையில் தரையில் உட்கார்ந்திருந்த பங்கஜத்தைப் பார்த்தபடி அமர்ந்தார். மேசைமீது முனை மடங்கிச் சுருண்ட கல்கி பத்திரிகையும் அமுதசுரபி பத்திரிகையும் ஒன்றன்மீது ஒன்றாக ஆறு ஏழு இதழ்கள் அடுக்கப்பட்டிருந்தன. வீட்டில் தொங்கிய காலண்டரில் அப்போதைய முதலமைச்சர் பக்தவத்சலத்தின் புகைப்படம் காணப்பட்டது.

“எங்கே?”

வீட்டுக்குள் பார்வையை ஓட்டினார் அரங்கநாதன்.

“உள்ளே இல்லை...”

என்று பங்கஜம் கூறியபடியே கால்களை நீட்டினாள்.

அரங்கநாதன் ஏதும் கூறாமலே தலையை ஆட்டினார்.

“நாட்டியம் நல்லா நடந்திண்டிருக்கு.”

என்று அரங்கநாதன் ஏதேனும் நல்ல செய்தியுடன் வந்துள்ளாரோ என்ற எதிர்பார்ப்பில் இருந்த பங்கஜம் தொடர்ந்து கேட்டாள்.

“காப்பி தரட்டுமா?”

“ஹூம்.”

தலையாட்டலில் மறுத்தார் அரங்கநாதன்.

இருவரும் சற்று நேரம் மௌனமாக இருந்தார்கள்.

தான் வாய்விட்டுக் கேட்காமல் தன் அண்ணன் ஏதும் சொல்ல மாட்டார் என்பதை உணர்ந்த பங்கஜம் வெளிப்படையாய்ப் பேச ஆரம்பித்தாள்.

“என்ன அண்ணா, சென்னையில் இருந்த புஷ்பவதி தெரியுமில்லையா உங்களுக்கு? என் ஆத்துக்காரருடைய தங்கை, அவ மகளுக்குச் சின்ன சின்ன வேஷங்கள் கிடைத்து ரண்டு மூன்று படங்களில் நடிச்சாச்சாமே. சினிமாவில அவளுடைய பெயர் ரோஜாமலர் என்பதாமே. அவளைவிட நம்ம வேணிக்கு நல்லா நாட்டியம் வருமே. இன்னக்குக்கூட மதுரையில் ஒரு நாட்டிய நாடகம் என்றுதான் போயிருக்கிறாள். சில வேள பயமாகவும் இருக்கு. சில வேள இவ்வளவு தெறமையோட இருக்கிற மகளப்பாத்து சந்தோஷமாகவும் இருக்கு, அந்த மனுசன் இருந்திருந்தால் இவள ஒரு நடிகையாக்கியிருப்பார்.”

பேசியதை நிறுத்திவிட்டு உள்ளே போய் ஒரு அலுமினிய டம்ளரில் மோர் கொண்டுவந்து அரங்கநாதனின் எதிரில் வைத்தாள். பின்னர் முன்பு அமர்ந்திருந்த அதே இடத்தில் அமர்ந்தாள் பங்கஜம்.

“எல்லாம் கவனமா செய்யணும் பங்கஜம்.”

இப்படிக் கூறிவிட்டு மௌனமாக எதிரில் தெரிந்த மைதானத்தில் சிறுவர்கள் ஹாக்கி விளையாடிக் கொண்டிருந்ததைப் பார்த்தார் அரங்கநாதன்.

“இல்ல அண்ணா. நம்மவா திராவிடக் கட்சிகளில் சேரமாட்டா. நீங்க அப்ப இருந்தே இவாளோட சேந்து அலையறேள். சினிமாத் துறை இவா கையிலதான் இருக்குதாமே. உங்களுக்குத் தெரியாதா? நம்ம வேணிக்கு ஒரு சான்ஸ் வந்தா போதும். அந்தக் காலத்தில சென்னைல இருந்தபோது எனக்கும் சான்ஸ் வந்திருக்கும். சபா நாடகத்தில சதிலீலாவதி பாத்திரத்தில நடிச்சவதான நான். எம்புருஷனுக்குப் புடிக்கல. அப்புறம் இந்த ஊருக்குப் புருஷன் கூட்டிக்கிட்டு வந்திட்டாரு. இல்லாட்டி நானும்தான் ஒரு நடிகையாக வந்திருப்பேன்.”

“ம்... ம்... புரியுது.”

அலுமினிய டம்ளரில் இருந்த மோரைத் தூக்கி வாயில் விட்டுவிட்டுக் காலி டம்பளரை மேசைமீது வைத்துவிட்டு

மேசையில் இருந்த பத்திரிகையில் பார்வையை ஓட்டினார் அரங்கநாதன்.

"இந்தப் பத்திரிகைகளை உங்களுக்குப் பிடிக்காதே. தொடர் கதைகளைக் குப்பை என்று சொல்வேள். நாத்திகம் உங்க தலைக்குள் ஏறிவிட்டது. ஆனா சினிமாக்காரங்க ரொம்பபேரு நாயக்கர் ஃபாலொவர்ஸ்தானாமே."

"நாத்திக சினிமாக்காரங்க ஆனாலும் பரவாயில்ல. ஒன் மகளுக்குச் சினிமாவில ஒரு சின்ன வேஷமாவது கிடைத்தால் போதும். இதுதானே உன் எண்ணம்?"

அரங்கநாதனின் கிண்டலைப் பொருட்படுத்தாமல் பங்கஜம் எழுந்து காலியான டம்ளரை எடுத்துக்கொண்டு அடுக்களைப் பக்கம் போனாள்.

வந்தமர்ந்த பங்கஜம் பத்திரிகைகளைப் பார்த்துக்கொண்டிருந்த அரங்கநாதனைப் பார்த்துச் சொன்னாள்.

"சாண்டில்யன் என்று ஒருத்தர் என்னமா எழுதறார் அண்ணா, படிச்சிருக்கேளா? படிக்கத் தொடங்கினா முடிக்காமல் கீழே வைக்க முடியாது."

"எனக்கென்னமோ இந்தக் கற்பனைக் கத எல்லாம் படிக்க முடியறதில்ல, பங்கஜம். உங்க பொம்மனாட்டிக ராஜ்யம் அது."

"என்ன சொல்லிட்டேள்? ஓங்க தலைவர்கள் கத கித எழுதி சினிமா எடுத்துத்தானே நாத்திகத்தைப் பரப்பி, கடவுள் சம்பிரதாயம் சடங்குகளை நாசம் பண்ணிட்டீங்க."

"பகுத்தறிவுன்னா என்னான்னு தெரியுமா பங்கஜம் உனக்கு?"

"அதெல்லாம் எனக்கெதுக்கு? எனக்கு ஒரே ஒரு இலட்சியம் வாழ்க்கைல. என் வாணியை பெரிய நடிகைன்னு இந்தத் தமிழ்நாடு கொண்டாடணும். ஜங்ஷனில் பெரிய கட் அவுட் ஒன்று, அவளுடையத, ஜனங்க வக்கணும். அதுக்கு என்ன வெல வேணும்னாலும் கொடுப்பேன்."

"ம்... குடுத்திட்டு இருக்கத்தானே செய்யிற?"

எதையோ குத்திக்காட்டினார். பின்பு மீண்டும் மேசைமீது இருந்த பத்திரிகைகளை எடுத்துப் புரட்ட ஆரம்பித்தார்.

பங்கஜம் முகம் இருண்டது.

"என்ன அண்ணா எம்.எஸ். ராவைப் பத்தித்தானே சொல்லிக் காட்டறேள். அவனோடதான் வாணி போய் வந்து கொண்டிருக்கிறாள். அவன் அவளுக்கு ஒரு பாதுகாப்பு. அவ சம்பாத்தியம் இல்லேன்னா என் காதில மூக்கில டால் அடிக்கிற தங்க மூக்குத்தி இருக்குமா? ஒங்களுக்கு அவனைக் கண்டா ஆகாது. புருஷன் இல்லாத என்னையும் வாணியையும் பத்துப் பதினஞ்சு வருஷமா அவன் பாதுகாத்து சம்ரிக்ஷித்துக்கிட்டுத்தான் வந்தான். நன்றி இல்லாம இருக்கமுடியுமா?"

"நீ எப்படியும் இரு. ஒன்ன யாரு கேட்டா? வாணியை நல்ல ஒரு பையனா பாத்துக் கலியாணம் செய்து கொடு..."

அரங்கநாதன் பேச்சை முடிக்கும் முன்பு ஒரு சைக்கிள்ரிக்ஷா வந்து வீட்டு முன் நின்றது. இருவர் இறங்கினார்கள். ஒரு 22 வயது மதிக்கத்தக்க சுமார் 5 அடி 7 அங்குலம் உயரமான வெள்ளைநிறம் கொண்ட அழகிய பெண்ணும் பெரிய பெட்டி ஒன்றைத் தூக்கிக் கொண்டு ஓர் இளைஞனும் வந்து இறங்கினார்கள்.

"வாணி, வா..."

வரவேற்ற அரங்கநாதனின் காலில் விழுந்து வணங்கிவிட்டு அந்தப் பெண் வீட்டினுள்ளே போனாள். இளைஞன் தோற்றத்தில் இருந்த ஆண் கையில் வைத்திருந்த மூட்டையைப் பங்கஜம் கையில் கொடுத்தான். பின்பு தலையிலிருந்த டோபாவை எடுத்துவிட்டு, முகத்தில் பூசப்பட்டிருந்த பவுடரையும் கழுவிவிட்டு இரண்டு காதுகளிலும் கம்மலுடன் வந்த மனிதன் இப்போது அரங்கநாதனின் அருகில் வந்தான். அரங்கநாதன் தன் வெறுப்பைக் காட்டினாலும் வெளிப்படையாய்க் காட்டக்கூடாது என்று நினைத்ததால், தன் எதிரில் வந்து அமர்ந்தவனின் முகத்தை நிமிர்ந்து பார்த்தார்.

"எம்.எஸ். ராவ்."

அறிமுகப்படுத்தினான். சற்று முன்பு இளைஞனாகவும் தற்சமயம் வேஷத்தைக் கலைத்துவிட்டு வயதானவன் தோற்றத்திலும் காட்சி தந்தவனைப் பார்த்து, "பேஷாத் தெரியுமே" என்றார் அரங்கநாதன்.

“கட்சியிலிருந்து வெளியேறிட்டீங்க.”

பிராமணரல்லாதவரின் பாஷையில் பேசினான் எம்.எஸ். ராவ்.

“கட்சியிலிருந்து வெளியேற்றிட்டாங்க” என்று அரங்கநாதன் திருத்திச் சொன்னார்.

“ஆனா, ஒங்கள யாரும் ஒண்ணும் செய்யமுடியாது. நீங்க பெரிய பெரிய இடத்துல தொடர்பு வச்சிருக்கீங்க. டெல்லி வரை உங்களுக்கும் செல்வாக்கு இருக்கு.”

அரங்கநாதன் ஏதும் சொல்லவில்லை. அப்போது வாணி ஆடைகளை மாற்றிக்கொண்டு கல்லூரி யூனிபார்ம் அணிந்து அடக்கம் ஒடுக்கமாய்க் கல்லூரி மாணவிபோல் வெளியே வந்தாள்.

“என்னம்மா, காலேஜ் இருக்கா இன்னைக்கு?”

“ஆமா, மாமா. ஏதோ பெரிய நடிகர் ஒருத்தர் தலைமை தாங்கிற நிகழ்ச்சின்னு இன்று நாட்டியத்துக்கு ஒத்துக்கிட்டேன். அரைநாள் கல்லூரியில் விடுமுறை எடுத்தேன். வரட்டுமா?”

விறுவிறு என்று காத்துக்கொண்டிருந்த சைக்கிள் ரிக்ஷாவில் ஏறியதும், “செல்லமுத்து கிளம்பு சீக்கிரம்” என்றாள். சைக்கிள் ரிக்ஷாவில் ஏறி, கால்களால் மிதித்தபடி ஓட்டினான் அந்த ரிக்ஷா ஓட்டி செல்லமுத்து.

“எதிர்காலத்தில் தென்னிந்தியா முழுவதும் ஒப்பற்ற பெண் நட்சத்திரம் ஆகப்போகிற கொழந்தை.”

அரங்கநாதனைப் பார்த்தான் எம்.எஸ். ராவ்.

“என்னங்க நீங்க ஒன்று. குழந்தைக்கு நான் அப்படி வேஷம் போட்டால் தான் பாதுகாப்பா இருக்கும். யாரோ அவள திருமணம் செய்யப்போகிற இளைஞன் என்று பார்க்கிறவங்க நினைப்பாங்கல்ல. ஒரு பய அவகிட்ட நெருங்கமுடியுமா? நேத்து ஒரு எம்.எல்.ஏ. அவ ஃபிகரைப் பாத்து நாக்கைத் தொங்கப் போட்டுட்டு நாங்க தங்கியிருந்த ஹோட்டலுக்கு வந்திட்டான். ஃபுல் தண்ணி வேற. அவன சமாளிக்கிறதில போதும் போதும் என்றாகிவிட்டது. கடைசியில எம்.எல்.ஏ. வீட்டுக்குப் போன் போட்டேன். அவன் பெண்டாட்டி அவனிடம், ‘தாலி

அறுத்துருவன் நாயே' என்று திட்டியபிறகு புறப்பட்டுப் போனான். போகும்போது என் கால்ல விழுந்து, 'வாழ்க்கையில் ஒரே ஒரு தடவ பிராமின் பெண் எனக்கு வேண்டும். இரண்டு வீடும் ஒரு காரும் அன்பளிப்பு' என்று சொன்னான்."

"பாத்தீரா ஓய் ராவ், பிராமின்னுக்கு இருக்கப்பட்ட டிமாண்டை."

அரங்கநாதன் நக்கலாகப் பேசுவது எம்.எஸ். ராவுக்குப் புரியவில்லை. திடீரென இப்படிச் சொன்னான்.

"ஆமா ஸார். எனக்கு ரேஸ்ல நம்பிக்கை உண்டு."

உடனே அரங்கநாதன்,

"குதிரை ரேஸ்லயா?" என்றார்.

"சீசீ... ஜனங்க வேறவேற ரேஸைச் சார்ந்தவங்க என்பதில. ஆரியன் ரேஸ். திராவிடியன் ரேஸ்..."

"நிறைய படிச்சிருக்கீங்க."

"எங்கே படிச்சேன்? சினிமாக்காரங்ககூட அலைஞ்சதில பொறுக்கிக்கிட்டது."

எம்.எஸ். ராவ் தமாஷான பேர்வழி என்றும் இலேசான ஆள் இல்லை என்றும் அறிந்த அரங்கநாதன், உண்மையாகவே வாணி நல்ல நிலைக்கு வரவேண்டுமென்று நினைத்தார். தன் குடும்பத்தில் பலர் பங்கஜத்துடன் தொடர்பு வைத்துக் கொள்வதில்லை. அரங்கநாதன் அவர்களைப்போல் பங்கஜத்தை மொத்தமாக நிராகரிக்க விரும்பவில்லை. கணவன் இறந்த பின்பு பங்கஜம் கட்டுப்பெட்டிபோல ஒரு விதவை என்று நினைத்து வழக்கமான பெண்கள் வாழ்வதுபோல் வாழவில்லை. அவளுக்குள் ஏதும் தத்துவம் கித்துவம் எல்லாம் கிடையாது. ஆனால் அவளுக்கு மகிழ்ச்சிதரும் விதமாய் வாழ்கிறாள். அது தவறு என்று அரங்கநாதனுக்குப் படவில்லை. அதனால் தங்கள் குடும்பத்திலிருந்து எல்லோரும் அவளை ஒதுக்கி வைத்திருப்பதால் அவருக்குப் பங்கஜம் மேலும் வாணி மேலும் ஒரு பரிவு இருக்கவே செய்தது. மேலும் அரங்கநாதனுக்கு ஒரு சுயநலமும் இருந்தது. தான் பாரதியாரின் சீடரான வ.ரா. வின் சீடர். ஆகையால் ஒரு தலித் பெண்ணைத் திருமணம் செய்தது தன் குடும்பத்தில் யாருக்கும் பிடிக்கவில்லை.

தன்னையும் தலித்தான தன் மனைவியையும் எந்த மனத்தடையும் இல்லாமல் வரவேற்று உபசரித்ததோடல்லாமல் தன் மனைவிக்கு அவள் உயிரோடிருந்தபோது, ஒரு நல்ல தோழியாகவும் ஆகிப்போனவள் இந்தப் பங்கஜம் என்று எண்ணி தன்னால் முடிந்த வகையில் பங்கஜத்துக்கு உதவவேண்டும் என்று எண்ணினார். முடியும்போதெல்லாம் பங்கஜத்தையும் வாணியையும் சந்தித்துக் கொண்டிருப்பவர் அவர். அவர் நினைத்தால் ஒரு நிமிடத்தில் எம்.எஸ். ராவ் ஓட்டமெடுப்பான். ஆனால், அவன் எத்தகையவன் என்பது தெரியாமல் ஓட்டிவிட்டால் பங்கஜத்துக்குத் துணை வேறு யார்? இளைஞன்போல் வேஷம் போட்டாவது வாணியைக் காப்பாற்றுகிறானே என்று அவர்கள் மூவரையும் நல்லமுறையில் வைத்து நடந்து வருகிறவர் அரங்கநாதன்.

உள்ளேயிருந்து வந்த பங்கஜம் மீண்டும் முன்பு அரங்கநாதனுடன் வாசல் நடையில் அமர்ந்து பேசிக் கொண்டிருந்ததுபோல் பேச ஆரம்பித்தாள்.

“அண்ணா, அடிக்கடி உங்க மனைவி பற்றி நினைவுவரும். அவ சந்தோஷமா இருக்கல்ல? சாகும்போதும் சந்தோஷமா சாகல்ல.”

அரங்கநாதன் பங்கஜம் சொன்னதை உடனே ஆமோதித்தார். அப்போது எம்.எஸ். ராவ் அரங்கநாதனை ஏறெடுத்துப் பார்த்துவிட்டு வெற்றிலையை வாயில் போட்டு மெல்ல ஆரம்பித்தான்.

பங்கஜம் சொன்னாள்.

“அடிக்கடி எங்கிட்ட சொல்லிண்டு இருந்தா. கணவர் நல்ல மனுஷரு. வேற பெண்ணைக் கலியாணம் செய்திருக்கணும். வம்புக்குக் கீழ்சாதிக்காரிய திருமணம் செய்திட்டார் என்பாள். அந்த மனுஷி நினைத்தது, ஒரு பிராமணப் பெண்ணைத் திருமணம் செய்திருக்கணும்ங்கிறது.”

“...ம் ... ம்...” என்று அரங்கநாதன் தலையாட்டினார்.

“ஆமா பங்கஜம், அவ ஒன்ன எப்படி நம்பி அவ ஜீவனத்தினுடைய ரகஸ்யங்களையெல்லாம் சொன்னா?”

பங்கஜத்திடமிருந்து உடனே பதில் வந்தது.

“நம்ம குடும்பத்தில என்ன ஏத்துக்கிட்டாங்களா? ஒதுக்கி வச்சிட்டாளே எல்லாரும். ஒதுக்கி வச்சவளோட பொது சமூகம் ஒதுக்கி வச்சவ ஒருத்தி ஒறவு வச்சா.”

எம்.எஸ். ராவ் சிரித்தான்.

தலையைக் கீழே போட்டபடி தனக்குத்தான் சொல்வதுபோல சொன்னார் அரங்கநாதன்.

“நல்லாத்தான் வச்சிருந்தேன்.”

“அதுதான் பிடிக்கல்ல அவளுக்கு.”

“பங்கஜம், என்ன சொல்ல வாற?”

பங்கஜம் எம்.எஸ். ராவைப் பார்த்தபடி சொன்னாள்.

“அவ சாதியில ஒருத்தர் திருமணம் செய்திருந்தா எப்படி இயல்பா வச்சிருப்பாரோ அப்படி நீங்க வச்சுக்கல்ல.”

அரங்கநாதன் புரியாமல் அவர்கள் இருவரையும் பார்த்தார்.

இப்போது எம்.எஸ். ராவ் சொன்னான்.

“அவா சாதியில புருஷன் கோபம் வந்தா திட்டுவான். கோபத்தை உள்ளே அடக்கி வக்கமாட்டான் இல்லியா? நீங்க ஒரு நாளாவது கோபத்தில குதிச்சீருக்கீங்களா? நான் வெளிப்படயா சொல்றேன். அடிச்சீருக்கீங்களா?”

அரங்கநாதன் மிரண்டு போய் ஏதும் புரியாமல் பார்த்தார்.

“அடிக்கல்லன்னில்ல. ஏதோ ஒன்னு இரவோ பகலோ அவ எதிர்பார்த்தது உங்ககிட்டயிருந்து அவளுக்குக் கிடைக்கல்லன்னு ஒரு கவலை அவளுக்கு இருந்திருக்கும்போல.”

பங்கஜம் நுட்பமாக ‘இரவு’ என்று சொன்னதன் மூலம் தனது தாம்பத்திய வாழ்வைச் சுட்டுகிறாள் என்று புரிந்துகொண்டார். ஆனால் அவள் சந்தோஷமாக இருந்ததாகத் தான் அவர் எண்ணினார்.

எம்.எஸ். ராவ் சீரியஸாக இருந்தான். அவசரமாக அரங்கநாதன் கேட்டார்.

“ஒங்கிட்ட இது சம்பந்தமா பேசீருக்காளா?”

“இல்லவே இல்ல. இது என் அனுமானம். ஆனா அதுதான் உண்மை அண்ணா. எங்ககிட்ட பெரும்பாலும் எல்லாவற்றையும் பேசீருக்கா. உம்மணாம்மூஞ்சி என்று பலர் நினைத்ததுபோல் அவள் இருக்கவில்லை. என்கிட்ட ஒரு வாயாடிபோல பேசிக் கொண்டேயிருந்தா அண்ணா. இது உங்களுக்குத் தெரிஞ்சிருந்ததோ இல்லையோ. அவளாலதான நீங்ககூட என்கிட்டயும் வாணிகூடயும் வாத்சல்யம் காட்ட ஆரம்பிச்சேள். நீங்க செய்த உதவிக இல்லாமல் இருந்தா நாங்க பொழச்சு இன்றிருப்பதுபோல் இருந்திருப்பமா?”

எம்.எஸ். ராவ் குறுக்கிட்டான்.

“நீங்க தலைவர்கள், கூட்டம், சிந்தனை அது இதுன்னு இருந்தீங்க. தர்மலிங்கம் எவ்வளவு பெரிய ஆள். அவரே ஒங்கள பல விஷயங்களில கலந்தாலோசிக்காமல் முடிவு எடுத்ததில்ல. அதாவது இப்பொ சொல்றாங்களே ‘திங்க் டாங்க்’ என்று. அப்படிப்பட்ட வாழ்க்கைல மூழ்கிப் போய் இருந்தீங்க. ஒரு ஹரிஜன் பொம்மனாட்டிக்கு, இந்த உலகம் எவ்வளவு அந்நியமானதுன்னு நீங்க நெனச்சதில்லேங்கிறாங்க பங்கஜம்.”

பங்கஜம் சாதாரணமாக ராவைப் பார்த்துவிட்டு அமைதியானாள்.

ராவ் இப்படிக் கேட்டான். முகத்தில் குறும்பு தெரிந்தது.

“ஆமா ஒங்களுக்கு ஏன் இந்த ஹரிஜனக் கவர்ச்சி? காந்தி சொன்னாருன்னு சொல்லாதீங்க. நீங்க நாத்திகப் பாதைல போனவரு. திராவிட நாத்திகம் பொதுவா பிராமணர்களைக் கவர்வதில்லை. நீங்க ஒரு விநோதமான மனிதர். விநோதமான மனிதர் தேடிப்போன விநோதம்தான் ஒங்க மனைவி. ஒரு ஹரிஜனான அவங்களுக்கு விநோதங்கள் வேண்டியிருக்கல்ல. சாதாரண மனிதர் வேண்டியிருந்திருக்கிறார்.”

குரல் உயர்த்திப் பேசிய ராவ் திடீரென நிறுத்திவிட்டு, வாயைப் பொத்தி முதுகைக் கூனிக்கொண்டு, “மன்னிச்சுக்குங்க. அதிகபிரசங்கித்தனமா பேசிட்டேன்” என்று கூறிப் பேசாமல் அமர்ந்திருந்தான்.

சிரித்துவிட்டார் அரங்கநாதன். அவருடைய குணத்துக்கு அப்படி அவர் சிரித்தது சற்று அதிகமோ என்று பட்டது. அவர் அமைதியாக இருந்ததைக் கண்டு ராவ் தொடர்ந்தான்.

"நம்ம கம்யூனிஸ்டுகளைப் பாருங்க. முதலாளித்துவத்தைப் புரிஞ்சுக்கல்ல. அதுக்குப் பதிலா இன்று பொருத்தமில்லாத க்ளாஸ் அனாலிசிஸ் ஒன்றைத் தூக்கிக்கிட்டு அலையறாங்க. கம்யூனிஸ்டுகளில் பலர் பிராமின்ஸாக இருப்பதுக்கும் கிளாஸ் அனாலிஸிஸை அவர்கள் தூக்கிப்பிடிப்பதுக்கும் தொடர்பில்லன்னு நினைக்கிறீங்களா? முந்தி சமஸ்கிருதம், இப்பொ கம்யுனிசம்..."

தனக்குத் தெரியாததெல்லாம் பேசும் மனிதன் இவன். வெறும் டோப்பா போட்டு இளைஞனாய் வேஷம் மட்டும் போடுபவன் அல்ல என்று அவனை வியப்போடு அரங்கநாதன் பார்த்தபோது உள்ளே போய் 'பொருநை' என்று அட்டையில்லாமல் அச்சடிக்கப்பட்ட சிறுபத்திரிகை ஒன்று கொண்டுவந்தான், எம்.எஸ். ராவ்.

அகம்

இயல் - 17

காந்திமதி இந்தி எதிர்ப்புப் போராட்டம் பற்றி முழுமையாய்ப் புரிந்துகொள்ளும் வயது தனக்கு இல்லை என்று நினைத்தாள். அல்லது தன் சூழலில் அரசியல், போராட்டம் என்ற நினைவுகளுக்கு இடமில்லை என்று நினைத்தாள். பெரும்பான்மை ஆட்களும் தன்னைப் போலத்தானே என்றும் எண்ணினாள். அவள் தங்கியிருந்த பெண்கள் விடுதியில் செய்தித்தாள்கள் வந்தன. யாரும் அந்தத் தாள்களை அதிகம் படிப்பதில்லை. அரசியல், தர்ணா, போராட்டம் என்பவை தங்கள் அண்ணன் தம்பிமார்களின் உலகத்தைச் சார்ந்தது என்றே நினைத்தார்கள். செய்தித்தாள்களில் சினிமா செய்திகள் படிப்பது பெண்களின் செயல். அல்லது வார இதழ்களில் வரும் தொடர்கதைகளைப் படிப்பது பெண்களின் ஒரே காரியமாக இருந்தது. இதை எல்லாம் நினைத்துப்பார்த்த காந்திமதி கல்லூரிப் படிப்பைத் தொடரவேண்டுமா வேண்டாமா என்ற போராட்டத்தில் இருந்தாள். தந்தை விநாயகமூர்த்தி இனி என்றைக்கும் பழைய பள்ளிக்கூட ஆசிரியராய் மாறுவார் என்று தோன்றவில்லை. அவருக்குப் பணி ஓய்வுக்குச் சுமார் ஆறுமாதங்கள் இருந்ததால் அவர் பள்ளிக்குப் போகாமல் இருந்தாலும் பள்ளிக்கூடத்தின் தலைமை ஆசிரியரும் பிறரும் பெரிய பிரச்சனை செய்யப் போவதில்லை. ஆனாலும் அவ்வப்போது தந்தை பள்ளிக்குப் போய்வந்தார். என்றாலும் அவருடைய மனநிலை மாறவில்லை. முற்றிலும் இன்னொரு மனிதராக மாறிப்போனார்.

தந்தை பற்றிய நினைவு காந்திமதிக்கு வந்தபோது பள்ளிக்கூடத் தலைமை ஆசிரியர் நினைவுக்கு வந்தார். அப்போது தன் தந்தை அவளிடம் தலைமை ஆசிரியரைப் போய்ப் பார்த்து

அவர் கொடுக்கும் தாள்களை வாங்கி வரும்படி கூறியது காந்திமதியின் மனதிலிருந்த ஓர் ஆசையைத் தூண்டிவிட்டது. தலைமை ஆசிரியரைப் பார்க்கலாம் என்று ஓரளவு நல்ல ஆடைகளை உடுத்திப் புறப்பட்டாள். அவள் வழக்கப்படியே நெற்றியில் திருமண் போட மறக்கவில்லை. காலையிலேயே புறப்பட்டுவிட்டால் வெயில் கொடுமையிலிருந்து தப்பலாம் என்று நினைத்துத் தாயிடம் கூறிவிட்டுப் புறப்பட்டாள். பள்ளிக்குப் போகும் பாதை எங்கும் உடைமுள் காடுகளாக இருந்தன. பஸ்ஸில் ஏறிப்போனால் நான்கு கிலோமீட்டர் சுற்றிக்கொண்டு போகவேண்டும். அக்காவுடன் சில வருடங்களுக்கு முன்பு போனதுபோல் குறுக்குவழியில் போக எண்ணி முள்காடுகளுக்கு இடையில் போகும் சிறிய பாதையில் நடந்தாள். ஓணானும் தரையில் ஓடும் சில பூச்சிகளும் ஆள் அரவம் கேட்டுப் பதுங்குவதற்கு ஓடின. காந்திமதி தாவணியின் முந்தானையின் நுனியை எடுத்து வெயில் தலையில் நேரடியாய் தாக்காதபடி தலையை மறைத்தாள். அவள் வேகமாக நடந்ததால் விரைவாய் பள்ளிக்கு வந்துவிட்டாள். பள்ளி மைதானம் முதலில் வந்தது. உடற்பயிற்சி ஆசிரியர் ஒருவர் மாணவர்களுக்கு விளையாட்டுப் பயிற்சி கொடுத்துக்கொண்டிருந்தார். அடுத்ததாகத் தெரிந்த பாஸ்கெட் பால் கோர்ட் காலியாக இருந்தது. அந்தக் கொடிய வெயிலில் மரங்களடர்ந்த பள்ளி வளாகம் ரம்மியமாய் இருந்தது. தன் அக்கா இன்னும் அந்தப் பள்ளியில் வேலை பார்ப்பதுபோல் ஒரு பிரமை மனதில் எழுந்ததால் மனம் ஏனோ மகிழ்ச்சியாக இருந்தது.

காக்கி உடையில் நின்ற ஒரு சிப்பந்தியைக் கேட்டுவிட்டுத் தலைமை ஆசிரியர் அறைக்குள் நுழைந்தாள். முன்பு தன் வீட்டுக்கு வந்தபோது அவரைப் பார்த்த நினைவு காந்திமதிக்கு இருந்தது.

"வணக்கம் ஸார்."

அவர் கூறாமலே மேசைக்கு முன்பு போடப்பட்டிருந்த நான்கு ஸ்டூல்களில் ஒன்றில் அமர்ந்தாள் காந்திமதி.

தலைமை ஆசிரியர் ஏதோ ஃபைலைப் படித்தபடி இருந்தார். திடீரென்று,

"யூ கோ ஆன். நான் இப்படித்தான். எங்க ஆசிரியர்கள் என்னைப் புத்தி சரியில்லாதவன் என்று சொல்வார்கள். முதல் 6 வருடம்

டேராடூன் ஆர்மி ஸ்கூல். கடந்த 10 வருடமா இந்தப் பள்ளிக்குத் தலைமை ஆசிரியர்…"

இப்போது கடல்மடை போல் வந்த பேச்சை நிறுத்தினார் தலைமை ஆசிரியர் அறையில் இருந்த அந்த மனிதர். தான் தன் வீட்டில் பார்த்தது இவரைத்தானா என்று சந்தேகம் வந்தது அவளுக்கு. கிராக் போல் பேசுகிறாரே என்று நினைத்தாள் காந்திமதி.

"நீங்கள் நினைப்பது சரிதான். கொஞ்சம்தான் கிராக். முழுசா இல்லை. தப்பா எடுத்துக்காதீங்க. நான் இப்படித்தான். மற்ற மனிதர்கள் ஸ்டீரியோ டைப்பில இருக்கும்போது நான் வித்தியாசமான மனிதனாக இருந்துவிட்டுப் போகட்டுமே. என்ன வந்தது…?"

காந்திமதி ஏதோ மனநலம் சரியில்லாதவர்களின் நிலையத்துக்கு வந்துவிட்டோமோ என்று சந்தேகப்படப் போகும்போது கையில் ஒரு பனை ஓலை விசிறியை அவளுக்குக் கொடுத்தார் அந்த மனிதர். அவள் அதனை வாங்கி மேசைமீது வைத்துவிட்டு முகத்திலிருந்து வடியும் வியர்வையைத் தாவணி முந்தானையால் துடைத்தாள்.

"நான்…" என்று சொல்லப்போனாள்.

"தெரியும், நீங்கள் ஒரு பெண்…"

"ஸார் நீங்க…?"

"நான்தான் தலைமை ஆசிரியர்."

"ஸார், நான் விநாயகமூர்த்தி வாத்தியாரோட மக."

"சொல்லும்மா… முதல் மக இறந்துட்டா. விசாலாட்சி தங்கமான பொண்ணும்மா. நீயும் அவளப்போலவே இருக்க பாக்றதுக்கு. அசாதாரண சம்பவங்கள் நடக்கும்போது எனக்குக் கொஞ்சம் 'மற' கழண்டுரும். நீ கண்டுக்காத. நீ வருவது சாதாரணமா?"

மாவரைக்கும் எந்திரம் ஓடும்போது ஒலி கேட்பதுபோல் கடகட என்று பேசிக் கொண்டேயிருந்தார் அந்த மனிதர்.

"அப்பா அந்தப் பென்ஷன் பேப்பருகள வாங்கீட்டு வரும்படி சொன்னாரு."

“தர்றேன். நல்லாயிருக்கியாம்மா?” என்று கேட்டார்.

“இருக்கேன் ஸார்.”

ஒருவித அச்சத்தாலும் முதன்முதலாக வித்தியாசமான ஒரு மனிதரைப் பார்க்கும்போது ஏற்படும் பழக்கமின்மையாலும் ஓரளவு மிரண்டபடி அமர்ந்திருந்தாள்.

“விசாலாட்சியும் முதல்ல என்ன பார்த்தப்பொ இப்படித்தான் இருந்தா. நீ அவள அப்படியே உரிச்சு வச்சத போல இருக்கே.”

“உம்...” என்றாள்.

அந்த அறையில் வெக்கை பரவுவதால் தன்முகத்தில் வடிந்து கொண்டிருக்கும் வியர்வையை வாயிதழ்களால் காற்று ஏற்படுத்திப் போக்க முயன்றாள் காந்திமதி.

“உன் அப்பாவை எனக்கு ரொம்ப பிடிக்கும். ஏன்னா அவரும் என்னெப் போல. கொஞ்சம் கிராக். கொஞ்சம்தான். ஆனா நான் மகளச் சாகக்குடுக்கல்ல. என்னைச் சந்திக்கிற எல்லாரும் நான் கிராக்குனு பேசிட்டுப் போவாங்க. ஆனா நான் வேலைல கெட்டி. போனவாரம் ஓர் உடற்பயிற்சி ஆசிரியர் நான் சொன்னதைக் கேட்கல்ல. கையைப் பிடிச்சுக் கடிச்சதில அவன் திருந்திட்டான் அம்மா. நாமெல்லாம் மிருகங்களிடமிருந்து பிறந்தவங்க. காலேஜ் படிக்கிற. அதனாலத்தான் ஒக்கார வெச்சு இதெல்லாம் புரியும்ங்கிறதினால பேசறன். ஒம் அப்பாகிட்ட எப்போதோ பேசுறத விட்டுட்டேன். அவர் நாம குரங்கில இருந்து வந்தவங்கறத நம்பாதவர். ஆனா குரங்கு போல மக லைஃபை கடிச்சுக் கிழிச்சிட்டாரு. அதோபாரு...”

இடதுபக்கம் கைகாட்டிய இடத்தில் டார்வின் படம் தொங்கப் போடப்பட்டிருந்தது. தொடர்ந்தார் தலைமை ஆசிரியர்.

“நான் சொல்றது நெசம்மா. உடற்பயிற்சி ஆசிரியரை நான் கடிச்ச பிறகு. யாரும் எங்கிட்ட வாலாட்டமாட்டான். ஏன்னா நான் விலங்கிலிருந்து வந்தவன்னு எல்லாருக்கும் தெரிஞ்சு போச்சு. நல்லவங்களுக்கு நல்லவன் நான்.”

இந்த மனிதருக்குள் ஓர் ஒழுங்கும் ஓர் ஒழுங்கீனமும் சமமாக இருப்பதைக் கண்டாள் காந்திமதி. இவர்தானா அன்று தன் அக்கா பற்றிய செய்தியை அறிந்தபோது வந்து தன் தந்தையிடம்

அவ்வளவு கச்சிதமாகப் பேசிவிட்டுப் போனவர் என்ற சந்தேகம் வந்தது.

அப்போது யாரோ தலைமை ஆசிரியர் அறைக்குள் வந்ததுபோல் பட்டது. தலையை ஃபைலுக்குள் வைத்தபடியே வந்த நபரைப் பார்த்துப் பேசினார்.

“வாப்பா செல்வராஜ்.”

“இந்தாம்மா” என்று காந்திமதியைப் பார்த்தார்.

உள்ளே வந்த 6 அடி உயரமான இளைஞனைக் கவனித்தாள் காந்திமதி. யார் என்று தெரியவில்லை அவளுக்கு. வந்தவன் காந்திமதியை அடையாளம் கண்டதுபோல் பட்டது. கிராப் தலை. நீண்ட மூக்கு. ஒற்றை நாடி முகம். கண்களில் ஒரு கவர்ச்சி. சீராக வளர்ந்திருந்த புருவம். வேட்டி கட்டி நன்கு தேய்த்து மடங்காத சட்டை அணிந்த சுமார் 35 வயது மதிக்கத்தக்க ஆண்.

“தெரியாதுல்ல?”

நேரடியாகப் பார்த்தார் தலைமை ஆசிரியர். பின்பு எழுந்து நின்றார். லூசாக பாண்ட் அணிந்து ஒரு பழைய பெல்டால் பாண்ட் கீழே விழுந்து விடாதபடி கட்டியிருந்தார். பாண்ட் இஸ்திரி போடப்படவில்லை. சட்டை இன்சர்ட் செய்யப்பட்டிருந்தது.

“கள்ளத்தனமா கல்யாணம் செஞ்சா கொளுந்தியாளைக்கூட தெரியாது.”

தலைமை ஆசிரியரின் வாயிலிருந்து இந்தச் சொற்கள் வந்ததும் காந்திமதிக்குத் தலையைச் சுற்றுவதுபோல் பட்டது. மேசையில் கைவைத்தபடி சுதாரித்துக் கொண்டாள். ஒரே ஒரு நிமிடம். மறுபடி எழுந்து நின்றாள். இலேசாக முகத்தில் புன்சிரிப்புத் தோன்ற, வந்தது தன் முன்னாள் அத்தான் என்று புரிந்தது. இந்த மனிதனால் விசாலாட்சி கவரப்பட்டிருப்பது எதிர்பார்க்கக் கூடியதுதான் என்று பட்டது அவளுக்கு. நேரான பார்வை. சிரித்துக்கொண்டு நின்றான் செல்வராஜ்.

“ஏ முத்தையா வா... சாவியைக் கொடு” என்று யாருக்கோ கூறினார் தலைமை ஆசிரியர்.

தலைமையாசிரியர் அனுப்பிய ஆள் அறையைத் திறந்துவிட்டு, புதிய ஓர் அறையின் பூட்டையும் சாவியையும் ஒரு பெரிய டேபிள் டென்னிஸ் மேசை போன்ற மேசைமீது வைத்துவிட்டுப் போனான். போகும்போது அவன் காந்திமதியை இரண்டு தடவை திரும்பித் திரும்பிப் பார்த்தான்.

அந்த அளவு நான் அக்கா விசாலாட்சியின் உருவத் தோற்றத்தைக் கொண்டிருக்கிறேனா என்று ஒரு கேள்வி வந்துபோனது. என் உருவமும் என் அக்காவின் உருவமும் ஒன்று போலிருப்பது என் முன்னால் அமர்ந்திருக்கும் இந்த மனிதனுக்கு எத்தகைய எண்ணத்தை உருவாக்குகிறதோ என்று காந்திமதி எண்ணியபடி அவனை நேராகப் பார்த்தபோது செல்வராஜ் இவளையே பார்த்துக்கொண்டு இப்படிச் சொன்னான்.

“எந்தப் பிரிவு படிக்கிறீங்க?”

“ஒருமையில் பேசினாப் போதுமே.”

“பரவாயில்ல. அவபோலவே இருக்கிறீங்க. இப்படி ஓர் ஒற்றுமை இருக்க முடியுமா ஒங்க இருவருக்கும்?”

காந்திமதி ஏதும் சொல்லவில்லை. திடீரென்று இப்படிக் கேட்டாள்.

“மொத்தத்தில் ஒன்று தெரியுது. நான் வயசில சின்னவ. தப்பா இருந்தா மன்னிச்சுக்குங்க. ஒரு குடும்பம் நாசமாப்போச்சு. உங்களுக்கும் பங்கு இல்ல என்று சொல்ல முடியாது.”

செல்வராஜ் முகத்தில் மாற்றம் தெரிந்தது.

“நீங்க என்னுடைய - நான் உயிருக்கு உயிரா நேசிச்ச மனைவியுடைய தங்கை. உங்களப்பத்தி நானும் அவளும் அன்பா இருக்கும்போது அடிக்கடி பேசிக்கிட்டே இருப்பா. அதனால உங்கள முதன்முதலா சந்திக்கிறவன் என்கிற எண்ணம்கூட இல்ல. ஏதோ ஒளிஞ்சிருந்துகிட்டு விளையாட்டு முடிஞ்சதும் வெளியில நீங்க வந்திருக்கீங்கன்னு நினைக்கிறேன். ஆனா முட்டாள் அவ. ஆமா, செய்ததெல்லாம் முட்டாள்தனம்.”

செல்வராஜ் பேசுவதை நிறுத்திவிட்டு காந்திமதியைப் பார்த்தான். ஒரு நிமிடம். அதன்பின்பு கைகளின் பின்புறமாய்ப் பார்த்தபடி விரல்களில் வளர்ந்திருந்த நகத்தைப் பார்த்துக்கொண்டு

அமர்ந்தான். “வேண்டாம்” என்றான் சில நிமிடங்களுக்குப் பிறகு.

எது வேண்டாம். ஏன் வேண்டாம் என்று சொல்கிறான் என்று அவளுக்கு விளங்கவில்லை. அவனை ஏறெடுத்துப் பார்த்தாள்.

“உங்களுக்கும் உங்கள் அப்பா என்றால் ரொம்பப் பிடிக்குமா?”

காந்திமதி ஏதும் சொல்லவில்லை.

“ரொம்பப் பிடிச்சா ஒரு அட்வைஸ் தரட்டுமா? கல்யாணம் செய்யாதீங்க. உங்க அப்பாவைக் காலமெல்லாம் பூஜை செய்துகிட்டே குழந்தையா இருந்ததுபோல இருந்துவிடுங்க. வளரக்கூடாது. அதைத்தான் உங்க அப்பா எதிர்பார்த்துக்கிட்டு இருப்பார். பிள்ளைகள் பிள்ளைகளாக இருக்கவேண்டும். காதலிக்கக்கூடாது. திருமணம் செய்யக்கூடாது... கொஞ்சநாளில் எல்லாம் சரியாப் போகும்னு நினைச்சன். ஒங்க அப்பா, என்ன ராட்சசன்? அவருக்குத் தெரியும். அவர்தான் வெற்றிபெறுவார்னு. ஏன்னா விசாலாட்சி அவருடைய 5 வயது குழந்தையா மாறி, அவர்கிட்ட ஓடிப்போவாள்னு அவருக்குத் தெரியும். இராத்திரி முழுவதும் அப்பா அப்பா. தொடவிடமாட்டா. ஒருமுறை கௌன்சிலிங் போனேன். அதன்பிறகு அங்கே கேட்ட கேள்விகள பாத்து அதன்பிறகு அங்கே வர விரும்பவில்லை. அவளுக்கான மருந்து உங்க அப்பா. அன்புக்கு ஓர் அளவு வேண்டும். எல்லாப் புத்தகத்திலயும் சினிமாவிலயும் பாட்டுலயும் அன்பு வேண்டும் அன்பு மாறக்கூடாதுங்கிறாங்க. என் வாழ்வும் இன்னொரு பெண் செத்ததும் இந்த அன்பினாலேன்னு சொன்னா யாரு நம்புவா? ஆமா, ஒங்க பேருகூட காந்திமதி, இல்லையா?”

காந்திமதி ஏதும் சொல்லாமல் அமர்ந்திருந்தாள். வாயிதழ்கள் இறுகின. என்ன பேசுவது என்று தெரியவில்லை. பேச்சு எங்கே போய் மறைந்தது என்று புரியவில்லை.

“இன்றோடு ஒரு வருடம் இரண்டு நாட்கள் ஆகுது அவ போய். ஒவ்வொரு நாளையும் எண்ணிக்கிட்டு இருக்கிறேன். மறக்க முடியவில்லை. என்னோடு மனைவியாய் வாழவேண்டாம். ஒரு தோழியாகவோ, சகோதரியாகவோ அமைதியாய் வாழ்ந்திருக்கலாமே! எதற்கும் உங்கள் அப்பா ஒத்துக்கலை. அவர் கால்ல விழுந்து மன்னிப்புக் கேட்கவும் தயாரா இருந்தேன். இது அவருக்குத் தெரியும். இந்த ஹெட்மாஸ்டர் பைத்தியக்காரன்னு

நெனச்சிருப்பீங்க. அற்புதமான மனிதர். எத்தனை தடவ அவர் மூலமா சொல்லி அனுப்பினேன் உங்க அப்பாவிடம் மன்னிக்கச் சொல்லி. அவ இப்படி ஒரு முடிவை எடுப்பாள்னு உங்க அப்பாவுக்குத் தெரியும். மக போனாலும் பரவாயில்ல, நான் தண்டிக்கப்படணும். என் முன்னாலேயே எத்தனை தடவை சண்டை போட்டுச் சவாலு விட்டாரு. 'ஒன்ன பழிவாங்கினாப் போதும்டா'ன்னு எத்தனை தடவ கூச்சல் போட்டாரு. நான் போய் போய் நின்றேன். நாயை ஒதைக்கிறதுபோல ஒதைச்சாரு. அவரும் மாறீட்டாரு. நல்ல மனுசன்தான். ஸ்கூல்ல பலர் அவரத் தெரிஞ்சவங்க சொல்லத்தான் சொன்னாங்க. ஒரு காலத்தில நல்ல மனுசனா இருந்தவருக்குள்ள பேய் குடிபுகுந்திட்டது. அப்படி மாறினார், நான் விசாலாட்சியைக் காதலிக்கிறேன்னு ஒருநாள் தெரிஞ்ச பிறகு. நானும் அவளும் மூணு வருசம் காதலிச்சம். மூணாவது வருஷம்தான் கலியாணம். ஒங்க அக்கா தான் திருமணத்துக்குப் பிறகு அப்பா ஒத்துக்குவாருன்னு அம்மா சொல்றாங்கனு சொல்லி திருமணத்துக்கு என்ன ஒத்துக்க வச்சா. திடீர்னு நடந்த திருமணம் இல்ல. இதெல்லாம் ஒங்களுக்குத் தெரிஞ்சிருக்கணுமே."

அதுவரை ஏதும் பேசாமல் இருந்த செல்வராஜைப் பார்ப்பதும் அவன் இரண்டு கைகளை ஊன்றிவைத்துப் பேசிக் கொண்டிருக்கப் பயன்படுத்திய மேசையைப் பார்ப்பதுமாக இருந்தாள் காந்திமதி. இப்போது ஏதாவது சொல்லவேண்டும், அல்லது அவன் இந்தப் பெண் பேசாமல் இருக்கும்போது தான்மட்டும் பேசிக்கொண்டிருப்பது சரியல்ல என்று தான் சொல்ல வந்ததைப் பேசாமல் போக வாய்ப்பிருக்கிறதென்று நினைத்தாள்.

"மொதல்ல நீங்க போங்க வாங்க என்கிறத விட்டுட்டு எங்க அக்கா இருந்திருந்தா எவ்வளவு சகஜமா நீ வா போன்னு பேசுவீங்களோ அதுபோல் பேசுங்க அத்தான்."

அவள் உரிமையுடன் அத்தான் என்று அவனை விளித்தது அவன் மனதை நிறைத்தது. ஏதோ ஒரு குறை தீர்ந்ததுபோல் அவன்முகம் மாறியது. மீண்டும் மேசைமீது இரு கைகளின் முட்டுகளைக் குத்த வைத்துப் பேசிக் கொண்டிருந்தவன் உடம்பைப் பின்னால் தள்ளி கைகளை மேசைமீதிருந்து எடுத்துத் தன் விரல்களின் நகத்தைப் பார்த்தபடி சொன்னான்.

“காந்திமதி நீ இப்படிப் பேசுவதக் கேக்க சந்தோஷமாயிருக்கு.”

அவன் தொண்டையில் ஏதோ ஒருவகை உணர்ச்சி வந்து அவனை சகஜமாய்ப் பேசவிடவில்லை. அறையின் திறந்திருந்த ஜன்னல் வழியாக வெளியே பார்த்து, தன்னைச் சரி செய்துகொண்டான்.

“ம்... அப்படிப் பேசுங்க.”

காந்திமதி சிறுபெண்கள் செய்வதுபோல வலது ஆட்காட்டி விரலைச் சுட்டிக்காட்டி கேலி செய்து லேசாய் சிரித்தாள். அவன் முற்றிலும் சரியாகிவிட்டான். இப்படிப்பட்டவனை எதற்காகப் பிரிந்துபோனாள் விசாலாட்சி? வாழ்க்கை முழுவதும் இவனுடன் சந்தோஷமாக வாழ முடியுமே என்ற எண்ணம் வந்தது அவளுக்கு. அப்போது வின்சென்ட்ராஜா ஞாபகத்துக்கு வந்தான்.

“தாங்க்ஸ் காந்திமதி...”

எதற்கென்று அவள் கேட்கவும் இல்லை. அவன் சொல்லவும் இல்லை. அறையின் முன் நின்ற வேப்பமரத்தின் கிளைகளை அசைத்த காற்று அறையின் உள்ளே இருவரும் இருந்த இடத்தில் வீசியபோது, மிகவும் வெயிலாய் இருந்த அன்று அவர்கள் உடலில் குளிர் பட்டதை இருவரும் உணர்ந்தனர்.

அவன் தொடர்ந்தான்.

“ரொம்ப சகஜமா பேசலாம். விசாலாட்சியை எனக்கு ரொம்பப் பிடிக்கும். அவ நட்பும் காதலும் அவ அடிக்கடி காட்டும் பிடிவாதமும் எனக்கு ரொம்பப் பிடிக்கும். அதுவும் என்மீது காட்டிய அன்பிலகூட பிடிவாதம் இருக்கும். என்ன சட்டை போடணும், எப்படி நான் தோற்றம் தரணும், என்ன சாப்பிடணும், யாரோட நான் பள்ளியில் நட்பு வைத்துக் கொள்ளலாம் என்று ஒவ்வொன்றா யோசனை செய்து, ஒரு பிடிவாதத்தோட அத நான் நடைமுறைப்படுத்தும் வரை விடமாட்டா. நான் எங்க வீட்டிலெ ரொம்ப ஃப்ரீயா வளர்ந்தவன். அதனால அவளோட பிடிவாதம் ரொம்பப் பிடிச்சது எனக்கு. வேற யாரும் அப்பிடி என்னை அடக்கி ஆள விரும்பியிருந்தா அது நடந்திருக்காது. ஆனா விசாலாட்சி எது சொன்னாலும் கேட்கிறதில ஒரு சந்தோஷம் எனக்குத் தெரிந்தது. திருமணத்துக்கு முன்னாலெ பலர் அப்படியிருப்பாங்க. அப்புறம் தலைகீழா மாறுவாங்க, நாங்க, ஆனா, அப்படியில்ல.

நான் திருமணத்துக்குப் பிறகும் முன்பு இருந்ததுபோல்தான் இருந்தேன்."

"அக்கா சாகிறவரை இப்படியே ஒருத்தர ஒருத்தர் புரிஞ்சி சந்தோஷமாத்தான் இருந்தீங்களா அத்தான்?"

"ம்... ம்... சொல்றேன்."

மீண்டும் இரு கைகளின் முட்டுகளையும் அவனை அறியாமலே மேசைமீது வைத்தான் செல்வராஜ்.

"திருமணத்துக்குப் பிறகு அவ எதிர்பார்த்ததுபோல ஒங்க அப்பா எங்க திருமணத்த ஏத்துக்கல. அங்க, ஒங்க வீட்டில என்ன மாதிரி யோசனை இருந்ததோ எனக்குத் தெரியாது. எங்க தாம்பத்திய வாழ்க்கை முக்கியமா, ஆண் - பெண் என்ற உறவு எனக்கும் அவளுக்கும் பிரச்சனை ஆனவுடன் முதல்ல ஒரு உளவியல் கௌன்சிலர்கிட்ட போனோம். அவர் ஓர் ஆண். விசாலாட்சியை அவர்கிட்ட ரொம்ப கம்பெல் பண்ணிதான் அழைச்சிக்கிட்டுப் போனேன். ஆண் வேண்டாம், பெண் கௌன்சிலர்கிட்ட போவோம்னு சொன்னா. அப்படியே ஒரு பெண் கௌன்சிலர்கிட்ட போனோம். முதல் ரெண்டு விஸிட்டுக்குப் பிறகு 'இதெல்லாம் வேண்டாம்' என்றாள்."

"அதன்பிறகு போகவேண்டாம் என்று தீர்மானிச்சேன். அவளையும் அவள் போக்கில விட்டுவிட்டேன். ஆனா ஒங்க அப்பாவப் பத்தி அதிகம் அதிகமாய்ப் பேச ஆரம்பித்தவள ஒங்க அப்பா போட்டுப் பிடித்தாட்டினார். ஒங்க அப்பாவும் அப்படித்தான் என்பது பின்னால் தெரிந்தது. ஒருவேளை நான், ஒங்க அப்பா, விசாலாட்சி மூன்று பேரும் ஒரே பள்ளியில வேலை பார்க்காமல் இருந்திருந்தால் நன்றாக இருந்திருக்கும் என்றும் நான் யோசித்ததுண்டு. முதல்ல திருமணம் முடிஞ்ச உடனே உங்க அப்பா, பக்கத்துப் பள்ளிக்கு மாற்றல் வாங்கியது உனக்குத் தெரிந்திருக்கும். ஆனா, ஒவ்வொரு நாளும் அங்கே பக்கத்தூரில் இருக்கும் பஸ் ஸ்டாண்ட் ஹோட்டலில் காபி அருந்துவதுபோல் பாவனை செய்தவாறு உன் அப்பா அவளை ஒருநாள்கூட பார்க்காமல் வீட்டுக்குப் போனது கிடையாது. அவர் அப்படி அமர்ந்து அவளைப் பார்த்துக் கொண்டிருந்ததை அறிந்த விசாலாட்சி ஒரு நாள் என்னையும் அழைத்துக்கொண்டு போய்ப் பார்த்தாள். 'அப்பா' என்று அழைத்தவளைப் பார்த்தவுடன் கோபத்தில் இருப்பவர்போல் நடித்துக்கொண்டு

விருட்டென்று புறப்பட்டார். நான் தைரியமா 'டெய்லி மகளப் பார்க்காமெ இருக்க முடியல்ல. ஒளிச்சு உக்காந்து எதுக்கு மாமா கஷ்டப்படுறீங்க? ஒங்க மக. நாங்க தப்பு செய்தா எந்தத் தண்டனையும் கொடுங்க. ஒங்களுக்கு ஏன் தண்டனை தாரீங்க'னு சொன்னேன்."

"அவர் கண்களில் நீர்பொங்க, 'அவள உளவு பாக்கிறேன். அன்பினாலெ இங்க உக்காந்து இருக்கல. என்னைப் பொறுத்தவரைல செத்துப் போயிட்டா. நீ யாருடா என்கிட்ட பேச...?' என்று முறைத்துவிட்டுப் போய் விட்டார்."

தூரத்தில் வெயில் தரையில் சுள்ளென்று அடிக்க தரையிலிருந்து ஆவி பறந்ததை கண்களைச் சுருக்கிப் பார்த்த காந்திமதி, செல்வராஜைப் பார்த்துச் சொன்னாள்.

"இது நான் கேள்விப்படல்ல. இப்படி ஒரு நிகழ்ச்சி நடந்தது எனக்குத் தெரியாது."

"நீ காலேஜ்ல படிக்கிற சமயத்துல நடந்திருக்கும்..."

"ங்... அப்படி இருக்கலாம். இன்னும் ஒரு காரணம், நான் வீட்டுச் சம்பவங்களில் அதிகம் பட்டுக்கொள்வதில்லை. ஒரு வகைல குடும்பத்தில அதிகம் ஒட்டுறவு காட்டுறவ அல்ல நான்."

மேசையில் கொஞ்ச நேரம் குனிந்து பார்த்துக்கொண்டிருந்த செல்வராஜ் நிமிர்ந்து எதையோ யோசித்ததுபோல் அமர்ந்தான். பின்பு லேசான புன்னகையுடனும் கேலி உணர்வுடனும் சொன்னான்.

"அதுபோல ஒருநாள் பஸ்ல நானும் விசாலாட்சியும் எங்கேயோ போனோம். விசாலாட்சி பஸ்ஸின்முன் கதவுவழி முன்பக்கம் ஏற நான் பின்பக்கம் ஏறினேன். அவளுடன் எங்கள் பள்ளியின் ஒரு டீச்சர்கூட ஏறினாங்க. நான் பின்பக்கம் ஏறியதைப் பார்க்காமல் பஸ்ஸின் நடுவில் ஜன்னலோரமாக அமர்ந்திருந்த உங்கப்பா உடனே தலையில் ஒரு துண்டைப் போட்டு மறைத்தார். நான் பின்பக்கமிருந்து பார்ப்பதை அறியாமல் கூட்டமாயிருந்த பஸ்ஸில் உன் அக்காவைப் பார்க்க அவர் பட்ட பாட்டை நான் பார்த்தேன். பாவம் மகள்மீது எவ்வளவு வாஞ்சை வைத்திருக்கிறாரு என்று நினைத்தபோது எனக்கு வருத்தமாயிற்று."

காந்திமதி சிரித்தாள்.

"அன்பு பகையாக மாறினால், அந்தப் பகை தீராது..."

இப்படிக் கூறியபடி மீண்டும் வெயில் தீவிரமாக அடித்துக் கொண்டிருந்த தூரத்து வெளியைப் பார்த்தாள்.

"மனிதர்கள் விசித்திரமானவர்கள் இல்லையா காந்திமதி? ஆமா, நீ கவிதையெல்லாம் எழுதுவியாமே. பரிசுகூட கிடைச்சிருக்காமே. விசாலாட்சி பெருமையா சொல்லிக் கொண்டிருப்பா..."

"அதெல்லாம்கூட சொல்லியிருக்கிறாளா?"

"ஆம்."

அவனுடைய முகத்தை அவள் பார்த்தபோது அப்போது கண்களில் லேசாய் நீர்கட்டியது. தன் கால் பகுதியைப் பார்ப்பது போல் தன் கண்ணீரைக் கட்டுப்படுத்தினாள்.

"கவிதை..." என்று பேசிக்கொண்டிருந்த தொடர்ச்சியைத் தவறவிட்டவள்போல் அமர்ந்திருந்தாள். திடீரென்று வலிந்து சிரிப்பை வரவழைத்துக்கொண்டு சொன்னாள்.

"அவளாலதான் கவிதை எழுத ஆரம்பிச்சேன். அப்பொ ஸ்கூல்ல படிச்ச நேரம். ஒவ்வொரு வாரமும் யாப்பு வைத்து ஒரு கவிதை அவளிடம் எழுதிக் காட்டணும். அப்படித்தான் நான் கவிதை எழுத ஆரம்பித்தேன்... ம்... எல்லாம் போச்சு."

தரையைப் பார்த்துப் பெருமூச்சு விட்டாள் காந்திமதி. பின்பு சொன்னாள்.

"நீங்க தொடர்ந்து பேசுங்க."

"உன் அப்பா பற்றியும் அவர் சம்பந்தமான இந்த மாதிரி சம்பவங்களையும் உன் வீட்டில யாரும் பேசினதில்ல போல இருக்கு."

"அவங்களுக்குள்ள பேசியிருக்கலாம். நான் காலேஜ்ல படித்துக் கொண்டு இருந்ததால தெரிஞ்சிக்காம இருந்திருக்கலாம்."

“ஆமா அதுவும் சரிதான். இப்பவும் கவிதைகள் எழுதறதுண்டா? அடுத்த தடவ நாம பார்க்கிறப்ப ஒங் கவிதைகள பாக்கணும் நான்.”

அவள் சிரித்தாள். இப்போது அவனிடம் பேசவும் உரிமை கொண்டாடவும் முடியும் என்று மனம் உணர்த்தியதால் மனம் லேசானதை உணர்ந்தாள். செல்வராஜ்மீது ஒருவித அன்பும் மதிப்பும் தோன்றியது. தன் அன்புக்குரிய அக்காவின் வாழ்வில் முக்கிய பங்கெடுத்த தன் உறவினன் இவன் என்ற மதிப்புத் தோன்றியது. அவள் வெட்கத்துடன் சொன்னாள்.

“அப்படியொன்றும் பெரிய கவிஞர் இல்ல. அப்பப்பொ ஒன்றிரண்டு கிறுக்குவேன், அவ்வளவுதான்.”

“பரவாயில்லை.”

“என் கவிதைகளைப் படிக்காமல் விடமாட்டீங்க போல” என்றாள்.

“ஒன்னைப் பார்த்த உடனே இறந்துபோன என் விசாலாட்சியைப் பார்த்ததுபோல ஓர் ஆழமான எண்ணம் என்னை ஆட்டிப்படைக்கும் விதமாக எனக்குள் எழுந்தது. கவிதைகள் மனிதனுக்குள் இருக்கும் அவனுக்குத் தெரியாத ரகசியத்தை வெளியில் கொண்டுவரும் என்கிறார்களே! என் விசாலாட்சிக்குள்ளே இருந்த எனக்குத் தெரியாத ஏதோ ஒன்றுகூட உன் கவிதைகளில இருக்கலாமே.”

இதைச் சொல்லிமுடித்தபோது அவன் உதடுகளில் ஓர் உணர்வு ரேகை தோன்றி மறைந்தது.

அவன் முகத்தைப் பார்த்துவிட்டுத் தரையில் பார்த்தாள் காந்திமதி.

“கவிதை பற்றி எல்லாம் இப்படிப் பேசுறீங்களே. எழுதுவீங்களா?”

“இல்ல, ரொம்ப வாசிப்பேன். விசாலாட்சிக்கு நான் வாசிப்பது பிடிக்கும். மொழிப்பற்று உண்டு. என் நண்பர்கள் பலர் இந்தி எதிர்ப்பில் பங்கெடுத்தாங்க. ஊர்ல தமிழ்ச்சங்கம் இருக்கிறது. அதன் சார்பில் ஒரு நூலகம் நடத்துகிறோம். அந்தச் சங்கத்தின் செயலாளர் நான். ஊரில் வாசிப்புப்

பழக்கம் ஏற்படவேண்டுமென்று சில காரியங்கள் செய்தோம். ஆண்டுவிழா நடத்துவோம். மூடநம்பிக்கை எதிர்ப்புப் பிரச்சாரம் செய்வோம். பெரியார் புத்தகங்கள் வாசித்து அக்கருத்துகளைப் பரப்புவோம். எங்க குடும்பத்தில பலர் பெரியார் சீடர்கள். ஒரு தடவ விசாலாட்சிகூட சங்கத்தில் பாரதியார் பற்றி ஒரு சொற்பொழிவு நிகழ்த்தினாள்..."

அப்போது ஞாபகம் வந்தவளாய்ச் சொன்னாள்.

"ஆமா... அக்கா அதற்காக என் கல்லூரியில் இருந்து சில நூல்களை என் மூலம் எடுத்துப் படித்தாள். அது உங்க கலியாணத்துக்கு முன்பு இல்லையா?"

அவள் கேட்க, செல்வராஜ் ஆமோதித்தான்.

"இப்பொ சங்கச் செயல்பாடுகளில் ஈடுபாட்டோட இருக்கீங்களா?"

"ஓ... ஒன்னை வச்சு ஒரு சொற்பொழிவுக்கு ஏற்பாடு பண்ணீட்டா போச்சு."

"அய்யய்யோ, அதெல்லாம் வேண்டாம். நான் அதுக்காகக் கேட்கல்ல."

"பரவாயில்ல. நானும் மீண்டும் தமிழ்ச்சங்கச் செயல்பாடுகளைத் தொடங்கிவிட உன்னுடைய சொற்பொழிவு ஒரு தொடக்கமாக இருக்குமே என்று பார்த்தேன்."

"அப்பொ இப்ப, நீங்க தமிழ்ச்சங்கம் பக்கம் போவதே கிடையாதா?"

அவள் அப்படிக் கேட்டுவிட்டு, தூரத்தில் சூடு அதிகரித்து ஆவி பறக்கும் மண்ணைப் பார்த்தாள். அவனுக்கும், "என்ன சூடு பாருங்க" என்று தரையிலிருந்து ஆவிபோல் பறக்கும் காட்சியைக் காட்டினாள். அவனும், "என்ன வெப்பம்?" என்று சொல்லி அவளை ஆமோதித்தான்.

"ஒருநாள் நீங்கள் நடத்தும் தமிழ்ச் சங்கத்துக்கு வாறேன். பேசறதுக்கு அல்ல; புத்தகங்களைப் பார்க்க."

தரையில் பார்த்தபடி தலையைத் தொங்கவிட்டபடி இருந்தவன் அவள் முகத்தைப் பார்த்துக்கொண்டே சொன்னான்.

"இந்தி எதிர்ப்பு நேரத்தில் தமிழ்ச்சங்கத்துக்கு முன்பு வைத்து ஓர் இளைஞர், வயது 24 இருக்கும், பெட்ரோல் ஊற்றிக்கொண்டு எரிந்துபோனார். நான் தூரத்திலிருந்து பார்த்துவிட்டு தடுக்க ஓடிவரும் முன் கரிக்கட்டையாகிப் போனார். தமிழ்ச்சங்கத்துக்கு வந்துகொண்டிருந்த ஒருவர். தமிழ்ச்சங்கம் பற்றி நினைக்கும் போது அந்தத் தீக்குளிப்பும் என் மனதைவிட்டு நீங்குவது இல்லை. எல்லாத் துயரமான காரியங்களும் என் மனதில் ஆழமாய்ப் பதிந்துவிட்டன. ஆகையால் இனி என் வாழ்க்கையில் எந்தச் சந்தோஷமான காரியத்துக்கும் வாய்ப்பில்லை என்று ஒரு முடிவு ஏற்பட்டுவிட்டது. ஒரு முற்றுப்புள்ளி இடப்பட்டுவிட்டது... ஒருமுறை காலையில் எழுந்தவள் 'எங்க அப்பாவைப் பார்க்க வேண்டும்' என்றாள். 'என்ன ஏதாவது கெட்ட கனவா?' என்றேன். 'அப்பா கனவில் வந்தார்' என்றாள். 'நல்லதுதானே' என்று ஜோக் அடித்தேன். அவள் மிகவும் கோபப்பட்டாள். உடனே நான், 'அப்படியென்றால் நாம் இருவரும் போவோம். புறப்படு. மிகவும் பயந்துவிட்டிருக்கிறாய்' என்றேன். 'நீங்கள் அன்று ஹோட்டலில் அவரிடம் போய்ப் பேசியதுக்குக் கோபப்பட்டார். நீங்க அவர்முன் இனி வரக்கூடாது. அவமானப்படவும் கூடாது' என்றாள். 'நான் அவர் கோபத்தைப் பொருட்படுத்தவே இல்லை. அன்றே மறந்துவிட்டேன்' என்றேன். 'வேண்டாம் நான் மட்டும் போய் அப்பாவைப் பார்த்துவிட்டு வருகிறேன்' என்று புறப்பட்டாள். நான் எதிர்பார்த்ததுபோல் அவர் வந்து முகம் கொடுத்துக்கூட பேசவில்லை என்று திரும்பி வந்து சொன்னாள். 'அப்பாவுக்கு ஏதும் ஆகவில்லை. ஒரு மாதிரி கனவு வந்ததால் பயந்துவிட்டேன்' என்று கூறி மீண்டும் சகஜமாகிவிட்டாள் விசாலாட்சி.

அன்று காந்திமதியும் செல்வராஜும் தலைமையாசிரியரைப் பார்த்து விடைபெறப் போனபோது தன்னையறியாமல் கோமாளிச்சேட்டை செய்யும் அந்த மனிதர் தன் அலுவலகத்திலிருந்து வெளியே வந்து சொன்னார்.

"என்னம்மா உன்பேரு, ஓங்... மறந்துட்டேன் பாரு அதுக்குள்ள... காந்திநேரு..." என்று சொன்னார்.

"காந்திநேரு அல்ல. காந்திமதி."

உயரமாகவும் இளமையாகவும் இருந்த காந்திமதி இப்படிச் சொல்லிவிட்டுப் புறப்பட்டாள்.

"செல்வராஜ், காந்திமதியை அனுப்பிவிட்டு வா."

தலைமையாசிரியர் கூறியதை மறுத்துவிட்டு, "வேண்டாம் வேண்டாம்" என்று தனியாய்ப் புறப்பட்டாள் காந்திமதி. தலைமையாசிரியரும் செல்வராஜுும் பள்ளிக்குள் சென்றனர்.

இதுபோல் இரண்டு மூன்றுமுறை காந்திமதியும் செல்வராஜுும் சந்தித்தனர். பல விஷயங்களை விசாலாட்சி பற்றித் தெரிந்து கொண்டாள் காந்திமதி. அக்காளும் அத்தானும் நன்றாகவே வாழ்ந்துள்ளார்கள். தன் தந்தைதான் எல்லாப் பிரச்சனைகளுக்கும் காரணமாக இருந்திருக்கிறார். ஒருவேளை தந்தைதான் விசாலாட்சிக்கும் செல்வராஜுக்கும் நடுவில் தாம்பத்திய வாழ்க்கை குறையுள்ளதாக அமைய உளவியல் காரணமாக இருந்திருக்கலாமோ என்றுகூட யோசித்தாள். அதனைத் தீர்மானிக்கும் உளவியல் நிபுணர் தான் அல்ல என்ற எண்ணம் வந்ததும் அந்த எண்ணம் அவளைவிட்டு மறைந்தது.

இன்னொரு நாள் காந்திமதி தங்கை அபிராமியுடன் செல்வராஜைச் சந்தித்தபோது, அன்று தமிழ்ச்சங்கத்தில் முருகானந்தம் என்ற தமிழ்ச்சங்கத்தின் முன்பு தீக்குளித்த இளைஞனின் படமொன்றைத் தமிழ்ச்சங்கத்தில் திறந்து வைக்கும் விழா நடைபெற்றது. அன்று பலர் தமிழ்ச்சங்கத்திற்கு வந்திருந்தனர். அபிராமி அதிகம் செல்வராஜுடன் பழகவில்லை. அக்காளுடன் ஒட்டியபடியே இருந்தாள்.

'என்ன படிக்கிற?' 'எந்தப் பள்ளி?' என்பது போன்ற கேள்விகளை மீண்டும் மீண்டும் கேட்டாலும் அபிராமி ஒதுங்கியபடி இருந்தாள்.

"என்ன, அத்தானுடன் பேசு. என்ன கேட்டாலும் ஒதுங்குற."

ஒருமுறை காந்திமதி தன் தங்கையைக் கண்டிக்கக்கூட செய்தாள். அபிராமி ஏதும் பேசவில்லை. ஒருமுறை விசாலாட்சி உயிருடன் இருந்தபோது தூரத்தில் நின்ற செல்வராஜைப் பார்த்தது தவிர அபிராமி அவனைப் பார்த்தது இல்லை. அத்துடன் தன் தந்தை செல்வராஜைப் பற்றி அவதூறாக எப்போதும் பேசி வீட்டில் செல்வராஜ் கெட்டவன் என்ற கருத்தைப் பரப்பிக்

கொண்டிருந்ததும் ஒரு காரணமாக இருக்கலாம் என்று நினைத்தாள் காந்திமதி. அத்தகைய தந்தையின் கருத்து, தன்னைப் பாதிக்கவில்லை என்றறிந்தபோது தான் வளர்ந்துவிட்டவள், ஒருவர் நல்லவரா கெட்டவரா என்று தானே மதிப்பிடும் முதிர்ச்சி தனக்குத் தன் கல்வியால் வந்துள்ளது என்று காந்திமதி நினைத்தாள்.

தமிழ்ச்சங்கம் என்ற அறிவிப்புப் பலகையுடன் இருந்த இரண்டு அறைகளில் மேற்குப்பக்கம் ஒரு அறை இருந்தது. பலகைகளால் அடுக்கி, பின்பு கொண்டியில் பூட்டுப்போட்டு மூடும் விதத்தில் கடைபோன்று காணப்பட்டது தமிழ்ச்சங்கம். உள்ளே சுமார் பத்துக்கு எட்டு அடி விஸ்தீரணம் இருக்கும் அறை. இரண்டு பெஞ்சுகள். கண்ணாடி அலமாரிகளில் புத்தகங்களும் அடுக்கப்பட்டிருந்தன. மூலையில் ஒரு சிறுமேசையும் இரண்டு ஸ்டூல்களும் போடப்பட்டிருந்தன. ஒரு நீண்ட நோட்டில் புத்தகப் பெயர்களும் இன்னொரு 200 பக்க நோட்டில் யார் யார் புத்தகங்களை எடுத்துச் சென்று படித்து எப்போது திரும்பக் கொடுக்கிறார்கள் என்ற விவரமும் காணப்பட்டது.

செல்வராஜ் அபிராமியிடம் அலமாரியின் சாவிகள் இருந்த சாவிக்கொத்தைச் சிரித்தபடி கொடுத்தான். அபிராமி சிரிக்காமல் வாங்கி காந்திமதியிடம் கொடுக்க, காந்திமதி அலமாரிகளைத் திறந்து புத்தகங்களைப் பார்க்க ஆரம்பித்தாள். அபிராமி சுவரில் தொங்கிய காந்தி, நேரு, காமராஜ், பக்தவத்சலம் புகைப்படங்களைப் பார்த்துக்கொண்டு நின்றாள். எதிலும் ஈடுபாடு காட்டாதவள் போன்று காணப்பட்டாள். அவளைப் பொருட்படுத்த வேண்டாம் என்பதுபோல் காந்திமதி புத்தகங்களைப் புரட்டி அவை எத்தகைய நூல்கள் என்று பார்ப்பதில் நேரத்தைச் செலவிட்டாள். சற்றுநேரம் எதிலும் ஈடுபாடில்லாதவள்போல் நின்ற அபிராமி சற்றுநேரத்தில் அவளுக்குப் பிடித்த நூலைப் படிப்பதில் ஆழ்ந்திருந்தாள்.

அப்போது வேட்டி கட்டிய இரண்டு இளைஞர்கள் தமிழ்ச்சங்க அறைக்குள் நுழைந்தனர். ஒருவர் உயரமாக அரைத்தாடியுடன் காணப்பட்டார். இன்னொருவர் குள்ளமாக மொட்டைத்தலையுடன் வெள்ளை ஜிப்பாவுடன் சிகரெட் பிடித்தபடி வந்தார்.

“வாய்யா வாய்யா.”

செல்வராஜ் அவர்களை வரவேற்றான். வந்த இளைஞர்கள் செல்வராஜைவிட வயதில் இளையவர்களாக இருந்தனர்.

செல்வராஜ் வந்தவர்களை அலமாரிக்கு முன்பு நின்று புத்தகங்களை ஒவ்வொன்றாகப் பார்த்துக்கொண்டிருந்த காந்திமதிக்கும் அமர்ந்து படித்துக்கொண்டிருந்த அபிராமிக்கும் அறிமுகப்படுத்தினான்.

வந்த இளைஞர்கள் தாங்கள் மதுரையில் படித்துக் கொண்டிருப்பதாகவும் தங்கள் பெயர்கள் இன்னது என்றும் காந்திமதிக்குச் சொல்லிவிட்டு மூலையில் மேசைக்கு முன்பு அமர்ந்து நோட்டுகளைப் பார்த்துக் கொண்டிருந்த செல்வராஜுடன் பேசிக் கொண்டிருந்தனர். அவர்கள் பேசியது காந்திமதியின் காதுகளில் விழுந்தது. அவர்கள் தீக்குளித்த முருகானந்தத்தின் கிராமத்தைச் சார்ந்தவர்கள். சிறு வயதிலிருந்தே முருகானந்தத்தை நன்கு அறிந்தவர்கள். பக்கத்துப் பக்கத்து வீடுகள். முருகானந்தம் பத்தாம் வகுப்புக்குமேல் படிக்காமல் ஊரில் பஸ் ஸ்டாண்டுக்கு அருகில் இருக்கும் தன் தந்தையின் மளிகைக்கடையில் தந்தையின் வியாபாரத்தைக் கவனித்துக் கொண்டிருந்தான். எல்லாப் பத்திரிகைகளையும் படிப்பான். தந்தையின் ஒரே குறை, மகன் கூட்டம், அரசியல் தலைவர்கள் என்று அலைகிறான் என்பது. முருகானந்தம் கல்லூரியில் படிக்கும் இந்த இரண்டு நண்பர்களுடன் மதுரைக்கு அரசியல் சட்டத்தை எரிப்பதைப் பார்க்கச் சென்றிருந்தான். அங்குப் போலீஸால் நன்கு தாக்கப்பட்டான் முருகானந்தம். இந்த இரண்டு பேரும்தான் அவனை மருத்துவமனைக்கு அழைத்துச் சென்றது. பின்பு வீட்டுக்குக் காயங்களுடன் முருகானந்தம் வந்தபோது தந்தை மிகவும் மகனைக் கண்டித்திருக்கிறார். மகன் ஏதோ பித்துப்பிடித்தவன் போல நடந்துகொண்டிருந்திருக்கிறான். கடையில் போய் அமர்ந்தாலும் வியாபாரத்தில் கவனம் செல்லவில்லை. எப்போதும் ரேடியோ நியூஸ் கேட்பதும் பத்திரிகைகள் படிப்பதும் எந்தத் தலைவர் எங்கே கைது செய்யப்பட்டார் என்று அறிந்துகொள்வதும் என்று அலைந்திருக்கிறான். தாய் கண்டித்துப் பார்த்திருக்கிறார். உறவினர்கள் சொல்லிப் பார்த்திருக்கிறார்கள். ‘தலைவன், அரசியல், லட்சியம் என்று நீ அலை. உன் தலைவன் நாளைக்கு மந்திரி ஆவான். பணக்காரன் ஆவான். கொள்ளை அடிப்பான். அவன் பிள்ளைகள் பணக்காரர் ஆவார்கள். நிலம் வாங்குவான். கோடி கோடியா சம்பாதிப்பான்கள். நீ பிச்சதான் எடுப்ப.

ஒழுங்கா இரு. கெட்டுக் குட்டிச்சுவரா போயிடாத' என்று அடிக்கடி அவன் அப்பா சொல்லிக்கொண்டே இருந்தார். அவன் கல்லூரியில் படிக்கும் இந்த இரண்டு நண்பர்களிடமும் வந்து சொல்லிக்கொண்டே இருந்திருக்கிறான். இவன் மாறவே இல்லை. கடைசியாகத் தமிழ்நாட்டில் எல்லா முக்கியமான தலைவர்களையும் கைது செய்த அன்று வீட்டுக்கு முருகானந்தம் போகவில்லை. அம்மா அவன் வீட்டுக்கு வரவில்லை என்பதால் எல்லாரிடமும் விசாரித்தார். அடுத்த நாளும் முருகானந்தத்தைக் காணவில்லை. மூன்றாம் நாள் குளத்தில் குளித்துக்கொண்டிருந்தவனைச் சிலர் பார்த்தனர். புதிய வேட்டியும் சட்டையும் அணிந்துகொண்டு குளத்திலிருந்து அவன் போனதை வேறு சிலர் கண்டிருக்கிறார்கள் என்பதும் தாய்க்குத் தெரிந்தது. கோயிலுக்கே எதற்கும் போகாதவன் அன்று கோயிலுக்குப் போனான். நெற்றியில் திருநீறு பூசிக்கொண்டு பின்பு காணாமல் ஆகிவிட்டான். அம்மா வீட்டில் கோபித்துக்கொண்டு போய்விட்டான் என்று கருதி அவள் நண்பர்களின் வீடுகளுக்கெல்லாம் போய்த் தேடினார். மூன்றாவது நாளும் மகனைக் காணாமல் அவர் பயப்பட ஆரம்பித்தார். உறவினர்களுக்குச் சொல்லித் தேடினார். எந்த உறவினர்களின் வீட்டுக்கும் போகவில்லை. தந்தை மட்டும் அவனைப் பொறுப்பற்றவன், படிப்பு ஏறாத தறுதலை, என்று தன் கடையில் சாமான் வாங்க வந்தவர்களிடமெல்லாம் மகனைத் திட்டிக்கொண்டேயிருந்தார். 'புத்தி வரும் வியாபாரியாரே, மகனுக்குச் சாபம் போடப்பிடாது. புத்தி வந்து ஜாம் ஜாம் என்று நல்லா வியாபாரத்த செய்யக் கூடியவன்தான் முருகானந்தம். ஏதோ காலம் கெட்டுக்கிடக்கு. இந்திமொழி பரவினா தப்பு, நாம அடிமையாத்தான் வாழணும்னு எல்லோரும் பேசுததக் கேட்டுப் பையன் கொஞ்சம் அந்த மாதிரி ஆளுககூடச் சேந்திட்டான் போல இருக்கு. வருவான். நல்லா புத்தி சொல்லும். இப்ப ரேடியோ, பத்திரிகை எல்லாம் இந்த மாதிரி பரப்புறான். பையன் தூங்கும்போது கொஞ்சம் மந்திரிச்சுப் போடும்... சரியாயிடுவான்' என்று தந்தைக்குக் கிராமத்து வயதானவர்கள் கூறினார்கள்.

மூன்றாம் நாள் மாலை மூன்று மணிக்கு, மூடிக்கிடந்த தமிழ்ச் சங்கத்தின் எதிரில் குளித்துப் புத்தாடை அணிந்து திடீரென்று வந்த முருகானந்தம், மூன்று முறை 'இந்தி ஒழிக, தமிழ் வாழ்க' என்று முழக்கமிட்டான். பின்பு மண்ணெண்ணெயைத் தலைவழி ஊற்றிவிட்டுத் தீப்பெட்டியை உரசிக் கொளுத்திக்கொண்டான்.

குபீர் என்று தீப்பிழம்பு எழுந்தது. நின்ற இடத்தில் முழுதும் தீப்பிடித்தபோதும் ஓடவோ அசையவோ இல்லை முருகானந்தம். மதிய நேரமாகையால் தமிழ்ச்சங்கத்தின் பக்கத்து வெற்றிலை பாக்குக் கடையைப் பூட்டிவிட்டுக் கடைக்காரர் வீட்டுக்குப் போயிருந்தார். தமிழ்ச் சங்கத்தின் முன்புள்ள தெருவிற்கு எதிரில் இருந்த வீட்டிலிருந்த ஒரு பாட்டிதான் முதலில் பார்த்தார். "அடபுள்ளா, கடைக்காரர் மகன் எரிச்சுப்புட்டான். யாராவது இருந்தா ஓடி வாங்கோ" என்று கத்துவதற்குள் தீ உடம்பு முழுதும் பரவ முருகானந்தம் தரையில் சாய்ந்தான். கோணிப்பை எடுத்துக்கொண்டு வர வீட்டுக்கு உள்ளே போன ஓரிருவர் வருவதற்குள், தீ உயிரை வாங்கிவிட்டது. ஏதோ காரணத்துக்குத் தமிழ்ச்சங்கம் பக்கம் தூரத்திலிருந்து ஓடிவந்த செல்வராஜ்கூட ஏதும் செய்யமுடியவில்லை. செய்தி கேட்டு வந்த முருகானந்தத்தின் தாய், கரியாய்க் கிடந்த மகனைக் காவுகொண்ட கரியை மட்டும் முகத்தில் தேய்த்துக்கொண்டே சிரித்துக் கொண்டிருந்தாள். சித்தசுவாதீனமில்லாமல் ஆகிவிட்டாள் என்றார்கள்.

செல்வராஜூம் அந்த இளைஞர்களும் பேசிக்கொண்ட விவரங்கள் பயங்கரமாய் இருந்தன. பஞ்சாயத்துத் தலைவர் வந்ததும் முருகானந்தம் படம் திறந்து வைக்கப்பட்டது. காந்திமதியின் மனதில் நிகழ்ச்சிகள் நிற்கவில்லை. செல்வராஜிடம் விடைபெற்று அபிராமியோடு புறப்பட்டாள்.

வேறொரு நாள் காந்திமதி அபிராமிக்குப் பள்ளி விடுமுறை என்றறிந்து அவளைக் குளித்துவிட்டு வரக் கூறினாள். 'எதற்கு' என்று கேட்டாள் அபிராமி. யாராவது இருக்கிறார்களா வீட்டில் என்று பார்த்துவிட்டு மெதுவாய்ப் பேசினாள் காந்திமதி.

"வா. அத்தானெ பார்த்துவிட்டு வரலாம். ஃபோன் கடைல போய் அத்தானுக்கு ஃபோன் செய்கிறேன்."

முதலில் அபிராமி தரையை நோக்கி முகத்தைக் கீழிறக்கிவிட்டுக் கண்களை மட்டும் உயர்த்தி, காந்திமதியை ஒரு மாதிரி பார்த்தாள்.

"என்னடீ?"

"ஒனக்கென்னாச்சு அக்கா? காலேஜூக்கும் போகமாட்டேன்கிற. அங்க ஒனக்க ஓர் ஆள் இருக்கிறதாலெ பயப்படற. அதான்

காலேஜுக்குப் போகமாட்டேன்ற... நான் ஒண்ணும் சின்ன பொண்ணுல்ல. அம்மாவுக்கும் அப்பாவுக்கும் ஒண்ணும் தெரியாது. எனக்கு எல்லாம் தெரியும். ஒன் மனசில என்ன இருக்குங்கிறது... அத்தானாம் அத்தான்... அந்த ஆள பாத்தாலே எனக்குப் பிடிக்கல்ல.''

"ஓ, அப்பா உன் மனச மாத்தி வச்சிருக்காரு.''

"அப்பா இது பத்தி ஏதும் சொன்னதில்ல. அப்பாவெ இழுக்காத...''

வீட்டில் அப்பா ஏதும் இருந்து கேட்டுவிடக்கூடாது என்று நினைத்து அபிராமி அங்குமிங்கும் அவர் தென்படுகிறாரா என்று பார்த்தாள்.

"அப்பா பேசியிருக்கமாட்டார். அப்பா மனசு இங்கே இருக்கு.''

காந்திமதி அபிராமி தலையை ஆள்காட்டிவிரலால் சுட்டிக் காட்டினாள்.

"எனக்கு அந்த ஆள பாத்தா பிடிக்கல்ல.''

தனது கீச்சுக்குரலைச் சற்று உயர்த்திப் பிடிவாதமாகச் சொன்னாள் அபிராமி.

அபிராமியின் பாவாடையைத் தரையில் அமர்ந்திருந்த இடத்திலிருந்து எட்டிப் பிடித்தபடி காந்திமதி சொன்னாள்.

"யாரையும் நாம் நல்லா யோசிச்சுப் பார்த்து நம்ம மூளை சொல்கிறபடி முடிவு செய்யணும். அம்மா சொன்னார், அப்பா சொன்னார் என்று நம்பி முடிவு எடுக்கக்கூடாது. நீ சின்ன பொண்ணு.''

காந்திமதியின் கையைத் தட்டிவிட்டு ஒரு சுவரோரமாய்ப் போய் நின்ற அபிராமி சொன்னாள்.

"அப்பா அம்மாகிட்டெ கேட்டுட்டா வின்செண்ட் ராஜாவை நினைச்சு நினைச்சு பயந்துகிட்டுக் கிடக்கிற? அதால காலேஜுக்குப் போகாம கிடக்கிறவங்களபோல நான் இல்லே.''

காந்திமதி தரையிலிருந்து எழுந்து கையை ஓங்கி அடிக்கப் போகிறவள்போல் அபிராமியிடம் நெருங்கினாள். அவளைக்

கண்டு பயந்ததுபோல் அபிராமி நின்றாள். உடனே உள்ளே சமையலறையில் நிற்கிற அம்மாவின் காதில் இந்தப் பேச்சு விழுந்திருக்குமோ என்று காந்திமதி நினைத்தாள். சமையலறையில் நிற்கிற தாயின் காதில் விழுந்ததுபோல் தெரியவில்லை என்று நினைத்த காந்திமதி நிம்மதி அடைந்தாள். அம்மா காதில் விழுந்துவிடும் என்று சைகையில் எச்சரித்த காந்திமதி மெதுவான குரலில் கேட்டாள்.

"ஆமா, வின்சென்ட்ராஜா என்னது?"

"உங்க ஆள்."

"என் ஆள் என்று எப்படிச் சொல்ற?"

"ஹெலன் அக்கா ஆள் கிருபாநிதி. உங்க ஆள் வின்சென்ட் ராஜா."

"ஆமா, யார் சொன்னா?"

"யார் சொல்லணும்?"

"ஹெலன் சொன்னாளா?"

"சீ... சீ..."

"கிருபா சொன்னாரா?"

"உஹூம்."

"பின்ன யாரு சொன்னா?"

"யாரும் சொல்லல."

"பின்ன...?"

"யாரும் சொல்லாமலே புரியும் எனக்கு."

"எப்படி?"

"நான் அப்படிப்பட்டவ."

விநோதமாக சின்னப் பெண் எனத் தான் கருதிய அபிராமி பேசியதைக் கேட்ட காந்திமதி ஏதும் பேசவில்லை. மூலையில்

சுவரில் சாய்ந்தபடி நின்ற அபிராமியின் கண்களைக் கூர்ந்து பார்த்தாள். பின்பு கேட்டாள்.

"சொல்லு, யாரு சொன்னா?"

"நிஜம்மா"

அமைதியான காந்திமதி மீண்டும் தரையில் போய் அமர்ந்தாள். தனியாக அமர்ந்து வின்சென்ட் பற்றி தன் மனதில் வந்து குவியும் உணர்வுகளை எதிர்கொள்ள முடியவில்லை. அபிராமியுடன் வின்சென்ட் மீதான தன் காதலைப் பற்றியும் தன் குழப்பங்களைப் பற்றியும் கூறலாமோ என்று யோசித்தாள். தன் குழப்பங்களுக்குள் மூழ்கும் நேரம் இதுவல்ல என்று எண்ணினாள்.

"அபிராமி, வா... குளிச்சிட்டு வா, போவோம்."

"எங்கே?"

"அத்தான்கிட்ட."

"உஹூம்."

மிக உறுதியாகத் தலையை எதிர்மறையாய் அசைத்தாள் அபிராமி. தன் காதலை யாரும் சொல்லாமலே கண்டுகொண்ட அபிராமி செல்வராஜை வெறுக்கிறாள். இவளுக்கு உள்ளே எத்தகைய உணர்வுகளும் ரகசியங்களும் கிடக்கின்றனவோ என்று காந்திமதி யோசித்தாள்.

"வா... ஏன் வரமாட்டேன் என்கிறாய்?"

"அந்த ஆள பிடிக்கல்ல."

"அப்பா அப்படிச் சொல்லிச்சொல்லி உனக்கு அத்தானைப் பிடிக்காமல் போய்விட்டது. நல்லவர் அத்தான். நம்முடைய விசாலாட்சியின் புருஷன் அவர். பாவமில்லையா அவர் அபிராமி?"

"பாவமில்ல. அப்பா ஒருநாள்கூட அவரை வெறுத்துப் பேசியதை நான் கேட்டதில்ல. நான் பார்த்ததில்ல. நீ அழைச்சதால வந்தேன். ஏனோ எனக்குப் பிடிக்கல்ல. நான் வரமாட்டேன். வற்புறுத்தாத" என்று தரையைப் பார்த்தபடி இறுக்கமான முகத்துடன் நின்றாள் அபிராமி.

"சரி நீ வரல்ல. அப்ப நான் போறேன்."

"உன் இஷ்டம்."

உடனே கூறிய அபிராமி சற்று யோசித்துவிட்டு, காந்திமதியின் அருகில் வந்து அவள் நாடியைத் தூக்கி,

"அக்கா, அவருகிட்ட நீங்க எதுக்குப் போகணும்? தேவையில்லாத உறவு." ஏதோ ஒன்றை உணர்த்துகிறாள் என்பது மட்டும் தெரிந்தது காந்திமதிக்கு. தானும் போகவேண்டாம் இனி என்று நினைத்தாள் காந்திமதி. வீட்டினுள் இருள்பரவியதுபோல் பட்டது. ஆனால் வெளியில் சுள்ளென்று வெயில் வெளிச்சம் இருந்தது.

இருவரும் இவ்வாறு பேசியபின்பு அபிராமியைப் பற்றிய தனது எண்ணம் திடீரென மாற்றமுற்றதை அறிந்தாள் காந்திமதி. எதற்கெடுத்தாலும் அக்கா அக்கா என்று தன்னைச் சுற்றி வந்துகொண்டிருந்த சின்ன பெண் அல்ல அவள் என்று நினைத்தாள். சின்ன பெண்ணாகவே உடம்பு இருக்கிறது. ஒரே நாளில் ஒரே கணத்தில் அபிராமி இன்னொரு வளர்ந்த, தனக்குச் சமமான அல்லது அதற்கும் மேலே அந்தஸ்தில் உயர்ந்துவிட்டாள். அப்படி அபிராமியை இனி தன் வாழ்நாள் எல்லாம் பார்க்கப்போகிறேன் என்று நினைத்தது அவளை என்னவோ செய்தது. அப்படி இருந்த ஒரு நாள் காந்திமதி செய்த செயல் அவளுக்கே ஆச்சரியமாகப்பட்டது.

அன்று அபிராமி பள்ளிக்குப் போயிருந்தாள். அவர்கள் வீட்டில் மேல் மாடியில் இருந்த இரண்டு அறைகளில் ஒன்றில் படிப்பதற்கும் தூங்குவதற்கும் வசதியிருந்தது. படித்தவர்கள் வீடு என்பதால் இரண்டு மகள்களும் வேறுவேறு இடங்களில் தூங்குவார்கள். மேலே அபிராமிக்கு ஒதுக்கப்பட்ட அறையின் சாவி கீழ்வீட்டில் மேசை டிராயரில் இருந்ததை மெதுவாய் யாருக்கும் தெரியாமல் ரகசியமாய்ப் போய் எடுத்தாள் காந்திமதி. இரண்டு சாவிகள் இருந்ததால் கொஞ்சம் குழப்பம் வந்தது. உடனே இரண்டு சாவிகளையும் வெளியில் வெளிச்சத்தில் கொண்டு வந்து பார்த்தபின்பு ஒரு சாவி துருப்பிடித்திருந்தது. இன்னொன்று பயன்படுத்தப்பட்டு வெண்மை நிறத்துடன் காணப்பட்டது. அதில் பச்சை பிளாஸ்டிக் வளையம் ஒன்று போடப்பட்டிருந்தது. அதனை எடுத்துக்கொண்டு வீட்டுக்கு வெளியே பின்புறம் இருக்கும்

தாயைக் கள்ளத்தனமாய்ப் பார்த்துவிட்டு வீட்டுக்கு உள்ளேயிருந்து படிகள்வழி மேல்மாடிக்குச் சென்றாள். கீழ் வீட்டுக்கும் மேல் வீட்டுக்கும் நடுவில் இருந்த கதவில் வெளியிலும் உள்ளேயும் கொண்டி உண்டு. மேலே அபிராமி போகும்போது அங்கே கொண்டிபோடுவாள். இன்று அவள் பள்ளிக்குப் போயிருந்ததால் வெளியில் மட்டும் கொண்டி காணப்பட்டது. அதனைச் சப்தம் வராதபடி நீக்கிக் கதவைத் திறந்தாள். பின்பு முன்பு இருந்ததுபோல் கதவைச் சாத்திவிட்டு மேலே திருடன் ஏறுவதுபோல் ஏறினாள். மீண்டும் உள்பக்கமாய் தாழ்ப்பாள் போட்டுவிட்டு சப்தம் வராமல் தன்னுடன் கொண்டுவந்த இன்னொரு அலுமினியச் சாவியைப் போட்டுத் திறந்தாள் அபிராமியின் அறையை. அறையைச் சுத்தமாக வைத்திருந்தாள் அபிராமி. அவளுக்குக் கொடுக்கப்பட்டிருந்த மேசையில் பொருள்களை ஒழுங்குபடுத்தி இருந்தாள். மேசைக்கு வலதுபுறமாகச் சுவரை ஒட்டி ஒரு கட்டில் கிடந்தது. அப்போதெல்லாம் மெத்தை போட்டிருக்கமாட்டார்கள். வெறும் கட்டில். அதுபோல் கட்டிலில் தலையணை மட்டும் இருந்தது. தலையணையில் சிவப்புக்கட்டம் போட்ட தலையணை உறை. உறையில் எண்ணெய் படிந்து அழுக்குக் காணப்பட்டது. ரகசியமாய் அறைக்கதவை மூடிய காந்திமதி கட்டிலில் அபிராமியின் தலையணையில் தன் வாரியிருந்த தலையை அழுந்த வைத்துச் சற்றுநேரம் படுத்து நன்றாக இழுத்து மூச்சுவிட்டபடி கண்களை மூடினாள். தன் உடல் ஆழமாய் எங்கோ இழுத்துச் செல்லப்பட்டதாய் உணர்ந்தாள்.

அதன்பின்பு பலநாட்கள் தான் எதற்காக அப்படிச் செய்தேன் என்று எவ்வளவோ யோசித்தாலும் தன் செயலுக்கு என்ன அர்த்தம் என்று காந்திமதிக்குப் புரியவே இல்லை. வாழ்க்கையில் எல்லாம் புரிகிறதா என்ன?

புறம்

இயல் - 18

ஊர், டெல்லி.

ரயில்வே மினிஸ்டிரியின் முக்கியமான குமாஸ்தாக்களில் ஒருவன். பெயர் வெங்கடராமன் பூமிநாத். தமிழ்நாட்டுக்காரன். கிழக்கு இந்தியாவின் ஏதோஒரு மாநிலத்திலிருந்து வந்த பங்கஜ் மிஸ்ராவையும் அவனுடைய காதலியான வங்காளிப்பெண் சங்கீதா சட்டர்ஜியையும் பூமிநாத் தன் திறமையால் தான் சொல்வதைக் கேட்டு நடக்கும்படி அலுவலகத்தில் வைத்து ஆட்டிப்படைத்தான். காஷ்மீரியான உத்தம் ஹண்டுவையும் ஒடியாவிலிருந்து வந்துள்ள ஆரம்பகாலக் கவிஞனான விஸ்வாஸ் ராத்தையும் சாமர்த்தியமாய்ச் சமாளித்தான் அந்தத் தமிழ்ப்பிராமணன் வெங்கடராமன் பூமிநாத். இரவில் மொடமொட என்று நாட்டுச் சாராயத்திலிருந்து வெளிநாட்டு விஸ்கி, ரம், ஸ்காட்ச் ஏதாக இருந்தாலும் குடிப்பான். அவன் மனைவியை அடிப்பவன். நாடகத்தில் நடிப்பதும் நாவல் எழுதுவதும் அவனுக்குப் பிடித்த காரியங்கள். வாய் உதடுகள் இறுக்கமாக இருக்கும். கண்ணாடி போட்டிருப்பான். 'திக்'கான கண்ணாடி. வலது புருவத்தில் ஒரு வெட்டுக்காயம் காணப்படும். அது அவன் மனைவியின் வளையலால் ஏற்பட்டிருந்தது. வளையல் ஏற்படுத்திய காயத்துக்கு இரண்டு தையல்கள் போடப்பட்டிருந்தன. பதினைந்து வருடத்துக்கு முன்பு திருமணம் செய்த புதிதில் நடந்த விபத்து. அதன்பின்பு அவளோடு எதிர் தாக்குதல் நடத்துவதை அடியோடு அவன் விட்டுவிட்டான். ராணி பத்திரிகையின் வாசகியான அவளை ஊரில் கொண்டுபோய் விட்டுவிடுவேன் என்று மிரட்டியது அவளிடம் எந்த விளைவையும் ஏற்படுத்தவில்லை. என்னென்னவோ செய்தும் அவளை அவனால் மிரட்டமுடியவில்லை. ஒருமுறை ராணி

பத்திரிகை வாங்குவதை நிறுத்திவிடுவேன் என்று வெங்கடராமன் பூமிநாத் என்ற வெ. பூமிநாத் மிரட்டியபோது பாப்கட் செய்திருந்த அவள் அரண்டுபோனாள். பூமிநாத் எல்லோரையும் 'மாதர்சோத்' என்று அடிக்கடி வசைபாடி தமிழில் விமரிசனங்கள் எழுதினான். அதனால் மாதர்சோத் என்ற சொல் அதன் அர்த்தம் புரியாமல் வெங்கடராமன் பூமிநாத் பெயரோடு ஒட்டிவிட்டது.

இவன் அலுவலக வேலையை விட்டுவிட்டு ஒரு மிகப்பெரிய நாவலை எழுதுவதாகவும் அதற்கு நோபல் பரிசு கிடைக்கலாம் எனவும் அடிக்கடி பொய்சென்னான். 'மாதர்சோத்துகளா, ஒங்களை ஒண்ணுமில்லாதபடி செய்றனா இல்லையான்னு பாருங்கடா' என்று சக எழுத்தாளர்களிடம் அடிக்கடி சவால்விட்டான். 27 வருடங்களாய் டெல்லியில் நடக்கும் நவீன நாடகங்களைப் பார்க்கவரும் ஜோல்னா பை, கார்டுராய் பாண்ட் போட்டுத் தாடிவைத்த தமிழ் இளைஞர்களிடமும் அப்படிக் கூறிக்கொண்டு இருக்கிறான். 27 ஆம் வருடம் அப்படிச் சொன்னபோது ஒருத்தன் சொன்னான்.

"டூப் விடாதீங்க ஸார், எத்தனை வருடங்களா சொல்றீங்க. ஒங்களால முடியாது. பெண்டாட்டியை அடிக்க மட்டும்தான் ஒங்களால முடியுங்கிறது தமிழிலக்கியத்தில் தொடர்புள்ள எல்லாருக்கும் தெரியும்."

"ரொம்ப துள்ளாதடா. நீ தமிழில எழுதற ராமநாதன்கிற மாதர்சோத் கையாளு. அவன் தூண்டித்தான் சொல்ற இத. ஒன்ன அடக்கிறனா இல்லையான்னு பாரு. நீ நூறு பிரதிகள் அச்சாகும் 'செந்தாரகை'ங்கிற பத்திரிகைல எழுதுற கவிதைகள் அத்தனையும் தாகூர் கவிதைகளின் காப்பி. எனக்குத் தெரியாதா?"

கூறியபடி பூமிநாத் அவன் நீள ஜிப்பாவின் கையைச் சுருட்டினான்.

பேசிய இளைஞன் பயந்துபோய் டெல்லியில் நாடகம் பார்ப்பதை அன்று நிறுத்தியதோடு சென்னையில் இருக்கும் அவனுடைய கம்பெனிக்கு மாற்றல் வாங்கிக்கொண்டு வந்துவிட்டான். செந்தாரகை பத்திரிகையில் அதன்பிறகு கவிதை எழுதுவதை விட்டுவிட்டதோடு திருமணம் செய்துகொண்டு ஒழுங்காய் வாழப் பழகினான். அதன்பிறகும்கூட இளைஞன் வெங்கடராமன் பூமிநாத் என்ற வெ. பூமிநாத்தின் நினைவு வந்தாலே நடுங்க ஆரம்பித்தான்.

அந்த இளைஞன் அப்படிப் பேசியதை ஒடியா மொழிக் கவிஞன் விஸ்வாஸ் ராத் கேட்டிருந்தபடியால் அலுவலகத்தில் எல்லோரிடமும் அச்செய்தியைப் பரப்பினான். அது வெ. பூமிநாத்துக்குப் பல விஷயங்களில் சங்கடத்தைக் கொண்டுவந்தது. விஸ்வாஸ் ராத் அலுவலக ஃபைல்களுக்கிடையில் இருக்கும் ரகஸியங்களை நன்கு அறிந்தவன். 'வெ. பூமிநாத்... ஃபைல்கள் விஷயத்தில் என்னிடம்தான் வரவேண்டும் அப்போது பார்' என்று ராத், சங்கீதா சட்டர்ஜியிடம் ஒரு முறை கூறியதை ஒட்டுக்கேட்ட வெ. பூமிநாத் அல்லது வெங்கடராமன் பூமிநாத் தன் காதில் போட்டுக்கொள்ளவில்லை. ஏனெனில் நேரடியாக லஞ்சம் கேட்டுப் பழக்கமில்லாத வெ. பூமிநாத்தினுடைய இரவில் நடத்தும் தண்ணி பார்ட்டிக்கு பண வசூல் செய்பவன் விஸ்வாஸ் ராத்தான். 'அது ஒரு கலை' என்று லஞ்சம் வாங்குவதை விளக்கும் வெ. பூமிநாத் 'அதனால் விஸ்வாஸ் ஒரு கலைஞன்' என்று விளக்கம் கொடுத்த ஒருநாள் விஸ்வாஸ் வேடிக்கையாகச் சொன்னான்.

"உங்களுக்கு ஒடிய மொழியின் மிகவும் உன்னதமான கவிஞனை அவமானப்படுத்திக் கொண்டிருக்கிறீர்கள் என்பது தெரியவில்லை."

அதன்பிறகு வெ. பூமிநாத், சக ஊழியனான விஸ்வாஸ் வாங்கிக்கொண்டு வரும் லஞ்சப் பணத்தின் மூலம் வரும் மதுவை ஊற்றி அது மூளையில் ஏறி வேலை செய்தவுடன் 'விஸ்வாஸ் தான் ஒடியாவின் மிகப்பெரிய கவிஞன்' என்று போதையில் உளற ஆரம்பித்தான். கூடவே அமர்ந்து குடித்துக் கொண்டிருக்கும் ஒல்லிக்குச்சியான சங்கீதா சட்டர்ஜி, "அப்பொ நான்...?" என்பாள். உடனே பூமிநாத் ஆங்கிலத்தில் பேச ஆரம்பிப்பான்.

"டைம்ஸ் ஆப் இந்தியா பத்திரிகையில் உன்னைப் பற்றி வங்காள மொழியில் இன்று எழுதுபவர்களில் மிகச்சிறந்த பெண்கவிஞர் நீதான் என்று எழுதிவிடுகிறேன்... போதுமா?"

என்று அவளுடைய கைகளை எடுத்து அவள் காதலன் இருக்கிறானா எனக் கவனித்து விட்டு விரல்களில் முத்தம் பதிப்பான்.

தென்பகுதியில் தன் நிலத்தின் அருகில் இருக்கும் மத்திய ரயில்வேக்குச் சொந்தமான பூமியில் சுமார் ஓர் ஏக்கர் நிலத்தைக் கள்ளத்தனமாய்ச் சேர்த்துவிட்டால் தன் நிலம் இரண்டு துண்டுகளாய்க் கிடப்பதை இணைக்கமுடியும் என்று தன் ஆட்களின் மூலமாகப் பல ஆண்டுகளாய் முயற்சி செய்து கொண்டிருந்தார் வான்மீகநாதன். அவர் தர்மலிங்கம் மத்திய பாராளுமன்றத்தின் காங்கிரஸ் உறுப்பினராக இருந்தபோது அவரிடம் கேட்டுப்பார்த்தார். அவர் முடியாது என்று சொன்னபிறகு, அடுத்து வந்த காங்கிரஸ் எம்.பி. மூலமாக முயற்சி செய்தார். அது பாதி வெற்றி பெற்றது. சுமார் 10 ஆண்டுகளாய் நடந்துகொண்டிருந்த முயற்சி அது. இந்தி எதிர்ப்புப் போரில் தன் வீட்டிலிருந்து துப்பாக்கிக் குண்டு பாய்ந்தது என்ற செய்தி தமிழ்நாடு எங்கும் பரவிய பிறகு ஓரளவு கிடப்பில் போடப்பட்டிருந்த முயற்சி அது. ரயில்வேயின் அண்டர் செக்ரடரியாகத் தமிழ்நாட்டு அதிகாரி ஒருவர் டெல்லிக்கு வந்திருக்கிறார் என்பதால் மீண்டும் ஓர் ஏக்கர் நிலத்தைப் பெறும் முயற்சியில் இறங்கினார் வான்மீகநாதன். வான்மீகநாதனுடைய பணம் பலமுறை வெ. பூமிநாத்துக்கு வெளிநாட்டு மதுவாகப் பாய்ந்தது. ஏனெனில் பூமிநாத் பணியாற்றுவது ரயில்வே மினிஸ்டரி. பூமிநாத் கூறும் இன்னொரு பிரபலமான பொய் தன்னை வடநாட்டான் என்று சொல்லிக்கொள்வது. தன் தாய் ஒரு வங்காளியைத் திருமணம் செய்து டெல்லியில் குடியேறியவள் என்று எல்லோரிடமும் கூறிக்கொண்டிருந்தான். அவனுடைய அலுவலக நண்பர்களான விஸ்வாஸ் ராத் மற்றும் பங்கஜ் மிஸ்ரா இருவரும் அத்தகைய நேரங்களில் இப்படிச்சொல்வார்கள்.

“பாஸ் ரொம்ப விடாதீங்க... ஓங்க சர்ட்டிபிகேட் ஃபைல் எங்க அலமாரியில்தான் இருக்கிறது.”

அதனால் தன் தாய் தந்தையர்கள் பற்றிய கற்பனைக் கதையை அவர்கள் இருக்கும்போது அவன் கூறுவதில்லை. அண்டர் செக்ரட்டரியாக கறுப்புநிறமான ஓர் அதிகாரி வந்தபிறகு பூமிநாத் தானும் தமிழன் என்று உள்ளே அதிகாரி அறைக்குள் சென்று அறிமுகம் செய்தான்.

“நீங்கள் ஹிந்திபேசுபவர் என்றும் உங்கள் தாய் வங்காளியைத் திருமணம் செய்ததால் டெல்லியில் பிறந்தவர் என்றெல்லாம் பேசுகிறார்களே?”

என்றார் குள்ளமாக இருந்த அந்தத் தமிழ்நாட்டு ஐ.ஏ.எஸ். அதிகாரி.

கூனிக் குறுகியபடி வெ. பூமிநாத், "இல்ல சார். நான் மதுரை சார். நான் படிச்ச பள்ளியில்தான் சுப்பிரமணியபாரதி படிச்சார் சார்" என்றான்.

ஒருநாள் தான் நீளமாக ஆங்கிலத்தில் எழுதிய ஒரு வசைக் கட்டுரையை அந்த அதிகாரியின் முன்பு வைத்துச் சொன்னான்.

"படிச்சுப் பாருங்க... தமிழ் இலக்கியத்தில் நடக்கும் ஊழல் எல்லாம் சுட்டிக்காட்டியிருக்கேன். நான் ஒரு சிறுவயது பயங்கரவாதி சார் (infant terrorist) தமிழிலக்கியத்தில. அவன் அவன் நடுங்குவான் சார்."

ஐ.ஏ.எஸ். அதிகாரி நிதானமாக 27 பக்கங்கள் இருந்த கட்டுரையைப் புரட்டிவிட்டு இப்படிச் சொன்னார்.

"இனி இந்த மாதிரி 'ட்ராஷ்' எல்லாம் என்கிட்ட வந்து நீட்டக் கூடாது."

தன் புகழ் விஸ்வாஸ் ராத் மூலம் ஒடியா வரை பரவியிருக்கிறது என்று கருதியபடி வாழும் வெ. பூமிநாத், அன்று நடந்த சம்பவத்துக்குப் பின்பு தான் எழுதியது எதையும் அந்த அதிகாரிக்குக் காட்டத் துணிந்ததில்லை. அதிகாரியின் பெயர் சபாஷ் ராஜ்.

அன்று சபாஷ் ராஜ், ஐ.ஏ.எஸ். என்று பெயர்ப்பலகை தொங்கிய அறையில் இருவர் காத்திருந்தார்கள். முதல் ஆள் ஒரு வடஇந்தியன். முதலில் உள்ளே சென்று சபாஷ் ராஜின் அறைக்குப் போனான். அவன் உத்திரப்பிரதேசத்திலிருந்து வந்தவன். யாரோ ஒரு நாடாளுமன்ற உறுப்பினரின் மைத்துனன் என்று சபாஷ் ராஜின் அலுவலகத்தில் அறிமுகம் செய்துவிட்டு மகிழ்ச்சியோடு உள்ளே போனான் அந்த மனிதன். எண்ணெய் தேய்த்து மழுங்க தலைமுடியை வாரியபடி பொம்மை நடையும் கறுப்பு நிறமுமாக அமர்ந்திருந்த குள்ளமான மனிதர் சபாஷ் ராஜ், ஐ.ஏ.எஸ் தனது ராஜினாமாவை வாபஸ் வாங்கி மீண்டும் வேலையில் சேர்ந்து மூன்று ஆண்டுகள் ஆகின்றன. ரயில்வே மினிஸ்டரியில் ஒருதடவை மாற்றலாகி அண்டர் ஸெக்ரட்டரியாகச் சேர்ந்து ஓராண்டு ஆகிறது. மிகவும் ஸ்டிரிக்ட்

ஆபிஸர் என்று பெயர். அதனால் அலுவலகத்தில் இருப்பவர்கள் யாரும் முகத்தில் சிரிப்புத் தெரியாதபடி அமர்ந்து இருந்தனர், வெ. பூமிநாத் உட்பட. பூமிநாத் என்று அறியப்படும் நபரைத் தவிர்த்து எல்லோரும் வேறு மாநிலத்தவர்கள். உள்ளே போன அந்த மனிதர் சபாஷ் ராஜைப் பார்த்ததும் சிரித்தபடி கையை நீட்டினார்.

சபாஷ் ராஜ் கைநீட்டாமல், "ஸிட் டௌன்" என்று கூறிக்கொண்டு என்ன வேண்டும் என்பதுபோல் வந்த மனிதரைப் பார்த்தார்.

"நான் பீதாம்பர் என்கிற பாராளுமன்ற உறுப்பினரின் மருமகன். பீதாம்பர் அடுத்த ஆண்டு அமைச்சர் ஆவார் என்கிறார்கள்."

வந்தவரின் முகத்தை ஏறெடுத்துப் பார்த்த சபாஷ் ராஜ் தன் உதடுகளை அசைத்து அதனை நாக்கால் நனைத்தபடி கேட்டார்.

"என்ன சொல்கிறாய்...?"

வந்தவர் சபாஷ் ராஜ் பற்றி ஏதும் தெரியாதவராகையால் கடந்தமுறை பீதாம்பர் பாராளுமன்றத்தில் அடித்த ஜோக்கைச் சொன்னார். அதன்பின்பும் சபாஷ் ராஜின் முகத்தில் எந்த நகைச்சுவை உணர்வும் தென்படாததால் தானே அந்த நகைச்சுவையை ரசித்து விழுந்து விழுந்து சிரிக்கலானார். சபாஷ் ராஜின் அறைக்கு வெளியில் நாற்காலி முன்பு அமர்ந்து வேலை பார்த்தபடி இருந்த சங்கீதா சட்டர்ஜி, நடக்கக்கூடாத ஏதோ ஒரு சம்பவம் உள்ளே நடப்பதை அடுத்த அறையில் அமர்ந்திருந்த மிஸ்ராவுக்குக் கண்ணால் காட்டினாள். மிஸ்ரா, வெ. பூமிநாத்தைப் பார்த்தான். அடுத்து இன்டர்காம் வழி தனக்கு உள்ளேயிருந்து அழைப்பு வந்தபோதுதான் நமட்டுச் சிரிப்புடன் இருக்கும் மிஸ்ராவின் முகத்தைப் பார்த்தான் வெ. பூமிநாத்.

உள்ளே போன வெ. பூமிநாத்தை அமரச்சொன்னார் சபாஷ் ராஜ். வழக்கத்துக்கு மாறாகத் தன்னை அமரச் சொல்கிறாரே என்று கலவரம் தோன்றியது பூமிநாத்துக்கு.

"உமக்கு எத்தன தடவை சொல்றது? இந்தமாதிரி ஆளுகள உள்ள விடுவதற்கு முன்பு எதற்காக என்னைச் சந்திக்கவேண்டும் என்று நன்றாகக் கேட்டுத் தெரிந்துகொள்ள வேண்டும் என்று."

எழும்பி நின்றான் வெ. பூமிநாத்.

"உட்காருங்க" என்றார் சபாஷ் ராஜ்.

தொடர்ந்தார்.

"எதற்காக இவனை உள்ளே அனுப்பினீர்கள்?"

"இந்த ஆள் உத்திரப்பிரதேசத்திலிருந்து... அவருடைய மாமன் பீதாம்பர் என்கிற எம்.பி. என்றார்."

"உத்திரப்பிரதேசம்தான் முக்கியமா? எம்.பி. மருமகன்கள் என்றால் என் வேலையைக் கெடுக்க வைப்பீர்களா?"

"இல்ல சார்..." எதையோ சொல்லப்போனான் வெ. பூமிநாத்.

"மிஸ்டர் வெ. பூமிநாத். இதுதான் கடைசி எச்சரிக்கை."

"மாமன் மச்சான் மந்திரி எம்.பி. என்று வருகிற எவனையும் அறைக்குள்ளே விடக்கூடாது என்று சொல்லியிருக்கேன் இல்லியா?"

"ஆமா ஸார். ஆனா உங்களுக்கு முன்னால் இருந்த ஆபிஸர் வேற மாதிரி."

"ஆமா, அவரு வேற. நான் வேற. போய் வேலைய பாருங்கள்."

சபாஷ் ராஜ் வந்திருந்த மனிதரிடம் கூறினார்.

"என் டிபார்ட்மெண்டில் என் சம்பந்தப்பட்ட ஏதாவது பிரச்னை இருந்தா தீர்க்கறதுக்காக நான் இங்கே அமர்ந்திருக்கிறேன். எம்.பி.யின் மருமகனுடன் பேசுவதற்காக நான் இங்கே அமர்ந்திருக்கவில்லை."

"இல்ல ஸார்" என்றார் வந்த நபர்.

"அவுட்" என்றார் சபாஷ் ராஜ். முகத்தில் கோபம் தெரிந்தது.

அவர் கண்கள் சிவந்திருந்தன. கோட் அணிந்து வெள்ளை சட்டையில் அழகான டை கட்டிக்கொண்டு வந்திருந்த சபாஷ் ராஜின் கை அலுவலக வாசல் கதவைச் சுட்டிக் கொண்டிருந்தது.

அந்த அலுவலகம் 'கப்சிப்' என்று அமைதியானது. சபாஷ் ராஜைப் பார்ப்பதற்கென்று இன்னொரு மனிதர் வந்திருந்தார். அவர் பற்றி தகவல்களைக் கேட்டு உள்ளே சபாஷ் ராஜிடம்

போய்த் தெரிவித்துவிட்டு, அவர் வரச் சொல் என்று கூறிய பின்பு வந்திருந்த நடுத்தர வயதுக்குக் குறைந்த தோற்றத்திலிருந்த மனிதரை உள்ளே அனுப்பினார்கள்.

உள்ளே வந்த மனிதரை ஏற இறங்கப் பார்த்த சபாஷ் ராஜ் தமிழில் கேட்டார்.

"என்ன விஷயம்?"

வந்தவரும் நேரடியாகச் சொன்னார்.

"தமிழ்நாடு விவசாய அமைச்சர் வான்மீகநாதன் சார்பா வந்திருக்கேன். என் பெயர் நெல்சன்."

நெல்சன் தனக்குச் சபாஷ் ராஜைத் தெரியும் என்று அவரிடம் சொல்வது சரியல்ல என்பதுபோல நினைத்து இப்படிச் சொன்னான்.

சபாஷ் ராஜ் தன் நெக் டையைச் சற்றுத் தளர்த்தி விட்டுக்கொண்டு சொன்னார்.

"நெல்சன், ஒனக்கு என்னைத் தெரியும். தெரியாததுபோல நடிக்கிற."

"ஆமா ஸார். வான்மீகநாதன்கிட்டெ சேந்திட்டேன். நீங்க என் ஆசிரியர் என்பதை அறிந்த வான்மீகநாதன் என்னை உங்களிடம் அனுப்பிவைத்துள்ளார். நேற்று டெல்லிக்கு வந்தேன். நீங்க ஸ்டிரிக்ட் என்பதை அவரிடம் சொன்னேன்."

"நெல்சன், நீ பொழப்புக்காக அவனிடம் போய்ச் சேர்ந்திருக்க. நான் கோட்டுசூட் போட்டாலும் அதே ஆள்தான். தக்கநேரம் வந்தவுடன் கோட்டைத் தூக்கி வீசக்கூடியவன். தெரியும் இல்ல. இப்பவும் அதே ஆள்தான். ஆமா, வான்மீகநாதன் எப்ப இந்தக் கட்சிக்கு வந்தாரு?"

"இந்தி எதிர்ப்புக்கு முன்பு எதிர்க்கட்சியில் இருந்த வான்மீக நாதன் கொஞ்சநாள் சும்மா இருந்தார். அப்பொதான் இந்த நிலத்த வாங்கினாரு. தன்னை விவசாயின்னு சொல்றதால அரசியல் செல்வாக்குப் பெறலாம் என்று நினைச்சாரு. பின்பு புதிய கட்சி ஆட்சிக்கு வந்தவுடன், பார்க்க வேண்டியவங்கள

பார்த்துக் கட்சியில் இணைந்தார். இப்பொ இந்தியை எதிர்த்து வான்மீகநாதன் பேசுதத நீங்க கேட்கணும்...''

"அயோக்கிய நாயுங்க... தமிழ்நாட்ட நாசம் பண்ணவே வந்தவனுக. எத்தன ஆயிரம் மாணவர்களை ஏமாத்தி ஆட்சியைப் பிடிச்சானுக. அயோக்கிய ராஸ்கலுக. எத்தனை பேரு செத்தான்? எத்தன பேரு அடி வாங்கினானுக? அத்தன பேரு தியாகத்தையும் வெல பேசிட்டானுகல்ல. ஆட்சியைப் பிடிச்சிட்டானுக. தமிழு தமிழுன்னு சொல்லிக் கெடுத்துட்டான்யா. நீ என்ன பண்ணுவ? யாரு பணம் தர்றானோ அவன்கூட சேர்ற! ஒருவகைல நீ நேர்மையானவன். நீ லட்சியம் பேசறதில்ல. மேடைல ஏர்றது இல்ல. அங்க வான்மீகநாதனுக்கு ஒரு எதிரி இருந்தானே...''

சிரித்தபடி சபாஷ் ராஜ் நிறுத்தியவுடன் நெல்சன் அவருடைய மேசை மீது கிடந்த தமிழ்ப் புத்தகத்தைப் பார்த்தபடியே இடையில் குறுக்கிட்டுச் சொன்னான்.

"பொன்வண்ணன்...''

"ஆமா. பழனி என்கிற பொன்வண்ணன். இன்னொரு பொறுக்கி. பேரப் பாரு. எப்பொ அம்மா அப்பா வச்ச பெயர மாத்தினானுவளோ அப்பவே செயற்கை மனுசனா மாறீட்டானுகன்னு அர்த்தம். ஒரு மொத்த இயக்கமும் செயற்கையான இயக்கம். இப்பதான வந்திருக்கானுக. தொலச்சுருவானுக. டெல்லிக்குத் தொடர்புவைக்க ஆரம்பிச்சுட்டானுக. தமிழ்நாட்டில ஏமாத்த டெல்லியில் ஆள் தேடுறானுக. டெல்லியின் அடிமைகள்... ஆல் ஆர் இடியட்ஸ்... சரிதானே நெல்சன்?''

கோபத்தை மறைத்துச் சிரித்தபடி மீண்டும் நெல்சனைப் பார்த்தார்.

"பொன்வண்ணனும் வான்மீகநாதனும் நண்பர்கள்'' என்றான் நெல்சன்.

"அடி சக்கை...'' என்றார் சபாஷ் ராஜ். நெல்சன் தலையைச் சொறிந்தான். தொடர்ந்தார் சபாஷ் ராஜ்.

"நெல்சன், ஒன்னத் தெரியும். அதுனால சொல்றேன். அந்த நிலத்த இவன் பெறமுடியாதபடி எல்லாம் செய்துவிட்டேன். இனி என்றைக்கும் அந்த நிலம் இவனுக்குக் கிடைக்காதபடி

என்ன செய்யணுமோ அதையும் செய்துவிடுவேன். டெல்லிக்கு வந்திருக்கிற. சாயந்தரம் ஓய்விருந்தா வீட்டுக்கு வந்துட்டுப் போ. என் வீட்டுக்கு வந்தத அவன்கிட்ட, வான்மீகநாதன்கிட்ட சொல்லு. அதுக்காக அவன் டெல்லி வந்தா நான் ஒன்ன கூப்பிட்டது போல கூப்பிடமாட்டேன். வேற ரொம்ப அதிகாரிக இருக்கிறானுக அவன கூப்பிட. சரி. நீ வந்த வேலைய முடிச்சிட்டேன்னு சொல்லு அவன்கிட்ட. சாயந்திரம் வா. இந்த ஆபிஸ்ல பூமிநாத் என்று ஒரு தமிழன் இருக்கிறான். அவன்கிட்ட போகாத. வேறு யாராவது என் வீட்டுக்கு உன்னை அழைத்து வருவாங்க.”

இப்படிக் கூறிவிட்டு மிஸ்ராவை ஃபோனில் அழைத்தார் சபாஷ் ராஜ்.

சபாஷ் ராஜ் என்ன செய்கிறார் என்பதைப் புரியமுடியாதபடி அவர் தன்னை நட்போடு நடத்தியது கண்டு திக்குமுக்காடிப் போயிருந்தான் நெல்சன். கையை வணங்கியபடி வைத்துக் கொண்டிருந்தான். பின்பு சற்று உரிமை எடுத்துக்கொள்வோமே என்று, “ஸார் அந்தத் தனித்தமிழ்நாடு இயக்கம் எல்லாம்...?”

அவரை ஊரில் இருக்கும்போது தெரியும் என்று காட்டும் ஆர்வத்தில் பேசினான்.

அதைக் காதில் போட்டுக் கொள்ளாதவர்போல் தலையை அவர் ஆட்டிக் கொண்டிருக்கையில், மிஸ்ரா உள்ளே வந்து நெல்சனை நட்போடு அழைத்துக்கொண்டு போனான். மாலையில் நெல்சன் தங்குமிடத்தில் வந்து அழைத்துச் செல்வதாய்க் கூறி நெல்சனை அனுப்பிவைத்தான் மிஸ்ரா.

அப்போது நெல்சன் ஆர்வ மிகுதியினால் அந்த ஆபிஸில் இருக்கும் தமிழன் யார் என்று அறிய விரும்பினான். மிஸ்ரா கண்களால் வெ. பூமிநாத்தைச் சுட்டிக்காட்டினான். பெரிய சோடாபுட்டி கண்ணாடியுடன் வெ. பூமிநாத் டைப் செய்து கொண்டிருந்தான். மிஸ்ரா மாலையில் பூமிநாத்திடம் தமிழ்நாட்டிலிருந்து வந்தவன் பற்றிக் கூறி கிண்டல் எப்படிச் செய்யலாம் என்று யோசித்துக்கொண்டு தன் வேலைகளில் ஈடுபடும் முன் சங்கீதா சட்டர்ஜியை ஒருமுறை கடைக்கண்ணால் பார்த்து அவளுடைய அழகை அங்கீகரித்தான்.

இரவில் மங்கலான ஒரு ஹோட்டலில் எல்லோரும் சந்தித்தார்கள். பங்கஜ் மிஸ்ரா, உத்தம் ஹண்டுவைப் பலவந்தமாய் அழைத்திருந்தான். உத்தம் ஹண்டு மனைவிக்குப் பயந்தவன். எனவே, குடித்துவிட்டு மனைவியை எதிர்கொள்ள முடியாதவன். இன்று எல்லோரும் கொஞ்சம் பணம்போட்டுக் குடிப்பது என்று திட்டம்.

"வெ. பூமிநாத் கேளுங்கள். யாரோ ஒருத்தன் தமிழ்நாட்டிலிருந்து வந்தான். அவனை நம் பாஸ் வீட்டுக்கு அழைத்துக்கொண்டு போகிறார். நீயும் தமிழன் என்று போய்ச் சொல்லிப் பார்க்கிறாய். ஒரு நாளாவது பாஸ் கூப்பிட்டிருப்பாரா?"

பங்கஜ் மிஸ்ரா கிளாஸைக் காலி செய்தபடியே கேட்டான்.

வெ. பூமிநாத் அடுத்தபடி யார்மீது வசைக் கட்டுரை எழுதலாம் என்று யோசித்தபடி இருந்ததால் மிஸ்ரா சொன்னதைக் கவனிக்கவில்லை.

உத்தம் ஹண்டுவும் மிஸ்ராவும் ஒல்லிக்குச்சியான சங்கீதா சட்டர்ஜியும் கொல்லென்று சிரித்தனர். அடுத்து என்னென்ன ஐட்டம்கள் வாங்கவேண்டும் என்று உள்ளே கௌண்டர் அருகில் போனதால் விஸ்வாஸ் ராத் அந்தச் சிரிப்பில் கலந்துகொள்ளவில்லை.

அவர்கள் சிரித்துமுடித்த பின்பு அவர்கள் எதற்காகச் சிரித்தார்கள் என்பதுபோல் அவர்களைப் பார்த்தபடி சிரித்துக்கொண்டு தன் முன்பிருக்கும் கிளாஸையும் அதனுள் கருஞ்சிவப்பாக இருக்கும் மதுவையும் பார்த்தான் வெ. பூமிநாத்.

"நீங்க தமிழன்தானெ...?"

மெதுவாய்க் கிண்டினான் மிஸ்ரா.

இப்போது அவர்களுடன் ஒரு பாட்டிலுடன் வந்துசேர்ந்த உத்தம் ஹண்டுவும் சேர்ந்து கொண்டு, "டுவைஸ் பார்ன் - இரண்டு பிறப்பு கொண்டவர் பூமிநாத். சபாஷ் ராஜ் ஒன்லி ஒன்ஸ் பார்ன்" என்றான்.

"எப்படி?" என்று கொஞ்சம் சிப்ஸை அள்ளினாள் சங்கீதா.

“தாய் தமிழ் பிராமின், தந்தை பெங்காளி பிராமின். உனக்கு உறவாகக்கூட இருக்கும்’ என்றான் விஸ்வாஸ் ராத். அலுவலகத்தில் அஞ்சி நடுங்குபவர்கள் குடிக்கும்போது சமமாய் நடந்துகொள்வார்கள்.

அவனை முறைத்தபடியே தலையிலிருந்து விழுந்திருக்கும் முடியை இடது கையால் மேலே தள்ளிவிட்டு ஒரு மடக்கை உள்ளே தள்ளிவிட்டு பொரித்த கடலையை ஒரு கரண்டியில் எடுத்து வாயில் போட்டான் பூமிநாத்.

“அப்பொ, நான் சுத்தமான தமிழன். மதுரைக்காரன் என்று எதற்கு அந்த ‘பிளாக் பாந்தரிடம்’ போய்ச் சொன்னீர்கள் பூமிநாத்?”

இது உத்தம் ஹண்டுவின் கேள்வி. உத்தம் ஹண்டு மனைவியைக் கண்டு பயந்தாலும் தன் அலுவலக உயர் அதிகாரிகளுக்குப் பெயர் வைப்பதில் மஹா கெட்டிக்காரன். இப்போது ‘பிளாக் பாந்தர்’ என்று உத்தம் ஹண்டு நிறத்தைக் குறிப்பிட்டது சபாஷ் ராஜை.

எல்லோரும் கொல்லென்று சிரித்தனர். அப்போது சிரிக்காமல் அமர்ந்திருந்தான் வெ. பூமிநாத்.

“அய்யா, அந்த ‘பிளாக் பாந்தரிடம்’ வத்திவைத்து விடாதீங்க. உங்களுக்கு ஒரு நல்ல தயிர் சாதம் வாங்கித் தந்துவிடுகிறேன்” என்றான் உத்தம் ஹண்டு, தான் வாங்கிக்கொண்டு வந்த ‘ஓல்டு மாங்க்’ என்ற பெயர் ஒட்டப்பட்டிருந்த பாட்டிலைப் பார்த்தபடி.

அப்போது ஒல்லிக்குச்சி சங்கீதா சட்டர்ஜி பிளாஸ்டிக் கப்பில் இருந்த திரவத்தைத் தனது மென்மையான இதழ்களால் மிக மெதுவாக உறிஞ்சியபடி கேட்டாள்.

“மிஸ்டர் பூமிநாத், உங்களுக்குத் தமிழில் பல பெயர்களாமே. பெங்கி, கிராம், வி. பூமிநாத், வி. பூமான் இப்படி இப்படி. ஒரே பெயரில் எழுதினால் உங்கள் பெயர் நிலை நிற்கும். இப்படிப் பெயரை மாற்றினால் யார் உங்கள் பெயரை நினைவில் வைப்பார்கள்?”

அதிகமாய்த்தான் போகிறீர்களென்பதுபோல் முறைத்துப்பார்த்த பூமிநாத்தை சட்டை செய்யாமல் பங்கஜ் மிஸ்ரா இப்போது பொரித்த கடலையை வாயில் போட்டுவிட்டுத் தன் கிளாஸைப் பார்த்தபடி சொன்னான்.

"தெரியாதா ரகசியம்? படே பாய் நியுமராலஜி மேல நம்பிக்கை கொண்டவர். எனக்கும் சங்கீதாவுக்கும் திருமணம் ஆன உடன் பிறக்கும் குழந்தைக்கு நியுமராலஜி பார்த்து பூமிநாத் தான் பெயர் வைப்பார். இப்பவே சொல்லிவிட்டேன்."

இப்படிக் கூறியபடி சங்கீதாவைப் பார்த்தபோது அவள் குபுக் என்று ஹோட்டல் டாய்லெட்டுக்குள் வாந்தி எடுக்க ஓடினாள்.

வெ. பூமிநாத் குறுக்கிட்டான்.

"மிஸ்ரா தொலஞ்ச. இப்போதே வாந்தியா?"

"ஏய் பாவிகளா, அவ கொஞ்சம் அதிகம் குடிச்சிட்டா அதான்" என்று தூரத்தில் சங்கீதா வருவதைக் காட்ட எல்லோரும் அமைதியானார்கள்.

மிஸ்ராவைப் பார்த்துக்கொண்டேயிருந்தான் வெ. பூமிநாத். பூமிநாத் தன் யோசனைகளைச் செயல்படுத்த முடியாதபோது வலது காதை இடது கையால் தடவிக் கொண்டேயிருப்பான். அப்படிச் செய்தான் இப்போதும்.

மிஸ்ரா, பூமிநாத்தைப் பார்த்துக் கண்ணால் என்ன விஷயம் என்று கேட்பதுபோல் கிளாஸைக் காலிசெய்துவிட்டு உத்தம் ஹண்டு கொண்டுவந்திருந்த புது பாட்டிலைத் திறந்து கிளாஸை நிரப்பினான். வாந்தி எடுத்த பின்பு தலையைப் பிடித்துக் கொண்டேயிருந்தாள் சங்கீதா. அப்போது மிஸ்ரா இப்படிச் சொன்னான்.

"பாஸைத் தேடி வந்தவன் ஒரு தமிழன். பெயர் நெல்சன். வெ. பூமிநாத் என்ற தமிழின் தலைசிறந்த எழுத்தாளனைத் தெரியுமா என்று கேட்டேன். வெ. பூமிநாத் என்ற பெயரில் தமிழில் யாரும் எழுதுவதில்லை என்று உறுதியாகச் சொன்னான். பூமிநாத் தமிழில் பெரிய எழுத்தாளன் என்று நீங்கள் டூப் விடுகிறீர்கள். ஆனால், 'டெல்லியில் இருப்பவர்களை ஒரு ஃப்ராட் நன்றாக ஏமாற்றுகிறான்; ஸார் கவனமாக இருங்கள்' என்கிறான் அந்த நெல்சன். பூமிநாத் உண்மையிலேயே நீங்கள் தமிழ் எழுத்தாளர்தானா?"

பூமிநாத்துக்கு ஓரளவு போதை ஏறியிருந்தது.

"மாதர்சோத்" என்றான் பூமிநாத் பூணூலைத் தடவியபடியே.

"யாரு?" என்றான் விஸ்வாஸ் ராத்.

"இவனா?" என்று உத்தம் ஹண்டு பக்கத்திலிருந்த மிஸ்ராவைச் சுட்டிக்காட்டினான்.

"விஸ்வாஸ் ராத் ஒடியா மொழியின் மிகச்சிறந்த கவிஞன். மிஸ்ரா கிழக்கிந்தியாவின் ஒரே இலக்கியவாதி. மாதர்சோத் அந்த ராமநாதன், தமிழில் எழுதுகிறான். அவனை விடமாட்டேன். எனக்குத் தமிழில் இடமில்லாதபடி செய்பவன் அவன்தான். அவனுடைய சீடனாக இருக்க வேண்டும் இங்கு வந்திருக்கிற நெல்சன்."

கிளாஸைக் காலி செய்யப்போனவன் நிறுத்திவிட்டு விஸ்வாஸிடம் சொன்னான்.

"நீ ஒடியாவின் மகாகவிஞன் என்று தமிழில் பல பேர் படிக்கும் பத்திரிகையில் எழுதத்தான் போகிறேன் பாரு. ஒடியாதான் இந்தியாவில் மிகவும் நல்ல கவிஞர்களை உற்பத்தி செய்கிறது. எழுதப்போறேன் பாரு. மாதர்சோத் ராமநாதன் தமிழில் இனி எழுதமுடியாதபடி செய்வேன். ஊத்துடா விஸ்வாஸ்."

பின்பு தான் அணிந்திருந்த கண்ணாடிமேல் விழுந்திருந்த தன் தலைமுடியைத் தட்டிவிட்டுப் போதையில் அவன் கன்னத்தில் முத்தமிட்டான் வெ. பூமிநாதன்.

"ஆமா, விஸ்வாஸைச் சிறந்த ஒடிய மொழிக் கவிஞன் என்று நீங்கள் தமிழில் எழுதுவதால் ராமநாதனை எப்படித் தமிழில் இனி எழுத முடியாமல் செய்யமுடியும்?"

தலை வேதனைக்கு ஒரு குரோசின் போட்டு, தலைவேதனை ஓரளவு சரியானவுடன் சந்தேகத்தைக் கேட்டாள் சங்கீதா.

போதை அதிகமாகியிருந்த வெ. பூமிநாத் சொன்னான்.

"சூசூ... சும்மா இரு. உனக்கு இலக்கிய உலக சூட்சுமங்கள் தெரியாது. ராமநாதன் தான் இந்திய இலக்கியத்தை ஆட்டிப் படைக்க முடியும் என்று தலைக்கனத்துடன் அலைகிறான். சல்மான் ருஷ்டி பெரிய இலக்கிய ஆளுமை ஆவான் என்று எதிர்கால தரிசனத்துடன் முதலில் அவனே கூறியதாகப் பிதற்றுகிறான். விஷயம் தெரிந்தவர்களுக்குத் தெரியும்... சல்மான் ருஷ்டியின் முதல் நாவல் வெளிவந்தவுடன் தமிழில்

அதைப் புகழ்ந்து எழுதியது நானே... மாதர்சோத் ராமநாதன் ஒரு ஆன்டி-பிராமின். சன் அப் எ பிச்... எங்கு வேண்டுமானாலும் சொல்வேன்.''

வாக்கியங்களைத் தொடர்ச்சியில்லாமல் பேசிய வெ. பூமிநாத்தின் கண்கள் கிறங்கின. போதையால் முகம் அஷ்டகோணமாய்த் திருகல் கொண்டது.

பூமிநாத்திடம் சங்கீதா இப்படிச் சொன்னாள் போதையில்,

''மிஸ்டர் பூமிநாத், நான்கேட்ட கேள்விக்கு இன்னும் எனக்குப் பதில் வரவில்லை. விஸ்வாஸை சிறந்த ஒடிய மொழிக் கவிஞன் என்று எழுதுவதன் மூலம் உங்கள் எதிரி ராமநாதனை எப்படித் தமிழில் எழுதாமல் செய்ய முடியும்?''

''முடியும்.''

உறுதிபடக் கூறிய பூமிநாத்தின் தலை மேசைமீது போதை தாளாமல் சாய்ந்தது.

இரண்டு நாட்களுக்கு முன்பு சபாஷ் ராஜின் வீட்டுக்கு நெல்சன் போனபோது, தமிழ்நாட்டிலிருந்து தன் கணவனின் முன்னாள் மாணவர் ஒருவர் வந்திருக்கிறார் என்று அன்புடன் நெல்சனை வரவேற்று முன்னறையில் அமரவைத்து, குசலம் விசாரித்தாள் சபாஷ் ராஜின் மனைவி. காதில் சாதா கம்மல், கழுத்தில் தென்னிந்தியர்கள் கட்டுவதுபோல் ஒரு சிறிய தாலி. சாதாரண உடை. ஒரு ஐ.ஏ.எஸ். அதிகாரியின் மனைவி என்று கூறமுடியாதபடி அவள் காட்சி தந்தாள்.

இந்தப் பெண்மணியை ஐ.ஏ.எஸ். பணியை ராஜினாமா செய்துவிட்டு வடை சுட வைத்துத் தான் காபி கடை நடத்திய தன் ஆசிரியரை நினைத்தான் நெல்சன். ஆனால் தன்னைப் போல சாதாரண மாணவர்கள் சபாஷ் ராஜின் வேறு மாணவர்கள்போல இலட்சியத்துக்காக அவர் பின்னால் போகாததை நினைத்தான். ஊரில் ஒரு டிரான்ஸ்போர்ட் அலுவலகத்தில் காக்கிநிற சட்டையும் அரை பாண்டும் அணிந்து, தன்னையும் தங்கையையும் படிக்கவைத்த தந்தையை எப்போதும் ஞாபகத்தில் வைத்திருக்கும் தன்னால் எப்போதும் லட்சியம், கொள்கை என்றெல்லாம் நினைக்க முடிந்ததில்லை. யார் பின்னாலாவது அலைவது தன் உளவியலில் ஊன்றப்பட்டிருக்கிறது. இப்போது

எனக்கு என்று ஒரு சொந்த கருத்து, கொள்கை இல்லை. மாதம் 300 ரூபாய் சம்பளம் தந்து வான்மீகநாதன் எந்த வேலை செய்யச் சொன்னாலும் செய்கிற கூலி, ஓர் அடிமை நான் என்று கழிவிரக்கத்துடன் தன்னைப் பற்றி நினைத்தான். சபாஷின் மனைவி காபியும் முறுக்கும் நெல்சன் முன்பு வைத்தாள். இந்தப் பெண்கூட சபாஷ் போன்ற ஒரு பெரிய மனிதரின் நிழலில் இருப்பதால் உயர்வான பெண். நான் அப்படி அல்ல, நான் ஓர் அடிமை என்று தன்னைப் பற்றிக் கேவலமாக நினைத்துக்கொண்டே சபாஷின் மனைவியிடம் கூறினான்.

"நன்றி மேடம். நான் ஸார் காலேஜில் ஆசிரியராய் இருந்தபோது உங்களைச் சில தடவை பார்த்திருக்கிறேன். ஸார்கூட மார்கெட்டுக்கோ, சினிமாவுக்கோ போயிருப்பீங்க..."

அவள் சிரித்தபடி சொன்னாள்.

"நீங்க ஒண்ணு. மார்க்கெட்டுக்குப் போயிருப்பேன். இவர் கூடன்னு சொல்லாதீங்க. சினிமாவுக்கா இவரு கூடயா?"

பின்பு கலகல என்று சிரித்தாள். அப்போது சபாஷ் ராஜ் பொம்மைநடை நடந்து உள்ளேயிருந்து வந்தார். கையில் கைக்குட்டை இருந்தது.

"என்ன?"

"நீங்க என்ன சினிமாவுக்குக் கூட்டீட்டுப் போயிருப்பீங்கன்னு சொல்றாரு ஒங்க ஸ்டூடண்ட்."

சபாஷ் ராஜ் மனைவியின் அந்தப் பேச்சில் ஈடுபாடு காட்டாதது போல, "சாப்பிடு" என்று நெல்சன் முன்பு இருக்கும் முறுக்கைச் சுட்டிக்காட்டினார்.

"அப்புறம் என்னமாதிரி இருக்கு தமிழ்நாட்டு பாலிட்டிக்ஸ்? தமிழ் தமிழ்னு சொன்னாங்க. ஆட்சி பிடிச்சபிறகு வான்மீகநாதனுடைய இந்தி ஆதரவு தமிழ் ஆதரவா மாறிப்போச்சா. புதுசா ஆட்சிக்கு வந்தவங்க ஊரில இருக்கிற நெலத்தை எல்லாம் வளைச்சுப் போடுதானுகளாமெ. முன்னால் ஆட்சியில இருந்தவனுக பணக்காரனுக கொஞ்சம் கொஞ்சமா திருடினா, புதிசா வந்தவன் பஞ்சைப் பராரிக. பணத்தைப் புதிசா பாக்கிறானுக. ஆவேசமா பணம், பதவி,

பவிசு, என்று பதறுறானுக. அதிகம் லஞ்சம். ஆனா மக்கள் இவனுககிட்ட போகமுடியும். எப்படி சரிதானா?"

வலது கையில் முறுக்கை எடுத்து ஒரு கடி கடித்துவிட்டு, இடது கையால் காபியை ஒரு மிடறு குடித்த நெல்சன் சபாஷ் ராஜைப் பார்த்துச் சிரித்தான்.

"சரிதானா? நான் இங்க வந்ததால நேரடியாக என்ன அங்கு நடக்கிறது என்று அறிய முடியவில்லை. அதுதான் கேட்கிறேன்."

நெல்சன் கனைத்துக்கொண்டு சொன்னான்.

"வான்மீகநாதன் புதிய ஆட்சியில் முக்கியமான ஆள். நான் அவருடைய காரியதரிசி. படிப்பு வரல்ல. வேற வழி. மாசம் தோறும் முன்னூறு ரூபா வந்திருதில்ல. அப்பா டிரான்ஸ்போர்ட் கம்பெனியிலிருந்து ரிட்டையர் ஆன பின்பு வான்மீகநாதனுடைய ஆபீஸில் வேலை போட்டுக் குடுத்தாரு. அவரும் நல்லா சம்பாதிக்காரு. மெடிக்கல் ஸீட், இன்ஜினீரிங்க் சீட் எல்லாம் ஊர் பக்கத்தில உள்ளவங்க இவர்கிட்டதான் வர்றாங்க. எல்லாம் எனக்குத் தெரியும். ரயில்வே ட்ராக் பக்கத்தில பத்து ஏக்கர் இரண்டு துண்டா இரண்டு ஆள்கள் கிட்டயிருந்து வாங்கினாரு. இடையில் ரயில்வே நிலம். அதான் அந்த நிலத்தை வளைச்சா ஒட்டுமொத்தமா பெரிய நிலம் வான்மீகநாதனுக்கு வரும். எதிர்காலத்தில ரியல் எஸ்டேட் தான் இந்தியாவில பெரிய பிஸினஸாம். மனைகளாக மாற்றினால் கோடிக்கணக்கில் வருமாமே."

"ஆஹா, ஊரில இருக்கிற அயோக்கியன் எல்லாம் எதிர்கால இந்தியா பற்றி சரியாகக் கணிக்கிறான் பாரு. சரி, பொன்வண்ணன் எப்படி?"

"பொன்வண்ணன்தான் வான்மீகநாதனுக்குப் பெரிய நண்பன். அவனும் மனைவி பெயரிலும் பள்ளிக்குப் போகிற குழந்தைகள் பெயரிலும் நிறைய நிலம் வாங்கியிருக்கிறான். கட்சிக்குள்ளே வான்மீகநாதனைக் கொண்டுவந்ததில பெரிய பங்கு பொன்வண்ணனுக்குண்டு ஸார்."

"பின்ன இருக்காதா? வேற யாரையாவது மேல வரவிடாமலிருப்பதற்காகப் பழனி செய்திருப்பான். அவனும் இந்த அயோக்கிய கும்பல சேந்தவன்தானே."

“கரெக்டா சொல்றீங்க. சந்திரசேகரன மாவட்டத் தலைவராகக் கட்சி கொண்டுவந்தது. அவன் இந்தி எதிர்ப்புச் சமயத்தில கைது செய்யப்பட்டவன். கட்சியில செல்வாக்கானவன் பொன்வண்ணன். அவனை ஒரு எதிரியாகப் பார்க்கிறான். அதனால வான்மீகநாதனை ஆதரிக்கிறான். சந்திரசேகரன் அதிகம் தமிழ்ப்பற்று உள்ள குடும்பத்திலிருந்து வந்தவன். அவன் தம்பிதான் நெருப்பு வச்சுச் செத்துப்போனவன். அதனால்தான் அந்தப் பகுதியில் இந்தி எதிர்ப்பு அதிகமாச்சுது.”

சபாஷின் மனைவி அப்போது சபாஷுக்கு ஒரு கப்பில் காபி கொண்டுவந்தாள்.

“இவன தெரியுமா? நெல்சன். பெரிய ஆள் இப்போது. தமிழ்நாட்டு மந்திரியுடைய அந்தரங்க செயலாளர்.”

ஏற்கனவே அறிமுகம் செய்துவைக்க மறந்ததுபோல் இப்போது சபாஷ் கூறினார்.

“ஆமா. அவரு சொன்னாரு. ஒங்க மாணவருன்னு.”

“மாணவரைக் காலேஜ்ல பாத்ததவிட அதிகம் வெளியிலதான் பாத்திருக்கோம்.”

இப்படிக் கூறிவிட்டுத் தொடர்ந்து சபாஷ் ராஜ் நெல்சனைப் பார்த்துக் கேட்டார்.

“அந்தப் பசங்க என்னப்பா பன்றானுக? என்கூடவே இருப்பான. ஒரு பையன் அருண். கடைசிவர என்னோட இருந்தான். நான் ஊரைவிட்டு கிளம்பும்பொ நாங்க அடிச்ச புத்தகங்கள எல்லாம் கட்டி எடுத்துக்கிட்டு வேதநூலப் போலத் தூக்கிட்டுப் போனான். தமிழ்நாட்டுல எப்படிப்பட்ட இளைஞர்கள் எல்லாம் இருக்காங்கன்னு நினைக்கும்போது நான் டெல்லிக்கு வந்திருக்கக்கூடாதுன்னு அப்பப்பொ குற்ற உணர்வு தோணுது. இப்பவும் அந்தக் கொள்கைதான் என்னது. பல இன மக்களின் வரலாற்றைக் கொண்டது இந்தியா. பல மதங்களின் கூட்டமைப்புத்தான் இந்தியா. புதுசா வருகிற பொருளாதார சக்தியையும் தாண்டி உள்ளே இருக்கிற சக்தி, பிராந்தியங்களின் சக்திதான். இது உண்மை. இந்த உண்மையில நம்ம ஆட்கள் கைவச்சிட்டாங்க. உண்மை இருந்தா போதுமா? ஊழலு பரவிக்கிட்டு இருக்கு. ஊழலுதான் ஜெயிக்கும். இலட்சியம்

இளைஞர்கள் இருக்கும் வரைதான். இளைஞர்கள் பெரியவர்கள் ஆகி மனைவி பிள்ளை குட்டிகள் என்று ஆனவுடன் ஊழல் செய்ய ஆரம்பிப்பாங்க. சரி, ஆமாய்யா, அமரன்னு ஒருத்தன் இருந்தானே."

உணர்ச்சி கலந்து பேசிக்கொண்டிருந்த சபாஷ், நெல்சன் சொல்லப்போவதுதான் முக்கியம் என்றும் அவன் நேரடியாகப் பல விஷயங்களைத் தெரிந்தவன் என்றும் எண்ணி அவனை அதிகம் பேச வைக்க விரும்பி அமைதியாக இருக்கவேண்டும் என எண்ணினார்.

"ஓ அமரனா! என்னா திறமையான சொற்பொழிவாளன் ஸார்?"

"ஆமா, அப்பப்பொ கீழே இறங்குவதற்கும் தயங்காதவன். ஆனா நல்ல குரல் வளம் கொண்டவன். அத மறுக்கமுடியாது. ரொம்ப புத்தகம் படிக்கிற பையன். ஆங்கிலத்திலும் அழகா பேசுவான் இல்லையா? தமிழிலேயும் கதை கட்டுரை எழுதுவானே. ஒரு பெரிய எழுத்தாளனா வந்தாலும் வரலாம்."

"வான்மீகநாதன்கூட முதல்ல சேந்தது அமரன்தான். பத்திரிகைகள்ள எல்லாம் அமரன் காங்கிரஸ் கட்சியில் சேர்ந்ததைத்தான் கொட்டை எழுத்தில் போட்டாங்க. ஆங்கிலம் வரும். தமிழ் இலக்கியம் தெரியும். பெரிய ஆளா வரமுடியும். சட்டம் படித்துக்கொண்டிருக்கிறான் சென்னை சட்டக்கல்லூரியில். அடிக்கடி வான்மீகநாதனைப் பார்க்கவருவான். படிக்கிறதுக்கு இவருதான் உதவி செய்றாரு. என்னோட அதிகம் ஒட்டிக்க மாட்டான். அவன் பலகீனத்த தெரிஞ்சவன் நான்."

"என்ன பலகீனம்?"

"வான்மீகநாதன் உதவி பெறுகிறவன் என்று நினைப்பது அமரனையே பலவீனமானவனா மாற்றுகிறது."

"அதுதான் பாயின்ட். ஏழைக் குடும்பங்களிலிருந்து வருகிற அரசியல்வாதி ஊழல் செய்வதற்கு இதுதான் அடிப்படைக் காரணம். ஏழையாய் இருந்த பழைய நினைப்பு இவன துரத்துது."

"ஒனக்குத் தெரியுமோ என்னமோ நெல்சன், ஒரு தீவிர கம்யூனிஸ்ட் என வயசான ஒருத்தரை போலீஸ் பிடிச்சுதில்ல. அவரிடம் தொடர்பில இருந்தானே அமரன்."

“ஆமா, கம்யூனிஸ்ட் சுப்பிரமணியம்.”

“ஆமா. அமரனுக்குக் கம்யூனிஸ்டு சுப்பிரமணியத்துக்கிட்ட பெரிய பக்தி இருந்தது. நான் பலமுறை அமரனை அவனுடைய ஏழ்மைப் பின்னணி தீவிரக் கம்யூனிஸ்டாக மாற்றினாலும் மாற்றும் என்று நினைத்ததுண்டு. ரகசியமா என்னுடைய பசங்க உளவறிஞ்சு சொன்னாங்க. கம்யூனிஸ்ட் சுப்பிரமணியம் பல தீவிரவாதிகள் செய்வதுபோல் செய்யல்ல. மாட்டிவிட்டுருவானுக. ஒரு தடவ தப்பிப் போகமுடியாதபடி மாட்டிவிட்டுட்டா அந்தப் பையன் தொலைஞ்சான். எனக்கு அவர் தத்துவம் பிடிக்கல்ல. வன்முறை பிரயோசனமில்ல. நான் காந்தியவாதியில்ல. ஆனா வன்முறை மனிதர்களுக்கு ஏற்றதல்ல என்று எனக்குள்ள ஓர் எண்ணம் எப்போதும் உண்டு. ஒரு கொலை செய்தா இந்தியா பூரா புரட்சி வரும்னு ஒரு முட்டாள் கல்கத்தாவில இருந்து சொன்னா கேட்கிறவன் எல்லாம் கொலை செய்திட்டா போதுமா? ஒரு கொலைல ஆர்வமிகுதி கொண்ட, உணர்ச்சிப் பிழம்பா இருக்கிற இளைஞனையோ, மாணவி அல்லது மாணவனையோ மாட்டிவிட்டுட்டா போதும். முட்டாள் போலீஸ் அவன முழுதீவிரவாதியா மாற்றி ஒரு பொய் என்கௌன்டரில கொன்னுபோடும்.”

“சாகாம பப்ளிக் ஸ்பீக்கரா போறது தப்பில்ல. போகட்டும். அவன் உளவியல நான் கவனிச்சதுல கட்சி கட்சியா போய்க்கிட்டேயிருப்பான். ஆனா தமிழ்நாட்ட ஒரு கலக்குக் கலக்குவான் எதிர்காலத்தில.”

“அதுபோலத்தான ஜி.கே. சாமியும்?”

“நீதான் சொல்லணும் அவனப்பத்தி. அமரனும் சாமியும் இந்து கல்லூரியின் இரண்டு ஸ்டார் சொற்பொழிவாளர்கள். உண்மையிலேயே பெரிய சொற்பொழிவாளர்கள்தான். சாமி கொஞ்சம் உறுதியுள்ளவன். இப்பொ என்ன பன்றான்?”

“சாமிக்குப் பொன்வண்ணனின் குடும்பத்தோட உதவி எப்போதும் இருக்கு. ஏனெனில் அவர்களின் சாதியைச் சேர்ந்தவன் சாமி.”

“ஓ... அப்படியா? பொன்வண்ணனுடைய சாதிக்காரனா சாமி?”

மௌனமானான் நெல்சன்.

தன்முன்பு இருக்கும் டீபாயில் குடித்துமுடித்துவிட்டுக் கப்பை வைத்தார் சபாஷ் ராஜ்.

“என்ன மௌனமாயிட்ட?”

“பொன்வண்ணனுடைய கொளுந்தியாள சாமிக்குத் திருமணம் செய்துகொடுக்கிற ஐடியா இருக்குது. அவன எதிர்காலத்தில தமிழ்நாட்டு முதலமைச்சரா கொண்டுவருகிற திட்டங்கள் இருக்கு. தர்மலிங்கம் பெரிய தொடர்புகள் கொண்டவர். அவர் எந்தக் கட்சியில் இருந்தாலும் தென்பகுதி மாவட்டங்கள் அவர் செல்வாக்கோடதான் இருக்கும். ரகசியமா காய் நகர்த்துவார். அந்தப் பகுதியில இந்தி எதிர்ப்பை இப்படி மும்முரமாக்கியவர் அவருதான.”

“ஒரு பரம்பரை காங்கிரஸ்காரருதான் இந்தி எதிர்ப்பைக் கண்ட்ரோல் பண்ணாருங்கிற.”

“கேட்கிறதுக்கு அபத்தமா இருக்கலாம். அதான் உண்மை.”

“அப்பொ எதிர்கால சீப் மினிஸ்டரு நம்ம சாமி ஆக முடியும்ங்கிற?”

“பின்னெ?”

“ஓர் அரசியல் உளவாளி சொல்வதை நான் மறுக்கமுடியுமா? தமிழக வரலாறு உளவாளிகளால தீர்மானிக்கப்படுது?”

ஹாஹா என்று சிரித்துவிட்டுச் சொன்னார் சபாஷ் ராஜ்.

“சென்னைல இப்ப வந்திருக்க கூடியவனுக சும்மா விடுவானுகளா? சினிமாக்காரனுக. தன் குடும்பம் குட்டி சட்டின்னு யோசிக்காம இருப்பானாய்யா?”

“ஆமா ஸார், எதிர்காலத்தில என்னென்னமோ நடக்க வாய்ப்பிருக்கு. சென்னை அரசியல் நம்ம தென்பகுதி அரசியல் போல அல்ல. தெலுங்குக்காரங்க பல விசயங்கள தீர்மானிக்கிறாங்க. சினிமாவில பலருடைய தெலுங்கு மூலதனம் இருக்கு. அடுத்த சீப் மினிஸ்டரை கடப்பா, ராயலசீமா சினிமா கம்பெனிகள்தான் தீர்மானிக்கும் என்று ஒருநாள் வான்மீகநாதன் சொல்லிக்கிட்டிருந்தாரு. அது மட்டுமில்ல சினிமாக்காரங்க சென்னைல வான்மீகநாதனோட அதிகம்

தொடர்புவைக்க ஆரம்பிச்சிருக்காங்க. இவரும் ஒன்றிரண்டு படங்களை எடுப்பாருபோல இருக்கு. காரில நடிகைகள்கூட எங்க ஆபீசுக்கு வர்றாங்க. ஸார் ஒரு விஷயம் தெரியுமா? நீங்க இந்து கல்லூரியில இருந்தப்ப வாணின்னு ஒருத்தி நாட்டியம் ஆடுவா, காலெஜ் டேக்கு. அவ சென்னைல இப்பொ பெரிய நடிகை ஸார். முதல் படமே வெற்றிப்படம். பெரிய நடிகையா வருவான்னு சென்னைல பேசிக்கிறாங்க. பெரிய கட்-அவுட் பல ஊர்களில வைக்க ஆரம்பிச்சிட்டாங்க. நாலஞ்சு படங்கள் புக் ஆகி இருக்காம். ஒங்க மாணவிதானே."

"ஓ... அந்தப் பெண்ணா?" என்றார் சபாஷ் ராஜ்.

"காலேஜ் டேக்கு ஒரு தடவை நாட்டியம் ஆடினா. உயரமான பொண்ணு. அழகாயிருப்பா" என்று நெல்சன் சொன்னதைக் கேட்டு உள்ளேயிருந்து வந்து யாரைப்பற்றிப் பேசுகிறார்கள் எனக் கேட்டுவிட்டு மீண்டும் உள்ளே போனார் சபாஷ் ராஜின் மனைவி.

"ஆமா ஆமா, தெரியும். நடனம் வரலாம். கணக்கு வராது. பல தடவை எங்கிட்ட இருந்து திட்டு வாங்கீருக்கிறா."

"நான் வாணி நடிச்ச படத்தைப் பல தடவை பார்த்தேன். நிச்சயம் பெரிய ஸ்டாரா வருவா ஸார். என்ன பார்வை, நடை, ஒய்யாரம், பிச்சுப்புட்ரா ஸார்..."

"அவகூட ஒரு காலத்தில சீப் மினிஸ்டரா வந்தாலும் வரலாம். ஏ, இல்லையாய்யா அரசியல் உளவாளி?"

"சார், தமாஷ் பண்ணாதீங்க."

"இல்லப்பா. தமிழர்களின் சினிமா மோகம் அப்படிப்பட்டது."

"ஆனா சாமியின் எதிர்கால அரசியலுக்கு வேண்டிய ஆயத்தங்கள் நல்லா நடந்துகிட்டிருக்கு."

"சாமி இப்பொ என்னப்பா செய்றான்?"

"வக்கீல் படிப்பு முடிச்சிட்டு நம்ம ஊரில பெரிய வக்கீல் சண்முகம் இருக்காரே, அவர்கிட்ட ஜூனியரா இருந்து பயிற்சி எடுத்துக்கிட்டிருக்காரு."

“இந்தத் தகவல் எல்லாம் உனக்கு எப்படி அத்துப்படியா இருக்கு? சண்முகம் கம்யூனிஸ்டு கட்சியில இருந்தாரே அவருதானே.”

“ஆமா, அவருதான்.”

“நெல்சன், எனக்கு ஒரு உதவி செய்வியா?”

“சொல்லுங்க ஸார்.”

“நான் அந்தப் பையன் அருண பார்க்க முடியுமா?”

“ஊருக்கு அடுத்த மாதம் போவேன். அருண்கிட்ட சொல்றன். ஆமா, எதுக்கு ஸார்? ஒங்க பழைய கட்சியை இன்னும் மறக்கல்லயா?”

“மறக்கிறதா?”

சபாஷ் ராஜ் கைலி கட்டியிருந்தார். தனக்குள்ளேயே சிரித்தார். அவர் நடை முன்புபோல பொம்மைநடைதான். முன்பெல்லாம் கையில் ஒரு கைக்குட்டையை வைத்திருப்பார் என்று நினைத்தான் நெல்சன்.

சபாஷ் இப்படிச் சொன்னார்.

“நான் அதே சிந்தனையோடதான் இருக்கிறேன். வான்மீகநாதன் ஊழல்ல தமிழ்நாட்ட கெடுப்பான். தேவைப்பட்டா வடநாட்டான்கிட்ட தமிழர்களை விலைபேசுவான். இந்தி எதிர்ப்பில் செத்த ஆன்மாக்கள் வான்மீகநாதனை ஒன்றும் செய்யமுடியாது. இந்தித் திணிப்பை எதிர்த்த தலைமுறை மறைந்து போகும். ஒனக்குத் தெரியுமா? ஈழத்தில தனிநாடு கொள்கை சரியா வளர்ந்துகிட்டு வருது. இந்தியாவில தமிழர்கள் இந்தித் திணிப்பு என்ற பெயரில் முதல் அடியை எடுத்து வைத்திருக்கிறார்கள். அடுத்த அடியை ஈழத்தில் எடுத்திருக்கிறாங்க. மலேசியாவிலும் ஏதாவது வரலாம். தமிழ்நாடு மெதுமெதுவா அடையாளத்தை இழந்துவிடும். ஊழலும் பொன்வண்ணனுடைய குடும்ப அரசியலும்தான் தமிழுக்கு எதிரிகளாக மாறும். மாநில சுயாட்சின்னு சொல்றானுக. அத சரியாக் கொண்டுபோகத் தெரியாது இவனுகளுக்கு. தனித்தனி மாநிலங்களுக்கு அதிக உரிமை வேண்டும். வெளிநாட்டுக் கொள்கையை வகுப்பதற்குத் தமிழக சட்டசபைக்கு உரிமை வேணும். அந்த உரிமையை

நோக்கி, போராட்டங்கள் நடத்தப்பட வேண்டும். நான் இதை வலியுறுத்தப் போறேன். அருண் நல்ல பையன்... நல்ல அரசியல் உணர்வு கொண்டவன்...”

பேச்சை நிறுத்தினார் சபாஷ் ராஜ்.

“அப்பொ நீங்க இன்னும் அந்தக் கொள்கைதானா ஸார்?”

“அத எப்படி விடமுடியும்? ஐ.ஏ.எஸ். பதவி வந்தா மாறிவிடுவேனா? ஆமா, வான்மீகநாதன்தானே உன்னை ஜெயிலில் போட்டு அடித்தவன்?”

“ஸார், அதெல்லாம் இப்பொ மறந்து போச்சு.”

“அற்புதமான தமிழன் நீ. இப்படித்தான் இருக்கணும்.”

“ஸார், வான்மீகநாதன் உங்க கொள்கையை வளரவிட மாட்டான்.”

“எப்படி?”

“அவன் சினிமாத் துறையில் கண் வைத்துவிட்டான். அவன் உடல் பசிக்கு சினிமாவில தீனி கிடைக்குது. அழகான முகங்கள தேடி பம்பாய், பெங்களூர், கேரளா என்று ஆட்கள் அலைகிறார்கள். அழகான முகம் கிடைத்தவுடன் ஏஜண்டுகள் கோடம்பாக்கத்தில பெரிய ஹோட்டல்களில் பார்ட்டி நடத்துறானுக. வாணியைக்கூட அடிக்கடி அங்கே பார்ப்பேன். என்னைப் பார்த்தாலும் பார்க்காததுபோல அவளும் அவ அம்மாவும் போவாங்க. இப்பொ மேக்கப்பில இன்னும் அழகா இருக்கிறா. ஆள் அடையாளம் தெரியாமல் இருக்க காரில் முக்காடுடன் கறுப்புக் கண்ணாடி போட்டுக்கொண்டு அலைகிறாள். நான் வான்மீகநாதனின் அந்தரங்கச் செயலாளன் என்று தெரியாததால விளையாடுறா. வான்மீகநாதனுடன் அங்கு ஊரில் இருக்கும்போது வாணியின் அம்மாவுக்குத் தொடர்பு. முன்னாள் எம்.எல்.ஏ. காமாட்சியும் வாணியின் தாய் பங்கஜமும் கட்டிப்புரண்டு சண்டை என்று இந்துநேசன் பத்திரிகையில் ஒரு தடவை வந்தது ஸார்.”

சபாஷ் ராஜ் மெதுவாய் சிரித்தபடி நெல்சனிடம் கேட்டார்.

“அந்தப் பத்திரிகை எல்லாம் படிக்கிறாயா?”

“நான் படிக்கிறேனோ படிக்கல்லேயோ. வான்மீகநாதனுக்கு ஒரு இதழ்விடாம வாங்கிக் கொடுக்கணும். கல்லூரி நாட்களின் தொடர்ச்சியாக, அவரைப் பற்றி என்ன எழுதறாங்கன்னு தெரிஞ்சிக்கிறதுக்காக... நான் அதெல்லாம் படிக்கமாட்டேன் சார். நாவல்கள் நிறைய படிச்சுத்தள்ளுறேன்.”

“வான்மீகநாதன் அரசியலிலும் திரைப்படத் தயாரிப்பிலும் தொடர்ந்து கவனம் செலுத்துவார். வாணியின் வளர்ச்சியை யாரும் தடுக்கமுடியாது. இதுதான் உன் ஆரூடம். அந்த டோப்பா ஒருத்தன் இருப்பானே.”

“எம்.எஸ். ராவ்.”

“அவன் அவளோட இருக்கிறானா ?”

“இருக்கிறான் சார். பிம்ப் ஸார். மாமா வேல.”

“சிறுபத்திரிகை நடத்தினானே...”

“அதனாலெ என்ன ஸார்? சிறுபத்திரிகைக்காரன் பிம்ப் ஆகமாட்டானா?”

“தீயில் வெந்து நாசமான ஒரு தலைமுறை போட்ட சாபம் வான்மீகநாதனை ஒன்றும் செய்யவில்லை. பாத்தீயாய்யா நெல்சன்?”

“ஸார், நான் பக்கத்தில இருந்து எல்லாத்தயும் பாக்கிறவன். வான்மீகநாதன் அன்றைக்குக் காங்கிரஸ் கட்சியில இருந்து செய்த காரியங்கள பார்த்தவன் நான். இன்று அமைச்சரா இருந்து அவன் செய்யிற காரியங்கள பார்க்கிறவன். அவன யாரும் ஒண்ணும் செய்யமுடியாது. லட்சியம் கிட்சியம் எதுவும் இல்ல எனக்கு. நான் அன்றைக்கும் உளவாளி. இன்றைக்கும் உளவாளி. புதிய பெயர் அந்தரங்கச் செயலாளன். புத்தியா பிழைக்கத் தெரிஞ்சவன். ஒரு வீடு வாங்கிட்டேன். எனக்குப் பெரிய ஆசை கெடயாது. ஆனா நான் டெல்லிக்கு வந்த காரணம்...”

தலையைச் சொறிந்தான் நெல்சன். அவனுக்கும் வயதாகிக் கொண்டு வருகிறது. ஓரிரு வெள்ளைமுடிகள் காதுக்கருகில் தெரிந்தன.

"நெல்சன். நான் யாருன்னு ஒனக்குத் தெரியும். பொது சொத்த யாருக்கும் கொடுக்க நான் விடமாட்டேன்."

முன்புபோல் வாயில் ஒத்தைப்பல் இல்லாத நெல்சன் அல்ல இது என்று நினைத்தார் சபாஷ்.

நெல்சன், "ஸார், தப்பா நினைக்காதீங்க. ஒங்கள அடுத்த டிபார்ட்மென்டுக்கு மாற்றும் சக்தி வான்மீகநாதனுக்கு இல்ல என்று நினைக்காதீங்க."

"ரொம்ப நல்லது. ஏற்கனவே பத்து தடவை மாற்றலாகி விட்டேன். அவன்கிட்ட சொல். நம்ம ஊரிலிருந்த காலேஜ் வாத்தியாரு சபாஷ் ராஜ்தான் டெல்லியில இருக்காருன்னு சொல்."

"வேண்டாம் ஸார். அத சொல்லமாட்டேன். அடிக்கடி டெல்லி வருவேன். இப்படிப் பேசிக்கொண்டு இருப்பது எனக்குப் போதும்."

மறுநாள் சென்னைக்கு ரயில் ஏறினான் நெல்சன்.

அங்கு ரயில் நிலையத்தில் வந்தபோது தன் பெட்டியிலேயே அமர்ந்திருந்த எம்.எஸ். ராவை எதிர்பாராவிதமாய்ப் பார்த்ததும் ஆச்சரியமாயிற்று நெல்சனுக்கு. ராவின் கையில் ஒரு நாவல் காணப்பட்டது. நாவலாசிரியன் பெயர் அமரன். நம்ம அமரனா என்று கேட்டபடி நூலைப் புரட்டினான். அடுத்ததடவை சபாஷ் ராஜிடம் சொல்லவேண்டும் என்று நினைத்தான்.

"படிச்சுப்பார் நெல்சன். கதைக்களம் நெல்லைதான்" என்றான் ராவ்.

பேசிக்கொண்டு பயணம் செய்வதற்கு ஒரு துணை கிடைத்தது என்று கருதினான் நெல்சன். மாமா வேல செய்றவனா இருந்தா என்ன, தானும் ஒருவகை மாமாதானே என்று நினைத்தான்.

எம்.எஸ். ராவ் இன்றும் வழக்கம்போல் தலையில் டோப்பா அணிந்தபடி காணப்பட்டான். கையில் ஒரு சிறுபத்திரிகை இருந்தது. புரியாத படம் அட்டையில் போடப்பட்டிருந்தது. ராவை நெல்சனுக்கு முன்பே தெரிந்தாலும் வான்மீகநாதனின் அலுவலகத்துக்கு அடிக்கடி ராவ் வருவதால் நெல்சன் ராவிடம் அதிகம் பழகியிருந்தான்.

ராவிடமிருந்து வாணிக்கு இப்போது தமிழ், தெலுங்கு, மலையாளப் படங்களில் வாய்ப்பு வந்துள்ள செய்தி கிடைத்தது. அதுபோல் வான்மீகநாதன் முதலீட்டில் பல சண்டைப் படங்கள் தயாரிக்கப்படுகின்றன என்றும் அதில் ஒரு சில படங்களில் எம்.எஸ். ராவ் சிறுசிறு வேடங்களில் நடிப்பதையும் நெல்சனிடம் சொன்னான். அந்தமாதிரி படங்கள் தயாரிக்கத்தான் அவர் லாயக்கு என்று அவனை அறியாமல் நெல்சன் வாயில் வந்துவிட்டது. திரைத்துறை எப்படிப்பட்ட சொர்க்க உலகம் என்று ராவ் விளக்க விளக்க, நடிப்பு என்றால் என்ன விலை என்று கேட்கும் நெல்சனுக்குக்கூட ஆசை வந்தது. டெல்லிக்கு ராவ் வந்த விஷயத்தைக் கேட்டபோது, ஒரு மத்திய அமைச்சர் தமிழில், "செந்தமிழ்ப் பாண்டியநாடு" என்று ஒரு படம் எடுப்பதற்கு வாணியை மெயின் காரக்டரில் போட விரும்பியதால் அவரைப் பார்க்க ராவும் வாணியும் பங்கஜமும் வந்ததை ராவ் சொன்னான். ராவுக்கு விமானப் பயணம் ஒத்துவராது என்பதால் வாணியும் பங்கஜமும் விமானத்தில் போக, ராவ் ரயிலில் பயணம்செய்யும் விவரத்தைக் கூறினான். சென்னைக்கு மூன்றுநாள் பயணத்துக்குப்பின்பு வந்துசேர்ந்த நெல்சன் மீண்டும் வான்மீகநாதனின் அலுவலகத்தில் சந்திக்கலாம் என்று கூறி விடைபெற்றான்.

வாணியின் வளர்ச்சி பற்றி எம்.எஸ். ராவ் பல்லுக்குள் குச்சியை நுழைத்தபடி பேசியது சென்னைக்கு வந்த பின்பும் நெல்சனுக்கு ஞாபகத்துக்கு வந்தது. ஒரே பெட்டியில் 6 ஆம் எண் படுக்கையும் 62 ஆம் எண் படுக்கையும் நெல்சனுக்கும் ராவுக்கும் முறையே ஒதுக்கப்பட்டிருந்தாலும், நெல்சனுக்குப் பக்கத்தில் ஒரு படுக்கையை அந்தப் படுக்கைக்குரிய பயணியிடம் நயமாகப் பேசிப் பெற்று ராவ் டெல்லியிலிருந்து மூன்று நாளும் நெல்சனோடு சேர்ந்து தமிழில் பேசியபடியே பயணம்செய்தான். தன் ஊரில் தனக்குத் தெரிந்த வாணியா இது என்று நெல்சன் ஆச்சரியப்படும்படி வாணி பற்றி விளக்கமாகப் பேசினான் ராவ். சினிமா உலகம் எவ்வளவு கவர்ச்சியானது என்ற எண்ணம் நெல்சனைத் தொற்றியது. அத்துடன் சாடைமாடையாக ராவ், வாணியின் வீட்டுக்கு வரும் தமிழ் அரசியல் மற்றும் பெரு நிறுவனங்கள் சார்ந்த பெரிய முதலாளிகளின் பெயர்களைச் சொன்னபோது நெல்சன் தனக்குத் தெரிந்த சின்னப் பெண், உடல் அழகு என்ற ஒரே மூலதனத்தை வைத்து விரைவில் இந்தியா முழுவதும் முக்கியமான நடிகையாய்ப் புகழ்பரப்பப்

போவதை எண்ணியெண்ணி வியந்தான். ஓரளவு எம்.எஸ். ராவ் அசூயையுடன் வாணியின் குணத்தைக் குறைசொல்லும் நோக்கத்துடன் சொன்னானோ என்றும் யோசித்தான் நெல்சன். மொத்தத்தில் டெல்லியில் இருந்து சென்னைவரை பயணக் களைப்பு தெரியாமல் வர எம்.எஸ். ராவ் உதவிசெய்தான் என்று எண்ணினான். ராவ் நினைப்பு வரும்போதெல்லாம் வாணி என்னும் வருங்கால அகில இந்தியப்புகழ் பெறப்போகும் நடிகை நினைப்பும் வரத் தவறவில்லை அவனுக்கு.

வாணி நடித்து 100 நாட்கள் ஓடிய 'காலை இளம் சூரியனே' என்ற படத்தை நெல்சன் பார்த்திருக்கிறான். முந்தானையைத் தலைக்குப் பின்னால் இருகைகளாலும் உயர்த்திப் பிடித்தபடி வாணி 'காலை இளம் சூரியனே' என்ற படத்தின் தலைப்புக்குரிய பாடலைப் பாடுவாள். அவள் பாடியபடி மேகம் சூழ்ந்த மலைமுகட்டிலும், அதேபோல் நகரத்தில் உள்ள நீச்சல் குளத்திலும் ஒரே பாடலின் காட்சிகள் அதன் முரண்தன்மைகூட யாரும் கண்டுகொள்ளப் படாத முறையில் காட்சிதருவாள். அப்படிப் படம்பிடிக்கப்பட்டிருக்கும். நீச்சல்குளத்தில் பச்சைநிற மார்புக் கச்சையுடன் வாணி குளித்துவிட்டு, தலையில் நீருக்கான தொப்பியுடனும் மலர்களால் ஆன இடுப்பை மறைக்கும் ஆடையுடனும் வரும் காட்சி தமிழ்நாட்டின் ரசிகர்களை வெகுவாய்க் கவர்ந்தது. அதனாலேயே அப்படம் 100 நாட்கள் ஓடியது என்பார்கள். நீச்சல் குளக்காட்சியைக் கனவில் காண்பதற்காக 100 நாள் படம் ஓட வேண்டுமா என்று 'திரைக்கானம்' என்ற சினிமா இதழில் விமரிசகர் காண்டீபன் கண்டித்து எழுதியதால், அவர் வேலை பார்த்த எல்.ஐ.சி. அலுவலகத்தில் வாணியின் ரசிகர் மன்றத்தைச் சார்ந்தவர்கள் சூழ்ந்து தர்ணா நடத்திய செய்தியை, அப்போது எல்லோரும் வாசிக்கும் 'தமிழ்தாங்கி' என்ற தினசரி தலைப்புச் செய்தியாக்கியது. தமிழ் இளைஞர்கள் அவளுக்குக் கோயில்கட்டும் செய்தியும் அவ்விதழில் வந்தது. வான்மீகநாதன்தான் வாணியை அடுத்து அரசியலில் கொண்டுவருவதற்காக இப்படி எல்லாம் செய்கிறார் என்று வதந்தி பரவியது. எது எப்படியோ நெல்சன் வாயில் அடிக்கடி 'காலை இளம் சூரியனே' என்ற பாடலின் ட்யூன் வந்துபோனது. இனி பல நாட்கள் தன் கனவில் வாணி வந்துபோவதற்கான அச்சாரம்தான் இப்படி அவள் நடித்த சினிமாவின் பாடல் ஒன்று அடிக்கடி அலுவலகத்தில் இருக்கும்போதும், வான்மீகநாதனின்

அலுவலக பி.ஏ.யின் காரில் பைல்களுடன் போகும்போதும் வருகிறது என்று நினைத்தான் நெல்சன். ஒவ்வொரு தமிழனுக்கும் இன்று சினிமாப்பாட்டு ஏற்படுத்தும் கிளுகிளுப்புப் போல் நெல்சனுக்கும் ஏற்பட்ட கிளுகிளுப்பில் மீண்டும் மீண்டும் மெதுவாக வாயிதழ்களைத் திறக்காமல் உள்ளாகவே நெல்சன் அப்பாடலை ஹம்மிங் செய்தான் கொடுமையான அந்தச் சென்னை வெயிலில்.

அப்போது ஓர் உந்துதல் திடீரென மனதில் தோன்றி அமரனுடைய நாவல் படிக்க வேண்டும் என்ற ஆசை வந்தது அவனுக்கு.

[
நீங்கள் இரண்டாவது வாசிப்பைத் தேர்ந்தெடுத்து இயல் 1 ஐ விட்டுவிட்டு இயல் 2 லிருந்து 4, 6, 8, 10 என்று இரட்டைப்படை எண்களாக வாசித்து வருபவராகயிருந்தால் அடுத்து நாவலின் தொடக்க இயல் 1 க்குப்போய் அங்கிருந்து ஒற்றைப்படை எண்களாக வாசித்து முடியுங்கள்.
]

அகம்

இயல் - 19

இருபத்தைந்து ஆண்டுகள் ஓடிவிட்டன.

வின்சென்ட் ராஜாவின் அடர்த்தியான தலைமுடியில் முழுப்பகுதியிலும் மேல் நுனிகள் நரைத்துச் சுருண்டு காணப்படுகின்றன. கட்டியான சட்டமிட்ட கண்ணாடியும் அவனது வயதை மறைக்க முடியவில்லை.

பாரிஸிலிருந்து புறப்படும் விமானத்தில் அமர்ந்திருக்கிறான். இப்போது இந்தியாவின் ஓர் ஆங்கில தினத்தாளின் முக்கியமான துணையாசிரியன். எத்தனையோ தடவை விதவிதமான விமானங்களில் பறந்துவிட்டான். நடுவில் வந்து நின்றுகொண்டு விமானத்தில் கோளாறு ஏற்பட்டால் ஆக்ஸிஜன் மாஸ்கை எப்படி இழுத்து மூக்கில் பொருத்தவேண்டும் என்று ஒரு மஞ்சள் பிளாஸ்டிக் மாதிரியைக் கையில் வைத்து விளக்கும் இளம்பெண்கள் மற்றும் வயதானவர்கள் என்று எத்தனை நாட்டுப் பெண்களையோ பார்த்துவிட்டான். அப்படிப்பட்ட பல ஃப்ளைட்டுகளில் இதுவும் ஒன்று என்று நினைத்துக்கொண்டு கொட்டாவி விட்டபடி நிமிர்ந்தான். சுமார் இரண்டு மணி நேரத்தில் இந்த விமானம் ஆம்ஸ்டர்டாம் சென்றுவிடும். இது ஒரு கே.எல்.எம். ஆகாய விமானம். ரொம்ப பெரியதல்ல. ஹெரால்ட் ட்ரிப்யுன் பத்திரிகை ஒன்றை விமானத்தினுள் நுழையும்போது இடதுபுறம் செருகி வைக்கப்பட்டிருந்த பல மொழி பத்திரிகைகளிலிருந்து கவனமாக எடுத்துக்கொண்டு வந்தது நல்லதாகப் போயிற்று என்று நினைத்தான். சீட்டுகளுக்கிடையில் இந்த விமானத்தில் அதிகம் இடம் விடப்படாததால் கால்களை நீட்டமுடியாது. அப்படி நீட்டத்தக்கவை எக்ஸிக்யுட்டிவ் கிளாஸ் பயணிகளுக்கு மட்டுமே

உரிய பாக்கியம் என்பது அவர்கள் கோட்பாடு. கைகளைத் தூக்கி இரண்டுமுறை சொடக்கு அடித்தான். சிரிப்பு வந்தது.

ஆம்ஸ்டர்டாமில் இவனுக்கு எதிர்பாராமல் ஏற்படப்போகும் ஓர் அனுபவத்தை அவன் கொஞ்சமும் எதிர்பார்க்கவில்லை.

காலியாக இருந்த தனது வலதுபுற இருக்கையைத் தாண்டி ஓர் இளம்பெண் அமர்ந்திருந்ததைப் பார்த்தான். தன்னைப்போல் டெல்லியிலிருந்து புறப்பட்டிருக்கமாட்டாள் என்பதுபோல் தோற்றம் தந்தாள். அதிகமான ஆடைகளைக் கழற்றி அவளுக்கும் தனக்கும் காலியாகக் கிடந்த சீட்டில் போட்டுவிட்டு மிகமிக கொஞ்சமான மேலாடையுடனும் ஓர் இறுகிய கார்டுராய் பாண்டுடனும் சாய்ந்து கிடந்தாள். உடலின் இடுப்புப்பகுதி வெள்ளையாகத் தெரிந்தது. கையில் இருந்த சிறு கண்ணாடி பார்த்துப் படபடக்கும் விழிகளில் கறுப்புப் பூசிக்கொண்டு உதடுகளில் ரோஸ் சிவப்பைக் கட்டியாகப் பூசி இரு உதடுகளையும் ‘பச்’சென சேர்த்து மீண்டும் விடுவித்தாள்.

அப்போது விமானப் பணிப்பெண்கள் இருவர், மதுபானங்களையும் தின்னுவதற்கானவற்றையும் ட்ராலியில் தள்ளிக்கொண்டு வந்தனர். பக்கத்தில் இருந்தவன் ஹாலந்தில் உற்பத்திச் செய்யப்படும் ஹெனக்கன் பீரையும் சிக்கன் சான்ட்விச்சையும் கேட்க இவன் ஆப்பிள் ஜூஸும் சீஸ் சாண்ட்விச்சும் பெற்றுக்கொண்டான்.

பின்பு ஹெரால்ட் ட்ரிப்யுனைப் புரட்டியபடி சீஸ் சாண்ட்விச்சை வலது கையில் பிடித்தபடி, அது சுருட்டப்பட்டிருந்த அலுமினியத் தாளை நீக்கிச் சாப்பிட்டுக்கொண்டு, உடல் வலியைப் போக்க உடம்பை நீட்டி வளைத்தான். மெக்ஸிக்கோ நாட்டிலிருந்து ஒருவனுக்கு அமெரிக்க கோர்ட்டு அங்கு மரண தண்டனை விதித்ததால் அமெரிக்காவுக்கும் மெக்ஸிக்கோவுக்கும் உள்ள உறவில் விரிசல் என்ற செய்தியைப் படித்த வின்சென்ட் ராஜா, இந்தியாவிலும் மரண தண்டனை இருப்பதை நினைத்துப் பார்த்தபோது இதுபற்றி ஒரு ஸ்டோரி எப்போதாவது எழுத வேண்டும் என்று நினைத்துக்கொண்டான். டெல்லியில் ஜே.என்.யு. கொடிகட்டிப் பறந்த காலத்தில் இன்டர்நேஷனல் ரிலேஷன்ஸ் படிப்பில் பிஎச்.டி. முடித்துவிட்டு, பத்திரிகையாளனாய் ஊர் சுற்றுவதைத் தேர்ந்தெடுத்து எத்தனை ஆண்டுகள் ஆகின்றன என்று யோசித்தவனுக்கு

இப்படி அலையும் வாழ்க்கையும் அதன் அவசரங்களும் ஊர் பெயர் தெரியாத தன்மையும் ஒரு மாய அழகைத் தொடர்ந்து கொடுத்துவந்திருக்கிறதென்று நினைத்த அதேநேரம், விமானம் பருவநிலை சரியில்லாததால் அசைந்தபடி செல்கிறது என்றுகூறிய குரல் இரண்டு மூன்று மொழிகளில் செய்தியைச் சொல்லிக்கொண்டிருந்தது. ஓர் அலுப்பு உணர்வு மீண்டும் ஏற்பட கண்களை இலேசாக மூடுகிறான். தலை தன் சீட்டில் ஒட்டப்பட்டிருந்த வெள்ளைத்தாளில் முழுசாகச் சாய்ந்து கிடக்கிறது.

சற்று நேரமானதும் அந்தச் சின்ன கே.எல்.எம். ஆகாய விமானம் ஆம்ஸ்டர்டாமில் இறங்க ஆரம்பிக்கிறது. தரை தென்படுகிறது. ஜன்னலின் ஓரமாயிருந்ததால் பிளாஸ்டிக் ஷட்டரை இறக்கி வெளியே பார்க்கிறான். விமானத்தின் இறக்கைகள் மேலும் கீழுமாய்ப் போய்க் கொண்டிருக்கின்றன. விமான ஓட்டி விமானத்தை இறங்குவதற்கு ஏற்ப பாலன்ஸ் செய்வதால் சிலவேளை தரை மறைகிறது. இலேசான மேகம் மெல்லிய மாயத்திரைபோல் வந்துவந்து அகலுகிறது.

எக்கானமி கிளாஸில் பயணம் செய்பவர்களுக்கு ஒரு தலைவலி. உடனடி வெளியே போய்விட முடியாது. எல்லோரையும் போல் விமானத்தின் சீட்டுகளுக்கான நடு இடைவெளியில் நெருக்கிக்கொண்டு காத்துநின்றான். தோளில் கறுப்பு லெதர்பாக்கை எடுத்துத் தொங்கப்போட்டு ஆம்ஸ்டர்டாம் விமான நிலையத்தின் உள் கேட் எண்களையும் ரெஸ்டாரண்டுகளையும் பார்த்துக்கொண்டு நடக்கும்போது உடல் அசதி போய்விட்டிருக்கிறது. கைகளில் தொங்கிக்கொண்டிருந்த கோட்டை ஓரிடத்தில் நின்று சாவகாசமாக அணிந்துகொண்டான். கோட்டு ஓரளவு கசங்கிவிட்டிருக்கிறதோ என்று பட்டது. பின்பக்கம் ஓரத்தில் தெரிந்த பேசினில் முகத்தைக் கழுவுகிறான்.

விமானத் தளத்தில் எங்காவது அமர்ந்துகொள்ள வேண்டும் என்று நினைத்து இடம் தேடி அங்குமிங்கும் நடக்கிறான். பின்பு அமர்ந்திருந்த இடத்திலிருந்து பார்த்தபோது பெல்ட்டில் நடக்கிறவர்கள் துல்லியமாகத் தெரிகிறார்கள். இந்த மாதிரியாக நடக்கிறவர்கள் எளிதாக நடக்கட்டும் என்று நடைபாதையாக அமைத்துள்ள பெல்ட் சில ஏர்போர்ட்டுகளில் பார்த்திருக்கிறான். நியுயார்க்கிலும் பார்த்ததாக நினைவு. நின்றுகொண்டாலே மெதுவாகத் தரையோடு சேர்ந்து அசையும் பெல்ட் நம்மை

இழுத்துக்கொண்டு போகும். தேவை எனில் அதிகம் அவசரமாகப் போகிறவர்களாக இருந்தால் நாமும் நடக்கவும் செய்யலாம். அப்போது நாம் நடக்கும் வேகத்தைவிட இரண்டு மடங்கு வேகம் கிடைக்கும். இரு பெல்ட்கள் உள்ளன. இதேபோல் நடைபெல்ட் ஒன்று எதிர் திசையிலிருந்தும் வருகிறது. அமர்ந்திருக்கும் இடத்திலிருந்து ஒவ்வொருவராகப் பார்க்கிறான். சிகரெட் ஒன்றை மால்பரோ பாக்கெட்டிலிருந்து உருவி பக்கத்தில் தரையில் வைக்கப்பட்ட கறுப்பு நிறமான தூண் போன்ற ஆஷ்டிரேயில் புகைதட்டி மெதுவாக, இழுத்துப் புகைவிடும்போது இலேசாக படரும் குளிருக்கு அது இதமாக இருக்கிறது. அந்தக் கறுப்புக் கோட் அணிந்த உயரமான வெள்ளையன் இவன் கவனத்தைக் கவருகிறான். அவனது லெதர்பேக் மிகவும் புதியது. இந்தப் பைகள்மீது தனக்குப் படிக்கிற காலத்திலிருந்தே ஓர் அதீத கவனம் என்று நினைத்துக்கொண்டான். எதிர்புறம் பார்த்தபோது, கேட் 'டி4' என்று எழுதியிருப்பதைக் காண்கிறான். தனது கேட் எண் அது. கொஞ்ச நேரம் அமர்ந்திருக்க விரும்புகிறான். மீண்டும் பெல்ட்டில் நடப்பவர்களைக் கவனித்தபடி நேரம் போக்க ஆரம்பிக்கிறான்.

யாரோ இந்தியப் பெண்மணி ஸ்டைலாக ஸில்க் சேலை கட்டியபடி ஒரு லெதர்பேகைக் கையில் தூக்கியபடி நடைபாதை பெல்ட்டில் நடந்துவருகிறார். இந்தியப் பெண்மணியாக இருக்கலாம் அல்லது பாகிஸ்தானியாகவோ, பங்களாதேஷாகவோகூட இருக்கலாம் என்று நினைத்தவன் ஏதேதோ கவனித்தபடி உலகின் பலவித முகங்கள், மொழிகள், நடைகள் என்று ஒவ்வொருவருடைய அசைவிலும் ஒரு புதுத்தகவல் இருப்பதை அறிவதில் ஈடுபட்டிருக்கின்றான். தூரத்தில் தெரிந்த இந்தியச் சாயல் கொண்ட பெண்மணி பெல்ட் நடை முடிந்தபின் ஏர்போர்ட் ஃப்ளோரில் தூரத்தில் தெரியும் போர்டுகளைப் பார்த்தபடி வருகிறார். ஏதோ ஒன்று அவர்பால் வின்சென்ட்டை ஈர்க்க அவன் இருந்த இடத்திலிருந்து எழுந்து சிகரெட்டை வீசிவிட்டு அருகில் போய்ப் பார்க்க விரும்பிச் செல்கிறான்.

"ஓ... காட்" என்கிறான். இது யார், தெரிந்த முகம்போல் இருக்கிறது. ஆனால் கறுப்புக் கண்ணாடி அணிந்து, கோட் அணிந்து, உடலை மூடி நடக்கும் பெண்மணியை எப்படிப் போய்க் கேட்பது? ஒன்றுசெய்வோம். அவர் நேராகப் பார்க்கும்

முறையில் அருகில் போய் எதிரில் கவனிக்காததுபோல் நிற்போம் என்று போய் நிற்கிறான் வின்செண்ட்.

அப்பெண்மணி நேராக வருகிறாள். இவனருகில் வந்ததும் கண்ணாடியைக் கழற்றாமலே திரும்பிப் பார்க்கிறாள். நிதானிக்கிறாள். மீண்டும் பார்க்கிறாள்.

“நீங்க... நீங்க...” என்று காந்திமதியும் வின்செண்ட்டும் பரஸ்பரம் கைநீட்டி ஒருவரை ஒருவர் கணத்துக்குள் கண்டுகொண்டனர். ஆகஸ்ட் மாத யூரோப்பின் கோடைக்காலத்துச் சூழலில் மீண்டும் ஆம்ஸ்டர்டாம் விமான நிலையத்தில் இருவரும் சந்தித்தனர்.

அழகான ஹோட்டல் அறை. அறை விசாலமாக இருக்கிறது. காந்திமதியின் பெரிய கறுப்பான ‘பாக்’ மூலையில் இருக்கிறது. அவளது சிறிய ஹாண்ட் பாகின் மின்னும் வெள்ளி நிறத்தாலான டால் அடிக்கும் வளையங்கள் அவள் மிக உயரிய அந்தஸ்தில் இருப்பதைக் காட்டுகிறது. அவன் அவளைப் பற்றி ஓரிரு வார்த்தைகளில் விசாரிக்கிறான். அவள் அவனைப் பற்றி விசாரிக்கிறாள்.

அவளுக்கு அவனை இத்தனை ஆண்டுகள் கழித்துச் சந்தித்த ஆச்சரியத்திலிருந்தும் அதிர்ச்சியிலிருந்தும் விடுபட முடியவில்லை.

“உங்களை எப்போதாவது எங்காவது சந்தித்தே தீர வேண்டும் என்று நான் எத்தனை நாள் ஏங்கியிருக்கிறேன் தெரியுமா வின்செண்ட்?” என்று ஆங்கிலத்தில் தான் அமர்ந்திருந்த கைவேலைப்பாடு கொண்ட குஷன் செறிவால் கொழுத்துப் பெருத்து இருக்கும் ஸோபாவில் ஸ்டோன்வாஷ் பேண்டைப் போட்டு ஒரு கால்மீது இன்னொரு காலைத் தூக்கி வைத்துக் கொண்டு நீண்ட நகங்களில் கவனமாய்ப் போட்ட நெயில் பாலீஷை அலட்சியமாய்ப் பார்த்தபடி பேசிக்கொண்டிருக்கிறாள் காந்திமதி.

எப்படி மாறியிருக்கிறாள் என்று ஆச்சரியத்தோடு பார்க்கிறான் அவன்.

தமிழகத்தின் அந்தத் தென்மாவட்டத்துக் கிராமம் ஒன்றிலிருந்து தலைநிறைய எண்ணெய் வழிய வழிய தேய்த்துக்கொண்டு அன்று நெற்றியில் திருநீறுடன் வந்த சின்னப் பெண்ணா இவள் என்று

அதிசயத்தோடு பார்க்கிறான். அவள் மறைக்கமுயன்றாலும் ஓரளவாவது அவளது வயதைக் காட்டும் முறையில் லேசாய் நரை படர்ந்த கேசம் தெரிகிறது.

"இரண்டு பேரும் எப்படி எப்படியோ இத்தனை காலத்தை ஓட்டிவிட்டு, கொஞ்சமும் எதிர்பார்க்காதபடி இப்படி ஒரு சந்திப்பு நிகழ்ந்திருக்கிறதே" என்று சொன்னவன்,

"ஒரு சிகரெட், உங்கள் அனுமதியோடு" என்று அவளிடம் அனுமதி கோருபவன்போல் பார்க்கிறான். அவள் எழுந்து வந்து அவனது சிகரெட் பாக்கெட்டை அவன் அமர்ந்திருந்த இடத்திற்கு எதிரில் இருந்த அழகிய கண்ணாடி டீபாயிலிருந்து தானே எடுத்துத் தனது கையால் அதிலிருந்து ஒரு சிகரெட்டை உருவி எடுத்து, அவனை ஆசை தீரப் பார்த்தபடி அவனது இதழ்களில் வைக்கிறாள்.

"லைட்டர்..." என்றான் சிகரெட் ஒட்டிய உதடுகளால்.

"எங்கே?" என்கிறாள். நானே எடுக்கிறேன் என்பதுபோல எழப்போகிறான். "நோ" என்று கைகளால் அவனது தோளை அழுத்தி அமர வைத்து அவன் கைநீட்டிய இடத்தில் ஹாங்கரில் தொங்கிய அவனது கசங்கிய பாண்டை ஆனந்தத்தோடு எடுக்கிறாள். பின்பு அந்தப் பாண்டின் பாக்கெட்டில் கையை நுழைத்து எவர்ஸில்வரில் செய்யப்பட்ட லைட்டரை எடுத்துப் பார்க்கிறாள். முகம் சீரியஸாக, உணர்வுகள் பெருக்கெடுக்கின்றன. புருவம் அசைகிறது. உணர்வுகளைக் கட்டுப்படுத்தி லைட்டரை அவனிடம் கொடுத்து அவன் கால்முட்டில் கைவைத்து, தானும் அழகிய கரும்பச்சைக் கம்பளம் விரித்த தரையில் குத்திட்டு அவன் வாயில் இருந்து வரும் புகையைப் பார்த்தபடி வாயிதழ்களை அடிக்கடி குவித்துக் கடித்து எங்கே அழுதுவிடுவோமோ என்று பயந்தபடி அமர்கிறாள். கட்டிலில் கால்களைக் கீழே போட்டு அமர்ந்திருக்கும் அவனின் முன்பு காலமெல்லாம் அப்படியே அமர்ந்திருக்க முடியும் என்பதுபோல ஆழமாய் ஒரு மௌனத்தில் அமர்ந்திருக்கிறாள்.

மௌனம், இருவருக்கும் மத்தியில் ஆழமாய்.

வெளியில் போகும், வரும் விமானங்கள் கர்ட்டனைத் தள்ளிவிட்டிருப்பதால் தொடர்ந்து தெரிந்து கொண்டிருக்கின்றன.

ஆகாயம் நீலமாய் வெளிச்சம்கொண்டு காணப்படுகிறது. நீலம், நீலம்.

அவன் கேட்கிறான்.

“ஏன் அப்புறம் கல்லூரியைத் தொடரவில்லை?”

உடனடி பதில் அவள் வாயிலிருந்து வருகிறது.

“கல்லூரியைத் தொடராவிட்டால் இப்படி ஆம்ஸ்டர்டாமில் தனியாய் நடந்து கொண்டிருப்பேனா? லண்டனில் வாழ்வேனா? எல்லாம் அப்புறம் பேசுவோம்.”

பேச்செல்லாம் அப்புறம் வைத்துக்கொள்வோமே என்பதுபோல் மீண்டும் அவனையே பார்த்தபடி அவன்முன் முட்டங்கால் போட்டு அமர்ந்துகொண்டிருப்பதையே விரும்புபவள்போல் தென்பட்டாள். அவனும் அவளை உடனடியாகப் பேசவைக்க விரும்பாதவன்போல அமைதியானான்.

“நீங்க எப்படிப் பேசறீங்கன்னு பாக்கணும். பேசுங்க வின்சென்ட்” என்கிறாள்.

சிகரெட் கையால், “எதைப் பேச?” என்று கேட்டுப் பேசத் தொடங்குகிறான். அவன் பழையதுகளில் சஞ்சரிக்க விரும்பாதவன்போல் சொல்ல ஆரம்பித்தான். வேறு ஏதாவது ஒன்றைத் தொட்டுப் பேசலாம் என்பதுபோல் இருந்தது அவன் பேச்சு.

“சந்தோஷம்னு ஒரு பையன் என் ரூம் மேட் அப்பொ... ஞாபகம் இருக்கா...?” என்று பாதியில் நிறுத்தினான்.

“சொல்லி இருப்பீங்க...”

அவன் கண்களையே பார்த்துக்கொண்டு இருந்தாள். கையில் இருந்த கறுப்பு பாக்கிலிருந்து பேப்பர் நாப்கின் ஒன்றை உருவி மூக்கை லேசாகச் சீந்துகிறாள். தொடர்ந்தான் அவன்.

“அவன் ஒரு அன்டச்சபிள் இளைஞன். ரொம்ப ஜோக்கெல்லாம் சொல்வான். கிராமத்தில உயர்ஜாதிக்காரங்களோடு, அவன் பண்ற தமாஷை...! கடைசியில அவங்க அவன் தமாஷ் தாங்காம எரிச்சுக் கொன்னுட்டாங்க. அதுதான் நான் உலகத்த வேறுவிதமா பாக்கிறதுக்கு இரண்டு தூண்டுதல்கள்ள ஒன்னு?”

“ரியலி... எரிச்சாங்களா?” அவள் பேச்சில் அவனளவு அவ் விஷயத்தில் அவளுக்கு அக்கறை இல்லை என்ற தொனி வெளிப்படுகிறது.

“ஆமா, அப்பொதெல்லாம் தாழ்த்தப்பட்டவங்கள என்னவும் செய்யலாம்னு இருந்த சூழ்நிலை” என்கிறான்.

“இன்னொன்னு...?”

அவசரமாய்க் கேட்டாள்.

“இன்னொன்னு... ஏன் மறைக்கிறேன்... நீங்க சொல்லிக்காம கொள்ளாம கல்லூரியை அங்கெ தொடராதது. அரசியலில் இந்தி எதிர்ப்புச் சூழ்நிலையில் ஏற்பட்ட ஒரு பொதுவான அமைதியற்ற மனநிலை... இப்படியெல்லாம் சேர்ந்த ஒரு பொதுவான பின்னணி... எனக்கு ஆச்சரியமா இருக்கு. நான் இந்தி எதிர்ப்புச் சூழ்நிலையில் நடந்துகிட்ட முறைகூட... என் சுயமான உணர்வுகள் மட்டும் சார்ந்து வாழ்ந்திருக்கிறேன். ஹௌ ஸ்டுப்பிட் ஐ வாஸ்... பின்னாடி டெல்லி போனபிறகு ரொம்ப பொலிட்டஸைஸ் ஆனேன். கல்லூரியில் படிக்கும்போதும் பத்திரிகைகள்ள, தமிழில், நான் எழுதறது ஒங்களுக்கு அப்பவே தெரியும். பிறகு பிஎச்.டி. முடித்த பிறகு ஒரு வடநாட்டு நண்பன் உதவியோடு பத்திரிகைகளில் ஆங்கிலத்தில் கொஞ்சநாள் எழுதிக் கொண்டிருந்தேன். அப்பொதான் ஈழப்பிரச்சனை பத்தி ஒரு கட்டுரைக்காக ஜாஃப்னா போகவேண்டிய வாய்ப்பு வந்தது. அப்பொ, பெரும்பாலும் நான் தமிழ்நாட்டை விட்டு வெளியில் வந்திருந்த மனநிலை...”

“ஏன் ஒங்க வீடு...?”

இடைமறித்தாள்.

“நிறைய இருக்கு. ஒவ்வொன்னா சொல்றேன். என் கதையும் இருக்கு...”

“ஆமா, உங்க குடும்பம் பத்தி ஒரு தடவை கூட என்கிட்டகூட சொன்னதில்லே.”

“ஆமா, அதெல்லாம் பேசத்தான் இங்க ஆம்ஸ்டர்டாமில் இத்தன ஆண்டுகளுக்குப் பிறகு சந்திக்கிறோமே...”

அவன் முகத்தில் சோகம் படர்ந்ததைக் கவனித்தாள். அவனும் தன்னைப்போல உணர்வுகளில் தடுமாறுகிறான் என்று உணர்ந்தாள்.

அவனே எல்லாவற்றையும் சொல்லட்டும் என்று காத்திருந்தாள்.

திடீரென்று, "நீங்க எதையும் சொல்லப் போறதில்லயா காந்திமதி?" என்று அவள் பெயரை உச்சரிப்பதை அனுபவித்து மெதுவாய்க் கேட்டாள். குரல் ரகசியம்போல் ஒலித்தது.

"அதுக்காகத்தான அப்பொ நமக்கு நேரம் இருக்கல்லன்னு இப்பொ ஆம்ஸ்டர்டாமில் சந்திக்கிறோம்."

அவன் பாணியிலே அவளும் பதிலளித்தபோது அவள் முகம் இருண்டது. தலை கவிழ்ந்தாள். அதன்பிறகு அமைதியாக இருந்தாள். நிமிடங்கள் கழிந்தன. அவள் அமைதியாக இருப்பதைப் பார்த்து வின்செண்ட் பேசலானான்.

"ஒவ்வொன்றாகச் சொல்கிறேன்..." என்றான். அவள் ஆர்வமாய் தலையாட்டினாள். அதனால் உற்சாகம் பெற்றுத் தொடர்ந்து பேசலானான்.

"சந்தோஷம் செத்துப்போன பிறகுதான் அந்த மக்களோட பிரச்சினை பற்றி எனக்குப் புரிந்தது. நான் விசாரிச்சு, இன்னும் ஒன்றிரண்டு நண்பர்களோட சந்தோஷத்தோட ஊருக்குப் போனேன். ரொம்ப பேர் பயத்தால வந்து பேசல்ல. போலீஸ் நின்றிருந்தது. போங்க போங்கன்னு விரட்டினாங்க. அப்பொவே எனக்குப் பத்திரிகைக்காரன் ஆகணும்னு ஆசை இருந்திருக்கணும். பத்திரிகைக்காரங்க என்றால் அடையாள அட்டை இருக்கும் என்றெல்லாம் போலீஸ்காரனுக்கும் தெரியவில்லை. எனக்கும் தெரியவில்லை. சந்தோஷத்த எரிச்ச இடத்த பாக்கணும்னு எனக்கு ஒரு வெறி. கடைசியா ஒரு கிழவி வந்து காட்டினா. அவன் பிறந்த இடமான அவன் குடிசையையும் எரிச்சிருந்தாங்க. ஆக பிறப்பும் இறப்பும் அவனுக்கு நெருப்பில. நெருப்புப் பத்திய வேதகால ரிச்சுவல் இம்பார்டன்ஸ் பத்தி நான் பின்னாடிதான் டெல்லியில் ஜே.என்.யூ.வில் வைத்துத் தெரிஞ்சுக்கிட்டேன். ஆனா முன்னாலெயே தென்னிந்திய கிராமம் ஒன்றில அதைச் செயல்படுத்தி இருந்தாங்க. இந்தப் பிரச்சனையின் தொடர்ச்சி இந்தியாவில் எப்படியிருக்கிறதென்று நிறைய எழுதினேன்...

நான் என் புரொபஷனா பத்திரிகைத் துறையைத் தேர்ந்தெடுக்க ஒருவேளை இது முக்கியமான சம்பவமா இருந்திருக்கும்.''

பின்பு அவளை ஏறெடுத்துப் பார்த்துவிட்டுப் பேச்சை நிறுத்தினான்.

''நான் ரொம்ப அந்நியமானவனா தெரியறேனா, அப்போது உங்களுக்குத் தெரிந்த வின்சென்ட் இப்படிப் பேசினவன் இல்ல, இல்லியா காந்தி?''

இளமையில் அவளை அழைக்கும் முறையில் அழைத்துவிட்டு அவள் கண்களை உற்றுப் பார்த்தான்.

''இல்லை. ஆனா உங்கள் அளவு இதில் நான் உணர்ச்சி வசப்படுவதில்லை. ஒருவேளை இப்போதைய என் தொழில் தெரியுமா என் ஸ்பெசியலைசேஷன் மீன்கள் வளரும் சுற்றுப்புறம் பற்றிய ஆராய்ச்சி... அதால மனிதக் கூட்டத்தினரின் செயல்பாடுகளை மிருகங்கள், பறவைகள், மீன்களோடத போல ஒப்பீடு செய்வதை நான் தவிர்க்கமுடியவில்லை. உணர்ச்சி வற்றிப் போச்சு...''

அமைதியானாள்.

அவள் பேசுவதைப் புன்முறுவலோடு கேட்டவன் சட்டென்று, ''உங்க அப்பா அம்மா?'' என்று நிறுத்தினான்.

''இரண்டு பேரும் இப்பொ இல்லை. ஒருவேளை இருந்திருந்தா இப்படி ஒங்களோட ஆம்ஸ்டர்டாம் ஹோட்டல்ல தங்கவும் பெர்மிஷன் கேட்டு ஃபோன் செய்யப் போயிருப்பேன்.''

ஒரு பெரிய ஜோக்கை சொல்லிவிட்டதுபோல ஓவென்று பெரிதாய்ச் சிரித்தாள். பாக்கெட்டிலிருந்து ஒரு பேப்பர் நாப்கின்னை எடுத்தபடி இவனைப் பார்த்தபோது அவளின் கண்கள் நிறைய கண்ணீர் கட்டி நின்றது. கண்கள் சிவந்திருந்தன.

அவன் எழுந்து அவளது பாப் கட் செய்யப்பட்ட கேசத்தைத் தொட்டு 'உணர்வுகளைக் கட்டுப்படுத்துங்கள்' என்ற அர்த்தத்தில் இரு ஆங்கிலச் சொற்களைச் சொன்னான்.

அவனது தோளில் கைவைத்து அவனை அமரவைத்துவிட்டுத் திடீரென்று ஞாபகம் வந்தவள்போல், ''ஸாரி, உங்களுக்காவது

கல்யாணம் ஆச்சா? இன்னொருத்தியோட ஹஸ்பன்டா இருந்தா தமிழ்க் கலாச்சார முறைப்படி நான் உங்க அறையில இருக்கிறது தப்பு...” என்றாள். அவள் முகத்தில் ஆழ்ந்த அக்கறையோடு பேசுவது தெரிந்தது.

“அந்த அளவுகோல் எனக்கும்தான... காந்தி... கவலப்படாதீங்க. எனக்கும் கல்யாணம் ஆகல... ஒங்கள ஒண்ணு கேட்கலாமா?”

“தாராளமா... ஒலகத்துல உங்களுக்கு இல்லாத உரிமை வேறு யாருக்கும் இல்ல...”

“அப்படீன்னா?”

“அப்படீன்னா... எனக்கும் கல்யாணம் ஆகல.”

“அப்படீன்னா இரண்டு பேரும் ஒருத்தர ஒருத்தர் தேடாம இருந்தது?”

“அந்த அளவு நாம இரண்டு பேரும் நம்மள வெறுத்திருக்கணும்” என்றாள் அவள். கசப்பு உணர்வு மீதூர்ந்து வர பற்களைக் கடித்துக்கொண்டு தரையையே பார்த்தபடி இருந்தாள்.

அவள் பேசியது அவனுக்குப் புரியவில்லை. உதட்டைப் பிதுக்கி அதனை வெளிப்படுத்தியபோது அவள் சொன்னாள்.

“ஏன் புரியவில்லையா...? நீங்க என்னை நேசிச்சதுபோல நினைச்சிருந்தீங்க. நான் உங்கள நேசித்ததுபோல நினைச்சிருந்திருக்கணும். அவ்வளவுதான். ஆனா உள்ளுக்குள்ளே நாம இரண்டு பேரும் பகையாளிங்க. ஒருத்தர ஒருத்தர் பழிதீர்க்க துடிச்சிக்கிட்டு இருந்திருக்கோம் இல்லையா...?” என்று அருகில் ஒரு செயரில் அமர்ந்த வின்சென்டைத் தோளில் ஒரு கைவைத்து இன்னொரு கையால் அவன் தாடையைத் தூக்கிப் பேச்சைத் தொடர்ந்தபோது மனஉறுதி இல்லாமலாயிற்று. எவ்வளவு முயன்றும் தன்னைக் கட்டுப்படுத்த முடியவில்லை அவளுக்கு.

“டெல் மி... மிஸ்டர் வின்சென்ட்... இப்படி ஒரு பெண் இருந்தாளே... செத்தாளா இருக்காளான்னு... வந்து பாத்திருக்கக்கூடாதா. டெல் மி... டெல் மி...” என்று கேட்டபோது கட்டுப்படுத்த முடியாதபடி எங்கிருந்தோ வந்து குவிந்த உணர்வுகளோடு அழுகை பீறிட நிலைகுலைந்தாள் காந்திமதி.

“ஐ ஆம் பேஸிக்கலி எ டமில் கர்ல்...” என்று உயர்ந்து அடங்கும் தோள்களோடு முகத்தை இரண்டு கைகளாலும் மூடிக்கொண்டிருந்தாள். வின்சென்டுக்கு நடுத்தர வயதான ஒருத்தி தன்முன் அழுதது பெரும் திகைப்பாக இருந்தது. அவளை அமைதிப்படுத்த,

“வாட்... வாட்...” என்றபடி,

அவள் முகத்தைப் பிடித்துத் தூக்கினான். பின்பு, “ஓ காட்” என்று தன் தலையில் கை வைத்தான்.

அவள் அறையின் திரைவழி தெரிந்த வெளியைப் பார்த்தபடி இருந்தாள். வெறித்த பார்வை அசையவில்லை.

“இதேபோல...” என்று எதையோ சொல்லத் தொடங்கியவன் பேசமுடியாமல், “நோ” என்று கூறி மௌனமானான்.

“ஓ... நான் என்ன செய்கிறேன்” என்ற அவள் சட்டென்று எழுந்து பாத்ரூமிற்குள் போய் கதவை அடைத்தாள். நீர்க் குழாய்களைத் திறந்துவிடும் ஓசை கேட்டுக்கொண்டிருந்தது. அமைதியாக, “லெட் ஹெர் காம் டௌன்...” என்று முணுமுணுத்துக்கொண்டு மற்றொரு சிகரெட்டை எடுத்துப் பற்றவைத்தான். மிக விரைவில் அப்போது முகத்தை வெள்ளை டௌவலால் துடைத்தபடி பட்டென்று பாத்ரூம் கதவைத் திறந்து வெளியே வந்தாள். அவள் அணிந்திருந்த பூ போட்ட சட்டையிலும் பாண்டிலும் நீர்த் திவலைகள் விழுந்திருந்தன. அவளது மெல்லிய சட்டைக்குள் பிரா தெரிந்தது. கண்ணாடிக்கு அப்பால் ஓர் ஆகாய விமானம் ‘சூம்’ என்று மேலெழுந்து மிதந்ததை அவன் பார்த்தபடி அவள் முகத்தைப் பார்க்காமல் அமர்ந்திருந்தான்.

“ஐ அப்பாலஜைஸ் மை டியர் வின்சென்ட்... ஐ ஸ்பீக் நான்சென்ஸ்... தப்பு... நான் இப்படிப் பேசக்கூடாது. நம்ம வயது என்ன? ஐ ஆம் ஸாரி...” என்றவள் சட்டென்று மீண்டும் சிரித்தபடி,

“ஹௌ அபவ்ட் ஸம் டீ ஆர் காபி?” என்றாள். ஆமோதிப்பாய்த் தலையை ஆட்டினான்.

“சீர் அப்...” என்று தனது வலது கை பெருவிரலால் மிரட்டுவதுபோல் கட்டளை இட்டாள். திடீரென சிரித்தாள்.

“வின்சென்ட்! நான் எப்படி இருக்கேன்? சொல்லுங்க ஒங்க வாயால. நான் கெழவியான்னு கேட்க ஆசை?” என்றாள் மீண்டும் பழையது போல் சகஜமாகி.

பின்பக்கம் பேப்பர் ஒட்டிய சுவரில் மெதுவாய்ச் சாய்ந்து நின்றபடி சிகரெட்டை இழுத்தவன்,

“அப்போ நாம இளைஞர்களாக இருக்கும்போது உங்க பாட்டியை நான் பார்த்ததில்லை” என்று கூறிப் புன்னகைத்தான்.

“ஓ... நாட்டி...” என்று பொய்க் கோபம் காட்டும் சிறு பெண்போல் குதூகலப்பட்டு மீண்டும் தன் கைவிரல்களின் பின்பக்கத்தைப் பார்த்துக்கொண்டு அமர்ந்தாள்.

“உடம்பு லேசாகப் பருமனானாலும் தேவைக்கதிகமாய்ப் பருமன் இல்லை. அப்படியே இருக்கிறீங்க... காந்தி” என்று நிதானமாய்க் கூறி, “நான்...?” என்று நிறுத்தினான்.

“இன்னும் அழகா... ஆம்பிளையா... இன்டலக்சுவல்போல இருக்கீங்க...” கண்ணாடி மீது விழுந்த அவனது கேசத்தை விரலில் தூக்கிவிட்டபடி கூறினாள்.

இருவரும் கொஞ்ச நேரம் விழுந்துவிழுந்து சிரித்தனர். பின் அவன் பேசிக் கொண்டிருந்தான்.

“ஒரு முக்கியமான ஸ்டோரிக்காக ஜாஃப்னா போன விஷயம் ரொம்பவும் கொடூரமானது. கொலம்போவோடு என் பத்திரிகை அலுவலகம் தொடர்புகொண்டு எனக்கு வேண்டிய ஏற்பாடுகளைச் செய்தது. ஆனாலும் கொலம்போ போன பிற்பாடு எனக்குப் பல பிரச்சனைகள். யாழ்ப்பாணத்தில் இருக்கும் தமிழ் கொரில்லாக்கள் ஆளும் பகுதிக்குப் போக வேண்டும். சிங்கள சேனையிடம் அனுமதி வாங்க வேண்டும். நான் தமிழனாக இருந்தது ஒரு பிரச்சினை. தாய்மொழி என்பது பற்றி அப்பொதான் நிறைய யோசித்தேன். தாயோடு தொடர்புடைய எல்லாம் எனக்கு எப்போதும் ஒரு வெறியை ஏற்படுத்திவிடும். சந்தோஷம் பிரச்சினையிலும் அவன் பிறப்புத்தான் என்னைத் தீண்டத்தகாதோர் பற்றிய பொதுப் பிரச்சினைக்கு எடுத்துச் சென்றது. ஏன் பிறப்பை ஓர் அளவுகோலா எடுக்கிறாங்கங்கறது எனக்கு மிகவும் ஈடுபாட்டைத் தருகிற விஷயம். சந்தோஷத்தைக் காதலிச்ச பெண், அவன்

செத்த பிறகு தன் குடும்பத்தோடு முதல்ல கொஞ்ச நாள் சண்டை போட்டிருப்பா... பிறகு சகஜமாயிருக்கலாம்...” என்றபோது அவனைக் கைகாட்டி நிறுத்தினாள் காந்திமதி.

“பெண்களப் பத்தி நீங்க எல்லோரும் இப்படித்தான் நினைக்கிறீங்க. ஒருவேளை அந்தப் பெண்ணும் சந்தோஷம் நினைப்பிலேயே இன்றைக்கும் வாழ்ந்துகொண்டிருக்கலாமே. ஏதாவது முயற்சி எடுத்தீங்களா அந்தப் பெண் என்ன ஆனான்னு கண்டுபிடிக்க? இல்ல...?” அவள் குரலில் கோபத் தொனி தென்பட்டது.

“ஸாரி... நீங்க சொல்றது சரிதான். நான் ஒரு ஆணாயிருக்கிறதாலேயும், சாதி பற்றிய ஸ்டீரியோடைப் எண்ணம் நமக்கெல்லாம் வந்துவிடறதாலயும் அவ மேல்சாதியாகையால சரியா போயிருப்பான்னு ஒரு யூகத்தை ஏற்படுத்திக்கிட்டு அதையே உண்மையா நினைக்க ஆரம்பித்துவிட்டேன்...”

நிறுத்தினான்.

“உங்க யாழ்ப்பாண அனுபவம்...”

அவள் ஞாபகப்படுத்த, தான் சொல்லிக்கொண்டு வந்ததைத் தொடர்ந்தான் வின்சென்ட்.

“நேரடியாக யாழ்ப்பாணத்துக்குப் போகமுடியாது. கொலம்போவிலிருந்து இலங்கை அரசாங்கம் அனுமதி பெறணும். பெற்று அதுவும் ரொம்ப கஷ்டத்துக்குப் பிறகு வவுனியாவுக்கு ஒரு பாடாவதி ட்ரெயினில் புறப்பட்டேன். அதுதான் ஈழத்துக்கும் இலங்கைக்கும் நடுவில் இருந்த எல்லைக்கோடு. நான் தமிழ் தெரிந்தவனாகையால் மக்கள் கூட்டத்தோட இணைஞ்சுபோறது எளிதா இருந்தது. தண்டிக்குளம் என்கிற இடத்தில ஒரு செக் பாயிண்ட். அதன்பிறகு இலங்கை படையினர் ஓட்டிவிட, போய் ஒரு பஸ்ஸில் ஏறிக் கிளம்பினோம். அந்தப் பஸ் பயணம் முடியும் இடத்துல ஒரு இரும்பு பாலம் இருந்தது. பாலத்தைக் கடக்கிற இடத்துல இப்படி எழுதியிருந்தது. இந்த இடத்திலிருந்து மேல் பயணத்துக்கு யாரும் பொறுப்பில்லை என்பது அந்த வாசகங்களின் அர்த்தம். இரு பக்கத்துக்கும் உரிமையில்லாத ஒரு யுத்த பகுதியை சைக்கிளில் தாண்டினால் தமிழ்க் கொரில்லா

படைகளின் கட்டுப்பாட்டுப் பகுதி தொடங்குது. அந்த இடத்தில் எனக்குள் எழுந்த சில உணர்வுகள்கூட தாய் பற்றியதுதான். தமிழன் என்று சொல்லிக் கொள்கிறவன் யார் என்பதுதான்… அப்புறம்தான் எனக்கு நான் வாழ்க்கையில் தொடர்ந்து செய்யவேண்டிய காரியங்களும் என் கடமைகளும் தெளிவாயிற்று…”

வின்சென்ட் நிறுத்தினான்.

பின்பு எதுவும் பேசாமல் அவளைப் பார்த்தான்.

அப்போது அறைக்கதவு திறக்க, யுனிஃபார்ம் அணிந்த வெள்ளைக்கார சர்வர் ஒரு பிளேட்டில் தனித்தனியே தேயிலை பாக்கெட்டும் சுடுநீரும் சர்க்கரைத் துண்டுகளும் பேப்பர் நாப்கினுடன் கொண்டுவந்து தந்துவிட்டு பில்லில் கையெழுத்து வாங்கிக்கொண்டு கிளம்பினான்.

காந்திமதி எழுந்து அவனுக்கு முதலில் ஒரு டீ கலந்து சர்க்கரையில் இரண்டு துண்டுகள் போட்டபோது அவன் பால் விடாமல் எலுமிச்சம் சாறுவிட்டான். பின்பு வாங்கிக் குடித்தான்.

“இந்த டேஸ்ட் எனக்குப் பிடிக்கும்” என்று எலுமிச்சம் சாறு இருந்த சிறு பேப்பர் கூண்டைச் சுட்டினான்.

“நான் இன்னும் அதே ஆசாமிதான். பால்விட்டுக் குடிக்கிறதுதான் பிடிக்கிறது…” என்றாள்.

“ஒங்க தங்கை… அபிராமி?” என்றான் திடீரென்று ஞாபகம் வந்தவனாய்.

“ஓ… ஞாபகம் வச்சிருக்கீங்களா?” என்று கேட்டாள்.

அவன் பதில் சொல்லாமல் ஒரு பார்வையை அவள் மீது வீசினான்.

“சென்னையில் ஒருத்தர கல்யாணம் செய்து ஒரு குழந்தை. எனக்கு அந்தக் குழந்தைன்னா உயிர்… ஆமா நம்ம…” என்று அவளை அறியாமல் அச்சொல் வர, “இப்படிச் சொல்லலாமா?” என்று கேட்டபடி அவனைப் பார்க்க, அப்போதும் அவன் பதில் சொல்லவில்லை. அவனை அப்படிக் கேட்டுப் புண்படுத்திவிட்டோமோ என்று உணர்ந்து,

“ஐ ஆம் ஸாரி.”

அவன் கைகளைப் பிடித்தாள். அவன் சிரித்தான். சிரிப்பில் உயிரில்லாமல் இருந்தது. இப்போது இருவரும் இரு நாற்காலிகளில் அருகருகே அமர்ந்திருந்தனர்.

“ஏதோ கேட்க வந்தீங்களே…”

அவள் பேச வந்ததைத் தொடரட்டும் என்று ஞாபகப் படுத்தினான்.

“ஓ… ஆமா, நம்ம ஹெலனும் கிருபாவும் தெரியுமா?” என்று கேட்டு நிறுத்தி அவனைப் புன்முறுவலுடன் பார்த்தபடியே தனது டீயை ஒரு முறை வாயால் உறிஞ்சினாள்.

“இன்னும் தொடர்பு இருக்கா அவங்களோட?”

“பின்னெ… அடிக்கடி சண்டை போட்டாலும்… சென்னைல இருக்காங்க. இரண்டு குழந்தைகள். காலேஜ் படிக்கிறாங்க. அவ சர்ச்சுக்கு பைபிள் தூக்கீட்டுப் போவா. கிருபா போகமாட்டாரு. ஒரு தடவை போய் சண்டை போடக்கூடாது, சண்டை போட்டீங்கண்ணா இனி வீட்டுக்கு வரமாட்டேன்னு சொன்னேன். ஐ ஸ்டில் லைக் தெம்… ஏதோ ஒரு ஞாபகச் சின்னம் அவங்க வாழ்க்கை எனக்கு. லண்டன்ல இருந்து போகும் போதெல்லாம் ஆசை ஆசையா நான் ஏதாவது வாங்கிப் போகிறது அவங்களுக்கும் அபிராமிக்கும்.”

“ஞாபகச் சின்னமா?” என்று உறுத்தலோடு கேட்டான்.

“ஆமா. நம்ம நட்புக்கு, நம்ம இளமைக்கால வாழ்க்கைக்கு அவங்கதான் எனக்கு ஞாபகச் சின்னம்.”

அவளைத் தீர்க்கமாய்ப் பார்க்க, கையில் டீயுடன் திரும்பினான்.

“டீ சிந்தப் போகுது” என்று சிரித்தாள்.

டீயை எட்டி முன்பு சற்றுத் தூரத்தில் இருந்த டீபாயில் வைத்தான். நிதானமானான். அவளே தொடர்ந்தாள்.

“இரண்டு பேரும் கடைசியா ஒரே சாதி. மதம்தான் திருமணத்துக்குப் பிரச்சனையாய் இருந்தது. கிருபாவின் அண்ணி இருக்கிறாங்களெ, சாமர்த்தியசாலி…” என்று நிறுத்தினாள்.

"என்னை ஞாபகம் இருக்கா அவங்களுக்கு?" என்று எந்தப் பற்றோ பாசமோ இல்லாதவன் போல் முகபாவத்துடன் கேட்டான்.

"கண்டிப்பா... எங்கே ஏன் ஓடிப்போனீங்கன்னு கேட்டுக்கிட்டே இருக்காங்க. இப்பொவாவது நீங்க உங்க வீட்டப் பத்தி சொல்லலாமா?"

"உங்க அப்பா, அம்மா...?"

அவன் அமைதியாக இருந்தான். அவள் முகத்தைத் திருப்பினாள். அவன் முகம் இறுகியது. டீயைக் கேட்டான்.

"ஏதாவது கேட்கக் கூடாதத கேட்டுட்டேன்னா... சொல்ல வேண்டாம்" என்று கூறியபடி எழுந்து டீபாயிலிருந்த டீயைக் கொடுத்தாள். ஒரு ஸிப் இழுத்துவிட்டு,

"கேன் ஐ ஸ்மோக் எ சிகரெட்..." என்று கேட்டான். தலையாட்டி ஆமோப்பதில் சந்தோஷம் கொண்டாள்.

"இப்படி நீங்க கேட்கிறபோது எவ்வளவு சந்தோஷமா இருக்கு. எனக்கு ஒங்க மேல ஓர் உரிமை இருக்குன்னு நினைக்கிறப்போ... சரி... ஒங்க அப்பா... அம்மா..." என்று நிறுத்தினாள். ஒருவேளை இத்தனை ஆண்டுகள் ஆனபிறகு தன் அப்பா அம்மாபோல அவர்களும் இறந்திருக்கலாம் என்ற நினைப்பு வந்தது.

அப்போது அவன் சொல்ல ஆரம்பித்தான்.

"சொல்றேன். ஒங்ககிட்ட சொல்லாம வேற யாரு இருக்கா எனக்கு?"

சிகரெட் புகையை மென்மையாய் ஊதினான். அப்போது அவள் அவனது கைகளை அழுத்தினாள். இந்தப் பிடியை விடாமல் அப்படியே அமர்ந்திருந்தாள். அவளது கைகளின் ஸ்பரிசம் எவ்வளவு ரம்மியமாக இருக்கிறது என்று நினைத்துக் கொண்டான்.

டீயை மீண்டும் வாய் இதழ்களினால் ஓர் இழுப்பு இழுத்துவிட்டு, அவள் முகத்தை ஒருமுறை பார்த்தான்.

"அதிர்ச்சியடையாதீங்க. எனக்கு அப்பா அம்மா கிடையாது. நான் ஒரு ஆர்ஃபன் - அனாதை. ஒரு கிறிஸ்தவ பாதிரி வளர்த்ததால

வின்செண்ட் என்றும், நான் ஒரு இந்து தாய் தந்தையரின் உடல் இச்சை காரணமாகப் பிறந்ததால ராஜா என்றும் பெயர் சூட்டினாராம். அந்த ஃபாதருக்குப் பெரிய இமாஜினேஷன் இருந்திருக்கணும். ஆர்ஃபன் சிறுவன் ஒருவனுக்கு ராஜான்னு பெயர் வச்சார்னா...” என்று சிரித்துவிட்டு அமைதியானான்.

கையில் அவள் பிடி இறுகியிருந்தது. இருவருக்கும் இடையில் மௌனம். அவன் தொடர்ந்தான்.

“ஒங்ககிட்டேயெல்லாம் ‘எங்கூருக்குப் போறேன்’ ‘எங்க வீடு’ என்றெல்லாம் நான் சொன்னது எனது அனாதை இல்லத்தையும், அந்த மலைமீது இருந்த கிராமத்தையும்தான். பரிதாபம் என்னன்னா, அந்தப் பாதிரியாரு ஒரு ஜெர்மன் நாட்டில பிறந்திருந்தவரு. அதனாலெ அவர் அனாதைக் குழந்தைகளுக்கு என்று வாங்கிப்போட்டிருந்த நிலத்தின் மீது கண் வைத்திருந்த பக்கத்து நிலத்துக்காரங்க அவங்களோட அரசியல் தொடர்புகளைப் பயன்படுத்தி அவர் மதமாற்றம் செய்றாருன்னு கம்ப்ளெயின்ட் குடுத்தாங்க. முப்பது வருடமா இந்த நாட்டிலெ இருந்தும் ஒரே ஒரு சைக்கிள்தான் தனக்கு என்று வைத்திருந்தார். அதிலெ தான் போவாரு. வருவாரு. கடைசியா ஏதோ சட்டத்தைப் பயன்படுத்தி அவரை நாட்டை விட்டுத் துரத்தீட்டாங்க. நான் அந்த இல்லத்த எடுத்து நடத்த முயற்சிசெய்தேன். ஒருநாள் நான் இல்லத்துக்குப் போக நேரம் பிந்திப்போச்சு. இருட்டிவிட்டது. மழைக்காலம். இல்லத்த உடைச்சுப் போட்டிருந்தாங்க. பதின்மூன்று சிறுவர்களையும் இரவு பூரா மரங்களுக்கடியில்தான் வைத்திருந்தேன். போதும் என்று முடிவு எடுக்கவேண்டியதாயிற்று. எல்லாத்தயும் விட்டுட்டுக் கெளம்பிட்டேன்... அப்புறம் டெல்லி வாழ்க்கை ஆரம்பித்தது.”

சிகரெட்டை மீண்டும் இழுத்தான்.

கவனமாக அவன் சொன்னதை, பொங்கும் உணர்வைக் கட்டுப்படுத்தியபடி கேட்டுக் கொண்டிருந்தவள் மெதுவாய்,

“அந்த ஃபாதர் பிறகு...?” என்றாள்.

“ஜெர்மனி போயிட்டார். லெட்டர் எழுதினேன். கொஞ்ச நாள் கடிதம் வரல்ல. கடைசியில ரொம்ப நாள் கழித்து ஒரு கடிதம் வந்தது. அப்பொ, ஜே.என்.யு.வில் பிஎச்.டி. பண்ணிவிட்டுப்

பத்திரிகையில் சேர்ந்த காலம். பத்திரிகை வேலையோடு சேர்த்து வைத்து ஜெர்மனி போனேன். மரணப்படுக்கையில் இருந்தார்... கடைசி சந்திப்பு.''

அவளது இரண்டு கைகளும் வின்சென்டின் இடது கையைப் பிடித்தபடி இருந்தன. குஷன் நாற்காலியின் ஓரத்துக்கு நகர்ந்து அவன் முகத்தைப் பார்த்தபடி இருந்தாள். அவளது உணர்வுகள் ஆழத்தில் கிடந்து அவனது வாழ்வின் ஆதாரமில்லாத் தன்மையை ஆராய்ந்து தன் வாழ்க்கையோடு ஒப்பிட்டுக் கொண்டிருந்தன.

டீபாயில் கிடந்த தனது சிகரெட் பாக்கெட்டை மெதுவாய் எடுத்துத் தீர்ந்துபோன சிகரெட் முடிந்தவுடன் இன்னொன்றை எடுத்து உதடுகளில் பொருத்தினான். அவன் கேட்காமலே அவள் லைட்டரைப் பற்ற வைத்தாள். ஒருமுறை ஆழமாய் இழுத்துப் புகையை அவள் இல்லாத பக்கமாய் திரும்பி தூரத்தில் ஊதிவிட்டு அவளைப் பார்த்துச் சிரித்தான். வறட்டுச் சிரிப்பாக இருந்தது.

அவள் முகத்தில் சிரிப்புத் தோன்றவில்லை. தனது இரு கரங்களாலும் பிடித்திருந்த அவன் கைகளையே பார்த்து அவனது விரல்களைத் திரும்பவும் திரும்பவும் தடவிக் கொடுத்தபடி இருந்தாள்.

இலேசாகக் கனைத்துவிட்டுப் பேசிக்கொண்டே போனான்.

''அனாதைக் குழந்தைகளின் மனோநிலை உங்களுக்குப் புரியாது. வளரும்போது அறிவு வரும் கட்டம்தான் சித்திரவதைபடும் காலம். எனக்கும் அதுதான் நடந்தது. அப்போது எங்கள் அனாதை இல்லத்திற்குப் பக்கத்தில் ஒரு ஸ்கூல்ல என்னை ஃபாதர் படிக்க வைத்திருந்தார். ஒரு நாள் ஸ்கூல்ல ஒரு பையன் என்னை அடித்துவிட்டான். தரையில் விழுந்து முகமெல்லாம் சிராய்ப்பு. அழுதுகிட்டே இல்லத்துக்கு வந்தபோது எனக்குத் தெரியாமல் 'அம்மா'ங்கிற சொல் என் வாயில் உற்பத்தியானது. அந்தச் சொல்லைப் பிற குழந்தைகளிடமிருந்து பார்த்துப் படித்திருப்பேன். அன்றைக்குப் பகலில் ரொம்ப அழுததால் இரவு தூக்கத்தில் தனியாய் எழுந்து 'அம்மா' என்று அழுதுகொண்டு அமர்ந்திருந்தேன். மீதி பையன்களெல்லாம் போர்த்திக்கொண்டு தூங்கிக்கொண்டிருந்தார்கள். மலைப் பிரதேசமாகையால் ஒரே இரவுப் பிராணிகள் சப்தம். பட்சிகளின் ரீங்காரம். மற்றபடி அம்மா பல்லவி... எப்பொ பிறகு உறங்கினேன் என்பது

ஞாபகமில்லை. இந்த ஒரு நினைவுதான் நான் அம்மாவைத் தேடிய சம்பவம். மற்றபடி எப்பவும் அப்பாவோ, அம்மாவோ பற்றி நான் தேடியதும் இல்ல, யாரையும் கேட்டதும் இல்ல...'' என்று நிறுத்திவிட்டு வாய் உள்ளுக்குள் இறக்கி சிகரெட்டை இழுத்தபடி சொன்னான்.

“இதுதான் என் - ஏதோ கேட்டீங்களே அம்மா அப்பா பற்றி - அந்தக் கத. கிறிஸ்தவனான்னா ஆமாம்பேன். இந்துவான்னாலும் ஆமாம்பேன்...'' என்று சிகரெட் புகையைத் தலையை உயர்த்தி உயரமாய் ஊதிவிட்டு மேலேயே பார்த்தபடி சரிந்து நாற்காலியில் கிடந்தான்.

அவன் முகத்தைப் பார்த்தபடி இருந்தவள் தன் கை விரலால் அவன் அதரத்தைத் தடவினாள். சற்று நேரத்திற்குப் பிறகு அவன் உதடுகளில் இருந்து எடுத்த விரலை அப்படியே கொண்டுசென்று அவனது மூக்கின் மேட்டைத் தொட்டாள். விரல்கள் நடுங்கின. அவனது சிகரெட்டை இன்னொரு கையால் ஆஷ்டிரேயில் வாங்கிப் போட்டாள். அவன் கண்களை மூடி அமர்ந்திருந்தான். ஒரு ரோமம் வலது புருவத்தில் நரைத்திருந்தது. மூக்கின் மடலை மெதுவாக ஆட்காட்டி விரலாலும் பெருவிரலாலும் பிடித்து ஸ்பர்சித்து மீண்டும் தடவினாள். அழகான உயர்ந்த கூர்மையான மூக்கு. எத்தனையோ முறை அந்த மூக்கைப் பிடித்துவிட்டு விட வேண்டும் என்று தனக்கு ஆசை வந்ததை இப்போது அவனிடம் ரகசியமாகக் கூறினாள். அவன் உதடுகள் மூடிக் கிடந்தன. ம்... ம்... என்று உள்ளிருந்து கூறினான். அவன் புருவங்களைத் தன் உதடுகளின் உள்பகுதியால் ஒற்றி எடுத்தாள். பின்பு அவன் நாற்காலிக்கு மெதுவாய் நகர்ந்து போய் அவன் இரு கால்களின் மீது அமர்ந்து கொண்டு அவனது நெற்றியையும் காது மடல்களையும் தன் நீண்ட நகம் கொண்ட விரல்களால் தொடர்ந்து தடவிக் கொண்டேயிருந்தாள்.

“யு ஆர் நாட் என் ஆர்ஃபன், வின்சென்ட்'' என்றாள்.

அவனது காதுகளின் உள்ளே விரலை மெதுவாய்க்கொண்டு போய்த் தொடர்ந்து பின் மடலை வருடி அப்படியே கழுத்தை நோக்கி ஐந்து விரல்களை நகர்த்தினாள். இப்படி இரு கைகளையும் அவனது தலையின் இரு பக்கங்களிலும் வைத்து அரவணைத்து நரை போட ஆரம்பித்ததாலும் அடர்த்தியாகக் காணப்பட்ட சுருண்ட முடியைக் கொண்ட நடு உச்சந்தலையில்

முத்தம் கொடுத்தாள். சற்றுநேரம் அவன் தலையோடு தன் முகத்தைப் பொருத்தியபடி அமர்ந்து இருந்தாள். மீண்டும் தன் தலையை அவன் மார்பில் வைத்து அமைதியாய் அவன் நெஞ்சத் துடிப்பைக் கேட்டபடியே அமர்ந்திருந்தாள்.

அத்தனை ஆண்டுகளுக்கு முன்பு ஹாஸ்டலில் இருந்து அவள் வீட்டுக்கு இந்தி எதிர்ப்பு விடுமுறைக்காகப் போனபோது நடந்த அந்தச் சம்பவத்தை அவள் ஞாபகப்படுத்திச் சொல்லிக் கொண்டிருந்தாள்.

அவள் அரவணைப்பில் கேட்டுக்கொண்டு நாற்காலியில் சாய்ந்துகிடந்தான் அவன்.

"எல்லாரையும்போல நானும் விடுமுறை முடிந்தவுடன் கல்லூரிக்கு வரவேண்டும் என்றுதான் நினைத்தேன். ஆனா, விதின்னு ஒண்ணு இருக்கே. ஒரு நாள் மாலையாக இருக்கும். அப்பாகிட்டே எல்லாவற்றையும் சொன்னேன். அமைதியா கேட்டுக்கிட்டே இருந்தாரு. ஒண்ணும் பேசல்ல. உங்களப் பத்தியும் கேக்கல்ல. எனக்கு எங்க வீட்டுல ஏதோ ஒரு சக்தி உலவுதுன்னு தெரியும். அதுதான் அக்காவ பலிவாங்கியதுண்ணு என் மூளை எப்படியோ எனக்கு உணர்த்திச்சு. அதனாலெதான்னு நினைக்கிறேன், அப்பாகிட்டெ ஒங்கள காதலிக்கிறன்னு சொன்னேன். நான் ஒங்ககிட்டேகூட அப்படிக் காட்டிக்கிட்டது கிடையாது. என் காதல் பத்தியும் அது நிறைவேறுமாண்ணும் எப்போதுமே ஒரு சந்தேகம் என்கிட்ட இருந்திட்டு இருந்தது. ஒங்களுக்கு நம்பிக்கை கொடுத்து ஒங்கள ஏமாத்தக்கூடாதுங்கிறதுல உறுதியா இருந்தேன். அது பாவம்னு நெனெச்சேன். அடுத்து நடந்த சம்பவத்த சொல்றென். அன்று ராத்திரி அப்பா ஏதோ ஒரு மருந்தை எடுத்துக் குடிச்சிட்டாரு. அம்மா பதறி அடிச்சுக் கதறியதும் நான் ஓடிப் போய்ப் பாக்கிறேன். கண்கள் வெளித்தள்ளி அப்பாவின் வாயிலிருந்து நுரை வந்துகொண்டிருக்கு. சரி, உடனே ஆஸ்பத்திரிக்குத் தூக்கிட்டுப் போய்க் காப்பாத்திட்டோம். அவர் சாகல. என்னெல்ல கொன்னுட்டாரு..."

இப்படிக் கூறியவள் அழவோ அரற்றவோ இல்லை. எழுந்து சோம்பல் முறித்துக்கொண்டு ஹோட்டல் கண்ணாடிக்கருகில் போய் நின்றுகொண்டிருந்தாள். அவள் பெரிய வானத்துக்கு நடுவில் நிற்பதுபோல் தெரிந்ததைப் பின்னாலிருந்து பார்த்தான்.

அப்படிப் பார்த்தவனது இதழ் ஓரத்தில் ஒரு புன்னகை அரும்பியது. அதைக் கவனித்த அவள்,

"வாட்...?" என்று அவன் முகத்தைப் பார்த்தாள். பெரிதாகச் சிரித்துவிடுவானோ என்றிருந்தது அவனது முகபாவம்.

"என்ன... என்ன சொல்லுங்க வின்செண்ட்? ப்ளீஸ் என்னெ கொல்லாதீங்க" என்றாள். சற்றுப் படபடப்பு இருந்ததோ என்றிருந்தது அவளது குரல்.

இவன், "என்ன சொல்ல...?"

சோம்பல் முறித்தான்.

"எதுக்குச் சிரிப்பு வருது உங்களுக்கு?"

உடனே ஏதும் சொல்லாமல் சற்றுநேரம் அவள் முகத்தையே பார்த்துக் கொண்டிருந்தவன் மிகுந்த சீரியஸுடன் சிகரெட் சாம்பலை இப்போது அவனுக்குச் சற்றுத் தொலைவில் இருந்த ஆஷ் டிரேயில் தட்டிவிட்டுச் சொன்னான்.

"ரொம்ப தமிழ்ச் சினிமா பார்த்துப் பார்த்து நம் தமிழ்ப் பெண்கள் எல்லாம் கெட்டுப் போயிட்டாங்க. ரொம்ப மோசமாக முடிவை அமைக்கிறாங்க. ஒரு சஜஷன் கொடுக்கட்டுமா? இனி அப்பாக்களுக்கு விஷம் கொடுக்காதீங்க."

அவன் அவளது முகத்தைப் பார்க்காமல் மீதி இருந்த அதே சிகரெட்டை நிதானமாக இழுத்தபடி தூரத்தில் பார்வையைக் கம்பீரமாக ஓட்டினான். குறுக்கும் மறுக்குமாக விமானங்கள் வருவதும் போவதுமாக இருந்தன. அவள் ஸ்தம்பித்ததுபோல் அப்படியே இருந்தாள். மெதுவாகத் திரும்பினான்.

பின்பு அவளருகில் வந்தான். மறக்கவேண்டிய ஒரு பழங்கதையின் ஒரு பகுதி பற்றி பிரஸ்தாபிப்பதுபோல் எந்தவித உணர்வும் தென்படாதபடி கேட்டான்.

"காந்தி, அப்பா ஏத்துக்க மாட்டார்னு தெரிஞ்சே போய் வம்புக்கு நீங்க கேட்டதுபோல தெரியலயா?"

திரும்பி கோபமாகப் பார்த்தவள், உடனே இறுக்கம் தளர்த்தி, "நீங்க கேட்ட இதே கேள்வியைத்தான் நானும் என்கிட்ட இருபத்தஞ்சு வருஷமா கேட்டுட்டு இருக்கேன். அப்பா

இல்ல காரணம்...” என்று யாருடைய வாழ்க்கையிலோ நடந்த சம்பவத்தைப் பற்றிப் பேசுவது போல் கருதியவளாய் உணர்வுகள் மாற்றமுற்று மௌனமாக நின்றாள். பார்வை வெளியே அலையும் ஆகாய விமானங்களில் லயித்தது. கால்சட்டையிலும் சர்ட்டிலும் அழகாய்த் தெரிந்தாள். இப்போது அவனை அணைத்துக்கொண்டாள். அவளது வலது கை அவனது கழுத்துக்குப் பின்னால் இடது மற்றும் வலது தோள்களில் கிடந்தது. அவன் குரல் சுரத்திழந்திருந்தது. எதிலும் ஈடுபாடில்லாதவன்போல் அவன் இதழ்களிலிருந்து இந்தக் கேள்வி வந்தது.

“அப்போ யார் காரணம்?”

எதற்குச் சொல்கிறாள் இந்தப் பதிலை என்று அறியாமல் கூறுவதுபோல் சொன்னாள்.

“நான்தான் போலிருக்கு.”

பச்சாதாபப்படுகிறாளா அல்லது பாவ மன்னிப்புக் கேட்கிறாளா என்று யூகிக்க முடியவில்லை அவனுக்கு. அல்லது மனிதர்களாய்ப் பிறந்தவர்கள் யாருக்கும் புரியாத ஓர் உண்மையைச் சொல்கிறாளா இவள்? அவன் ஏனோ பேச்சை மாற்ற விரும்பினான்.

அவளுடைய வாழ்க்கை நாடகத்தில் இன்னும் ஏதோ ஒரு கண்ணி, தெளிவாகவில்லை என்று கருதியவன் அதனைப் புரிந்து கொள்ளும் ஒரு விநோத குதூகலத்துக்கு இப்போது ஆட்பட்டான். அவளைத் திரும்பிப் பார்த்துக் கேட்டான்.

“ஒங்க அப்பாவோட சண்டை போட ஒரு காரணமா ஒங்க அம்மா, ஒங்க அப்பாவுக்கு ஒரு குடும்பம் புனாவில் இருக்குன்னு சொன்னது... அப்படி ஓர் இரண்டாம் குடும்பத்தெ ஒங்க அப்பா வச்சிருந்தது உண்மையா?”

தலையை இல்லவே இல்லை என்று வேகமாக ஆட்டியவள், “அம்மாவுக்கும் அவள் வாழ்க்கையை நடத்தறதுக்கு ஒரு பொய்க்கதை வேண்டியிருந்திருக்கு” என்று சர்வசாதாரணமாகச் சொன்னாள்.

அவன் அதிர்ச்சியடைந்தவன்போல் அப்படியே நின்றான். அடுத்து சம்பந்தா சம்பந்தமில்லாமல் கேட்பவன்போல், "காந்தி" என்று அன்பு ததும்ப அழைத்தான்.

"ம்" என்று மறுமொழி அவளிடமிருந்து எழுந்ததும் பழைய ஓர் இளமைக்கால ஆனந்த நினைப்பில் திளைப்பவன்போல் கேட்டான்.

"கவிதை எழுதற பழக்கம் இன்னும் உண்டா?"

"கவிதை எல்லாம் முழுசா மறந்துபோச்சு. நீங்க ஒங்க கட்டுரைகளைத் தவிர...?" என்று அவன் ஏதாவது வேறு எழுதுகிறானா என்று அறியும் நோக்கத்தோடு அவன் முகத்தைப் பார்த்துக் கேட்டாள். அவன், "ஒரு நாவல் எழுதியிருக்கிறேன்" என்றான் வெட்கப்பட்டுக்கொண்டே.

அப்போது இரண்டு விமானங்கள் மெதுவாக நீலவானில் மிதந்து நிதானமாய் தூரத்தில் மறைந்தன.

> நீங்கள் ஒற்றைப்படை எண்ணாகத் தேர்ந்தெடுத்து இடையில் வரும் இரட்டைப்படை எண்களை விட்டுவிட்டு வாசித்துக்கொண்டு வந்திருந்தால் இனி நாவலின் தொடக்கத்துக்குப் போய் இயல் 2, 4, 6, 8 என இரட்டைப்படை எண்ணாக வாசித்து இயல் 18 வரை வாசித்து முடிக்கவும்.
>
> வேறுவிதமாக வாசித்தவர்களுக்கு இங்குக் கூறப்படும் வழிகாட்டுதல் பொருந்தாது.